யுகங்கள் கடந்து வாழும் உன்னதக் கலை

கி. வெங்கட்ராமன்

விஜயா பதிப்பகம்
20, ராஜ வீதி,
கோயம்புத்தூர் - 641 001.

யுகங்கள் கடந்து வாழும் உன்னதக் கலை
Yugangal Kadandhu Vazhum Unnathak Kalai

கி.வெங்கட்ராமன்

ஆறாம் பதிப்பு : 2024

விஜயா பதிப்பகம்

20, ராஜ வீதி, கோயம்புத்தூர் - 641 001.

☏ 0422 - 2382614 / 📱 90470 87053

vijayapathippagam2007@gmail.com

ஒளியச்சு / புத்தக வடிவமைப்பு: ஐரிஸ் கிராபிக்ஸ், கோவை.

அட்டை வடிவமைப்பு : **பிரதீப், கோவை.**

அச்சாக்கம் : பி.வி.கிராபிக்ஸ்,கோவை.

ISBN - **81-8446-045-7** / பக்கம் : 384 + 24/ விலை : **Rs. 400/-**

ஸ்ரீ போக முனிவர் காப்பு

ஆதியும் அந்தமும் கடந்து நின்றதொரு
அண்ட சராசரங்களை அறிவாலே படைத்ததொரு
ஜோதி மயமான சுயம்பான இறைகாப்பு
சுற்றியுள்ள முப்பத்து முக்கோடி தேவர்காப்பு
ஆதியிறை யருளாலே வேதியல்கள் பலபுரிந்து
அமைதியாய் அமர்ந்த நவகோடி ரிஷி, சித்தர்காப்பு
நீதியுடன் எந்தனுக்கு இந்நெடுங்கலையை அருளிய
பாதிமதி ஈசன் ஒப்பும் மஹாகுருவின் பதம் காப்பே

- வெங்கட்ராமன்

ஓம் ஸ்ரீ குருபாதுகாய நம:

முன்னுரை

சித்தர்கள் கண்டவற்றுள் முதன்மையானது காயசித்தி முறையாகும். பன்னெடுங் காலங்கள் கடந்தும் இந்த உடலினை அழியாமல் பாதுகாக்கும் முறையே காய சித்தியாகும். காய சித்தி உபாயம் என்பது இந்த உடம்பைக் கொண்டு கடவுளைக் காண்பது என்பதாகும். இந்த மனித உடம்பும், மனித வாழ்வுமே கடவுளை அடைவதற்கு உரிய மரணமில்லாப் பெருவாழ்வு எய்துவதற்கு உரிய ஒப்பற்ற சாதனங்கள் என்று சித்தர்கள் கண்டனர். இந்த உடம்பை எடுத்ததன் பயன் கடவுளைக் காண்பதே என்பதை சித்தர்கள் வற்புறுத்திக் கூறுகின்றனர்.

அகம்பாவத்தில் ஆசைமீதூர இவ்வரிய உடம்பினைப் பெற்ற பற்பலரும், உலக மாயையில் சிக்கி அல்லலுறுவதைப் பார்த்து “ஒன்பது வாசலுடைய ஊத்தைச் சரீரமென்றும், காயமே இது பொய்யடா, வெறும் காற்றடைத்த பையடா” என்றும் இந்த யாக்கையை சிலர் வெறுத்துக் கூறினும் இந்த மனித உடம்பே இறைவனை அடையும் ஒரே வழியென சித்தர்கள் கண்டனர். இந்த உயிர் மானிடப்பிறவி எடுப்பது என்பது மிகவும் அரிது என்பதையே ஒளவையாரின் “அரிது அரிது மானிடராய்ப் பிறத்தல் அரிது” என்ற பாடல் வரிகள் கூறுகின்றன. திருமூலரும் முன்னர் உணராது இருந்து பின்னர் யாக்கையின் அருமையை அறிந்து

“உடம்பினை முன்னம் இழுக்கென்
றிருந்தேன்
உடம்பினுக் குள்ளே யுறுபொருள்
கண்டேன்

உடம்புளே உத்தமன் கோயில்கொண்
டானென்று
உடம்பினை யானிருந் தோம்புகின்
றேனே"

என்று பாடுகிறார். "சுவர் இருந்தால்தான் சித்திரம் எழுத முடியும்" என்பது பழமொழி இந்த உயிர் மீண்டும் பிறந்து அல்லலுறாமல் பிறவி இல்லாப் பெருவாழ்வு பெற வேண்டுமானால் இம்மானிட யாக்கையில் இருக்கும் பொழுதே அதற்கான வழிமுறைகளைக் கையாள வேண்டும். அதற்கு இவ்வுடம்பினைப் பழுதாகாமல் பாதுகாப்பதும், செழிய நிலையில் வைத்திருப்பதும் அவசியம். காயசித்தி பெற்றால்தான் ஏனைய சித்திகளை ஒவ்வொன்றாகப் பெறமுடியும். நல்லதன் நலனும், தீயதன் தீதும் உள்ளது உள்ளவாறு அறியும் தன்மை உடம்பொடு கூடிய உயிருக்கே உண்டு. உண்மை ஞானம் பெற விழைபவர் உடம்பைப் பேணி வளர்க்க வேண்டும். இதைத்தான் திருமூலரும்..

"உடம்பார் அழியின் உயிரார் அழிவர்
திடம்பட மெய்ஞ்ஞானஞ் சேரவு மாட்டார்
உடம்பை வளர்க்கும் உபாய மறிந்தேன்
உடம்பை வளர்த்தேன் உயிர் வளர்த்தேனே"

என்று, தான் காயசித்தி மூலம் உடம்பைப் பாதுகாத்ததைக் கூறுகிறார். "தியானம்" என்பதை நினைத்தவுடனே பெரும்பாலோர்க்கு நினைவுக்கு வருவது, முழு நிலவைப் போல் ஒளிபொருந்திய முகமும், அதில் நீலோர்ப்பல மலரைப் போன்ற அழகிய விழிகளும், அமர்ந்த திருக்கோலத்துடன் கூடிய போதி மாதவனாகிய புத்தரின் திருவுருவமே ஆகும். **பகவான் புத்தர் அரச மரத்தடியில் புத்த பூர்ணிமையாகிய விசாகப் பூர்ணிமையன்று சம்போதி ஞானம் பெறுவதற்கு முன்பு** இன்று "புத்தகயா" என வழங்கும் உருவில்லா வனத்தில் ஆறு ஆண்டுகள் அருந்தவம் இயற்றினார். அப்பொழுது அவரது உடல் மிகமிக மெலிந்து எலும்போடு தோல் ஒட்டிப்போன நிலை ஏற்பட்டது. எந்தவிதப் பயனுமே ஏற்படவில்லை. அப்பொழுது தான் "உடலானது களைப்பின்றி இருந்தால்தான் சிந்தனையை இயக்கித் தத்துவ போதத்தைப் பெறலாம்" என உடலுக்குத் தேவையான அளவு உணவருந்தத் தீர்மானித்தார்.

நித்தியசுத்தி முதலான முறைகளைத் தொடர்ந்து பயிற்சி செய்து வாழ்வின் நித்திய கர்மங்களில் ஒன்றாக அதை நினைத்துக் கொள்ளும் அளவிற்குப் பொறுமையும் கட்டுப்பாடுகளும் உள்ளவர்கள் மட்டுமே

காயகற்ப முறைகளை மேற்கொள்ளத் தகுதி பெறுகிறார்கள். காயசித்தி பெற துறவி யாகி காட்டுக்குள் செல்ல வேண்டியதில்லை. காயசித்திக்கு இல்லறம் ஒரு தடையல்ல என்பதையும் ஆசிரியர் விளக்குகிறார்.

நாம் உட்கொள்ளும் பொருள்களைத் தயாரிப்பதிலும், வைத்திருப் பதிலும் பாத்திரங்கள் முக்கியமானவை. இன்றைய நாகரீக உலகில் நோய்கள் பெருக மண்பாண்டங்களை விடுத்து நாம் கையாளும் உலோகப் பாத்திரங்களும் ஒரு காரணம் என்பர். அதைப் போல் கற்ப மருந்துகளைத் தயாரித்து, வைத்திருந்து அருந்து வதற்கு உரிய தேற்றான் மரத்திலான குடுவை, வேப்ப மரத்திலான பாத்திரம் எனப் பாத்திர வகைகளையும், அவற்றைத் தயாரிக்கும் வழிமுறை களையும் ஆசிரியர் எளிமையாக நன்கு விளக்குகிறார்.

இந்நூலைப் படிக்கும் பொழுது இதைப் பின்பற்றுவதில் உள்ள சிரமங்கள் தெரியும். அப்பொழுது இவ்வளவு சிரமப்பட்டுதான் காய சித்தி செய்து சித்தர்கள் நிலையை அடைய வேண்டுமா? என்று நம்முள் எழும் வினாவை ஆசிரியரே எழுப்பி, இதற்கான விடையினையும் சித்தர்கள் பாடல்களிலிருந்தே விளக்குகிறார். காயகற்ப மூலிகைகளை நாமே சுத்தமான முறையில் கறுப்பு மூலிகைகளாக மாற்றிக்கொள்ளும் வழிமுறைகளையும் சித்தர் பாடல்கள் வழிநின்று விளக்குகிறார். பரம்பொருளைத் தவிர ஏனைய நாம் வழிபடும் தெய்வங்கள் எல்லாம் மனிதர்களாகப் பிறந்து கற்பங்களைத் தொடர்ந்து உட்கொண்டு தெய்வநிலை பெற்றவர்கள் என்றும், யார், யார் எவ்வளவு கற்பங்கள் உண்டனர் என்றும் சித்தர் பாடல்களில் நின்று மேற்கோள் காட்டி விளக்குகிறார். இந்தக் கூற்றுக்கு அரணாக....

"வையத்துள் வாழ்வாங்கு வாழ்பவன்-வானுறையும்
தெய்வத்துள் வைக்கப் படும்."

எனும் வள்ளுவர் குறள் விளங்குவதை நாம் நினைவு கூறலாம்... கற்பம் தயாரித்து உண்ணும்போது எவ்வளவு கவனமாகவும் கடுமையான பத்தியத்துடனும் இருக்கவேண்டும் என்பதற்கு இந்நூலாசிரியர் திரு. வெங்கட்ராமன் கருப்புக் கரிசலாங்கன்னி மூலிகையை உருவாக்கியதும், அதை உண்டதும், பத்தியம் தவறியதால் ஏற்பட்ட விளைவு களும், அதிலிருந்து அவர் மீண்டதும் ஒரு எச்சரிக்கை ஆகும். நூல் ஆசிரியருக்கு சித்தர்களிடம் ஏற்பட்ட தொடர்பும் அவர்களது கழிபேரிரக்கமும் அவரைக் காப்பற்றியுள்ளது.

இரசம், இரசமணி பற்றியும், குரு மருந்து பற்றியும் ஆசிரியர் எளிதில் புரியுமாறு விளக்கியுள்ளார். நூலாசிரியர் தமக்கு ஏற்பட்ட அனுபவத்தில் பத்தியம் பிறழ்ந்ததால் ஏற்பட்ட விளைவிலிருந்து

தப்பித் ததற்கு அவருடைய குருநாதரே காரணம் அதனால் சித்தர் வழி பின்பற்ற விழைவோர்க்கு நல்ல குரு வாய்ப்பது அவசியம். போலிகளிடமிருந்து (இந்நாட்டில் தற்பொழுது போலிகளே அதிகம் உள்ளனர். தொலைக் காட்சி போன்றவற்றில் விளம்பரங்கள் செய்து ஆன்மீகத்தை வணிகமாக மாற்றி விட்டனர்). நாம் எப்படி விலகுவது? போலிகள் எப்படிப்பட்டவர்கள் என்பதையும் சுட்டிக் காட்டுகிறார். எனவே காயசித்தி, யோகசித்தி, மௌனசித்தி, சமாதிசித்தி எனும் நான்கு நிலைகளைப் பின்பற்றினால்தான் சித்தர்கள் நிலையான பெருவாழ்வு நிலையை அடைய முடியும் என்பதனை ஆசிரியர் திண்ணமாக வலியுறுத்துகிறார்.

முத்தாய்ப்பாக நூலாசிரியர் சதுரகிரி மலையில் தமக்கு ஏற்பட்ட கிடைத்ததற்கரிய அற்புதமான “சித்தர் தரிசன” அனுபவத்தை நன்கு விளக்கியுள்ளார். இதுபோன்ற அனுபவங்களை அவசியம் ஏற்பட்டால் அன்றி வெளியிடல் சிறப்பன்று. ஏனென்றால் போலிகளையே கண்டு, போலிகளோடு பழகி, போலியான வாழ்க்கையே வாழும் இவ்வுலகில் அதுபோன்ற அனுபவங்களை நம்பக் கூடியவர்கள் மிகக் குறைவு. உச்சிமேற் புலவர்கொள் நச்சினார்கினியர் கூறுவதுபோல் “அத்துறை யோர்க்கே அது விளங்கும்.” என்பதனால் ஏனையோர்க்கு அது கற்பனை யாகத் தோன்றும். அதனால்தான் பெரிய புராணத்தில் சேக் கிழார் பெருமான் “அருளுடையார் திறம் விளம்பும் திறத்தன்று” என்று கூறுகிறார்.

இதைத்தான் நம்முடைய ஆதிசித்தர் பெருமக்கள் வலியுறுத்தினர். இம்மானிட சமுதாயத்தின் மீது கழிபேரிரக்கம் கொண்டு நோயற்று வாழ வைத்திய முறைகளையும் நோயற்ற உடல் நெடுங்காலம் நிலைத் திருக்கக் காயகற்ப முறைகளையும் தம்முடைய நூல் களின் மூலமாக சொல்லி வைத்தனர் காடு, மலைகளில் அலைந்தும், குகைகளில் தவமியற்றியும் இம்மானிட சமுதாயத்திற்கு ஒளி விளக்காகத் திகழ்ந்தனர். வசூல் ராஜாக்களாகவும், குபேரபுரிக் கோமான் களாகவும், குறுநில மன்னர்களாகவும் திகழும் இன்றைய ஆன்மீக வாதிகளைக் காணும்போதுதான் நம் பண்டைய சித்தர் மரபின் பெருமை விளங்கும்.

அந்த அரிய சித்தர்மரபு இன்னமும் இருந்து கொண்டுதான் இருக்கிறது. பயன் கருதாத அப்பரந்த மனமுடையோர் அம்மரபினைப் பாதுகாத்து வருகின்றனர். அத்தகையோரில் ஒருவரே சிங்கம்புணரி சித்தவைத்தியர், சித்தர் வழி ஆய்வுச் சுரங்கம் திரு. வெங்கட்ராமன் அவர்கள் எதையும் பொருளீட்டும் நோக்கோடு அணுகும் இவ்வுலகில் தம் குருவின் மூலம் தாம் பெற்ற பயனை இவ்வுலகம் அடைய வேண்டும் என்ற பரந்த மன்பான்மையுடன் பலகாலம் தாம் ஆய்ந்து

கண்ட உண்மைகளை "யுகங்கள் கடந்து வாழும் உன்னதக் கலை" என்னும் தலைப்பில் பல கட்டுரைகளாக எழுதி இன்று அவற்றை நூலாக ஆக்கித் தந்துள்ளார்கள். எல்லோரும் இன்புற வேண்டும், தான்பெற்ற இன்பம் பெருக இவ்வையகம் என வாழும் டாக்டர் வெங்கட்ராமனின் செம்மையான நல்ல உள்ளத்திற்கு இந்நூலே வெளிப்படையான சான்றாகும்.

சித்தவைத்திய முறைகளைப் பற்றிப் பலரும் பேசுகிறார்கள். அவர்களுள் எத்தனை பேர்களுக்கு செய்முறை தெரியும்? "சொல்லுதல் யார்க்கும் எளிய: அரியவாம் சொல்லிய வண்ணம் செயல்" என்றார் வள்ளுவர். நம். சிங்கம்புணரி ஆய்வாளர் தந்திருக்கும் வழி களைப் பின்பற்றினால் காயசித்தி பெறலாம் என்பது திண்ணம். மனிதன் பெருவாழ்வு நிலையை அடைய உதவும் 1,காயசித்தி, 2,யோகசித்தி, 3,கெவுனசித்தி, 4,சமாதிசித்தி எனும் நான்கினுள் முதலாவதாகிய காயசித்தி பெறும் முறைகளையே ஆசிரியர் கூறுகிறார். காயசித்தி பெற்று விட்டால் ஏனைய சித்திகள் தாமாகக்கைவருவது திண்ணம். காயசித்தி முறையை மூன்றாகப் பிரித்து நித்தியசுத்தி, மண்டலசுத்தி, மௌனசுத்தி என விளக்குகிறார். அதிலும் "மண்டல சுத்தி" என்பது உடலை சீதோஷ்ண நிலை மாறாமல் பலகாலம் உடல் அழியாமல் நிற்பது என ஆசிரியர் விளக்குகிறார்.

இதைப் படிக்கும்போது பல ஆண்டுகளுக்கு முன்னால் நான் படித்த ஒரு நிகழ்வு நினைவுக்கு வருகிறது. நம் சித்தர்களைப் போன்றே இமயமலையின் உச்சியில் வாழும் திபேத்திய லாமாக்களும் பல அற்புத ஆற்றல்கள் உடையவர்களாய் விளங்குகின்றனர். ஒருமுறை ஓர் அமெரிகிக ஆராய்ச்சியாளர் கடுங்குளிரும் பனிப்பொழிவும் இருந்த காலத்தில் திபேத்ததிற்குச் சென்று அங்கிருந்த லாமாக்களிடம் இவ்வளவு கடுங்குளிரிலும் எளிய பருத்தி ஆடையுடன் எவ்வாறு இருக்கிறீர்கள்? என்று வினவினார். அப்பொழுது ஒரு பௌத்தத்துறவி (லாமா) கனத்த கம்பளித் துணியைக் குளிர்ந்த நீரில் நனைத்துத் தம்முடைய வெற்றுடம்பில் போர்த்திய சில நிமிடங்களில் அக்கம்பளி காய்ந்து போனதாம். காலத்தின் சீதோஷ்ண நிலைக்கேற்பத் தம்முடலை வைத்துக் கொள்ளும் தன்மை அறிந்து அந்த அமெரிக்க ஆராய்ச்சியாளர் வியந்தாராம்.

காயசித்தி முறையை மூன்றாகப் பிரித்த ஆசிரியர் அவற்றுள் முதலாவதாகிய நித்திய சுத்தியை 5 பாகங்களாகப் பிரித்து ஒவ்வொன்றையும் தெளிவாக விளக்குகிறார்.

மரணமில்லாப் பெருவாழ்வு			
காயசித்தி	யோகசித்தி	கெவுனசித்தி	சமாதிசித்தி

காயசித்தி		
நித்தியசுத்தி	மண்டலசுத்தி	மௌனசுத்தி

நித்தியசுத்தி				
தந்தசுத்தி	நேத்திரசுத்தி	கபசுத்தி	குடல்சுத்தி	உடல்சுத்தி

காயசித்தி அடைய மேற்கொள்ளும் முறைகள் சற்றுக் கடுமையானதுதான் என்றாலும் இதற்கு தகுதி உடையவர்கள் இன்னார் என்று அறிதல் வேண்டுமல்லவா?

இந்நூலைப் படித்து அதன்வழி பின்பற்றி ஒழுக நினைப்போர்க்கு இந்நூல் பொக்கிஷமாகும் என்பதில் ஐயமில்லை, ஏனையோர்க்கு இந்நூல் சித்தர்களின் நினைவுகளைத் தோற்றுவிக்கும். அந்த நினைவுகள் அவர்களுக்கு சித்தர் வழிபாட்டையும், அவ்வழிபாடு சிறந்த வாழ்வையும், வாழ்வில் நிறைவையும், நிம்மதியையும் தரும் என்பதில் சிறிதும் ஐயமில்லை.

நூலாசிரியர், சித்தர்வழி ஆய்வுச் சுரங்கம் டாக்டர் கி. வெங்கட்ராமன் அவர்களின் உயர்ந்த பணி மேலும் தொடர திருவருளையும், குருவருளையும் இறைஞ்சுகின்றேன்.

அன்புடன்…
புலவர். சீ. சந்திரசேகரன்

கும்பகோணம்
28-03-2007

கதவு எண் - 8
வீரபாண்டிய கட்டபொம்மன் தெரு
கும்பகோணம்.
செல் : 94433 20862

வாரியார் விருது, மகரிஷி விருது, டாக்டர் ராஜலிங்கம் பாரதி விருது, மாநில விருது, தேசிய விருது, ஜனாதிபதி பரிசு, நல்லாசிரியர்.

தலைவர், சித்தர் முத்துவடுக சுவாமிகள் நகர் நல மன்றம், சிங்கம்புணரி தலைவர், சித்தர் வித்தைப் பயிற்சி, சிங்கம்புணரி மையம்,

அணிந்துரை

ஆன்மீகம் கலந்த அறிவியல் விஞ்ஞானிகளே சித்தர்கள்! சித்தர்கள் அன்று தொட்டு இன்றுவரை வாழ்ந்துகொண்டு தான் இருக்கிறார்கள். அவர்களின் அருளாட்சியும் அற்புதங்களும், இன்றும் நம்புகிறவர்களுக்கு உண்மையிலேயே நடைபெற்றுக் கொண்டுதான் இருக்கின்றன. சித்தர்கள் மனித உயிர்களின் நன்மைகளுக்காக வாழ்பவர்கள். அவர்கள் கண்டறிந்து கூறியிருக்கும் கற்ப மூலிகைகள் மனித குலத்திற்கு என்றென்றும் மிகுந்த பயனளிப்பவையாக இருக்கின்றன.

சித்தர்கள் உலகெங்கும் உள்ளனர். தமிழக சித்தர்கள் மணிமணியான பாடல்கள் மூலம் தமிழை வளப்படுத்தியுள்ளனர். சித்தர் பாடல்கள் எல்லாம் வெறும் பாடல்கள் அல்ல. அவை ஒலிச்செறிவும் பொருட்செறிவும் நிறைந்த தமிழ் மந்திரங்கள். இவர்கள் காலம் காலமாக காயசித்தி, யோகசித்தி, ஞானசித்தி, சமாதிசித்தி முதலிய நிலைகளில் ஆழ்ந்து அனுபவித்து அருளியிருக்கின்றார்கள். மேலும் ஜோதிடம், இரசவாதம், வானவியல், மந்திரம், தந்திரம், சரம், வாகடம், முதலிய அனைத்துத் துறைகளிலும், சித்தர்களின் முத்திரை அழுத்தமாக உண்டு.

சித்தர் நெறியில் அடிப்படைச் சிறப்பாகக் கருதப்படுவது “காயகல்பம்” ஆகும். திடம்பட மெய்ஞ்ஞானம் சேர்வதற்கும், உடம்பினிற்குள்ளே

உறுபொருள் காண்பதற்கும், உரிய நல் உபாயங்களில் முதன்மையானது, காயகல்பம் மூலம் அடையும், காயசித்தி நெறியே ஆகும். இந்த காயசித்திக்கு உரிய கடுமையான பாடல்களையும், செயல்முறை களையும்கூட, கருத்திற்கு இனிய முறையில் விளக்கிக் கூறுவதிலே வெற்றி பெற்றுத் திகழ்கின்றார் இந்நூல் ஆசிரியர் மேன்மைமிகு **டாக்டர் கி. வெங்கட்ராமன்** அவர்கள்.

திருவருளால், பலகாலங்களாக இவர் சித்தர்களிடமும், ஆன்மீக வாதிகளிடமும், ஞானிகளிடமும், தவசிகளிடமும், மூலிகை சித்தர் களிடமுமே அதிகம் பழகி வந்துள்ளார். எதையும் கூர்ந்து நோக்கும் இயல்பும், ஆழ்ந்து அறியும் நுண்மாண் நுழைபுலமும் உடையவர் இவர். இடையறாது உழைக்கும் இயல்பினர். தினசரி, வார, மாத இதழ்கள் பலவற்றில் இவரது அருமையான ஆய்வுக்கட்டுரைகள் வந்து கொண்டே இருக்கின்றன. இவர் பொறுப்புள்ள காவல்துறையில் தலைமைக் காவலராக மிகச்சிறப்பாகப் பணிபுரிந்து வருகின்றார் என்றாலும், இவரது கருத்தெல்லாம் சித்தர்களின் சிந்தனையில்தான் லயித்திருக்கின்றது.

சித்தர்கள் கூறியுள்ள அரிய பல மருத்துவப் பேருண்மைகளைக் கண்டுபிடிக்க இவர் மேற்கொண்டுள்ள முயற்சிகளையும், அதில் இவர் கடந்து வந்துள்ள பாதைகளில் இவர் பட்டிருக்கும் பாடுகளையும் இன்னல்களையும் அறியும்போது, நமக்கு மிகுந்த வியப்பாகவும் மலைப்பாகவும் இருக்கின்றது.

கொஞ்சம்கூட மறைப்பின்றி, இவரால் வெளிக் கொணரப் பட்டுள்ள இந்நூல், வளர்ந்து வரும் மருத்துவ உலகிற்கு இவரது பெரும் பங்களிப்பாகவும், சிறந்த கொடையாகவும், இருக்கும் என்பது திண்ணம்.

தனது குருநாதரைப்பற்றி இவர் இந்நூலில் பல இடங்களில் குறிப்பிடுகின்றார். ஓரிடத்தில் "என் குருநாதர் ஒரு வைத்திய மாமேதையாக வாழ்ந்தார், அவரின் வாழ்நாளின் பிற்பகுதியில் பெரும்பாலும் எனக்கு சித்தமருத்துவத்தைச் சொல்லிக் கொடுப்பதிலேயே கழித்தார்" என்று, நன்றி உணர்வு மேலோங்க, நெகிழ்ந்த நெஞ்சத்துடன் நினைவு கூறுகின்றார்.

இந்நூலாசிரியர் ஒருமுறை, காயசித்திக்கான ஒரு கல்பத்தை உண்டு, சுய ஆராய்ச்சி செய்தபோது, ஏதோ ஒரு செய்முறை தவற்றினாலோ என்னவோ, இரவது உள்ளங் கைகளிலும் உள்ளங்கால்களிலும் பாளம் பாளமாக வெடிப்புகள் உண்டாகி, அதில் வலி, வீக்கம், அரிப்பு, துர்நாற்றத்துடன் கூடிய கருப்புநிற திரவக் கசிவும் ஏற்பட்டு, மிகுந்த துன்பப்பட்டுக்கொண்டு இருந்தார். இதை நேரில் கண்டு நானும் மிகுந்த வேதனைப்பட்டிருக்கிறேன்.

இதற்கு மேலாக, ஆங்கில மருத்துவர்கள் எல்லோரும், இது **"குஷ்டநோய்"** என்று உறுதியாகக் கூறியது, அனைவரையும் நிலை குலையச் செய்தது. அப்போது இவர் ஒரே வைராக்கியமாக, இவருடைய மகா குருநாதரால் உபதேசிக்கப்பட்ட யோகநிஷ்டநிலையில் அமர்ந்ததையும், இவ்வளவு துன்பங்களும் கொஞ்சநேரத்திற்குள் விரைந்து மறைந்து, பூரண குணம் ஆகிய அற்புதத்தையும், இங்கே எழுத்தோவியம் ஆக்கி இருக்கும் திறன், மிக அருமை!

பத்மாசன இருக்கை, சிறு விளக்கு, பார்வை இரண்டையும் புருவமத்தியில் நிறுத்தி, கண் இமைக்காமல் அமர்ந்து, இறை ஒளியில் மனதை இலயிக்கச் செய்து, சலனமற்று இருத்தல், அப்போது நிகழும் அதிசய அனுபவங்கள், தனது குருநாதனின் ஆற்றல்கள், இப்படி அடுத்தடுத்து விளக்குகின்ற ஆசிரியர், அற்புதமான இந்த தவத்தின் பெயர், செயல்முறைகள், இதனை உபதேசமாக வழங்கிய ஞான வள்ளல் போன்ற விபரங்களையும் ஆசிரியரே விரும்பி கூறினால், அது ஆன்மீகத்திலே உண்மை நிலைகாணத் துடிக்கும் உத்தமர்களுக்குப் பேருதவியாக இருக்கும்.

கடுக்காய், கற்றாழை, மிளகு, கரிசலாங்கண்ணி, கீழ்க்காய்நெல்லி, தூதுவளை, சிவனார் வேம்பு, பிரமி, நெல்லி, வில்வம், சீந்தில், கருந்துளசி, ஓரிதழ்த் தாமரை போன்ற நூற்றி இருபது அபூர்வ மூலிகைகளும் பாதரசம், நாகம், தங்கம், இலிங்கம், உப்பு, முப்பூ, உதக நீர், ஆகிய அற்புதமான சரக்குகளும், எப்படி எப்படி எல்லாம் காய சித்திக்குப் பயன்படுகின்றன என்ற விபரங்கள் வெகு விரிவாகவும், மிகத் தெளிவாகவும், இங்கே விளக்கப்பட்டுள்ளன.

"தவத்தில் உயர்ந்ததான சதுரகிரி மலை"யில் இரவு 12.30 மணிக்கு அருள்மிகு சுந்தரமூர்த்தி பெருமான் சன்னதியில் நடைபெற்ற சித்தர் பூஜை, இருண்ட நிலவொளியில் சிவப்பாக மின்னும் சித்தர்களின் கண்கள், பாறைமீது அமர்ந்திருந்த முதியவர் **'வாதசஞ்சீவினி'** வழங்கும் அருட்காட்சி ஆகிய நிகழ்வுகளைப் படிக்கும்போது நாமும் இவர்கூடவே இருந்து, நேரில் பார்த்து அனுபவிப்பது போன்ற மெய் உணர்வுகளை உருவாக்கி இருப்பது, இந்நூல் ஆசிரியரின் எழுத்தாளுமைக்கு எடுத்துக் காட்டாகும்.

"யுகங்கள் கடந்து வாழும் உன்னதக்கலை" எனும் இந்நூல், அகன்ற ஆய்வும் ஆழ்ந்த முடிவும், புதிய செய்தியும், புலமைச்சுவையும்,

பொருந்திய ஒரு கருத்துக்கருவூலம்! இது ஒரு போதனை முறை நூல் அல்ல. சாதனை முறை நூல்! செந்தமிழுக்கும் சித்தர் மருத்துவத்திற்கும் இடையில் பயனுற அமைந்துள்ள பாலம்! இன்றைய சூழ்நிலையில், மானுடத்தின் மயக்கம் போக்கும் ஒரு மாமருந்து! சித்தர் ஆய்வுச் சிறப்பினருக்கு, தேனினும் இனியதொரு தெய்வீகக் காவியம்!

மறைபொருளாக இருந்த இந்த அருங்கலையை, திரைநீக்கி, அனைத்து மக்களும் அறிந்து கொள்ளட்டும் என்ற அருள் நெஞ்சத்துடன் உருவாக்கித் தந்துள்ள அறிவுக்களஞ்சியம்! பண்பாளர் போற்றும் படைப்புப் பேழை! உய்யும் நெறிகாண உழைப்போருக்கு ஒளிவீசி கரைகாட்டும் கலங்கரை விளக்கம்! சதுரகிரி மலையின் மிக அடர்ந்த காட்டுப்பகுதியில், கடும் தவம் செய்து கண்டெடுத்த காலப்பெட்டகம்!

இந்தக் காலக்கட்டத்தில், இந்த நூல், இவ்வளவு சிறப்பாக வெளிவருவது, இறைவனின் திருவுள்ளமே! சித்தர்களின் மருத்துவம் நம் மக்களிடையே மீண்டும் வாழவேண்டும், வளரவேண்டும், இந்த எண்ணத்திற்கு விதையாகவும், வேராகவும் இந்நூல் நின்று, சிறந்த பல கனிகளைத் தந்து நிற்கும்! திருமணம், பிறந்த நாள், பாராட்டு விழா, முதலிய விழாக்களின்போது, உறவினர்கள் நண்பர்களுக்குப் பரிசுப்பொருளாக இந்நூலினை வழங்கி, மக்களிடையே சித்தர்களின் மருத்துவங்களைப்பற்றிய விழிப்புணர்வை மேம்படுத்த வேண்டும். பள்ளிகளிலும், கல்லூரிகளிலும், இந்நூல் பாடத்திட்டங்களில் இடம் பெறவேண்டும். பல்கலைக்கழகங்கள் இந்நூலினை "ஆய்வு முதன்மை நூலாக" எடுத்துக்கொண்டு, இதனுள் பொதிந்திருக்கும் அறிய பல நுட்பங்களைப் பற்றி ஆராய்ச்சிகள் நடத்தி, உலகிற்கு உதவ முன்வர வேண்டும்.

அருமைசான்ற இந்நூலினை வெளியிடுவதால், விஜயா பதிப்பகத்தாருக்குப் பெருமை! பெருமை சான்ற விஜயா பதிப்பகம் மூலம் வெளிவருவதால், இந்நூலுக்குப் பெருமை!

உடல் அழியாமல் காப்பதற்கு இந்த நூலையும், உயிர் அழியாமல் காப்பதற்கும், ஆன்மீகம் அழியாமல் காப்பதற்கும், இனி வெளிவர இருக்கின்ற நூல்களையும் படைத்துள்ள, 'சித்தர் நெறிச் செம்மல்' திரு. கி. வெங்கட்ராமன் ஐயா அவர்களுக்கும், கம்பீரமாக இந்நூல்களை வெளியிடும், வெற்றிப்பதிப்பகமாம் விஜயா பதிப்பகத்தின் உரிமையாளர் 'பதிப்புச் செம்மல்' திரு. மு. வேலாயுதம்

ஐயா அவர்களுக்கும், இதுபோன்ற நல்ல நூல்களை இனம் கண்டு வாங்கும் இனிய நல் வாசகர் பெருமக்களுக்கும், எனது நெஞ்சம் நிறைந்த நல்வாழ்த்துக்களை மகிழ்ச்சியுடன் தெரிவித்துக் கொள்ளுகின்றேன்.

வாழ்க! வளர்க!

வணக்கம்! நன்றி!

சிங்கம்புணரி,
22-04-2007

தங்களின் அன்பிற்கினிய,
அ. பாண்டியன்

பிரம்மஸ்ரீ புலவர் அ. பாண்டியன்,
M.A., M.Phil., B.Ed., D.S.Y.M., Ph.D.,
ஞானபிதா தவக்குடில்,
சுயம்பு அன்னை இல்லம்,
சித்தர் முத்துவடுக சுவாமிகள் நகர்,
சிங்கம்புணரி.
போன் : 04577-242505,
செல் : 94867-45659

ஆசிரியர் உரை

அன்பும், ஆன்மீக உள்ளமும் கொண்ட ஆன்மீகப் பெரியோர்களுக்கும், வாசகர்களுக்கும் என்னுடைய உளம்கனிந்த வணக்கங்கள்.

இந்த நூல் வெறும் கட்டுரைத் தொகுப்போ, அல்லது கதைத் தொகுப்போ அல்ல. மனித சமுதாயத்தில் பிறந்த நாம் ஒவ்வொரு வரும் அறிந்து கொள்ள வேண்டிய ஒரு அழியாத, மாறாத கலையை விளக்கும் படைப்பை உருவாக்க வேண்டும் என்ற இடைவிடாத எண்ணத்தின் வெளிப்பாடேயாகும்.

அண்ட, பேரண்ட, புவன, சராசரங்கள் எல்லாமே இயற்கையெனும் இறைவனின் படைப்புதான் என்பதில் எவ்வித ஐயமும் இருக்க முடியாது. அவ்வளவு எண்ணிக்கூடப் பார்க்க முடியாத பிரம்மாண்டான படைப்பை அந்த இறைவன் என்னும் சிற்பி மிகவும் நேர்த்தி யாக, அணுவளவும் குறைவின்றி 5 விதமான மூலப்பொருள்களைக் கொண்டு (பஞ்ச பூதங்கள் நிலம்-நீர், நெருப்பு, காற்று, ஆகாயம்) படைத்த அந்தப் பேரொளியை அறிந்து கொள்ளவும், தொடர்ந்து அவருடைய படைப்புக்குச் சான்றாக விளங்கவும் ஏற்படுத்தப் பட்ட படைப்பே இந்த "மனித இனம்" ஆகும். அவ்வாறான மனித இனத்தைப் படைத்த அளவிட முடியாத ஒளி வெள்ளமாகிய இறை யெனும் சிற்பி இவ்வளவு அற்புதமான தன்னுடைய மனிதப் படைப்பு அழிந்துவிடக் கூடாது என்று விரும்பி தானே இவ்வுலகில் தோன்றி மனிதன் அழியாமல் வாழும் வழிமுறை களைக் கூறியதுடன் தன்னால் படைக்கப்பட்ட மனிதனுக்கு சுயமான வாழ் விற்கு உண்டான சுய உரிமைகளை வழங்கியதுடன் தன்னால்

கூறப்பட்ட அழியாமல் வாழும் அற்புதக் கலையானது காலப்போக்கில் அழிந்துவிடாமல் பாதுகாப்பதுடன் பின் வரும் மனித குலத்துக்கு யுகம், யுகமாக அக்கலையைப் போதிக்கவும் சிலரை நியமித்தும் உள்ளதை நினைக்கையில் அந்தப் பேரொளிப் பிழம்பான இறைவனின் கருணையை என்னென்று கூறுவது? இவ்வாறு இறைவனால் நேரடியாக போதிக்கப்பட்டும், அவரின் பிரநிதிகளாக நியமிக்கப் பட்டவர்களே நம் சித்தர்கள் ஆவர்.

இவ்வளவு அற்புதமான படைப்பினைச் செய்தருளிய அந்த இறையெனும் பேரொளியை நாம் வணங்குவது அல்லாமல் வேறு என்ன கைமாறு செய்ய முடியும்? "அணுவில் இருந்து அண்டம் வரையில்" அணுவளவும் குறைவின்றிப் படைத்த இறைவனுக்கு நாம் கொடுப்பதற்கு அவனால் படைக்கப்படாத நாமாக உருவாக்கிய பொருள் ஏதேனும் உள்ளதா? எனவேதான் அப்படிப்பட்ட இறைவனை சதாசர்வ காலமும் நம் மனதில் வைத்து பூஜிப்பதுடன், அவரால் கூறப்பட்ட அற்புதமான தூயதொரு வாழ்க்கை முறையினை மேற் கொள்வதுதான் அவருக்கு நாம் செய்யும் நன்றிக் கடனாக இருக்கும் என்பதுடன் மகிழ்ச்சியையும் தரும் என்பதில் எள்ளளவும் ஐயமில்லை. இதை இரத்தினச் சுருக்கமாக...

"வணங்குவாய் ஜெகஜ்ஜோதி ஒருவனாகி
மாநிலத்தை ஒருநொடியில் வகுத்து மண்ணில்
குணமாக மனிதர்களைப் படைத்த பின்பு
குவலயத்தில் தானுதித்துக் குருவாய்த் தோன்றி
ஜனமென்னும் சம்சாரம் ஒன்றில்லாமல்
சந்நியாசி போலிருந்து தவத்தைக் காட்டி
அன்பான சித்தர்களை இருத்திப் போட்டு
அகண்டதளம் சென்றவனை அண்டுவாயே!"

என்னும் சித்தர் பாடல் தெளிவாக விளக்குகின்றது.

இவ்வாறு இறைவனால் அமர்த்தப்பட்ட சித்தர்கள் அந்த குருவான இறைவனின் கூற்றிலிருந்து எள்ளளவும் பிசகாமல் அவ் வழியைப் பின்பற்றித் தங்களையே அந்த சோதனைகளுக்கு ஆட்படுத்திக் கொண்டு அந்த மரணமற்ற வாழ்விற்காக தங்கள் வாழ்நாள் முழுவதையும் அர்ப்பணித்து, அதில் வெற்றியும் கண்டு, நிலை பெற்று அந்த நிலையை மனிதகுலம் முழுவதும் அடைய வேண்டும் என்ற பெரும் நோக்கோடு அவர்களின் சந்ததிகளான நமக்கு எந்தவித மறைப்பும் இன்றி தங்களின் அரிய படைப்புகள் மூலம் வெளிப் படுத்தியுள்ளனர். அதிலும் அவ்வரிய முறைகளைத் தீமையான வழிகளுக்குப் பயன்படுத்தக்

கூடாது என்பதற்காகவும் உண்மையான இறையன்பர்களுக்கும், விடா முயற்சியோடு செயல்படும் நல்லவர்களுக்கும் உதவும் நோக்கத்தோடு பல பரிபாஷைச் சொற்களைப் பயன்படுத்தி வெளிப்படுத்தி உள்ளனர்.

யுகம், யுகமாக குரு, சீடர் முறையில் பின்பற்றப்பட்டு வந்த இந்த அரிய கலையானது காலத்தின் சுழற்சியினால் அழிந்து போனதாகத் தோன்றினாலும் இந்த படைப்புச் சிற்பியின் அரும் சீடர்களின் படைப்புகள் காலத்தால் அழியாதவை என்பதை உணரும் வகையில் இப்போது புத்துயிர் பெற்று உள்ளதை நம்மால் உணர முடிகிறது. அவர்களின் அரிய படைப்புகளான மனித இனத்தின் நல்வாழ்விற்கு உதவும் வாஸ்து சாஸ்திரம், சித்த மருத்துவம், மாந்திரீகம் மூலிகை ஆராய்ச்சி போன்றவைகள் மீது மனித குலத்திற்கு நம்பிக்கையும், விழிப்புணர்வும் வளர்ந்து வருகிறது. இருப்பினும் கால மாற்றங்கள், நாகரிகம், மொழி, கலாச்சார மாற்றங்களாலும், சரியான வழிகாட்டுதல் இல்லாததாலும், தனக்குத் தெரிந்தது அடுத்தவர்க்கு தெரியக் கூடாது என்ற ஒரு சிலரின் குறுகிய, சுயநலக் கொள்கை யினாலும், தானே அனைத்தும் அறிந்தவன், தனக்குத் தெரிந்ததை பிறர் நம்மிடம் கேட்காத வரையில் யாருக்கும் கூறக்கூடாது என்ற கர்வம் மிக்கக் குறுகிய மனதுடைய சிலராலும் இவ்வரிய அற்புதமான முறை களின் முழுப்பலன்களையும் நாம் அறிந்து கொள்ள முடியாமல் போனது மிகவும் வருந்தத்தக்க ஒரு விஷயம்தான்.

இந்த நிலை மாற வேண்டும், பொதுவாக நான், நீ என்ற வேறுபாடான எண்ணங்கள் மாறி நாம் அனைவரும் மனித சமுதாயம் என்ற உணர்வோடு நம் மனித சமுதாயத்திற்கு அறிவிற்கு எட்டிய வரையில் ஏதாவது செய்ய வேண்டும் என்ற மனதில் தோன்றிய உறுதியான எண்ணத்தின் வெளிப்பாடே இந்த நூல்.

காலம் காலமாக ஒரு சிலரே கையகப்படுத்திக் கொண்டு மிக ரகசியமாகத் தன்னுடைய சந்ததியினருக்கு மட்டுமே பயிற்றுவித்துக் கொண்டு இருக்கும் நிலை மாறி மரணமற்ற மனித சமுதாயம் படைப் பதற்காக அந்த சித்தர்கள் எழுதிய அற்புதமான கலைக் களஞ்சியங் களை எல்லோரும் அறிந்து கொள்ள வேண்டும் என்ற மன உந்துதலினால் பல காலங்களாக என்னுடைய முன்னோர்களின் சேகரிப்புகளையும், பலபெரியோர்கள், தன்னலமற்ற துறவிகள், சுயநல மற்ற அறிஞர்கள், அனுபவம் மிக்க ஆராய்ச்சியாளர்கள், தமிழ்ப் புலவர்கள், யோக நிலையில் அனுபவம் மிக்கவர்கள் மற்றும் ஏனைய பலரையும் சந்தித்தும், சித்தர்களின் பொக்கிஷங்களான நூல்கள் பல சேகரித்தும், பெரும் முயற்சிக்குப் பின்பு மாபெரும் மஹான் ஒருவரின் அருட் தொடர்பாலும், என் பிறவிப் பயனாலும் மனித சமுதாயத்தின் மரணபயமற்ற

வாழ்விற்கான வழிமுறைகளை என்னுடைய அறிவிற்கு எட்டிய வரையில் சேகரித்து இந்த "யுகங்கள் கடந்து வாழும் உன்னதக் கலை" என்ற படைப்பை அளித்துள்ளேன்.

இது வெறும் நூல் ஆராய்ச்சியினால் மட்டும் எழுதப்பட்டது அன்று. நான் நேரடியாகப் பல மலைகளுக்குச் சென்று, அரியபல மூலிகைகளைப் பற்றி ஆய்வு செய்யும்போது நான் சந்தித்த நம்ப முடியாததும், விஞ்ஞானத்திற்கும் அப்பாற்பட்டதுமான பற்பல அனுபங் களையும், நிகழ்வுகளையும் சற்றும் மறைப்பின்றிக் கூறியுள்ளேன். விளம்பரத்துக்காகவோ புகழுக்காகவோ அவைகளைக் கூறவில்லை. இந் நூலிலுள்ள வழிமுறைகளைப் பின்பற்றுபவர்கள் எனக்கு ஏற்பட்ட அனுபவங்களை அறிந்து கொள்வதன் மூலமாக எச்சரிக்கையுடன் செயல்பட முடியும் என்பதற்காகத்தான் அவைகளை மறைப்பின்றி வெளிப்படுத்தியுள்ளேன் "ஆழிகடலினின்று அருசுவைக்கு உப்பெடுத்து" என்ற பழமொழிக்கு ஏற்றவாறு பற்பல சித்தர்களின் கடல்போன்ற காவியங்களில் இருந்து இந்த நூலிற்குப் பல தகவல்களையும், சித்தர்களின் நூல்களில் உள்ள பரிபாஷைகளின் உண்மை விளக்கம் தெரியாமல் பலரின் பொருள், நேரம், உழைப்பு முதலியவை வீணாகிவிடக் கூடாது என்பதைக் கருத்தில் கொண்டு அந்த பரி பாஷைச் சொற்களுக்கு முடிந்த வரையில் பல அகராதிகளை ஆராய்ந்து தெளிவான விளக்கமும் அளித்துள்ளேன்.

இந்த எண்ணத்தை எனக்குள் உருவாக்கிய அந்த இறை வனுக்கும், இதற்கு மானசீகமாக உத்தரவும், ஊக்கமும் அளித்ததுடன், ஆதாரமாக நிற்கும் முன்னோடி விஞ்ஞானிகளான அந்த சித்தர்களின் பொற்பாத கமலங்களுக்கும், இந்தப் படைப்பிற்கு நேரடியாக உத்தரவு அளித்த என்னுடைய மஹாகுருவின் அருட்பாதங்களுக்கும், என் சிரம் தாழ்ந்த வணக்கங்களை உரித்தாக்குகிறேன்.

இந்தப் படைப்பினை முதன்முதலாக மக்களின் பார்வைக்கு நூல் வடிவாகக் கொண்டு செல்லும் ஆன்மீக அருட்தொண்டு ஆற்றி வரும் விஜயா பதிப்பகத்தின் உரிமையாளர் உயர்திரு. மு. வேலாயுதம் ஐயா அவர்களுக்கும், இதை கட்டுரை வடிவில் முதலில் மக்கள் முன் கொண்டு சென்ற "ஜோதிடபானு" சி. சுப்பிரமணியம் ஐயா அவர்களுக்கும், இந்தத் தொகுப்பைப் படித்து, பகுத்தாய்ந்து முன்னுரை வழங்கிய "சித்தர் தரிசனத்தின்" படைப்பாளர் தமிழ்ப்புலவர் உயர்திரு. சீ. சந்திரசேகரன் ஐயா அவர்களுக்கும், எளிமையும், இனிமையும் கலந்த தூயதொரு தவ வாழ்விற்குத் தன்னையே அர்ப்பணித்துக் கொண்ட டாக்டர். புலவர் உயர்திரு அ. பாண்டியன் ஐயா அவர்களுக்கும் என்னுடைய மனமார்ந்த நன்றியையும், வணக்கத்தையும் தெரிவித்துக் கொள்கிறேன்.

இந்தத் தொகுப்பைத் தொடர் கட்டுரை வடிவில் தொடர்ந்து வெளியிட்டு வரும் "ஜோதிடபூமி" மாதஇதழின் உரிமையாளர் உயர்திரு ச. மணிமாறன் ஐயா அவர்களுக்கும், அதில் பணியாற்றிக் கொண்டிருக்கும் அனைத்து சக ஊழியர்களுக்கும், இதற்குத் தொடர்ந்து ஆதரவு அளித்து வரும் உயர்திரு வ.வே. சொக்கலிங்கம் ஐயா அவர்களுக்கும், மனமார்ந்த நன்றியையும் வணக்கத்தையும் தெரிவித்துக் கொள்கிறேன்.

இந்த படைப்பாய்விற்கு உதவிய ஆன்மீக அன்பர்கள், ஆராய்ச்சியாளர்கள், மற்றும் பற்பல இன்னல்களையும் பொருட்படுத்தாது பல அபூர்வ மூலிகைகளைக் கலை நயத்துடன் புகைப் படமாக மக்களின் பார்வைக்கு அளித்த புகைப்படக் கலைஞர் திரு. நாகராஜன் அவர்களின் அருட்தொண்டிற்கும், அற்புதமான மூலிகைகளைப் பல சிரமங்களுக்கு இடையே அடையாளம் காட்டி உதவிய மலைவாழ் பளிங்கர்களுக்கும், இச்செயல்களுக்குப் பெரிதும் உதவியும், ஆதரவும் அளித்த தவத்திரு சிவத்தொண்டர் மாரிமுத்து பூசாரி அவர்களுக்கும், என்னுடைய நன்றியையும் வணக்கத்தையும் தெரிவித்துக் கொள்கிறேன்.

- ❄ முதுமைக்கு முன் இளமையை பொக்கிஷமாகக் கொள்.
- ❄ நோய்க்கு முன் ஆரோக்கியத்தை பொக்கிஷமாகக் கொள்.
- ❄ வேலைக்கு முன் ஓய்வை பொக்கிஷமாகக் கொள்.
- ❄ வறுமைக்கு முன் செல்வத்தை பொக்கிஷமாகக் கொள்
- ❄ மரணத்திற்கு முன் வாழ்வை பொக்கிஷமாகக் கொள்

என்ற இறைவனின் கூற்றுக்கு இணங்க அவ்வழியில் நின்று தூய வாழ்வினைப் பெற்று மேன்மைமிகு நிலையினை எல்லோரும் அடைய வேண்டும் என்று எல்லாம் வல்ல இறைவனை வேண்டுகிறேன்.

ஓம் ஸ்ரீ குரு பாதுகாய நம:

அன்புடன்

கி. வெங்கிட்ராமன்,
ஆசிரியர்
(காவல்துறை)

கி. வெங்கட்ராமன்
சிங்கம்புணரி
சிவகங்கை மாவட்டம் - 630502
செல்: 94437 13622
99769 24071

பொருளடக்கம்

1. காயசித்தி — 33
2. நித்யசுத்தி — 34
3. தந்தசுத்தி — 35
4. கரிசாலைத்தைலம் — 35
5. புஷ்யநீர் - நேத்திரசுத்தி — 36
6. கபசுத்தி - கரிசாலைநெய் — 37
7. குடல்சுத்தி — 39
8. உடல்சுத்தி — 41
9. பட்சசுத்தி — 44
10. காயகற்பங்கள் — 45
11. மூலிகையின் 5 பிரிவுகள் — 46
12. கற்ப பாத்திரங்கள் — 48
13. காந்தப் பாத்திரம் — 49
14. கடுக்காயின் தோற்றம் — 52
15. கடுக்காயின் ஏழுவகைகள் — 53
16. விஜயன் கடுக்காய் கற்பம் — 53
17. அமுரியை முறிக்கும் முறை — 54
18. அரோகணி கடுக்காய் கற்பம் — 55
19. பிரிதிவி கடுக்காய் கற்பம் — 56
20. அமிர்தைக் கடுக்காய் கற்பம் — 56
21. சிவந்தி கடுக்காய் கற்பம் — 57
22. திரிவிருதைக் கடுக்காய் கற்பம் — 58
23. அபயன் கடுக்காய் கற்பம் — 59
24. கறுப்புப் பரீட்சை — 68
25. சிவப்புக் கற்றாழை — 74

26.	வரிக் கற்றாழை	74
27.	நாகப்படக்கற்றாழை	74
28.	கருங்கற்றாழை	74
29.	சோற்றுக் கற்றாழை	74
30.	குமரி கற்பம்	75
31.	மிளகு கற்பம்	77
32.	மூதண்டக் கியாழம்	78
33.	மிளகு கற்பம் உட்கொள்ளும் முறை	78
34.	வாயுத்தொல்லை தீர மருந்து	82
36.	கருவேம்புக் குடிநீர்	84
37.	கற்பத்தில் அபத்திய தோடம்	85
38.	விஷ்ணு கிரந்திக் கற்பம்	93
39.	வெள்ளை விஷ்ணு கிரந்தி ஈயச் செந்தூரம்	95
40.	பாதரஸம்	97
41.	ரஸம்	98
43.	ரசேந்திரம்	99
44.	பாரதம்	100
45.	சூதம்	101
46.	மிசிரகம்	101
47.	ரசசுத்தி	106
48.	7 வித சட்டைகள்	107
49.	8 வித குற்றங்கள்	107
50.	ரச சுத்தி - 1	108
51.	திருமூலரின் பாதரஸ சுத்தி	109
52.	யாகோபு முனிவரின் ரச சுத்தி முறை	112
53.	அகஸ்திய மாமுனிவரின் ரச சுத்தி முறை	113
54.	பூகி முனிவரின் சூதக்கட்டு முறை	116
55.	வெண்காரை சுத்தி	122
56.	மனோசிலை	125
57.	குருகற்பம் - பொற்றலைக் கற்பம்	129
58.	கீழ்க்காய் நெல்லி கற்பம்	135

59.	தூதுவளைக் கற்பம்	137
60.	அண்ட கற்பம்	138
61.	சிவனார் வேம்பு கற்பம்	141
62.	கற்பத்திற்கான பத்தியத்தின் அவசியம்	143
63.	பிரமி கற்பம்	149
64.	நெல்லி கற்பம் (1)	166
65.	நெல்லி கற்பம் (2)	167
66.	நெல்லிப்பட்டைக் கற்பமும் வேதையும் (3)	168
67.	நாக உற்பத்தி	170
68.	பஞ்சலோகத் தோற்றம்	173
69.	காரீயத்தோற்றம்	175
70.	வெள்ளீயத் தோற்றம்	175
71.	நாகத்தின் வேறுபாடுகள்	178
72.	நாகசுத்தி	179
73.	யாகோபுவின் நாகசுத்தி முறை	180
74.	யூகிமுனிவரின் நாகசுத்தி முறை	181
75.	அகஸ்திய முனிவரின் நாகசுத்தி முறை	182
76.	நாகத்தின் இயல்பு	183
77.	தங்கத்தின் வேதம் மற்றும் பண்புகள்	185
78.	சொர்ணப் பரீட்சை	188
79.	ஸ்ரீபோகமுனிவரின் தங்கசுத்தி முறை	189
80.	யாகோபு முனிவரின் தங்கசுத்தி முறை	190
81.	யூகிமுனிவரின் தங்கசுத்தி முறை	191
82.	இலிங்க பாடாணத் தோற்றம்	193
83.	ஜாதிலிங்க வைப்பு	194
84.	யாகோபு முனிவரின் கெந்தி சுத்தி முறை	195
85.	அகஸ்தியரின் கெந்தகம் சுத்திமுறை	196
86.	கொங்கணரின் கெந்தக சுத்திமுறை	197
87.	சட்டை முனிவரின் கெந்தக சுத்திமுறை	198
88.	யாகோபுவின் வெடியுப்பு சுத்திமுறை	202
89.	அழுகண்ணி	212

90.	தொழுகண்ணி	213
91.	கணை எருமை விருஷம்	214
92.	தில்லை மரம்	223
93.	சதுர மரம்	224
94.	தும்புலா மரம்	224
95.	காட்டாமணக்கு மரம்	225
96.	அரிநெல்லி	225
97.	ஆச்சாமரம்	226
98.	சரள தேவதாரு மரம்	226
99.	ஜோதி மரம்	227
100.	கருவாழை மரம்	228
101.	கருஊமத்தை	228
102.	மலை அரளி	229
103.	சோமவிருட்சம்	230
104.	எட்டிமரம்	230
105.	குங்கிலிய மரம்	231
106.	வெள்ளெருக்கு	232
107.	வெள்ளெருக்கு விநாயகர் பூஜை முறை	233
108.	சமாதி நிலையில் விநாயகர்	235
109.	விநாயகர் உற்பவம்	236
110.	சிவப்பு கீழ்க்காய் நெல்லி	241
111.	காயாமரம்	242
112.	சிவப்பு தூதுவேளைச் செடிகள்	242
113.	செங்கரிப்பான்	242
114.	வெள்ளை வேம்பு எனும் சர்க்கரை வேம்பு	242
115.	வன்னிமரம்	243
116.	கீரிவிருஷம்	243
117.	இந்திரவீரமரம்	243
118.	வேம்பின் மேல் புல்லுருவி	244
119.	கல்லத்தி மரம்	244
120.	குருக்கத்திமரம்	244

121.	சேங்கொட்டை மரம்	244
122.	சீந்தில் கொடிகள்	245
123.	வேர்ப்பலா மரம்	245
124.	கருங்கொடிவேலி	245
125.	கருந்துத்தி	245
126.	செந்தகரை	245
127.	செங்கடுக்காய் மரம்	246
128.	வெள்ளைப்புனல் முருங்கை	246
129.	பேய்ச்சுரைக் கொடி	246
130.	குறுவரிக்கற்றாழை	246
131.	மஞ்சள் பூதைவேளை	246
132.	செங்கற்றாழை	247
133.	செந்நாயுருவி	247
134.	அமிர்தவள்ளிச்செடி	247
135.	உரோம விருஷம்	247
136.	கருநெல்லி மரம்	248
137.	நாகப்படக்கற்றாழை	248
138.	வெண்ணாவல் மரம்	248
139.	வனப்பிரமி	248
140.	மூப்பிரண்டை	248
141.	கரிப்பான்	249
142.	சோதிப்புற்கள்	249
143.	சிவந்த இலைக்கள்ளி	249
144.	செங்கொடிவேலி	249
145.	சாயாவிருஷம்	250
146.	சேர்ந்தாடும் பாவைச் செடிகள்	250
147.	சஞ்சீவி மூலிகை	250
148.	உரோமவேங்கைமரம்	251
149.	சுணங்கவிருஷம்	251
150.	இருப்பவல் செடி	251
151.	பவளதுத்திச் செடி	251

152. கருநொச்சிச் செடிகள்		252
153. கருநாரத்தைமரம்		252
154. நாததாளிச்செடி		252
155. சிவந்த புனல்முருங்கைமரம்		252
156. பால்பட்டை மரம்		252
157. அகில் மரம்		253
158. பாதிரிமரம்		253
159. கடுக்காய் மரம்		253
160. தேற்றான் மரம்		253
161. சுரபுன்னை மரம்		254
162. கல்தாமரை		254
163. முண்டக விருஷம்		254
164. செங்கற்றாழை		254
165. சிறியாநங்கைச்செடி		255
166. ஆயில்மரம்		255
167. மயிலைமரம்		255
168. பிறாய்மரம்		255
169. கெட்டிவஞ்சிமரம்		255
170. கொஞ்சிமரம்		256
171. தொணியாமரம்		256
172. பொன்மணல்		256
173. பிரமதரு		256
174. கருக்குவாச்சிமரம்		256
175. ஊக்குணாமரம்		257
176. பொற்சீந்தில்		257
177. வெண்துத்தி		257
178. திருகுக்கள்ளி		257
179. மிளகரணைச் செடி		257
180. கானற்பலா		258
181. நேத்திரஞ்சிமிட்டி		258
182. வல்லாரை		258

183.	சிவனார் வேம்பு	258
184.	வெள்ளை நீர்முள்ளி	258
185.	ஓரிலைத்தாமரை	259
186.	பூமிசர்க்கரைக் கிழங்கு	259
187.	பயற்றங்காயக் கள்ளிமரம்	259
188.	கைவளாக்கை மரம்	259
189.	ஆடுதின்னாப்பாளை	259
190.	புளியம்பிரண்டை	259
191.	ஆடாதோடை	260
192.	சீதாசெங்கழுநீர்	260
193.	செவ்வாழை	260
194.	சிவந்த இலைக்கள்ளி	260
195.	நெல்லிமரம்	260
196.	வேலிப்பருத்தி	261
197.	துத்திச்செடி	261
198.	செந்நாயுருவி	261
199.	சோதிப்புல்	261
200.	சத்திரப்பூடு	262
201.	பொற்றலைக்கையான் தகரை	262
202.	செங்கொடிவேலி	262
203.	பாற்சொறிமரம்	262
204.	வரை ஆலமரம்	262
205.	செவ்வள்ளிக்கொடி	263
206.	பலுனிமரம்	263
207.	கருங்கரிப்பான்	263
208.	செந்தும்பை	263
209.	கருந்தாமரை	263
210.	கார்போக அரிசி	264
211.	அவுரி	264
212.	உதகநீர்	264
213.	சணவேதி உதகம்	265

#	Title	Page
214.	ஒருநாள் வேதி உதகம்	265
215.	இருநாள் வேதி உதகம்	266
216.	திரிநாள் வேதி உதகம்	266
217.	பஞ்சவேதி உதகம்	266
218.	சப்தவேதி உதகம்	267
219.	தசவேதி உதகம்	267
220.	மாதவேதி உதகம்	267
221.	மண்டலவேதி உதகம்	268
222.	அறுபதுநாள் வேதி உதகம்	268
223.	உதகநீரின் பொதுப்பயன்கள்	268
224.	வில்வப்பூ கற்பமும் வேதையும்	271
225.	சீந்தில் கற்பம்	275
226.	ஒரிதழ் தாமரை கற்பம்	278
227.	முகவாதத்திற்கு கிருதம்	278
228.	யாகோபு முனிவரின் முப்புமுறை	293
229.	ஸ்ரீபோகமாமுனிவரின் முப்பு செய்முறை	298
230.	காடிமுடிக்கும் விபரம்	298
231.	காடி திரவகம்	300
232.	பூநீறு காய்ச்சல்	302
233.	பிரம்மக்கல் சுண்ணம்	303
234.	கல்லுப்பு செய்யும் முறை	305
235.	முப்பு செய்முறை	306
236.	நிறுத்தல் அளவை	311
237.	முகத்தல் அளவை	312
238.	2000 வருடங்களல்ல 20000 வருடங்கள் கூட வாழலாம்	313
239.	சித்தர்கள் கண்ட சிற்றாண்டம்	325
240.	ஆதியில் சித்தர்கள் கண்ட வேதியல் விந்தைகள்	330
241.	சித்தர்களை பூஜிக்கும் முறைகள்	338
242.	108 சரண மந்திரங்கள்	343
243.	சித்தர்களை தரிசிக்கும் காயத்ரீ மந்திரம்	351

244.	சித்தர்களின் அதிர்ஷ்டான 108 அஷ்டோத்திர மந்திரங்கள்	369
245.	சித்தர்களின் அற்புதத்தியான முறை	374
246.	திருமூல மாமுனிவரின் சிவயோகம்	379
247.	துணைநூல்பட்டியல்	383
248.	புகைப்படங்கள்	385

1

இந்த மனித உடல் பொய்யானது; அழியக் கூடியது; மாயையானது என்று பல ஆன்றோர்களும், படித்த அறிஞர்களும், கூறி யிருக்கும்போது, நமது முன்னோடி விஞ்ஞானிகளான சித்தர்கள் மட்டும் இந்த உடலை "மெய்" என்றும், பல யுகங்கள் நிலைத்து நிற்ககூடியது. என்றும், ஒளிரும் தன்மையுள்ளது என்றும் திட்டவட்டமாக கூறுவது நம்மை ஆச்சரியப்பட வைப்பது மட்டுமின்றி சற்று குழப்பத்தையும் ஏற்படுத்தும் என்பதில் எள்ளளவும் ஐயமில்லை.

ஏனெனில் நாம் இதுவரை பார்த்ததெல்லாம் இறந்து, அழிந்து, சிதைந்து, மக்கி, மண்ணோடு மண்ணாகிப்போன பல மிருக, மனித உடல்களைத் தான். அப்படி இருக்க, சித்தர்கள் மட்டும் எவ்வாறு இந்த உடலை மெய் என்று கூறினர் என்று தீவிரமாக சிந்தித்து ஆராய்ந்து பார்த்தோமானால், பல வியப்பில் ஆழ்த்தும் உண்மைகளை நாம் உணர முடிகிறது. இந்த உலகையே தன் ஆட்சியின் கீழ் அடிமைப் படுத்தி அடக்கி ஆளும் அளவிற்கு வல்லமை படைத்த சக்கரவர்த்தி ஆனாலும் சரி, அளவிட முடியாத செல்வங்களைப் பெற்ற செல்வந்தனானாலும் சரி, நான்கு வேதங்கள் சாஸ்திரங்கள், புராணங்கள், இதிகாசங்கள், முதலிய எல்லா கலைகளையும், கற்றுத் தேர்ந்த பண்டிதனானாலும் சரி, யாராயினும் இறந்து மண்ணோடு மண்ணாக மக்கிப் போவதுதான் நிஜம். அப்படி உள்ள நிலையில் அவ்வாறு இன்றி விதி என்று சொல்லக்கூடிய அழகு, புகழ், முதுமை, நோய், மரணம் என்ற ஐந்து நிலைகளையும் மாற்றி இளமை, வலிமை, ஆண்மை, உண்மை, திண்மை என்ற ஐந்து நிலைகளையும் கொடுக்கக் கூடிய "மதி" என்னும் கலையை தெளிவாகக் கற்று மரணமில்லாத

பெருவாழ்வை(Death less life) அடைய உண்டான வழிமுறைகளைக் கண்டறிந்து அதன்படி இன்றும் இவ்வுலகில் வாழ்ந்து கொண்டிருக்கும் சித்த புருஷர்கள், தாங்கள் வெகுகாலம் பாடுபட்டு, தவமியற்றி தங்களுடைய அபூர்வஆற்றல்கள் மூலம் அறிந்த பல உண்மைகளை சிறிதும் சுயநலமின்றி, எந்த ஒரு ஆதாயத்தையும் எதிர்நோக்காமல், மற்றவர்களும் ஏன்? உலகில் பிறந்த ஒவ்வொரு மனிதனும் தங்களைப் போன்ற நிலையை அடையவேண்டும் என்ற பெரும் நோக்கோடு பல பல நூல்களாக தொகுத்து அளித்தனர்.

குரு சீடபரம்பரையின் மூலமாக முறையாக மிகஇரகசியமாக பல கட்டுப்பாடுகளுடன் பின்பற்றி வந்த இந்த ஆய்வுகள் வாய்மொழி, நூல்வழி, ஆகிய இரண்டு முறைகளில் பல காலங்களாகப் பின்பற்றப் பட்டு வந்தன. பலபல யுகங்களாக பின்பற்றி வந்த இந்த அபூர்வ முறைகளை கடந்த இரண்டு, மூன்று தலைமுறைகளாக நாம் ஏனோ பாராமல் இருந்துவிட்டோம். அது நம் தவறு அல்ல. கால மாற்றங்கள், அரசியல் மாற்றங்கள், ஆட்சிமுறை மாற்றங்கள், நம்முடைய வாழ்க்கை முறை மாற்றங்கள், நாகரிக வளர்ச்சி இவை எல்லாம் நம் வாழ்க்கையில் பல பல வளர்ச்சிகளை உண்டாக்கி இருந்தாலும் உண்மையான மனித வாழ்க்கையினை, நீண்ட நாட்கள் அனுபவித்து மரணமின்றி பெரு வாழ்வு வாழும் மிக அற்புதமான ஒரு விஷயத்தை மட்டும் நாம் இழந்து விட்டோமோ என்று எண்ணத் தோன்றுகிறது. ஆனால் பல யுகங்களாகத் தவமியற்றி நமக்காகவே அளித்துள்ள அந்த மாபெரும் ஆன்மீகம் கலந்த அறிவியல் முறைகள் எத்தனை எத்தனை யுகங்கள் ஆனாலும் அழியாது, மறையாது என்பது மட்டும் உண்மை. ஆம் கடந்த மூன்று தலைமுறைகளாக மறைந்து போயிருந்த இந்த சாஸ்திரங்கள் இப்போது புத்துயிர் பெறுகின்றன.

பெருவாழ்வு நிலையை ஒரு மனிதன் அடைவதற்கு சித்தர்கள் நான்கு நிலைகளைக் கூறினர். அவை இந்த 1. காயசித்தி 2. யோகசித்தி 3. கெவுன சித்தி 4. சமாதி சித்தி. நான்கு நிலைகளை ஒரு மனிதன் முறையாக அறிந்து பின்பற்றினால் நிச்சயமாக சித்தர் நிலையை அடைந்து பெரு வாழ்வு அடைவதில் எவ்வித ஐயமு மில்லை. அப்படிப்பட்ட அற்புதமான முறைகளை பல பல யுகங்களாக குரு மூலமாக போதிக்கப்பட்டு சந்தேகமின்றி அறிந்து அதன் வழி சென்றனர். ஆனால் கலியுகத்தில் அதுபோன்ற உண்மையான குருமார்கள் கிடைப்பது அரிது என்பதையும் அன்றே உணர்ந்த சித்தர்கள் தங்கள் நூல்களை பல தடவை படிக்கவேண்டும் என்றும் முதலில் இருந்து கடைசிவரையில் பல தடவைகள் படிக்கப் படிக்க மிக தெளிவாக புரியும் என்றும், ஆசையின் காரணமாக நூலின்

இடையில் உள்ள ஏதேனும் ஒரு பாடலில் உள்ளதை மட்டும் படித்துச் செய்தால் சித்தியாகாது என்றும், அதனால் தங்களுடைய நூலைக் குறைகூறுவதால் எந்தப் பயனும் இல்லை என்றும், மிகத் தெளிவாகக் கூறியுள்ளனர். இவ்வாறு தெளிவாகப் படித்து உழைத்தால் வெற்றி நிச்சயம் என்பதற்கு ஆதாரமாக யுகோபு முனிவர் தன்னுடைய "சுண்ணம் 300" என்னும் நூலில்

நல்லாக சாஸ்திரங்க ளெல்லாந் தன்னை
நாடியே யுழைத்துநீ நாடிப் பார்த்து
கல்லாக மனதுதனி லெண்ணி நீயும்
கருத்துறவே யூணிப்பார் கடினமில்லை (பாடல் - 144)

என்று மிக அழகாக கூறியுள்ளார். இப்படிப்பட்ட அருமை, பெருமை வாய்ந்த நூல்களில் எல்லாம் மனிதன் உண்மையான ஆன்மீக தவ, யோக, ஞான வாழ்க்கைக்கு நோயற்ற, தளர்ச்சியற்ற வலுவான உடல் அவசியமானது என்றும் உடல் இல்லையேல், எதுவும் இல்லை என்றும் இந்த உடலை எவ்வளவு சிறப்பாக பராமரித்து நிலை நிறுத்துகிறோமோ, அவ்வளவு சிறப்பான மேல்நிலை அடையமுடியும் என்றும் பல இடங்களில் உடலின் முக்கியத்துவத்தை மிகச் சிறப்பாக வலியுறுத்தியுள்ளனர். இதற்கு ஆதாரமாக திருமூலரின்

உடம்பார் அழியின் உயிரால் அழிவர்
திடம்பட மெய்ஞ்ஞானம் சேரவும் - மாட்டார்
உடம்பை வளர்க்கு முபாயம் அறிந்தே
உடம்பை வளர்த்தே னுயிர்வளர்த் தேனே!

என்ற பாடல் மூலம் தெளிவாக அறியலாம்.

இவ்வாறு பல ஆண்டுகள் உடலை நோய் இன்றி, தளர்ச்சியின்றி முதுமையின்றி நிலை நிறுத்துவது எவ்வாறு என்பதை இனி பார்ப்போம்.

காயசித்தி

இவ்வாறு காயம் என்னும் இவ்வுடலை பலபல யுகங்கள் நிலை நிறுத்தும் கலைக்குக் "காயசித்தி" என்று பெயர்.

ஆன்மீகம் கலந்த அறிவியல் முறைகளில் பெருவாழ்வு முறையினை நான்கு பகுதிகளாக பிரித்திருந்ததை முன்னமே பார்த்தோம். அவ்வாறு எதற்காக பிரித்தார்கள் என்றால் மரணம் என்பது உடல், மனம், சுவாசம், நினைவுகள், பரிமாணங்கள் என்ற ஐந்தையும் தனித்தனியாக பிரிக்கப்படும் ஒரு நிலையே ஆகும். அதை மாற்ற வேண்டுமானால் முதலில் உடலை அழிவிலிருந்து மீட்டு ஜெயிக்க வேண்டும். அதையேதான் காயசித்தி என்றனர்.

(காயம் - உடல், சித்தி - வெற்றி) இரண்டாவதாக மனதையும், சுவாசத்தையும் அழிவிலிருந்து மீட்டு ஜெயிக்க வேண்டும் இதற்கு "யோக சித்தி" என்றும் நினைவுகளை அழிவிலிருந்து மீட்டு நிர்மல மாக்குவதை "ஞான சித்தி" என்றும் பரிணாம வளர்ச்சியினை மீட்டு ஜெயிப்பதை "சமாதி சித்தி" என்றும் கூறியுள்ளனர். இந்த முறைகளில் முதலாவதாகவும் முதன்மையானதாகவும், உள்ள காய சித்தியின் முறைகளை இங்கு உங்களுடன் பகிர்ந்து கொள்ள ஆசைப் படுகிறேன்.

என்னுடைய பதினைந்து ஆண்டுகால இடைவிடாத ஆராய்ச்சியின் முடிவுகளையும், என்னுடைய ஆசானும், குரு மகானுபாவருடைய போதனைகளும் எனக்கு அளித்த தெளிவான விளக்கங்களையும், எல்லோரும் அறிந்துகொண்டு பெருவாழ்வினை அடையவேண்டும் என்ற தாளாத ஆசையின் காரணமாகவே இந்த அற்புதமான முறை களை இந்த நூல் மூலம் தங்களுடன் பகிர்ந்து கொள்ள விரும்புகிறேன்.

காயசித்தி முறையை மூன்று பிரிவுகளாக பிரித்து செயல்படுத்தி உள்ளனர். அவையாதெனில் நித்திய சுத்தி, மண்டல சுத்தி, மௌன சுத்தி என்பனவாகும். இம்மூன்று முறைகளையும் தெளிவாக அறிந்து செயல்பட வேண்டும்.

நித்திய சுத்தி என்பது உடலில் அன்றாடம் உண்டாகும் கழிவு களை முற்றிலும் நீக்குவது ஆகும். உடலை நிலைநிறுத்தி பல காலம் வாழ்வதற்கு இந்த "நித்திய சுத்தி" முறை மிக அவசியம் ஆகும். மண்டல சுத்திமுறை என்பது உடலை சீதோஷ்ண நிலை மாறாமல் பல காலம் உடல் அழியாமல் நிற்பதற்கு காயகற்பங்களை ஒவ்வொரு மண்டலமாக உட்கொண்டு வருவதாகும்.

அதனால் உடலில் உள்ள இரத்தம் சுத்தியாவதுடன் எலும்புகள் மற்றும் சுவாச கோசங்கள் வலுப்பட்டு உடல் பூரண சுத்தியடையும் இதையே "மண்டல சுத்தி" என்பர். காயற்கற்பங்கள் உண்ணும்போது உடல் வலிமை அடைவதால் காமத்தால் உடல் கெட்டுவிடாமல் தினமும் மனதை மௌனம் கொண்டு கட்டி நிறுத்துவதை "மௌன சுத்தி" என்பர்.

2

நித்ய சுத்தி

நித்ய சுத்தி என்பதன் பொருள் அன்றாடம் நம்முடைய உடலை சுத்தம் செய்துகொள்வது என்பதாகும். உதாரணமாக நாம் எல்லோருமே அதை செய்து கொண்டுதான் இருக்கிறோம் என்றாலும்

காயசித்தி முறையில் சில விசேஷ முறைகள் கொடுக்கப்பட்டுள்ளன. அவற்றைப் பின்பற்றுவதன் மூலம் மருந்துகளின் உதவியின்றி பல பல நோய்கள் குணமாகும். மேலும் எப்போதும் புத்துணர்வுடன் சுறுசுறுப்பும் உண்டாகும். இப்படி அபூர்வ ஆற்றல்கள் அடங்கிய இந்த நித்திய சுத்தி முறை 5 பகுதிகளாக உள்ளன. அவை 1. தந்த சுத்தி; 2. நேத்திர சுத்தி; 3. கப சுத்தி; 4. குடல் சுத்தி; 5. உடல் சுத்தி என்பதாகும். இந்த நித்ய சுத்தியை ஆரம்பிக்கும் முன்பு கீழ்க்கண்ட சில மருந்துகளை தயார் செய்து வைத்துக் கொள்வது அவசியமாகும். மிகவும் ரகசியமாக பாதுகாக்கப்பட்டு வந்த இந்த முறைகளை எல்லோருக்கும் பயன்பட வேண்டும் என்ற எண்ணத்தில் இங்கு வெளியிடுகிறேன். சந்தேகமற படித்து பலன் அடைய வேண்டுகிறேன்.

நித்ய சுத்திக்குத் தேவைப்படும் மருந்துகள்

பஞ்ச மூல லவண சூரணம்

தந்த சுத்தி

1. வேப்பம்பட்டைப் பொடி, கருவேலம்பட்டைப் பொடி, ஆலம் விழுதுப் பட்டைப் பொடி, நாயுருவி வேர்ப்பட்டைப் பொடி, கடுக்காயப் பொடி, இந்துப்பு, கிராம்பு

இவைகளில் ஐந்து விதமான பொடிகளையும் சம அளவு எடுத்துக் கொண்டு மொத்த எடைக்கு 4-ல் 1 பங்கு இந்துப்பையும் 8-ல் 1 பங்கு கிராம்பையும் பொடி செய்து நன்கு கலந்து வைத்துக் கொள்ளவும். இதற்குப் பஞ்ச மூல லவண சூரணம் என்று பெயர். இதுவே தந்த சுத்திக்குப் பயன்படும் சூரணமாகும். இந்த சூரணத்தைக் கொண்டு காலை, மாலை இருநேரமும் பிரஷ்களை பயன் படுத்தாமல் விரலைக் கொண்டு பற்களை நன்கு மெதுவாக தேய்த்து ஈறுகளையும் தேய்த்து இளம் சுடுநீர் கொண்டு வாய் கொப்பளிப்பதன் மூலம் பற்களும், ஈறுகளும் வலுப்படுவதுடன் பற்களில் உள்ள கறைகள், ஈறு வீக்கம், வாய் நாற்றம். பல் அசைவு, முதலிய தந்த நோய்கள் நீங்குவதுடன் பற்கள் இறுகும். பற்களில் உள்ள கிருமிகள் நீங்கும். முக வசியம் உண்டாகும்.

கரிசாலைத் தைலம்

கரிசலாங்கன்னிச் சாறு - 1 லிட்டர், தேங்காய் எண்ணெய் - 1 லிட்டர் இரண்டையும் ஒன்றாகக் கலந்துக் கொள்ளவும்.

சுக்கு 5 கிராம், மிளகு - 5 கிராம், திப்பிலி - 5 கிராம், கடுக்காய் - 5 கிராம், நெல்லிக்காய் - 5 கிராம், தான்றிக்காய் - 5 கிராம், ஜாதிப்பத்திரி

- 5 கிராம், லவங்க பத்திரி - 5 கிராம், தாளிச பத்திரி - 5 கிராம், வெள்ளை மிளகு - 5 கிராம், வால் மிளகு - 5 கிராம், சீரகம் - 5 கிராம், கருஞ்சீரகம் - 5 கிராம், சந்தனம் - 5 கிராம், செஞ்சந்தனம் - 5 கிராம், தேவதாரம் - 5 கிராம், விளாமிச்சவேர் - 5 கிராம், வெட்டிவேர் - 5 கிராம், நன்னாரி வேர் - 5 கிராம், வெந்தயம் - 5 கிராம்.

மேற்கூறிய 20 கடைச்சரக்குகளையும் வெயிலில் நன்கு காயவைத்து நைய இடித்து முன் கலந்து வைத்துள்ள எண்ணெயுடன் கலந்து கொள்ளவும். (இடித்த மருந்தை சலிக்கத் தேவையில்லை)

துரிசு - 5 கிராம் , பவளபுத்து - 5 கிராம், சாம்பிராணி - 5 கிராம், பச்சை கற்பூரம் - 5 கிராம்.

இந்த நான்கு சரக்குகளையும் தனித்தனியாக பொடி செய்து வைத்துக் கொள்ளவும்.

முன் மருந்துகள் கலந்த எண்ணையை அடுப்பேற்றி நன்கு சிவக்கக் காய்ச்சி கடுகு பதம் ஆனவுடன் கீழே குறிப்பிட்டுள்ள 4 மருந்துகளின் பொடிகளையும் அத்துடன் கலந்து சற்று நேரம் கொதிக்க வைத்து இறக்கி வைத்து ஆறியபின் வடிகட்டி சீசாவில் வைத்துக் கொள்ளவும் நல்ல பச்சை நிறத்தில் மணமுடன் இருக்கும். இந்த கரிசாலை தைலத்தை தந்த சுத்தி செய்து முடித்தவுடன் 1 ஸ்பூன் எடுத்து உச்சந்தலை, பிடரி மற்றும் தலையில் அழுந்த தேய்க்கும் போது கையில் சூடு உண்டாகும்.இதனால் கபால நீர் ஒற்றைத் தலைவலி, பிடரி வலி, தலைச்சூடு போன்ற பல நோய்கள் தீர்வதுடன் மூளை தெளிவு பெற்று கண்கள் குளிர்ச்சியடையும்.

புஷ்ய நீர் – நேத்திர சுத்தி

பன்னீர் பூக்கள் - 5, நந்தியாவட்டை பூக்கள் - 5, சுத்தமான நீர் - 2 லிட்டர்.

ஒரு வாய் அகன்ற மண் சட்டியில் சுத்தமான தண்ணீர் 2 லிட்டர் ஊற்றி அதில் மேற்கூறிய பூக்களைப் போட்டு இரவு படுக்கும் முன்பு மூடிவைத்து விட வேண்டும். காலையில் தந்த சுத்தி முடித்த பின்பு தைலத்தை தலையில் தேய்த்துக் கொண்டு முகத்தை மட்டும் நீர் உள்ள மண்சட்டிக்குள் அமிழ்த்திக்கொண்டு கண்களை நன்கு திறந்து விழியை வலப்புறமாக 6 தடவைகளும், இடதுபுறமாக ஆறு தடவைகளும் நிதானமாக சுழற்றி பின்பு மெதுவாக மூடி மூடி 6 தடவைகள் திறக்க வேண்டும். பின்பு அப்படியே கண்களைத் திறந்த நிலையில் ஓரிரு வினாடிகள் வைத்திருக்க வேண்டும். இதனால் கண்கள் புத்துணர்ச்சி பெறுவதுடன் கண்களில் உள்ள தூசி, அழுக்குகள்

வெளியேறும். கண் பிரகாசமடையும். கண் வலி, கண் கூச்சம், கண் பொங்குதல், பார்வை மங்கல் முதலிய நோய்கள் நம்மை என்றும் அண்டாது. நாள் முழுதும் கண்கள் குளிர்ச்சியுடன் காணப்படும். கண் அழற்சி, இமைகள் அழுத்துதல், தூக்க உணர்வு நீங்கி பார்வை தெளிவு பெறும்.

பூக்கள் கிடைக்காதவர்கள் வெறும் தூய்மையான நீரையும் பயன்படுத்தலாம். ஆனால் மண்சட்டியில் நேத்திர சுத்திக்குப் பயன் படுத்தும் நீரை இரவே ஊற்றி மூடிவைப்பது அவசியம்.

3. கப சுத்தி – கரிசாலை நெய்

அடுத்ததாக காயசித்திக்கு மிகவும் முக்கியமானதும் மரணத்தை கொடுக்கும் "யமன்" என்று சித்தர்களால் கூறப்பட்ட கோழை என்னும் சளியை அறுத்து எடுக்கப் பயன்படும் அமிர்தம் என்று போற்றப்படும் கரிசாலை நெய் செய்யும் முறை யாதெனில்

சுத்தமான கரிசலாங்கன்னிக் கீரையை வேருடன் பிடுங்கி வந்து நன்கு கழுவி எடுத்து அம்மியில் அறைத்து நன்கு விழுதாக்கி ஒரு தேங்காய் அளவு உருட்டி எடுத்துக்கொள்ளவும்.

சுத்தமான பசுநெய் அரைப்படி எடுத்து அதில் இந்த அறைத்த விழுதைப் போட்டு கலக்கி சீனிக்காரம்- 5 கிராம் பொடி செய்துபோட்டு அடுப்பேற்றி மெழுகு பதமாகக் காய்ச்சி வடிகட்டி ஒரு பாட்டிலில் பத்திரப்படுத்தவும்.

3

இந்த அற்புதமான கரிசாலை மருந்தைக் கூறாத சித்தர்களே இல்லை எனலாம். உதாரணமாக கருவூரார் என்னும் சித்தர் தன்னுடைய நூலான வாதகாவியம் எனும் நூலில்

ஆவின் நெய் சுத்த நெய்யாய் - காலரைக்கால்
அன்பான பீங்கான்தனில் வைத்து
கரிப்பான் சிணுங்கியுடன் - பிடுங்கிக்
கற்பம் கொள்ளுதற்கு நன்றாயரைத்துத்
தேங்காயளவு உருடட்டி - நெய்யுடன்
சீனிக்காரம் கொஞ்சமிட்டு அடுப்பேத்தி
மெழுகு பதத்திற்க - வடிகட்டி
வியப்பாய் பீங்கானில் விட்டு நன்றாய்
வேடுகட்டு வைத்துக்கொண்டு (பாடல் - 128)

என்ற இம்மருந்தின் செய்முறையை மிக அழகாகக் கூறியுள்ளார்

இவ்வாறு தயாரிக்கப்பட்ட மருந்தை கபசுத்திக்கு எவ்வாறு பயன்படுத்துவது எனில் காலையில் சூரியன் உதிக்கும் முன்பு எழுந்து தந்த சுத்தி, நேத்திர சுத்தி செய்த பின்பு, இந்த மருந்தை வலது கைப் பெருவிரலில் தொட்டு வாயை நன்கு திறந்து கொண்டு, உள்நாக்கின் பின்புறம் உள்ள மேல் நோக்கியுள்ள துவாரத்தின் வாசலில் தடவ வேண்டும். இவ்வாறு 6 தடவைகள் மருந்தைத் தொட்டு தொட்டு தடவிப் பின்பு அமைதியாக 2½ மணி நேரம் உணவு அருந்தாமல் இருக்க வேண்டும். இந்த நேரத்தில் ஊர்த்துவ நாடி, கழிமுனை நாடி, என்றெல்லாம் சித்தர்களால் கூறப்பட்ட சூட்சம நாடியில் உள்ளே அடைத்திருக்கும் கோழை என்னும் சளியானது நூல் நூலாய் விழும். அதைத் துப்பிவிட வேண்டும். இவ்வாறு 48 நாட்கள் விடாமல் செய்யவும். இதைச் செய்யும்போது லாகிரி வஸ்துக்களை நீக்கி பசு மோர் விட்டு சாதம் மட்டும் சாப்பிடவும். மற்ற எதுவும் கூடாது. இதனால் எவ்வளவு விரைவாக வாசி யோகம் கைகூடும் என்று கருவூரார் கூறியுள்ளார் பாருங்கள்.

கற்பமதை காலமேதான் மண்டலங்
கணக்காக வலமாகத் தடவி வர
மேல் வாசல் திறக்கும்ப்பா இன்னம்
வேண்டிய விதிகளுஞ் சொல்லுகிறேன்
கால் மண்டலம் கழித்தால் தனியே
கதவுகள் திறக்குமப்பா பூட்டுகள் விட்டுத்
திறந்து ஒரு வாசல் அமுதம்
சிந்தியே வரும்பின் நாலுவாசலும்
ஒரு மண்டலம் தடவ நாலுவாசலும்
உடனே திறந்துவிடுத்திட்டமுடனே
பொய்யல்ல மெய்யிதுவும் செய்தறிந்து
புகழுடன் யாருக்குஞ் சொல்லாதே

(பாடல்கள் 133 - 134)

என்று இதனால் ஊர்த்துவ முக பாதை திறந்து அமிர்தமானது சுரக்கும் என்று தெளிவாக விளக்கியுள்ளார்.

இவ்வாறு முறைப்படி கற்பம் உண்டு காயசித்தியை செய்யாமல் தாடி, முடி வளர்த்துக் கொண்டு காவியுடை அணிந்து கொண்டு ருத்திராட்ச மாலை, யோக தண்டம், புலித்தோல் இவைகளின் சகிதம் விபூதியை குழைத்து அப்பிக் கொண்டு தலைகீழாக நின்று தவமி யற்றினாலும் எந்த பயனும் இல்லை என்றும் பலர் இது போன்று பல தவறான வழிகளில் சென்று எந்த பயனும் இல்லாமல் ஒழுங்காக உணவும் உண்ணாமல் விரதம் பூஜை என்ற பெயரில் தங்களையே

ஏமாற்றிக் கொண்டு இறந்து போயினர். உடல் இளைத்து வறண்டு போயினர் என்று மிகத் தெளிவாக இந்த முறைகளை எல்லா சித்தர் களும் கூறியுள்ளனர். இப்படிப்பட்டவர்கள் நிலையை மிக மிக தெளிவாக "கருவூரார்" வாத காவியம் என்னும் தன்னுடைய நூலில்

தலைகீழாய் நின்றுபார்ப்பார் - கழுத்துச்
சரத்திற்குங் காலுக்கும் ஒன்றாய் முடி
கண்ணிரைண்டையும் மூடிக் - கிடந்து
கலையமு தமுதிக்கு தில்லையென்று
பூதத்தைப் பின்னுங்காலுப் - பெருவிரலைப்
பொருந்தவே கட்டியதை மாறிப்பிடித்து
திட்டியினாற் பார்ப்பார் - யோகத்
திருந்துமே நோக்குவா ரிரவு
உற்பன கபாலவாசல் - திறக்க
ஒற்றைக் காலால் தவசிருந்தொருகாலை
மேற்றூக்கி கழுத்துக்குள்ளே - அமுக்கிக்கை
விரைவாகப் பெருவிரலில் பூமியிலூன்றித்
தவமது செய்திருப்பார் - யோகந்
தான் செய்திடினும் அமுதம் வாரா
மண்டலம் ஆகாரம் அருந்தாமல் - வத்தி
வரண்டு மேனி யுலர்ந்திருப்பார்
சிரத்தில் வருவமுதம் - பின்னும்
சீராய் கபாலவழி வீழாது. - (பாடல் - 126 - 128)

என மிக அழகாகத் தெளிவு படுத்தியுள்ளார். இந்த கப சுத்தி முறையானது ராஜயோகம், சிவயோகம், மௌன யோகம், வாசி யோகம், அஷ்டாங்க யோகம், நவகண்ட யோகம், அட்சியோகம், சமாதி யோகம் ஆகிய எட்டு வித யோகங்களை அப்யாசம் செய்வதற்கும் மிகமிக அவசியமான ஒன்றாகும். இது மரணத்தை வென்று பெருவாழ்வு வாழும் உன்னத "சாகாக் கலைக்கு" முதுகெலும்பு போன்றதாகும். இதைச் செய்யாமல் எவ்வளவு முயற்சி செய்தாலும் யோகம் கைகூடாது என்பதைப் பல சித்தர்களின் நூல்கள் மூலம் மிகத் தெளிவாக அறியலாம். இந்த கபசுத்தியை செய்து முடித்த பின் குடல் சுத்தி கூறப்படுகிறது.

குடல் சுத்தி

சுத்தமான தண்ணீர் 2 படி எடுத்து முதல்நாள் இரவு நல்ல சுத்தமான பாத்திரத்தில் ஊற்றி நன்கு கொதிக்க வைத்து கீழே இறக்கி

அதில் சிறிதளவு சீரகத்தைப் போட்டு மூடி வைத்து விட வேண்டும். காலையில் எழுந்து சுத்தமான துணியில் வடிகட்டி அந்த சீரக நீரை தந்த சுத்தி செய்து முடித்தவுடன் சிறிது சிறிதாக அருந்தி வயிற்றை உள்ளுக்கு எக்கி, மறுபடியும் விட்டு மறுபடியும் எக்கி மறுபடியும் விடவும். இவ்வாறு 8 முறை செய்யவும் இதனால் வயிற்றிலுள்ள கழிவுகள் அலசப்பட்டு மலம் கழிக்கும் உணர்வு உண்டாகும். மலம் கழித்த பின் மறுபடியும் சிறிது தண்ணீர் அருந்திவிட்டு முன் போல் செய்யவும். மறுபடியும் மலம் வெளியேறும் இவ்வாறு 4 அல்லது 5 முறை செய்யவும். ஆரம்பத்தில் சற்று கடினமாகவும், சலிப்பாகவும் இருந்தாலும் தொடர்ந்து பயிற்சி செய்து வர வியக்கத்தகு மாற்றங்கள் பல உண்டாகும்.

இதனால் பசியின்மை, குன்மவலி, வயிற்று நோய்கள், மலச்சிக்கல், தோல் நோய்கள், தீராத தலைவலி முதலிய பல நோய்கள் நீங்கும். உடல் குளிர்ச்சியும் பளபளப்பும் உண்டாகும். மிக அபூர்வ மான எளிய முறையாகும். மிகச் சிறப்பான இந்த முறையால் தினமும் வயிற்றிலுள்ள கழிவுகள், அடைசல்கள் நீங்கி உடல் காந்தியுண்டாகும். பல பெரியோர்கள் சாதாரணமாகச் செய்து வந்த இந்த முறையால் எந்தவித நோயுமின்றி 100 வயது வரை வாழ்ந்தனர். காலப்போக்கில் யந்திரகதியான வாழ்க்கையின் பிடியில் சிக்கிய நாம் இவற்றை அறியாமல் இருந்துவிட்டோம். பலபல நோய்களுக்கு ஆளாகி விட்டோம். அழிந்து விட்ட இந்த அபூர்வ முறையை எல்லோரும் அறிந்து பயன்பெற வேண்டும் என்கிற ஒரு எண்ணத்தில் இதை வெளியிடுகிறேன். இதை முறையாக பயிற்சி செய்தால் எந்த நோயும் நம்மை அணுகாது என்பது உண்மை.

ஆனால் ஒரு சிலர் காலையில் எழுந்த உடன் வெறும் கொதிக்க வைக்காத நீரை அருந்துகின்றனர். சிலர் பழைய கஞ்சியை உடகொள் கின்றனர். இதனால் உடல் உஷ்ணம் குறைந்தாலும், உடலில் கபம் அதிகம் உண்டாகும். தலையில் நீரேற்றம் ஏற்பட்டு தலைகனம், ஜலதோஷம், அதிக வியர்வை, சீதள நோய்கள், மூட்டுகளில் வலி, பசி மந்தம் இவைகள் ஏற்பட வாய்ப்பு உண்டாகும்.

எனவே மேற்கூறிய முறைப்படி செய்வதுதான் உண்மையான குடல் சுத்தி முறையாகும். “தந்த சுத்தி” செய்தவுடன் “குடல் சுத்தி” செய்து பின்பு கபசுத்தி செய்வது நன்று. ஏனெனில் மல உபாதைகள் இல்லாமல் இருக்கலாம்.

உடல் சுத்தி

தேவையான பொருட்கள்:

1. பூலாங்கிழங்கு - 10 கிராம், 2. கஸ்தூரி மஞ்சள் - 10 கிராம், 3. வங்காளப்பச்சை - 10 கிராம், 4. வசம்பு - 10 கிராம், 5. குட்டி விளா இலை - அரைகிலோ, 6. சீயக்காய் - அரைகிலோ.

மேற்கூறிய பொருட்களை நன்கு வெயிலில் காய வைத்து மிஷினில் அரைத்து பொடியாக வைத்தக் கொள்ளவும் காலையில் எழுந்தவுடன் இந்த பொடியில் இரண்டு ஸ்பூன் எடுத்து ஒரு கிண்ணத்தில் போட்டு சிறிது தண்ணீர் ஊற்றி நன்கு கலந்து வைக்கவும்.

"கப சுத்தி" முடித்தவுடன் இந்த பொடியை பயன்படுத்தி இளம் சுடு நீரில் நன்கு தேய்த்து குளிக்கவும். இதனால் உடலில் உள்ள மயிர்க்கால்களில் தங்கியுள்ள அழுக்குகள் வெளியேறுவதுடன் வியர்வை நாற்றம், கற்றாழை நாற்றம், உடலில் உப்பு படிதல், தோல் வறட்சி, தோல் நோய்கள் நீங்கி உடல் பளபளப்பும், வாசனையும் உண்டாகும். இதை சாதாரணமாக வீட்டில் உள்ள பெண்கள் குழந்தைகள் எல்லோரும் பயன்படுத்தலாம். உடலுக்கு நல்ல நிறமும் கிடைக்கும்.

இவ்வாறு நித்ய சுத்தியின் முறைகளை முறையாகவும் தவறின்றியும் ஒரு யோகியானவர் அப்பியாசிக்கும்போது அவர் உடலானது "காயசித்தி" செய்வதற்கான தகுதியைப் பெறுகிறது. இவ்வளவு கஷ்டப்பட்டு இந்த காய சித்தியை செய்வதால் என்ன பயன் என்ற எண்ணம் நமக்குள் உண்டாகும் என்று தீர்க்கதரிசிகளான சித்த புருஷர்களுக்கு முன்னமேயே தெரிந்து தங்களுடைய நூல்களில் இந்த காயசித்தியின் பெருமையைத் திறம்படக் கூறியுள்ளனர். திருமூல மாமுனிவரின் சீர்மிகு நூலான "கருக்கிடை 600" என்னும் நூலில்

வியாதிகள் போக வெகுநாள் சடமுற
பயாதித் திரை நரை பாங்காய்த் தவிர்த்திட
காயாதிக் கவனம் கலந்தெங்கும் சுற்றிட
அயாதிய ஞானம் அஞ்சாகும் சித்தியே
அஞ்சி உள்ளத்தில் அழியாமல் காயத்தை
மிஞ்சியே கற்பம் விளம்பினேன் நூற்றெட்டு
(பாடல் 126 - 127)

என்று மிகத் தெளிவாகக் கூறியுள்ளார். இந்தப் பாடல் ஒன்றே 'காயசித்தி' முறையினால் உடலில் ஏற்படும் முக்கிய மாற்றங்களை உணர ஒரு எடுத்துக்காட்டு. இவ்வாறு "நித்ய சுத்தி" முறையினைத் தொடர்ந்து பயிற்சி செய்து வாழ்வின் நித்ய கர்மங்களில் இதையும்

இணைத்துக் கொள்ளும் அளவிற்குப் பொறுமையும், கட்டுப்பாடும் உள்ளவர்கள் மட்டுமே பின்கூறப்படும். அவர்கள் மட்டுமே காயகற்ப முறைகளை உட் கொள்ள தகுதி பெறுகிறார்கள. அதுவன்றி ஒரு சில மூலிகைப் பொடிகளை உண்பதாலோ, உப்புகளை, பஸ்பங்களை, செந்தூரங்களை உட்கொள்வதாலோ உண்மையான "காய சித்தியை எக்காலத்திலும் அடைய முடியாது என்பது திண்ணம். இவ்வாறு உண்மையான "காய சித்தி"க்கு உண்டான கற்பங்களை உட்கொள்பவர் களுக்கே "ரசவாதம்" என்ற அரியகலை. (தங்கமாக மாற்றுதல்) சித்தியாகும் என்று கருவூரார் தன்னுடைய வாதகாவிய நூலில் 80வது பாடலில்,

"சுளுவாய் வகாரமதைத் தெரியச்
சுருதி யுத்தியின் - முறையாய்
களிப்போடு கற்பமுண்டோன் எவனோ
காண்பானே வாதமும் - முறையே"

என்று மிக அற்புதமாகக் கூறியுள்ளார். இவ்வாறு இல்லாமல் பொய்யாக சிலபேர்கள் வேஷமிட்டு மக்களை ஏமாற்றி ரசவாதம் செய்வதாகக் கூறி பணம் பறிப்பார்கள் என்பதை நம்முடைய நலனைக் கருதியும், நாம் இவர்களைக் கண்டு ஏமாறாமல் இருக்கும் பொருட்டும் நம் முன்னோர்களான சுயநலமற்ற சித்திர்களின் ஒருவரான "யாகோபு" மாமுனிவர் தன்னுடைய சுண்ணம் 300 என்னும் நூலின் 52வது பாடலில்

"மா்ளுவான் சிறிதுபேர் வாதிதானும்
வகையில்லா படிப்பதுதான் தெரியாதாலே
கூளுமே குடித்திட்டுப் பொய்கள் சொல்லிக்
குணமில்லா அபின் கஞ்சா கள்ளுதன்னை
பளுக்கவே குடித்துமே வாதம் செய்வோன்
பசப்பியே பணந்தன்னைப் பிடுங்கிக் கொண்டு
வாளுமே யென்றுசொல்லி யோடிப்போவான்
வகையறியான் மாடுதான் மேய்ப்பான் பாரே"

என்று உலகத்தில் ரசவாதம் செய்வதாகக் கூறி சரியான சாஸ்திர அறிவின்றி அபின், கஞ்சா, கள்ளு முதலிய போதை வஸ்துகளை உட்கொண்டு எல்லாம் தெரிந்தவன் போன்று மக்களை பேசி ஏமாற்றி பொய்யாக ரசவாதம் செய்வது போன்று நடித்து பணம் பறித்துக் கொண்டு ஓடிவிடுவான் என்றும் ஏமாந்தவன் பொருள்களை இழந்து வகையின்றி மாடு மேய்த்து பிழைக்கும் நிலைக்கு ஆளாவான் என்றும் வெகுசிறப்பாக கூறியுள்ளார். எனவே "காயகற்பம்" உட்கொண்டு

"காயசித்தி" அடைவது தவ வாழ்க்கையின் எவ்வகையான முக்தி நிலையை அடைய உதவும் யோகப்பயிற்சியின் முக்கிய அம்சம் என்பதை நாம் உணர்ந்து கொள்ள வேண்டும்.

இதனால் ரசவாதம் செய்வதற்காக கற்பமருந்துகளை உட்கொள்ள வேண்டும் என்ற தவறான கருத்தை நாம் மேற்கொள்ளக் கூடாது. "அங்கம் தங்கமானால் வங்கம் தங்கமாகும்" என்பது பழமொழி உடல் சித்தியடைந்தாலே ரசவாதம் சித்தியாகும் என்பது இதன் பொருள் அல்ல. ரசவாதம் சித்தியடைதல் காயசித்தியில் நாம் வெற்றி கண்டு விட்டோம் என்பதற்கான பரீட்சை என்பதே உண்மைப் பொருள். எனவே பொருளாசையில் நாம் நம் மனதையும் உடலையும் கெடுத்துக் கொள்ளாமல் உண்மையான "காயசித்தி" முறைகளை மேற் கொள்ள வேண்டும் என்பதற்காகவே சற்று விரிவாக காயசித்தியின் முக்கியத் துவத்தை இங்கு விளக்கியுள்ளேன்.

4

இவ்வாறு காயகற்பம் அருந்துபவர்கள் 'காயசித்தி' செய்து கொள்வதற்கு காடுகளுக்கும், மலைக்குகைகளுக்கும் சென்றால் தான் முடியும். வீட்டில் இருந்தால் இயலாது என்ற தவறான ஒரு கருத்தை பலரும் கருத்தில் கொள்வது மிக வேதனையான விஷயம் இது தேவ ரகசியமோ அல்லது இல்லறத்திற்குப் புறம்பானதோ அல்ல. வீட்டில் இருந்து கொண்டே மனக் கட்டுப்பாட்டுடன் கற்ப மருந்துகளைத் தயார் செய்து உட்கொண்டு முறையாகத் தவமியற்றுவதே சாலச் சிறந்தது என்று சித்தர்கள் பல இடங்களில் தெளிவுபடுத்தியுள்ளனர். உத்தமர்களின் இவ்வாக்கு பொய்யாகாது. எடுத்துக்காட்டாக ஒரு முனிவரின் பாடலில்

"ஆற்று முதலைகண் டஞ்சிமலை - யேறி
ஈற்றுக் கரடிக்கு எதிர்ப்பட் டவாருபோல்
நூற்றுத் தவமிருக்க மலையேறும் - ஞானிகள்
சோற்றுக் கலைவார் சுழல்வண்டு போலே"

என்று அழகிய உதாரணத்துடன் விளகியுள்ளார். ஒருவன் ஆற்றில் தண்ணீர் எடுக்கச் சென்றபோது முதலையைக் கண்டு பயந்து அற்றில் நீர் எடுக்காமல் பக்கத்தில் உள்ள மலையில் உள்ள சுனையில் நீர் எடுக்கலாம் என்று சென்று குட்டி ஈன்ற கரடியிடம் மாட்டிக் கொண்டது போன்று இல்லறத்தை வெறுத்து பயந்து முக்தியடைய வேண்டும் என்ற எண்ணத்தில் துறவறத்தை மேற்கொண்ட சில அஞ்ஞானிகள் மலைக்குச் சென்று தவம் செய்கிறேன் என்று கூறி முறையான பயிற்சியும், காயசித்தியும் இல்லாததாலும், திரும்பி

வீட்டிற்கு வந்தால் அவமானம் என்பதாலும் மலையின் மறுபக்கம் உள்ள ஊர்களில் சோற்றுக்காக வீதிவீதியாக பிச்சை எடுத்துச் சுற்றுவார்கள் என இது போன்றவர்களின் நிலையை விளக்கியுள்ளார்.

மேலும் அகஸ்திய மாமுனிவர் தன்னுடைய நூலான முப்பு சூத்திரங்கள் என்னும் நூலின் 101-102 பாடல்களில்

"கற்பமுறை செய்வதற்கு நாட்டை விட்டுக்
கடக்காதே ஊரருகே யிருந்துகொண்டு"

என்றும்,

"ஆயி சொன்ன படிகற்பந் தேட வேண்டும்
அலையாம லிருந்திடத்தில் நடத்த வேண்டும்"

என்றும் தெளிவுபட விளக்கியுள்ளார். இதன்மூலம் காயசித்திக்கு இல்லறம் ஒரு தடையல்ல, என்பது தெளிவு ஆகிறது. அதே சமயம் கற்ப முறைகளை அப்பியாசிக்கும் போது அதற்கு உரிய பத்திய முறைகளை சரியாகக் கடைபிடிக்க வேண்டுமே அல்லாமல், நம் கடமைகளைச் செய்ய எந்தத் தடையும் இல்லை.

பட்ச சுத்தி

'பட்ச சுத்தி' என்பது 15 நாட்களுக்கு ஒரு முறை உடலில் ஏற்படும் உஷ்ணத்தின் அளவு மற்றும் மயிர்க்காலில் தங்கும் மெழுகு போன்ற கழிவுகளை நீக்கி உடலை சமநிலையில் வைத்திருக்க பின்பற்றும் முறையே ஆகும்.

மிளகு - 5 கிராம் மஞ்சள் - 5 கிராம் நெல்லி வத்தல் - 5 கிராம் கடுக்காய்தோல் - 5 கிராம் வேப்பமுத்து - 5 கிராம்.

இந்த 5 சரக்குகளையும் எடுத்துக் கொண்டு சுத்தமான பசும்பால் விட்டு அரைத்து விழுதுபோல் ஆக்கி தலையில் தேய்த்துக் கொண்டு உடலிலும் தேய்த்துக் கொண்டு 2½ மணி நேரம் ஊறிய பின் வெந்நீரில் தலைமுழுக வேண்டும். 15 நாட்களுக்கு ஒரு முறை இவ்வாறு செய்வதால் உடல் உஷ்ணம், கபாலச் சூடு, கண் புகைச்சல், எரிச்சல், தீர்ந்து உடல் குளிர்ந்து காணப்படும். இது இக்காயசித்தி முறையில் மிக முக்கிய பங்கு வகிக்கிறது. இது போன்ற முறைகளை வெறும் பயிற்சி செய்து மட்டும் நான் இங்கு கூறவில்லை. ஆதார பூர்வமாகக் கூறுகிறேன். காயசித்திக்கு இந்த பஞ்ச கல்ப ஸ்நானம் மிகவும் முக்கியம் என்று அனைத்து சித்தர்களும் மிக ஆணித்தரமாக தெளிவுபடக் கூறியுள்ளனர். ஆதாரமாக போக முனிவர் தன்னுடைய நூலான போகர் சத்த காண்டம் - 7000 என்னும் நூலின் முதற் காண்டத்தில் 375-வது பாடலில்

"உண்மையாய் மிளகோடு மஞ்சள் நெல்லி
உத்தமமாம் கடுக்காயும் வேம்பின் முத்தும்
தன்மையாய்ச் சமனாக நிறுத்துக் கொண்டு
தனித்து நின்ற ஆவின்பால் விட்டே ஆட்டித்
திண்மையாய்த் தலைதனிலே தேய்த்து வைத்துச்
சிறக்கவே ஒரு சாமம் கழித்த பின்பு
வெண்மையாய் வெந்நீரில் முழுகிப் போடு
விரைந்ததோர் பட்சத்துக் கொருகால் தானே"

என்று மிகத் தெளிவாக கூறியுள்ளார். இவ்வாறு முறைப்படி 'காயசித்தி' செய்யும்போது உடல் படிப்படியாக பல மாற்றங்களை அடையும் தூக்கம், சோம்பல், உடல்வலி போன்ற பல உபாதைகள் நீங்கி உடல் வலுவடையும். அவ்வாறு உடல் மாறுதல் ஏற்படும் போது ஆண்மைத் தன்மை அதிகரித்து உயிர்த் தத்துவம் ஆகிய விந்துவின் சக்தி கூடுவதால் காம உணர்வு அதிகரிக்கும். அச்சமயம் மனதை கட்டுப் படுத்தி பெரு வாழ்வு நிலையின் பெருமையை மனதில் கொண்டு செயல்பட வேண்டும். ஏனெனில் நூல்கள் பலவற்றை படித்தாலும் அதன் உள்கருவை யாரும் கூறமாட்டார்கள். எனவே தவறான முறையில் செய்யாமல் சந்தேகமற நன்கு அறிந்து தெளிய வேண்டும். இவ்வாறு முறையாக செயல்பட்டால் பிரமனின் தலை யெழுத்தாகிய மரணத்தையும் வெல்லலாம் என்று அகஸ்திய மாமுனி வரின் பல நூல்களும் விளக்கு கின்றன கருவூராரின் பல திரட்டு என்னும் நூலில் 9 வது பாடலில்

"சொல்லார்கள் உள் கருவை நூல்கள் தோரும்
சொல்லி விட்டே னென்னூலில் மறைத்திடாமல்
வெல்வாரோ மனமாய்கை யாவரேனும்
வெல்லுபவ னாரென்றால் கழிலில் நின்றோன்
செல்லாது அயனிட்ட எழுத்தங்கேதான்"

என்று ஆதாரபூர்வமாக வெளிப்படையாகக் கூறியுள்ளார். முறையான அப்பியாசமும், தியானமும் இருப்பின் மரணம் என்பது இல்லை என்ற கருத்திற்கு இதைவிட ஆதாரம் தேவையில்லை.

காயகற்பங்கள்

இவ்வாறு நித்யசுத்தி, பட்ச சுத்தி முதலிய முறைகளை முறையாக பின்பற்றும்போது காயசித்திக்கான கற்ப மருந்துகளை உட் கொள்ள வேண்டும். இந்த கற்பங்கள் 3 வகையாகப் பிர்க்கப் பட்டுள்ளன. 1. மூலிகை கற்பங்கள் 2. உபரச கற்பங்கள் 3. மிக அதீத கற்பங்கள்.

இவற்றுள் உடல் கற்பமருந்துகளின் அதிவேகத்தைத் தாங்கக் கூடிய தன்மையைப் படிப்படியாக பெறும் பொருட்டு முதலில் மூலிகை கற்பங்களையே உட்கொள்ள வேண்டும். இந்த மூலிகை கற்பங்களில் நாம் அன்றாடம் கண்ணால் காணும் மூலிகைகள் முதல் இதுவரை யாருமே கண்டிராத மூலிகைகள் வரை பல உள்ளன என்றாலும், பொதுவாக இவைகள் 5 வகையாக பிரிக்கப்பட்டு உள்ளன.

அவையாதெனில்,

1. சாதாரண மூலிகைகள் (Normal Plants)
2. அசாதாரண மூலிகைகள் (Rare Plants)
3. உணர்ச்சி மூலிகைகள் (Sensitive Plants)
4. கறுப்பு மூலிகைகள் (Black Plants)
5. ஒளி மூலிகைகள் (Lighting Plants)

என்பனவாகும். இவைகள் மனிதனின் உடலை வெகுநாட்கள் அழியாமல் வைப்பதுடன் உடலை ஒளிபெறச் செய்யும் ஆற்றல் பெற்று விளக்குகின்றன என்பதில் எந்தவித ஐயமும் இல்லை.

சாதாரண மூலிகைகள்

விஷ்ணு கிரந்தி, ஓரிதழ் தாமரை, அவுரி முதலியன

அசாதாரண மூலிகைகள்

வெள்ளை நீர்முள்ளி, சிகப்புக் கற்றாழை முதலியன

உணர்ச்சி மூலிகைகள்

தொட்டாற்சிணுங்கி, அழுகன்னி, தொழுகன்னி முதலியன.

கறுப்பு மூலிகைகள்

கருவிழி, கருங்கரந்தை, கருவாழை முதலியன

ஒளி மூலிகைகள்

ஜோதி விருட்சம், ஜோதிப்புல், ரத்த கள்ளி முதலியன. இவற்றுள் சாதாரண மூலிகைகளை நாம் எளிதில் அடையாளம் கண்டு எடுத்து விடலாம். என்றாலும் அசாதாரண மூலிகைகள், கூட இக்காலத்தில் பற்பல மூலிகைப் பண்ணைகளில் வளர்க்கப்பட்டு கிடைக்கும் நிலையில் உள்ளன. இந்த 5 வகை பிரிவுகளுக்குள் கறுப்பு மூலிகை வகை களையே மிகவும் 'காய சித்தி' முறைகளுக்கு உபயோகித்து சித்தர்கள் அளவில்லாத பல பயன்களை அடைந்துள்ளனர் என்பது குறிப்பிடத் தக்கது. இவ்வாறு தங்கள் ஆராய்ச்சியின் பயன்களை

தங்களோடு நிறுத்திக் கொள்ளாமல் சற்றும் சுயநலமின்றி இவ்வுலகிற்கும் வெளிப் படையாக அட்டவணையிட்டுக் கூறியுள்ளனர்.

அவ்வாறு பட்டியலிட்டு கூறியவர்களுள் மிகவும் தெளிவாகக் கூறியவர் போக மாமுனிவரே ஆவார். இவர் தன்னுடைய போகர் 7000 என்னும் நூலின் முதல் காண்டத்தில்

கேளென்ற கருநெல்லி கருத்த நொச்சி,
கெடியான கருவீழி கருத்த வாழை
காளென்ற கரியகரி சாலை யோடு
கருப்பான நீலியொடு கரியவேலி
கோலென்ற கருமத்தைத் தீபச்சோதி
கொடுதிரணச் சோதி சாயா விருட்சம்
ஏனென்ற எருமைக் கணச்சான் ரோம விருட்சம்
ஏற்றமாம் சுணங்க விருட்சம் செந்திரா
செந்திராய் செங்கண்ணி செம்மல் லியோடு
சிவந்தகற் றாழைசெஞ் சித்திரமூலம்
நத்திராய் சிவப்பப்பா மார்க்கத்தோடு
நலமான கற்பிரமி கற்சேம் பாகும்
பந்திராய் கல்லுத்தா மரையினோடு
பாய்ந்த குழல் ஆதொண்டை மகாபொற்சீந்தில்
வெந்திராய் வெண்புரசு வெள்ளைத் துத்தி
மிகு வெள்ளைத் தூதுவளை மிடுக்கு மாமே
மிடுக்கான குண்டலமாம் பாலையோடு
வெள்ளை நீர் முள்ளிருவெண் விஷ்ணுகாந்தி
கடுக்கான வெண்கண்டங் காரியோடு
கசப்பான பசளையொடு மதுரவேம்பு
கிடுக்கான கிளிமூக்குத்துவரை அழுகண்ணி
கெடியான பொன்மத்தை மதுரக் கோவை
படுக்கான பொன்வண்ணச் சாலியோடு
பாங்கான கருத்தும்பை மதனத்தண்டே
தண்டோடு மூவிலையாங் குருந்துமாகும்
தணலான சிவந்த தில்லை கருத்த வேம்பு
இண்டோடே இவ்வகைகள் நாற்பத்தைந்தும்
ஏற்றமாம் மலைகளிலே மிகுதி உண்டு

(ஆதாரம் போகர் 7000 முதற்காண்டம்
பாடல்கள் 559 - 562)

5

இவ்வளவு அழகாக பட்டியலிட்டு வெளிப்படையாக கூறிய பின்பும் நாம் இவற்றைப் பின்பற்றவில்லை என்றால் அது நம் அறியாமையும், இயலாமையும் அன்றி வேறுண்டோ, நிச்சயமாக வேறு காரணங்கள் இருக்க முடியாது.

இவ்வாறு காயகற்ப மருந்துகளை உட்கொள்வதற்கு முன்பு ஒரு சில பொருட்களை நாம் செய்து வைத்துக் கொள்வது அவசியமாகிறது. அவைகள் உடலில் எதிர்ப்பு சக்தியை அதிகரிப்பதோடு அனுபான பொருட்களையும் வெகு நாட்கள் கெடாமல் பாதுகாக்க உதவுகிறது. நம் உடலில் ஏற்படும் நோய்களுக்கான மருத்துவத்திற்கு நாம் எவ்வளவோ செலவு செய்கிறோம். அதைவிட எவ்வளவோ பெரிய மருத்துவ மேதைகள் இருந்தும், இன்ன நோய் என்று அறிந்து கொள்வதற்கு எக்ஸ்-ரே, ஸ்கேன், ஈ.சி.ஜி. கம்ப்யூட்டர் ஸ்கேன், என்று பல பல புகைப்படம் எடுப்பதற்கே பல ஆயிரங்களை செலவழிக்கிறோம். இப்படியெல்லாம் செய்தும், நோய் பூரணமாக குணமடைந்த தாகத் தெரியவில்லை. அப்படி இருக்கும் நிலையில் இயற்கையான மரணத்தையே வென்று அழிந்துபோகும் இவ்வுடலை அழியாமல் பல காலங்கள் நிலைநிறுத்தும் ஒரு அபூர்வமான வழி முறைகளுக்கு நாம் என்ன விலை கொடுத்தாலும் ஈடு ஆகுமா? என்று சற்று சிந்தித்துப் பாருங்கள்.

நாம் பிறருக்காகவோ, நோய்க்காகவோ இதைச் செய்யவில்லை. நமக்காக, நம் உடலுக்காக, நம் ஆரோக்கியமான வாழ்விற்க்காக, இதைச் செய்கிறோம் என்ற எண்ணம் நம் ஒவ்வொரு வருடைய மனதிற்குள்ளும் உண்டானாலே, நாம் நிச்சயம் வெற்றி பெறுவோம் என்பதில் எவ்வித ஐயமுமில்லை. எனவே அப்படிப்பட்ட விலை மதிப்பற்ற ஒரு கலைக்காக அப்படி ஒன்றும் பல ஆயிரம் ரூபாய்களை நாம் செலவழிக்க வேண்டும் என்பதில்லை. சற்று முயற்சியும் குறைந்த செலவும் போதும் அப்படி தயாரிக்கும் பொருட்கள் காலம் காலமாக நம் வழியைப் பின்பற்றுபவர்களுக்கும் உதவும். இனி அவை என்ன? என்ன? அவற்றை எப்படி முறைப்படி செய்வது? அவற்றின் பயன் என்ன? என்பதைப் பற்றி தெளிவாகக் கூறுகிறேன்.

கற்ப பாத்திரங்கள்

கற்ப மருந்துகள் தயார் செய்து அருந்துவதற்கு முன்பு அவற்றிற்கு உண்டான சில பொருட்களை நாம் செய்து கொள்வது அவசியம் என்று முன்னமே கூறினேன். அவற்றுள் முதலில் தேவை கற்ப பாத்திரம் ஆகும். இது கற்ப மருந்துகளை கலந்து உட்கொள்ளும்

அனுபான பொருட்களின் வீரியத்தைக் கூட்ட உதவுவது மட்டும் இன்றி அவற்றின் தன்மை மாறாமல் நெடுநாள் வைத்திருக்க உதவுகிறது.

நன்கு முற்றிய தேற்றான் மரத்தின் கனமான வேரை வெட்டி வந்து நிழலில் காயப்போட்டு ஒரு குடுவைபோல் கடைந்து வைத்துக் கொள். இது அமுரி கற்பம் உட்கொள்ள முக்கியமாக வேண்டும். அடுத்து நூறு வருடம் சென்ற முற்றிய வேப்பமரத்தின் கனமான வேரை வெட்டி வந்து அதில் மூடியுடன் கூடிய பாத்திரம் ஒன்றைச் செய்து கொள். இது கற்ப மருந்துகள் உட்கொள்ளப் பயன்படும் நெய், தேன் முதலியவைகள் வைப்பதற்கு ஆகும். இதை போகரின் - 7000 நூலின் 478-479ம் பாடல்கள்

"நொரிந்துபோம் நூற்றாண்டின் வேப்பம்வேரில்
நுணுக்கமாய் பாத்திரந்தான் பண்ணிக்கொள்ளு
கரிந்துபோங் கற்ப பாத்திரமும் ஆகும்
காண் இந்தப் பாத்திரம்பால் நெய்தே னுக்காம்"

என்றும்,

"கேளு நீ தேற்றாம் வேர் பாத்திரந்தான்
கிளர்ந்தெழுந்த அமுரிக்கு வைத்துக் கொள்ளு
மாளு நீ வேம்பின் வேர் பாத்திரந்தான்
மருந்தென்றை நெய்தேனுக் காகும் ஆகும்"

என்றும் இந்த பாத்திரங்களின் முக்கியத்துவத்தையும் பெருமை யையும் விளக்குகின்றன. இவைகளை மிக சுத்தமாகவும் ஓட்டை யின்றியும் செய்வது அவசியம்.

காந்தப் பாத்திரம்

இது காயகற்ப முறைக்கு மட்டுமின்றி பல பல நோய்களையும் போக்கும் அபூர்வமான ஒரு பொருள் இதை மிகுந்த கருத்துடன் சற்றும் பிசகின்றி முறைப்படி செய்தல் வேண்டும். கடினமான முறைதான் என்றாலும் இதன் முக்கியத்துவம் கருதி செய்வது நன்று.

நல்ல ஈர்ப்புள்ள கல் காந்தத்தைப் பத்து பலம் (350 கிராம்) நிறுத்து எடுத்துக் கொண்டு குன்றிமணி அளவாக உடைத்துக் கொள்ளவும் செம்மறி ஆட்டின் பால் நான்குபடி எடுத்துக் கொள்ள வேண்டும். அதில் இந்த காந்தத்தைப் போட்டு பால்வற்றும் வரை அடுப்பேற்றி நிதானமாக எரிக்க காந்தத்தில் உள்ள கசடுகள் நீங்கி சுத்தமாகும் இதைத் தனியாக நிறுத்து வைத்துக் கொள்ளவும்.

1. வேண்டிய அளவு நெல்லிக்காய் கெந்தகத்தை எடுத்து ஒரு இரும்புக் கரண்டியில் போட்டு பசு நெய் விட்டு உருக்கி பசும்பாலில் சாய்க்கவும். இவ்வாறு 7 முறை சாய்த்து எடுக்க கெந்தகம் சுத்தமாகும். இந்த சுத்தம் செய்த கெந்தகத்தில் மூன்று பலம் (105 கிராம்) நிறுத்து எடுத்துத் தனியாக வைத்துக் கொள்ளவும்.

2. வேண்டிய அளவு வெண் காரத்தைக் கட்டியாக எடுத்து காளை மாட்டின் சாணத்தையும் நன்கு கழுவி காயப்போடு. பின்பு தண்ணீரில் கழுவி எடுத்து தனியாக வைத்துக் கொள் (35 கிராம்).

3. வேண்டிய அளவு துரிசை (மயில் துத்தம்) எடுத்து நன்கு பொடி செய்து ஒரு மண் ஓட்டில் போட்டு அடுப்பேற்றி நிதானமாக எரித்து வெளுப்பாகும் வரை நன்கு வறுத்து எடுத்து ஆற விட்டு (175 கிராம்) 5 பலம் நிறுத்து எடுத்துக் கொள்ளவும் மேற்கூறிய காந்தம், கெந்தகம், வெண்காரம், துரிசு ஆகிய நான்கையும் ஒன்றாக குழி அம்மியில் (கல்வம்) போட்டு எலுமிச்சம்பழச் சாறு விட்டு (ஆறு மாத காடியும் விடலாம்) 2 ½ மணிநேரம் நன்கு ஆட்டி வழித்து எடுத்து வில்லையாகத் தட்டி வெயிலில் நன்கு காயவைக்க வேண்டும். நன்கு காய்ந்த பின்பு 30 எருவில்புடம் போடவேண்டும்.

புடம் போடும் முறை:

காய்ந்த வில்லையை ஒரு மண் அகலில் வைத்து வாய் பொருந்தும் படியான மற்றொரு மண் அகலால் மூடி களிமண் தடவப் பட்ட துணியால் இரண்டு வாயும் பொருந்தும் இடத்தைச் சுற்றி 7 சுற்றுகள் ஒன்றன் மேல் ஒன்றாக இறுக்கமாகச் சுற்றி காயவைத்துப் பின்பு 15 எரு அடுக்கி அதன்மேல் மருந்துள்ள மண் அகலை வைத்து அதன்மேல் 15 எரு அடுக்கி பின்பு தீப்பற்ற வைக்கவும். ஒரு அடி நீளம், ஒரு அடி அகலம், ஒரு அடி ஆழத்திற்கு தரையில் குழி பறித்து அதற்குள் இந்த முறைப்படி எரு அடுக்கி புடம் போட வேண்டும். புடம் நன்கு எறிந்து ஆறி சாம்பலாகி குளிர்ந்த பின் அகலை எடுத்துப் பிரித்துப் பார்க்க மருந்து நன்றாக வெந்து இருக்கும்.

இவ்வாறு புடம் போட்டு எடுத்த மருந்தை ஒரு குகையில் போட்டு (குகை - நகைகள் உருக்கப் பயன்படும் குடுவை) உலையில் வைத்து ஊதி, குகை பழுக்கும் வரையில் ஊதி உருக்கி ஊற்ற காந்த சத்து மணிமணியாக இறங்கும். மீதமுள்ள கட்டிகளை முன்போல அறைத்துக் காயவைத்து புடம்போட்டு உருக்க சத்து கிடைக்கும். இப்படி 5 தடவை உருக்கி எடுக்க முழு சத்தும் இறங்கி விடும். இந்த சத்தையெல்லாம் ஒன்றாக எடுத்து உருக்கி ஒரு கிண்ணம்போல் செய்து கொள்ள வேண்டும். இதற்கு காந்தப் பாத்திரம் என்று பெயர். காயகற்பங்கள்

உட்கொள்ளும் போது இந்த பாத்திரத்தின் மூலம் தான் நீர், பால், உணவு அனைத்தையும் உட்கொள்ள வேண்டும். எதை உட்கொண்டாலும் இந்த பாத்திரத்தில் வைத்துதான் உட்கொள்ள வேண்டும். இதன சக்தி அளவிட முடியாதது. யோக, போக வாழ்க்கைக்கு இதை விடச் சிறந்த ஒன்று உலகிலேயே இல்லை என்று கூடக் கூறலாம். அந்த அளவிற்கு உயர்ந்த பொருள் இது என்பதால் நன்கு படித்து நிதானமாக கைபாகம், செய்பாகம் தவறாமல் செய்து கொள்ள வேண்டும்.

இதன் பெருமையை போக முனிவரின் பெருநூலான சத்த காண்டத்தின் முதல் காண்டத்தில் 614வது பாடலில்

"கேண்மையாய் அமுரி கொள்ளு சிந்தூரம் கொள்ளு
கெட்டியாய் உன்தேகம் சித்தி உண்டாம்
தாண்மையாம் சட்டைகக்கிச் சந்திர பிம்பம்போல்
சதகோடி வேதாந்தம் பார்க்கலாகும்"

என்று "தேக சித்தி" உண்டாகவும் உடல் பல ஆண்டுகள் நிலைத்து நிற்கவும் இந்த பாத்திரத்தில் அனைத்து உணவுகளையும் உட்கொள் என்று தெளிவாக விளக்கப்பட்டுள்ளது. இந்த காந்தச் சத்துக் கிண்ணத்தைக் கூறாத சித்தர்களின் நூல்களே இல்லை எனலாம். மேலும் காந்தச் சத்து எடுக்கும் முறைகள் பல பல இருந்தாலும் மிக எளிய முறை என்பதால் இந்த முறையைக் கூறினேன். விபரம் அறிந்து செயல்படும் அன்பர்கள், அவரவர்கள் அறிந்த முறையில் காந்தச் சத்தைப் பிரித்து எடுத்துக் கொள்ளலாம் என்றாலும் காந்தச் சத்தால் கிண்ணம் செய்யப்பட வேண்டும். என்பதே முக்கியம்.

காயசித்தி செய்து கொள்ளும் போது நம் உடலுக்குத் தேவையான சத்துகள் அனைத்தும் கற்ப மருந்துகளில் இருந்தே கிடைத்து விடுவதால் அவற்றை முறிக்கும் மருத்துவ குணமற்ற பொருட்களை நீக்கும் படி சித்தர்கள் வலியுறுத்தியுள்ளனர். அவற்றுள் மிக முக்கியமாக புளி, உப்பு, எண்ணை , சுண்ணாம்பு, கண்ட, கண்ட மாமிச உணவுகள், மீன், மோர், கடுகு, வெங்காயம், அதிக தூக்கம், சோம்பல், பெண்களின் உறவு ஆகியவற்றை அறவே நீக்க வேண்டும் என்று வலியுறுத்தி உள்ளனர். முக்கியமாக "திருமூலர் கருக்கிடை 600" நூலில் 160வது பாடலில் -

"புளிக்கறி கைப்பு புலாலாட்டு இறைச்சியும்
களிம்பு சுண்ணாம்பு கடுகுள்ளிக் காரெண்ணே
யளிம்பு லவணம் ஆகாது இவையொன்று
முளம் பெறு சித்திக்கும் யோகிக்கும் ஒண்ணாதே,

என்று மேற்கூறிய பொருட்கள் காய சித்திக்கும் யோக அப்யாசத்திற்கும் ஒருபோதும் ஒவ்வாதது"

என்று தெளிவு பட கூறப்பட்டுள்ளது

எனவே நாம் நினைத்த நிலையை அடைய முயற்ச்சி செய்யும் போது அதற்கு தடையாய் உள்ள பொருட்களை நீக்குவது முறை தானே, இவ்வாறு செய்வதால் உடலை சீக்கிரம் முதுமை அடையச் செய்து, பல நோய்களுக்கு ஆட்படுத்தி, இறுதியில் மரணத்தை உண்டுபண்ணக் கூடிய அவல நிலையில், இருந்து நம்மை நாமே மீட்டுக் கொள்ளலாம் அல்லவா? இதனால் உடல் பக்குவப்படுவது மட்டுமின்றி மனமும் பக்குவப்பட்டு அடங்கும்.

6

காயகற்பங்களில் முதன்மையானது கடுக்காய் ஆகும். இந்த அபூர்வ ஆற்றல்கள் நிறைந்த மூலிகையின் குணங்களை அளவிட முடியாது. காயகற்பங்களில் இதற்கு முதலிடம் கொடுக்கப்பட்டுள்ளது என்றால் இதன் அருமையை கூறவும் வேண்டுமா? இப்படிப்பட்ட அபூர்வ மூலிகையானது இவ்வுலகில் எவ்வாறு தேன்றியது? இதில் எத்தனை வகைகள் உள்ளன? அவைகளின் ஆற்றல் என்ன? என்ற அதிசயத்தக்க பல தகவல்களை 18 சித்தர்களுள் முதன்மை பெற்று விளங்கிய போக முனிவர் தன்னுடைய சத்த காண்டம் என்னும் நூலில் தெளிவாக விளக்கியுள்ளார். நாம் எந்த ஒரு கற்ப மூலிகையை உட்கொள்ள வேண்டும் என்றாலும் முதலில் அதனுடைய தன்மைகள் ஆற்றல்கள் அதை உட்கொள்வதால் உண்டாகும் பயன்கள், முறைகள் முதலியவற்றை நன்கு அறிந்து கொள்வது அவசியமாகும். அப்போது தான் அதனுடைய முழுப்பயனையும் நாம் அடைய முடியும், எனவே முதலில் கற்பங்களில் முதன்மையானதும், அபூர்வ ஆற்றல்கள் நிறைந்ததுமான கடுக்காயின் உற்பத்தி முதல் அனைத்து விபரங் களையும் மிக தெளிவாக இங்கு கூற விரும்புகிறேன்.

(TERMINALIA CHEBULA) கடுக்காயின் தோற்றம்

முன்னொரு காலத்தில் தேவர்களும், அசுரர்களும் பாற்கடலைக் கடைந்து அமிர்தம் எடுத்து அதை திருமாலாகிய விஷ்ணு மோகினி அவதாரம் கொண்டு தேவர்களுக்கு அளித்தார் என்று புராணங்களில் படித்து இருக்கிறோம். அப்படி ஆழியான் ஆகிய திருமால் தன் திருக்கரத்தால் அமிர்தத்தை தேவர்களுக்கு அளித்துவிட்டு கையை உதறும் போது அதில் இருந்து சிந்திய அமிர்த சத்திலிருந்து ஒரு

மூலிகையானது உண்டாகி மரமாகியது என்றும் அதில் ஏழு வகைகள் உண்டு என்றும் போகரின் சத்த காண்டம் பாடல் 384-ல் மிகத் தெளிவாக விளக்குகிறது.

"அள்ளவே அமிர்தந்தான் கடைந்த பின்னர்
ஆழியான் அமரர்களுக்கு அமுதம் ஈந்தே
உள்ளவே கையதனை உதறும் போதில்
உற்றதுளி மண்ணில்விழ மரமும் ஆச்சே
மரமாகி ஏழுவகை பேதம் ஆச்சு"

இவ்வாறு மரணத்தை நீக்கி தேவநிலையை அடையச் செய்யும் அபூர்வ குணம்படைத்த மூலிகையான கடுக்காயில் உள்ள ஏழு வகை களின் பெயர்கள் மற்றும் அவற்றின் குணங்களைப் பற்றி இனி தெளிவாகத் தெரிந்து கொள்வோம்.

கடுக்காயின் ஏழு வகைகள்

1. விசயன் கடுக்காய் 2. அரோகணி 3. பிரிதிவி 4. அமிர்தை 5. திரிவிருதை 6. சிவந்தி 7. அபயன்.

இந்த 7 வகை கடுக்காய்களின் பெயர் மட்டுமின்றி அவைகளின் அடையாளங்கள், பயன்படுத்தும் முறை, உண்டாகும் பலன்கள் முதலியவற்றை இனி பார்ப்போம்.

விஜயன் கடுக்காய் கற்பம்

"மகத்தான விஜயன் என்னும் கடுக்காய்ச் சூரணம்
அரமாகி வெருகடிதூள் அமுரிதன்னில்
அளாவியே கொண்டாக்கால் வாதம் போக்கும்
பிரமாகிப் பேய்ச்சுரைக்காய் போன்றிருக்கும்
பெரிதான வாதர்க்காஞ் சித்தியாகும்
நரமாகி நாற்பது நாள் கொண்டிட்டாக்கால்
நாசமாம் வாதமது நலங்கிப் போமே."

(போகர் - 7000, பாடல் - 385)

இந்தக் கடுக்காய் பேய்சுரைக்காய் போன்று அளவில் பெரிதாகவும் இருக்கும். இதை சூரணமாக செய்து கொண்டு இரு விரலால் பிடித்து எடுத்து (மூக்குப் பொடி போடும் அளவு) சிறுநீரில் கலக்கி 40 நாட்கள் உட்கொள்ள உடலில் உள்ள வாதநோய் அனைத்தும் நீங்கும் அருங் கற்பமாகும்.

7

சிறுநீரில் உட்கொள்ள வேண்டும் என்றவுடன் பலர் அருவருப்பு அடைவது இயற்கை. ஆனால் உண்மையில் உடலுக்கு 3 விதமாக ஈரம் கிடைக்கிறது. எவ்வாறு? எனில் 1. குடிக்கும் நீர் 2. உணவில் 3. செல்மட்டபாலிசத்தின் மூலமாகவும். அதேபோல் கழிவுநீர் 4 விதங்களில் வெளியேற்றப்படுகிறது. எப்படி? எனில் 1. மலம், 2. சிறுநீர், 3. பேசும்போது, 4. வியர்வை/மூச்சு, இப்படி வெளியேறும் போது சிறுநீரைத் தவிர, மற்ற மூன்று வழிகளிலும் முழுவதும் கழிவாக வெளியேற்றப்படுகிறது.

ஆனால் சிறுநீரில் மட்டும் யூரியா, கிரயேட்டின், அம்மோனியா, சோடியம், பொட்டாசியம், மெக்னீசியம், மற்றும் உப்புகள் அதிக அளவு கலந்து வெளியேறுகிறது. ரத்த பிளாஸ்மாவில் உள்ள புரதம், சர்க்கரை இரண்டைத் தவிர மற்றவை சிறுநீரில் பலமடங்கு அதிகம் உள்ளன என்று விஞ்ஞான பூர்வமாக நிரூபிக்கப்பட்டுள்ளது.

எனவே நம்முடைய உடலில் ஏற்படும் நோய்களை துல்லியமாக அறிவதற்கும், நவீன மருத்துவ முறைகளிலும், சித்த மருத்துவ முறைகளிலும் சிறுநீரைப் பரிசோதனை செய்வதின் மூலமாக தெளிவாக அறிய முடிகிறது. எனவே உடலில் இருந்து வெளியேறும் கழிவுப் பொருள் சிறுநீரை மறுபடியும் மருந்தாக உட்கொள்வது எப்படி என்பதை மிகதெளிவாக ஆதாரங்களுடன் இவ்விடத்தில் கூறக் கடமைப்பட்டுள்ளேன்.

இவ்வாறு நம் உடலில் இருந்து வெளியேறும் சிறுநீரை எவ்வாறு பயன்படுத்த வேண்டும்? என்பதை நன்கு அறிந்து செயல்படுதல் வேண்டும். நேரடியாக பயன்படுத்தினால் அதனால் பலபல நோய்கள் வர வாய்ப் புள்ளது என்பதே உண்மை. எனவே இதை எவ்வாறு பயன் படுத்த வேண்டும் என்பதை முதலில் அறிந்து கொள்வது அவசியம்.

அமுரியை முறிக்கும் முறை
[சிறுநீரை தூய்மைப்படுத்துதல்]

நன்கு கனமான தேத்தாமரத்தின் பருமனான வேர் ஒன்று வெட்டி வந்து, அதில் பாத்திரம் போல் கடைந்து கொண்டு அதில் காலையில் தூங்கி எழுந்தவுடன் வெளிப்படுத்தும் சிறுநீரில் முன்னாலும், கடைசி யிலும் நீக்கி நடுவில் வரும் சிறுநீரில் ஒரு கையளவு பிடித்து அந்த சிறுநீரில் ஒரு தேற்றாம் விதையை பொடி செய்து தூவி 6 நிமிடங்கள் வைத்திருக்க, சிறுநீரானது தூய்மைப்பட்டுவிடும். இப்படி தூய்மையான

சிறுநீரில் தான் விசயன் கடுக்காய் சூரணத்தைக் கலந்து உட்கொள்ள வேண்டும் கற்ப மருந்துகளில் எங்கெங்கெல்லாம் சிறுநீரை பயன் படுத்த வேண்டும் என்று குறிப்பிடப்பட்டுள்ளதோ அவ்விடங்களில் இவ்வாறே பயன்படுத்த வேண்டும் என்று போகரின் நூல் வெகு தெளிவாக விளக்குகிறது.

"ஆமென்ற அமுரிதனை முறிக்கக்கேளு
அடிகனத்த தேற்றாம்வேர் வெட்டிவந்து
பாமென்ற பாத்திரம்போல் கடைந்து வாங்கிப்
பக்குவமா அமுரிதனை முன்பின் தள்ளி
நாமென்று பாத்திரத்தில் நடு அமுரிவிட்டு
நல்தேற்றாம் வித்து ஒன்று பொடித்துப் போட்டு
காமென்ற கால்நாழி விட்டு வைக்கக்
கசடு அகன்ற சுத்தமாய் முறிந்து போமே.
முறிந்துபோம் மூத்திரத்தின் தோடம் போகும்
முயற்சியாம் கற்பம் எல்லாம் இப்படியே கொள்ளு.
(போகர் - 7000, பாடல் - 477)

இவ்வாறு முறை அறிந்து செய்யாமல் அமுரியில் உட்கொள்ள வேண்டும் என்ற உடன் நேரடியாக உட்கொண்டு அதனால் ஏற்படும் தீய பயன்களுக்காக சித்தர்களின் நூல்களைக் குறை கூறுவது எந்த விதத்திலும் ஞாயமானது இல்லை. எனவே எந்த ஒரு செயலையும் முழுமையாக அறிந்தே செய்யவேண்டும். இந்த அமுரியை முறிக்க உதவும் கற்ப பாத்திரத்தைப் பற்றி ஏற்கனவே குறிப்பிட்டு இருந்தாலும் அதன் முக்கியத்துவம் கருதியே மறுபடியும் கூறினேன். இனி அடுத்த வகையான அரோகனிக் கடுக்காய் பற்றி அறிந்து கொள்வோம்.

அரோகணி கடுக்காய் கற்பம்

இந்த வகைக் கடுக்காய்கள் பெரிதாகவும், ஒரு கீற்றுடனும் (கடுக்காயின் மேலிருந்து கீழ்வரை சற்று விரிந்தது போன்ற கோடு இருக்கும்) துவர்ப்புச் சுவையுடன் இருக்கும். இதனைப் பொடி செய்து கொண்டு முன்போன்று அமுரியில் உட்கொள்ள வேண்டும். இவ்வாறு 48 நாட்கள் உட்கொள்ள உடலில் உள்ள அதிகமான கபம் மற்றும் வயிற்றிலுள்ள கிருமிகள் மலத்துடன் வெளியேறும் உடலில் உஷ்ணமும், நல்ல பசியும் உண்டாகும்.

போமென்ற அரோகணியின் பிரிவு கேளு
பெரிதாகும் ஒன்றினால் கீற்றுமாகும்
காமென்ற காய்துவராங் கணக்கைப் பார்த்துக்
கலந்திழைத்துச் சூரணமாய்ச் செய்துகொண்டே

ஆமென்ற அமுரிதனில் குழப்பிக் கொள்ள
அதிகமாம் சீதம்அறுங் கிருமிநாசம்
வாமென்ற மண்டலந்தான் கொண்டால் கேளு
வன்னியே மிகத்துலங்கி மருவும் பாரே

(போகர்-7000; பாடல் - 386)

அதிகமான சளித் தொல்லையால் அவதிப்படுபவர்களும், சரியாக மலம் வெளியேறாமல் உபாதை உடையவர்களும், பசியின்றி வயிற்றில் கிருமியால் அவதிப்படுபவர் களும்கூட இந்த கடுக்காய்ப் பொடியை காலையில் வெறும் வயிற்றில் ஒரு அரை ஸ்பூன் அளவு எடுத்து சுடுநீரில் கலக்கி உட்கொள்ள மேற்படி நோய்கள் தீரும் என்பது உண்மை. இவ்வாறு மருத்து வத்திற்கும் இந்த மூலிகை பயன் படுகிறது. ஆனால் காயகற்பமாக உட்கொள்ள மேற் கூறிய முறைப்படி தான் உட்கொள்ள வேண்டும். அடுத்த பிரிதிவி கடுக்காய் விபரங்களைப் பார்ப்போம்.

பிரிதிவி கடுக்காய் கற்பம்

இந்த வகைக் கடுக்காய்கள் மெலிதான மேல் தோலுடனும் நல்ல சதைப்பற்றுடனும் காணப்படும். இதைப் பொடியாக்கிக் கொண்டு முன்போல சிறுநீரில் உட்கொள்ள வேண்டும். இவ்வாறு நாற்பது நாட்கள் உட்கொள்ள உடலில் உட்புறம் உள்ள கசடுகள் அனைத்தும் நீங்கி வயிற்று கிருமிகள் மலத்துடன் வெளியேறும். இதனால் ரத்தம் சுத்தமடையும். நரம்புகள் வலுப்பெற்று சுத்தமாகும்.

மகுவுமே பிரிதிவியின் குணத்தைக் கேளு
மருவுகின்ற மேல்தோல்தான் சிறுத்துக் காணும்
தருவவே சதைதானும் பருத்திருக்குந்
தனித்திட்ட கடுக்காயைச் சூரணித்தங்
கருவவே அமுரியிலே கலக்கிக் கொள்ள
கசடான ஆழமெல்லாங் கழன்று கிருமி வீழும்
நருவவே நாற்பது நாள் கொண்டாயானால்
நாடி சுத்தி தேகசுத்தி யாகும் நாடே.

(போகர் - 7000, பாடல் - 387)

அடுத்ததாக அமிர்தைக் கடுக்காயின் விவரங்களைப் பற்றி அறிந்து கொள்வோம்.

அமிர்தைக் கடுக்காய் கற்பம்

இந்த வகைக் கடுக்காய்கள் நல்ல சதைப்பற்றுடன் தூய மஞ்சள் நிறத்தில் இருக்கும். இதனைப் பொடி செய்து முன்போல அமுரியில்

உட்கொள்ள சகல நோய்களையும் போக்கும். இதை முன்போல அமுரியில் கலக்கி 48 நாட்கள் உட்கொள்ள தசையில் உள்ள அனைத்து நோய்களையும் நீக்குவதுடன் கவிபாடும் திறன் உண்டாகும் என்றும் அபூர்வமான பலன்களை அளிக்கவல்லது என்றும் கூறியுள்ளார். இதற்கு ஆதாரமான பாடலும் இங்கே கொடுக்கப்பட்டுள்ளது.

நாடவே அமிர்தை என்னும் கடுக்காய் தானும்
நற்சதைப் பற்றுடைத்தாம் நிறமும் மஞ்சள்
வாடவே சகல நோய் தனை அகற்றும்
மருவியிதை யிடித்து நன்றாய் சூரணம் செய்து
ஆடவே அமுரியினில் கலக்கிக் கொள்ள
அடைவாக மண்டலந்தான் உண்டாயானால்
தாடவே தசையிலுள்ள ரோகமெல்லாம்
சாடுமே சுயம்பாட வாக்கு மாமே.

(போகர் - 7000, பாடல் 388)

தசைப் பிடிப்பு, தசைவலி மற்றும் அறிவு மந்தம் உள்ளவர்கள் இதை அனுதினமும் வெந்நீரில் வெரு கடியளவு உட்கொள்ள மேற்படி நோய்கள் நீங்கும் என்றாலும் கற்பமே இம்மூலிகையின் முக்கிய பலனாகும்.

8

அடுத்த வகையான சிவந்தி கடுக்காயின் தன்மைகள் பற்றி இனி பார்ப்போம். யோக அப்பியாசத்திற்கு மிகவும் முக்கியமான வகையாகும்.

சிவந்தி கடுக்காய் கற்பம்

இந்த வகைக் கடுக்காய்கள் தங்க நிறத்தில் இருக்கும். மிக அற்புதமான இந்த கடுக்காயை இடித்து சூரணம் செய்து கொண்டு முன்போல அமுரியில் உட்கொள்ள ஒரு மண்டலத்தில் உடலில் உள்ள வியாதிகள் அனைத்தும் தீரும். யோக நிலையில் அப்பியாசம் செய்பவர்களுக்கு மூலாதாரத்தின் உண்மை விளங்கும். இந்த உடல் வெகுநாட்கள் அழியாமல் நிற்கும் என்று அதிசயமான தகவல்களை தெளிவாக போகரின் கீழ்காணும் ஆதாரப்பாடல் அறிவிக்கிறது.

"வாக்கான சிவந்தி கடுக்காய்த் தானும்
மகத்தான ஏமத்தின் வண்ணமாகும்
ஏக்கான இதையிடித்து சூரணமே செய்தங்கு
ஏற்றமாம் அமுரிதனில் முன்பின் தள்ளி

வாக்கான மண்டலந்தான கொண்டு வந்தால்
மகத்தான மூலமது வெளியாய்த் தோன்றும்
நீக்கான வியாதி எல்லாம் நீறாய்ப் போகும்
நிலவரமாய்ச் சடந்தானு நிற்கும் காணே"

(போகர் - 7000 பாடல், 389)

அடுத்ததாக மிகவும் அபூர்வ இனமான திரிவிருதை கடுக்காய் என்னும் வகையினைப் பற்றிய பல அதிசய விபரங்களைப் பார்ப்போம்.

திரிவிருதைக் கடுக்காய் கற்பம்

இந்த வகையான கடுக்காய் ஐந்து நிறங்கள் உடையதாக இருக்கும். இதைப் பொடி செய்து முன்போல அமுரியில் உட்கொள்ள வேண்டும். இவ்வாறு 48 நாட்கள் வெருகடியளவு உட்கொண்டு வந்தால் இந்த உடலானது அழியாமல் பல யுகங்ள் நிலைக்கும். மேலும் வாத, பித்த, சிலேத்துமம் என்னும் மூன்றுவித தோஷங்களும் உடலில் இருந்து நீங்கும் என்று மிக அழகாக மிகத் தெளிவாக கீழ்காணும் பாடல் மூலம் விளக்குகிறார் போக மாமுனிவர்.

"நிற்குமே திரிவிருதை யெனுங் கடுக்காய்
நிறந்தானும் பஞ்சவர்ண மாயிருக்கும்
தக்குமே இடித்து நன்றாய்ச் சூரணித்துத்
தாக்கான சிலை வடி கொண்டு தானும்
நக்குமே அமுரிதனில் மண்டலந்தான்
நலமாக வெருகடிதூள் கொண்டுவா நீ
தக்குமே சடந்தான் கற்பாந்த காலம்
தனித்து நின்ற வாத பித்த சேத்துமம் போமே"

(போகர் - 7000 பாடல் - 390)

மனிதனின் உடலில் தோன்றும் மொத்த நோய்கள் 4448 விதம் என்றும் இவற்றிற்கு மூலகாரணம் வாதம் (காற்று) பித்தம் (சூடு) கபம் (நீர்) என்ற மூன்றுவிதமான பொருள்களின் மாற்றங்களே என்றும், அவைகள் சரியான அளவில் உடலில் இருந்தால் எந்த நோயும் இல்லை என்றும், சித்தர்களின் நூல்கள் விளக்குகின்றன. அதன் அடிப்படையில் மேற்கூறிய மூன்று தோஷங்களையும் நீக்கும் ஆற்றல் இந்த திரிவிருதை கடுக்காய் மூலிகைக்கு உண்டு என்பதால் இது உயர்ந்த கற்ப மூலிகை என்பது ஐயமில்லை. அடுத்ததாக காண்பதற்கே அரிதானதும் பல அபூர்வ சக்திகளை உள்ளடக்கியதுமான அபயன் கடுக்காயைப் பற்றி பார்ப்போம்.

அபயன் கடுக்காய் கற்பம்

இந்த வகைக் கடுக்காய்கள் கருப்பு நிறமாக இருக்கும். இதை இடித்துப் பொடி செய்து அமுரியில் வெருகடியளவு 48 நாட்கள் உட்கொள்ள உடலில் உள்ள மேற்கூறிய மூன்றுவகை தோஷங்கள் நீங்கும். நரம்புகள் வலுப்பெற்று முறுக்கேறும், உடலை வெகுகாலம் இருக்கச் செய்யும். உடல் இறுகும், ஆயுள் நீடிக்கும், அறிவுக் கூர்மையும், ஆன்மீக உணர்வும் உண்டாகும். ஆனால் இதைக் காண்பது அரிது என்றும் மேலும் இந்தக் கடுக்காயை கையில் வைத்திருந்தால் தீய சக்திகள் உன்னைக் கண்டால் பணியும் என்றும் அபூர்வ மான இந்த மூலிகையின் ஆற்றல்களை விளக்குகிறது. போக முனிவரின் கீழ்வரும் இரண்டு பாடல்கள்.

“போம் என்ற அபயன்தான் கடுக்காய் தானும்
புகழான கருப்புவண்ண மாயிருக்கும்
ஆமென்ற இதையிடித்துக் கொண்டே
அமுரிதனில் மண்டலம்தான் உண்டாயானால்
வேமென்ற மும்மலமாய் களிம்பு போகும்
விரைந்து நின்ற நாடி எல்லாம் முறுக்க தேறும்
ஏமென்ற எண்பதுக்குள் கொள்ளலாகும்
ஏற்றமாம் அபயன் என்ற கடுக்காய் தானே.
தான் என்ற கருங்கடுக்காய் கையிருக்கில்
சகல பூதபிரேதங்கள் சங்கை செய்யும்
ஆனென்ற அனேகநாள் சடம் இருத்தி
ஆயுள்தான் மிகவுண்டாய் அழுத்தும் தேகம்
தேன் என்ற சிவன் தானும் நிருத்தஞ் செய்வான்
சித்தியாய் சாஸ்வதந்தான் சிறக்குந் தேகம்
பாலன் என்ற சீலனாய்ப் புத்தி உண்டாம்
பகர்ந்ததோர் கடுக்காயில் அபயன் என்றே”

(போகர் 7000, பாடல்கள். 391,392)

இதுபோன்று கடுக்காய் என்னும் மூலிகையைப் பற்றியும் அவைகளின் வகைகள், அற்புத ஆற்றல்கள் பற்றியும் எந்த ஒரு நூலும் இவ்வளவு தெளிவாக வளக்கிக் கூறவில்லை. மேலும் இந்த உடலில் உள்ள அனைத்து நோய்களையும் நீக்கி மரணத்தையும் நீக்கி நீண்ட ஆயுளையும், நோயற்ற வாழ்வையும் அளிக்கும் இந்த அபூர்வ மூலிகையைப் பற்றிய பல அரிய உண்மைகளை சற்றும் மறைப்பின்றி எல்லோரும் அறிந்து செயல்பட வேண்டும் என்ற உயர்வான எண்ணத்தில் மிகவும் வெளிப்படையாக, சந்தேகமின்றி தெள்ளத்

தெளிவாக எடுத்துக்கூறிய அந்த போகமுனிவரின் பெருந்தன்மையை என்னென்று கூறுவது? இதுமட்டுமல்ல இந்த ஏழுவகையான கடுக்காய்களும் எங்கெங்கு விளைகின்றன? எங்கு கிடைக்கும் என்ற மிகச் சிறந்த விபரத்தையும் நம் நன்மை பொருட்டு மிக அழகாக கூறியுள்ளார். அதையும் அறிந்து கொள்வோம்.

1. விஜயன் கடுக்காய் - விந்திய தேசம்
2. அரோகணி கடுக்காய் - கன்னியாக்குமரி
3. பிரிதிவிக் கடுக்காய் - சவுராட்டிரம்
4. அமிர்தைக் கடுக்காய் - காசி
5. சிவந்திக் கடுக்காய் - மலைகளில்
6. திரிவிருதைக் கடுக்காய் - மத்திய பிரதேசம்
7. அபயன் கடுக்காய் - காண்பது அரிது

என்ற அபூர்வமான விபரங்களைக் கூறுவதுடன் இவருடைய (போகர் 7000 பாடல் 394) பாடலில் அபயன் கடுக்காயை பார்த்தாலே காசிக்குச் சென்ற பலன் கிடைக்கும் என்றும் இதைத் தொட்டாலே சிவபக்தி ஏற்படும் என்றும் இதை உட்கொண்டால் உடலில் உள்ள அனைத்து நோய்களும் நீங்கி மனம் தவநிலையை அடையும் என்றும் கூறப்பட்டுள்ளது. இதைவிட தெய்வீக சக்தி உள்ள மூலிகை மனிதனின் உன்னத வாழ்விற்கு வேண்டுமா?

சரி, கடுக்காயின் வகைகள், குணங்கள், அடையாளங்கள் முதலியவை களையும், அவைகள் கிடைக்கும் இடங்களையும் தெளிவாக அறிந்து கொண்டோம். ஆனால் இவைகள் அனைத்தையும் சேகரிக்கும் வாய்ப்பு இல்லையே என்று பலர் ஏங்கித் தவிப்பார்கள் என்பதை அன்றே சித்தர்கள் நன்கு உணர்ந்து இருந்தனர். ஏனெனில் ஒவ்வொரு மனிதனின் மனதையும் நன்கு அறிந்த மாமேதைகள் அல்லவா? அவர்கள். அதனால்தான் அப்படிப்பட்ட மனிதர்களும் காயசித்தி செய்யும் பொருட்டு ஒரு சிறப்பான மாற்று வழியினை தெளிவாகக் கூறி வைத்தனர். இவ்வாறு கடுக்காயின் பல வகைகளை சேகரிக்க இயாதவர்கள் கிடைக்கும் வகையான மஞ்சள் நிற பொற்கடுக்காயைக் கொண்டு வந்து இடித்து சலித்துச் சூரணமாக செய்து கொள்ளவும். இந்த சூரணத்தைக் கீழ்க்கண்ட முறைப்படி உட்கொண்டால் மேற்கூறிய பலவகைக் கடுக்காய்களை உட்கொண்ட பலனை விட அதிக பலன் கிட்டும் என்று கூறியுள்ளனர் எவ்வாறு எனில் பொற்கடுக்காய் சூரணத்தை வெருகடி அளவு எடுத்து,

1. ஆனி, ஆடி மாதங்களில் - வெல்லத்துடன் சேர்த்தும்
2. ஆவணி, புரட்டாசி மாதங்களில் - கால்பங்கு இந்துப்பு சேர்த்தும், அமுரியில் கலக்கியும்
3. ஐப்பசி, கார்த்திகை மாதங்களில் - சர்க்கரையுடன் சேர்த்தும்
4. மார்கழி, தை மாதங்களில் - சுக்கு சேர்த்தும்
5. மாசி, பங்குனி மாதங்களில் - அமுரியில் கலக்கியும் சேர்த்தும்
6. சித்திரை, வைகாசி மாதங்களில் - சிறுகுறிஞ்சி தேனிலும்

கலந்து உட்கொள்ள உடலில் உள்ள கசடுகள் நீங்கி சிறப்பான காய சித்தி உண்டாகும் என்று போக முனிவர் தன்னுடைய சத்த காண்டம் என்னும் நூலின் முதல் காண்டத்தில் 395,396 - வது பாடல்கள் மூலமாகத் தெளிவாக விளக்கிக் கூறியுள்ளார். மேலும் இந்த கடுக்காய் கற்பத்தைப் பற்றிய மற்றுமொரு ஆச்சரியமான விளக்கத்தையும் அவர்கள் கூற மறக்கவில்லை. என்ன? என்றால், அந்த கடுக்காய் கற்பத்தை எல்லோரும் ஒரு மண்டலம் உட்கொள்ள வேண்டுமா? அல்லது வயதுக்கு ஏற்றவாறு இதில் ஏதேனும் விதிமுறைகள் உள்ளனவா? என்ற சந்தேகங்கள் எழத்தான் செய்யும். அதற்கு மிக அற்புதமாக கீழ்கண்ட பாடல் விளக்கம் அளிக்கிறது.

"ஆமென்ற வயதங்கே இருபதாகில்
ஆச்சர்யங் கடுக்காயை இருபா னாள்கொள்
மூமென்ற வயதங்கே முப்பதாகில்
முயற்சியாய் இருபதொரு ஐந்துநாள் கொள்
நாமென்ற வயதங்கே நாற்ப தாகில்
நலமாக முப்பதுநாள் கடுக்காயைக் கொள்
தேமென்ற வயதங்கே ஐம்பதானால்
திறமாக முப்பதொரு ஐந்து நாளே.

நானான வயதங்கே அறுபதாகில்
நாற்பது நாள் கடுக்காயை உண்டுவாநீ
ஏனான வயதங்கே எழுபதாகில்
ஏற்றமா நாற்பதொரு ஐந்து நாள் கொள்
தானான வயதங்கே எண்பதானால்
சதுராக ஐம்பது நாள் கடுக்காயைக் கொள்
தேனான எண்பதின்மேல் சித்தி இல்லை
திறமறிந்து இப்படியே கற்பம் கொள்ளே!"

(போகர் 7000 பாடல் 382,383)

அதாவது முன்குறிப்பிட்ட மாதங்களில் குறிப்பிட்ட முறைப்படி உண்பவர்கள் தங்களின் வயதுக்கு தக்கபடி 20 வயதானால் 20 நாட்களும், 30 வயதானால் 25 நாட்களும், 40 வயதானால் 30 நாட்களும், 50 வயதானால 35 நாட்களும், 60 வயதானால் 40 நாட்களும், 70 வயது ஆனால் 45 நாட்களும், 80 வயதானால் 50 நாட்களும் உட்கொள்ள வேண்டும் என்றும் 80 வயதுக்குமேல் உட்கொண்டாலும் காயசித்தி ஏற்படாது என்றும் கூறுகிறார்.

9

காயம் என்பது பொய், வெறும் காற்றடைத்த பை! என்ற சொல்லை பொய் என்று நிரூபித்தது சித்தர்களின் இந்த அற்புதமான ‘காயசித்தி’ முறையே ஆகும். மற்ற அனைத்தும் பொய்யே என்று சித்தர்கள் ஆணித்தரமாக கூறுகின்றனர். மேலும் சித்தர்கள் காயகற்ப பயிற்சியை மேற்கொள்வதற்கு உண்டான அனைத்து ஏற்பாடு களையும் செய்து வைத்துக் கொண்டனர். காயசித்தி மூலிகைகளுக்காக மலை, குன்றுகளில் தேடி அலையாமல் தங்களுடைய குகைகளைச் சுற்றியே அவைகளை வளர்த்து வைத்துக் கொண்டனர். மூலிகைகளின் தன்மைகளைப் பற்றியும் அவைகளின் உட்கூறுகளைப் பற்றியும் பிரித்துப் பிரித்து அவர்கள் ஆராய்ந்த அளவில் அணு அளவுகூட நாம் இன்னும் நவீன வசதிகள் இருந்தும் எட்டவில்லை என்பதே உண்மை. சித்தர்களின் இந்த செய்கையை கருவூரார் என்னும் சித்தரின் வாதகாவியம் என்னும் நூலின் 243-வது பாடலில்

“மலைநாடு யெங்கள் நாடு
வருத்திடு மருந்திற்க் கெல்லாம்
துலைதூரம் போகமாட்டோம்
சுத்தியே குகையோரத்தில்
இலைகளு மரங்க ளெல்லாம்
எதிராக வளர்த்து வைப்போம்
புலையர்க்குத் தோன்றுமோ பொன்
அம்பல நாட்டின் போக்கே”

என்று மிகத் தெளிவாக அனைத்து மருந்துகளையும் தேடி அலை யாமல் குகை ஓரத்தில் வளர்த்து வைப்போம் முட்டாள்களுக்கு இவை களை அறிந்திட முடியாது என அழகாகக் கூறியுள்ளார். போலித் தனமான, நிரந்தரமில்லாத வாழ்க்கைக்காக நம்முடைய பொன்னான நேரத்தையும், அயராத உழைப்பையும், பாடுபட்டுச் சேர்த்த செல்வத் தையும் நாம் இழந்து கொண்டிருக்கின்றோம் என்பது மறுக்க முடியாத

உண்மை. இனியாவது இந்த நிலை மாறி மெய்யான, அமைதி மிகுந்த, தூய்மையான, உண்மையான ஆன்மீக உணர்வுடன் கூடிய, தெளிவான தொரு வாழ்விற்காக நம்முடைய மீதமுள்ள வாழ்நாளையாவது நாம் பயன்படுத்திக் கொள்ளலாம் அல்லவா?

இவ்வளவு கஷ்டப்பட்டு காயசித்தி செய்து தான் சித்தர்கள் நிலையை அடைய வேண்டுமா? அப்போதுதான் சாத்தியமாகுமா? இவ்வாறின்றி ஆன்மீக வழிபாடுகளாலும், தியானத்தின் மூலமாகவும், தவம், யோகம் முதலியவற்றாலும் இந்நிலையை அடைய முடியாதா? நம் முன்னோர்களான சித்தர்கள் அனைவரும் இந்த காயகற்ப முறையைப் பின்பற்றித்தான் இறைநிலையை உணர்ந்து இறவாப் பேறு பெற்றார்களா? அப்படி என்றால் மற்ற வேத, புராண, சாஸ்தி ரங்கள் எல்லாம் ஏன் இதைப் பற்றிக் கூறவில்லை? என்ற பல கேள்விகள் நம்முடைய மனதில் அடுக்கடுக்காக எழுகிறது அல்லவா? அவற்றிற்கெல்லாம் முற்றுப்புள்ளி வைக்கவும், அதைவிட பல ஆச்சரியமான தகவல்களையும் சித்தர்களின் நூல்கள் எடுத்து உரைக்கின்றன.

முதலில் இறவாநிலை என்னும் பெருவாழ்விற்கு கற்பம் இன்றியமையாதது என்பதற்கு உதாரணமாகவும் திடமான ஆதார மாகவும் கருவூராரின் வாதகாவியம் என்னும் நூலின் 8-வது பாடல் கீழ்கண்டவாறு ஆணித்தரமாக வெளிப்படுத்துகிறது.

"பாரப்பா வெகுகோடி காலட்டும்
பண்பாகச் சடத்தோட யிருப்பதற்கு
நேரப்பா கற்பமது கொள்ள வேணும்
நேர்மையுடன் பத்தியமா யிருக்கவேணும்"

என்று சந்தேகமின்றி தெளிவுபட இறவா நிலைக்கு கற்பம் அவசியமானது என்று கூறுகின்றது. மேலும் இதுமட்டுமின்றி, அனைத்து சித்தர்களுமே காயகற்பம் உட்கொண்டே இந்நிலையை அடைந்தார்கள் என்பதற்கு ஆதாரமாக எந்தெந்த சித்தர்கள் எத்தனை? எத்தனை? கற்பம் உட்கொண்டு இறவா நிலை அடைந்தனர் என்ற அற்புத மான விபரத்தை தெளிவாக 10, 11-வது பாடல் மூலம் விளக்குகிறார்.

"கேளப்பா அகஸ்தீசர் கற்பம் நூறு
கிருபையுள்ள நந்தீசர் கற்பம் நூறு
நாளப்பா போகமுனி நாதர் கற்பம்
நாற்பத்தி நாலுகற்பம் நன்றாய்க் கொண்டார்
மேளப்பா சட்டைமுனி தின்ற கற்பம்
மேதினியி லிருபத்தோர் கற்பமாகும்

ஆளப்பா கொங்கணவ ரீரெட்டாக
அருந்தினார் கற்பமிக அருந்தினாரே
அருந்தினார் திருமூலர் அறுபத்தாறு
அற்புதமாய்க் கற்பங்க ளன்பாய் கொண்டார்
பொருந்தியதோர் கோரக்க நாதர்தானும்
பூதலத்திற் றொண்ணூறு கற்பங் கொண்டார்
திருந்தியதோர் ரோமரிஷிகூனக் கண்ணர்
செப்பமுள்ள மச்சமுனி இராமதேவர்
அருந்தியே யெழுபத்தோர் கற்பங் கொண்டார்
அவனிதனில் சாகாத வரம் பெற்றாரே

(பாடல், 10,11)

என்று ஒவ்வொரு சித்தர்களும் எத்தனை, எத்தனை கற்பம் உட்கொண்டு இறவாத நிலையை அடைந்தனர் என்று பட்டியலிட்டுக் கூறுகிறார். அதுமட்டும் இன்றி அதே நூலின் 13-வது பாடலில்

“எழுநூ ராயிரத்தோர் சித்தர் தாமும்
இனிமையுட னெழுபத்தோர் கற்பங் கொண்டார்
கோழுமில்லை உயர்வுமில்லை தாழ்வுமில்லை
கூர்பகலும் ராவில்லை சடம் பெற்றாரே”

என்று 7,00,00 சித்தர்களும் 71 கற்பங்களை உட்கொண்டு எந்த மாறுதலும் அற்ற இறவாத ஒளி உடலைப் பெற்றனர் என்று தெள்ளத் தெளிவாக மிகவும் அதிசயத்தக்க முறையில் சந்தேகமறக் கூறியுள்ளார். அதுமட்டுமா? இவ்வளவு அற்புதமாக கூறப்பட்டுள்ள மனித இனத் திற்கே தலையாய முதன்மை பெற்று விளங்கக் கூடியதாக உள்ள இந்தக் கலையை ஏன் வேத, ஆகம, இதிகாச, புராணங்களில் கூறப்பட வில்லை என்ற பெரும் சந்தேகத்திற்கும் மிக வெளிப்படையான பதிலை கருவூரார் தன்னுடைய நூலின் 140 வது பாடலில் (வாத காவியம் - பாடல் 140)

“இப்படியே யெல்லோரும் - சித்தனா
யிருந்தால் கைலையி லிடமேது
என்றுதா னீஸ்வரனார் - கற்பத்தை
இகத்தோர்க ளறியாமல் மறைத்து வைத்தார்
கற்பத்தை யறியாமல் - வெகுபேர்
காலத்தைப் போக்கியே செத்தார்கள்

என்று இவ்வுலகில் கற்பம் உண்டு எல்லோரும் சித்தர் நிலையை அடைந்து விட்டால் வாழ்வதற்கு கைலாயமலை கூட பற்றாது என்பதால் சிவன், இந்த கற்பமுறையை இவ்வுலக மக்கள் அறியாமல்

மறைத்து வைத்தார் என்றும், அதனால் எவ்வளவு வேத, புராண, இதிகாச விற்பனர்களாக வாழ்ந்தாலும் எவ்வளவு படிப்புகள் படித்தாலும் இந்த கற்பமுறையை அறியாததால் பல, பல மக்களெல்லாம் வீணேகாலத்தைப் போக்கி இறந்தார்கள் என்றும் வெட்ட வெளிச்சமாக விளக்கியுள்ளார். இதைவிட வேறு என்ன ஆதாரம் வேண்டும்?

காயகற்பம் என்பது என்ன? அது எவ்வாறு நம் உடலை அழிவி லிருந்து நீக்குகிறது? முதுமையை தடை செய்கிறது? விடாத சக்தியைக் கொடுக்கிறது என்பன போன்ற பல விஷயங்களை மிகத் தீவிரமாக சிந்தித்து ஆராய்ந்து அதன் பயனாக பலபல ஆதாரங்களைத் தேடி சேகரித்து அவற்றைத் தொகுத்து இங்கு நூலாக மட்டும் அல்ல. என்னுடைய பல அனுபவங்களை உங்களுடன் பகிர்ந்து கொள்கிறேன் என்று கூறுவதே சரி! மேலும் கிடைப்பதற்கு அரிய பல அபூர்வ மூலிகைகளையும் சேகரித்து அவற்றையும் நீங்கள் அனைவரும் அடையாளம் காணவேண்டும் என்பதற்காக புகைப்படங்களையும் வெளியிட்டு தெளிவு படுத்தியுள்ளேன்.

எனவே தெளிவாகப் படித்து சந்தேகமற தெளிந்து கொண்டு காயசித்தி செய்பவர்கள் முறைகளைப் பின்பற்றும்படி கேட்டுக் கொள்கிறேன். மேலும் கலியுகத்தில் பலபல வழிகளில் மக்களை ஏமாற்றியும், உண்மைக்குப் புறம்பான வழிகளில் நம்மை திசை திருப்பவும் செய்வார்கள் என்பது மட்டும் இன்றி கலியுகத்தில் எவ்வளவு அநியாயமான செயல்கள் நடக்கும் என்பதைப் பல சித்தர்களின் நூல்கள் தெளிவாக கூறினாலும் பலயுகம் கண்ட அந்த மாமுனிவர் களின் பாடல்களுள் கருவூராரின் "பல திரட்டு 300" என்னும் நூல் மாணிக்க கற்கள் போன்ற சொற்களால் மிக அழகாக தெளிவாக விளக்குகிறது. பல ஆயிரம் ஆண்டுகளுக்கு முன்பு எழுதப் பட்டிருந் தாலும் இன்றைய நடைமுறையைப் படம் பிடித்துக் காட்டுவதாக அமைந்துள்ளது நம்மை ஆச்சரியப்பட வைக்கிறது. இந்நூலின் 174 பாடலில்

"காணிந்த கலியுகத்தின் மகிமை சொல்வோம்
கற்றவரைத் தூஷணித்துத் தான் தானென்று
பூணிந்த பெண்ணாசை வலையிற் சிக்கிப்
புலையர் முதல் மறையோரைப் புணர்ச்சி செய்து
வீணென்ற ஆணவத்தால் கள்ளையுண்டு
மேல்வரம்பு கீழ்வரம்பு இரண்டுமின்றி
நாணென்ற சொல்லற்று தெருக்க டோறும்
நாதாந்தப் பொருளெல்லாம் துறந்திட்டாரே"

எனவே கலியுகத்தில் படித்த அறிஞர்களை கேவலமாகப்பேசி பெண்ணாசையால் ஜாதி, மத வேறுபாடின்றி பல பெண்களுடன் சேர்ந்தும், நான் என்ற ஆணவம் கொண்டு மதுவுண்டும் வரம்பு மீறிய செயல்களைச் செய்து கொண்டும், தெருத்தெருவாக விழுந்து கிடந்து மானம், மரியாதை களை இழந்தும் இருப்பார்கள் என்று இன்றைய நடைமுறையை வெட்டவெளிச்சமாகக் கூறியுள்ளார்கள் என்றால் இந்த மகான்களின் முக்காலமும் அறியும் "ஞான திருஷ்டி"யை என்னென்று கூறுவது?

10

காயகற்ப மூலிகைகளுள் கறுப்புநிற மூலிகைகள் முதன்மை பெற்று விளங்குகின்றன. ஏனெனில் இவற்றில் பஞ்ச பூத சக்திகளின் அளவானது கூடுதலாக கிடைக்கிறது என்பதே உண்மை. ஆனால் இன்றைய கால சூழ்நிலைகளில் காடு களுக்குள் சென்று மூலிகையை அடையாளம் கண்டு எடுத்துவருவது என்பது எல்லோராலும் இயலாத செயல். அதுமட்டும் இன்றி அப்படியே கிடைத்தாலும் எல்லா வகைகளும் கிடைத்து விடாது.

எனவே நமக்குத் தேவையான மூலிகைகளை நாமே சுத்தமான முறையில் கறுப்பு மூலிகைகளாக மாற்றிக் கொள்ளும் மிகவும் அற்புதமானதொரு முறையை போகரின் சப்த காண்ட நூல் மிக தெளிவாக விளக்குகிறது. அதுமட்டுமின்றி என்னுடைய அனுபவ முறைகளையும் மிகத் தெளிவாக விளக்கியுள்ளேன். நன்கு அறிந்து சிறப்பாக செயல்படுமாறு வேண்டுகிறேன். முதலில் போக முனிவரின் சத்தகாண்டம் - 7000 நூலின் 567-வது பாடல் முதல் 571-வது பாடல் வரை மூலிகைகளின் கறுப்பு ஏற்றும் முறையை தெளிவாக செய்முறைகளுடன் விளக்குகிறது எவ்வாறு எனில்,

"மருவே கறுப்பான மூலி தன்னை
வைக்கிறதோர் முறையினது வண்ணம் கேளு
கருவவே கரம்பை மண்தான் அரையளவு விட்டுக்
கதித்து நன்றாய்ப் பரப்பியே பாத்திகட்டித்
திருவவே சேங்கொட்டை முடிவுயரம் போட்டுச்
சிறப்பாக வெட்டிவிட்டால் மூன்று திங்கள்
அருவவே முழுக்கொட்டை ஆறு திங்கள்
அதும்பாமல் விட்டுவா தண்ணீர்தானே.
தானான சேங்கொட்டை அழுகும்பின்பு
தண்ணீரை விடாமல்தான் காயப்போடு

பானான பத்துநாள் காய்ந்தபின்பு
பாங்காகக் கொத்தியே ஆறப்போடு
வானான பாத்தியெல்லாம் கரியசாலை
வைக்கின்ற மூலிகைதான் வரிசையாக்கி
தேனான கரந்தை செருப்படியும் ஓமம்
செப்பரிய வல்லாரை நீலிதானே.

அதாவது கறுப்பாக்கும் செய்முறை எவ்வாறு என்றால் முதலில் பூமியில் இடுப்பளவிற்கு வேண்டிய அகல நீளத்திற்கு குழிவெட்டிக் கொள். இந்த குழியில் ஒரு முழ உயரத்திற்கு கரம்பை மண் கொண்டு வந்து போட்டு அதன் மீது ஒரு முழ உயரத்திற்கு சேங்கொட்டை களைப் போட்டு வைக்கவும். நன்கு கலந்து மூன்று மாதங்கள் வைக்க சேங்கொட்டை மக்கிவிடும். அதன்பின்பு குழி நிரம்ப தண்ணீர் விட்டுவைக்க வேண்டும். தண்ணீர் குறையாமல் ஆறுமாதம் விட்டு வைக்க சேங்கொட்டை, நன்கு அழுகி அத்துடன் கரம்பை மண்ணும் நன்கு கலந்து மக்கிவிடும். பின்பு 3 மாதங்கள் நன்கு காய விடு (பாடலில் 10 நாட்கள் காய விடு என்று கூறி இருந்தாலும் அனுபவப் படி 3 மாதம் காயவிடவும்) இந்தக் குழியை கருப்பு மூலிகையின் உயிர்க்குழி என்று சொல்ல வேண்டும். இதுவே உண்மையான முறையாகும். இந்த முறையில் செய்யப்படும் கறுப்பு மூலிகைகள் மிகவும் சக்தி வாய்ந்தவை மட்டுமின்றி உயர்ந்த காயகற்பமாகும். இப்படி உண்டான கறுப்பு உயிர்க்குழியில் உருவாக்க வேண்டிய கற்ப மூலிகைகளின் வகைகளையும் பார்ப்போம்.

"தானான கருவிழி கருத்த வாழை
தாக்கான கருநெல்லி கருத்த நொச்சி
கானான கருவேம்பு கருத்த வேலி
கருத்தமணித் தக்காளி கருஊமத்தை
பானான வறுகீரை கருங்கடுக்காய்
பண்டாகக் கஞ்சாவு மற்று மூலி
வேனான வேர்விதைகள் கொடிகள் கொம்பு
விதித்துவைத்துக் காய்ந்தபின்வு விதையை வாங்கே

என்று வீழி, வாழை, நெல்லி, நொச்சி, வேம்பு, கொடிவேலி, மணத்தக்காளி, ஊமத்தை, சிறுகீரை, கடுக்காய், கஞ்சா, கரிசாலை, செருப்படை, ஓமம், வல்லாரை, அவுரி போன்ற சிறப்பான மூலிகை களை விதைத்து தண்ணீர் ஊற்று அவைகள் வளர்ந்து காய்ந்த பின்பு அவைகளின் விதைகளை எடுத்துக் கொள்ள வேண்டும். இவ்வாறு கறுப்புக் குழிகள் உருவாக்கும்போது நான்கு குழிகள் உண்டாக்கி

வைத்துக் கொள்ள வேண்டும். முதல் குழியில் விதைத்து உருவாகி எடுத்த விதைகளை இரண்டாவது குழியில் போட்டு விதைக்க வேண்டும். அதிலிருந்து விளைந்து எடுத்த விதைகளை மூன்றாவது குழியில் பயிரிட வேண்டும். அதிலிருந்து எடுத்த விதைகளை நான்காவது குழியில் பயிரிட வேண்டும். இவ்வாறு மாற்றி மாற்றி பயிரிடும்போது கொஞ்சம் கொஞ்சமாக அந்த மூலிகைகளில் கறுப்பு ஏறி நான்காவது தடவையில் முழுக் கறுப்பாக வளரும். சற்று கறுப்பு குறைவாக இருந்தால் இன்னும் ஒரிரு முறை மேற்கண்ட முறையில் மாற்றிப் பயிரிட்டு முழுக்கறுப்பை ஏற்றிக் கொள்ள வேண்டும். இவ்வாறு கறுப்பு மூலிகைகளின் முற்றிய நிலையை சோதனை செய்து பார்ப் பதற்கு மிக அருமையான ஒரு பரீட்சையை போக முனிவர் கூறியுள்ளார். எவ்வாறு எனில் சித்தரின் சந்தகாண்ட நூலின் 572-வது பாடலில் கறுப்புப் பரீட்சை என்ற தலைப்பில்

கறுப்புப் பரீட்சை

"பார்த்துமே கொக்கிறகு தன்னில் தானும்
பரிவான இலைச்சாறு மூன்றுதரந் தடவி
வேர்த்துமே வெய்யிலிலே போட்டு வைக்க
மிக்கான காகத்தின் நிறமேயாகும்
நீர்த்துமே இப்படிதான் நிலைமை பார்த்து
நிச்சயித்துக் கருப்பான மூலிகையைக் கொள்ளு
சேர்த்துமே சித்தர்கள் தாங்கொண்ட மார்க்கத்
திறமையாத் திட்டாந்தஞ் செப்பினேனே"

என்ற பாடல் மூலம் மேற்படி கறுப்பு மூலிகையின் சாற்றை கொக்கு இறகில் மூன்றுமுறை தடவி வெயிலில் காயப்போட அது காக்கையின் இறகு போன்று கறுப்பாக மாறினால் மூலிகை முழுகறுப்பு ஏறிவிட்டது என்பதை தெரிந்து கொள் என்று தெளிவுபட விளக்கி யுள்ளார். சாதாரணமாக கைத்தொழில் ஒன்றை பழகிவிட்டாலே அதை மற்றவர்க்குக் கற்றுக் கொடுக்க காசு, பணம் பறிக்கும் இந்தக் காலத்தில் இவ்வளவு பெரிய ஒரு அரிய கண்டுபிடிப்பை, முழுவதும் சற்றும் சுயநலமின்றி எல்லோரின் நலனையும் கருதி வெளிப்படையாகக் கூறிய சித்தர்களின் மனநிறைவை கூற வார்த்தைகள் உண்டா?

அதுமட்டும் இன்றி முறையாக 4 தடவைகள் மாற்றி பயிரிட்டாலே அது முழுக்கறுப்பு கூடும் என்றும் அப்போதுதான் அந்த மூலிகைகளுக்கு பஞ்சபூத அணுக்கள் நிறைவாகக் கிடைக் கின்றது என்ற விபரத்தையும் 570-வது பாடலில்

"தேங்கியே கருஞ்சத்து கூடி வந்து
திறமாக பூதத்தின் அணுவும் சேர
தாங்கியே நாலுதரம் போட்டுத் தீர்த்தால்
சமரசமாய் முழுக்கருப்ப தாகும் பாரே"

என்று கறுப்பு மூலிகையின் மிகப்பெரும் ரகசியத்தையும் கூறுகிறார். அத்துடன் செடி வகைகள், கொடி வகைகள் முதலிய வற்றிக்கு இடுப்பளவு குழி வெட்டினால் போதும். மரங்கள் வைப்பதாக இருந்தால் ஆள் உயர குழிவெட்டி அதில் பாதி கரம்பை மண்ணும் பாதி சேங்கொட்டையும் போட வேண்டும். இதை 571-வது பாடலில்

"பாரென்ற பாரமாம் விருட்சத்துக் கெல்லாம்
பாங்காக குழிவெட்டி ஆள் உயரம் போடு"

என்று சந்தேகமற விளக்குகின்றார். எவ்வளவு ஒரு அற்புதமான முறையை எத்தனையோ விஞ்ஞான வளர்ச்சியடைந்துவிட்ட இந்த காலத்திலும் இதுபோன்ற அற்புத ஆராய்ச்சிகள் இன்னும் கருதப் படாமல் இருப்பது வேதனைக்குரிய விஷயமே. இதுபோன்று கறுப்பு மூலிகைகளை உட்கொண்டால்தான் பெருவாழ்வை அடைய முடியாமா? சித்தர்கள் இவ்வாறுதான் நெடுங்காலம் வாழ்கிறார்களா? அதற்கு ஏதேனும் ஆதாரங்கள் உண்டா? என்பன போன்ற பலபல சந்தேகம் கலந்த கேள்விகள் நம் மனதில் இந்த இடத்தில் நிச்சயமாக வர வாய்ப்புண்டு. அதில் தவறு இல்லை. ஏனெனில் நாம் பிரயாசைப் பட்டு செய்யும் ஒவ்வொரு செயலும் ஆதாரபூர்வமான செயலாக இருந்தால் தான் நாம் செய்யும் செயலுக்கு உரிய பயனை முழுவதுமாக நாம் அடைய முடியும். அப்பபடிப் பார்க்கும்போது இந்த முறைகள் மிகவும் ஆதாரங்களுடன் உள்ளன. முதல் ஆதாரமாக "திருமூலரின்" கருக்கிடை என்னும் நூல்.

"மூணாந் தரத்தில் முழுக்கறுப்பா மேலா
மாணான சித்தர் களுங்கங்கு செய்வது
வேண செடிகள் வெளுப்பு கறுப்பாகும்
ஊனவே செய்துண்ட உத்தமர் தான்கேளே (பாலே. 168).

என்று முறையாக செய்தால் மூன்று தடவைகளிலேயே மூலிகை முழுக்கறுப்பு ஆகிவிடும் என்றும் இதை செய்து உண்ட உத்தமர்களான சித்தர்களின் பட்டியலையும் தருகிறது எவ்வாறு எனில்

"கேளு சதாசிவன் கெடயேழு லட்சந்தான்
நாளு மயேசுரன் நான்மூன்று லட்சந்தான்

ஊழிய ஈசனு முயன்றிரு லட்சந்தான்
வாழியான் கொண்டது வைம்பத் தாயிரமென்றே
என்னுப் பிரமன்றா னெழுப தாயிரம்
பன்ன முனிவர்கள் பகிர்ந்ததில் ஆயிரம்
மன்னிய சித்தர்கள் மற்றுள்ளோர் கொண்டார்கள்
தன்ன நல்மூவர் சாவு பொய்யானதே"

(பாடல்கள் 169-170)

என்று எல்லோரும் வியக்கும் வகையில் நாம் இறைவனாக வழிபடும் தெய்வங்களெல்லாம் மனிதர்களே என்றும் முறைப்படி பல பல கற்பங்களை தொடர்ந்து உட்கொண்டே அந்த நிலையில் உள்ளனர் என்றும் சதாசிவன் ஏழு லட்சம் வகையான கற்பங்களையும், மகேசுவரன் மூன்று லட்சம் வகையான கற்பங்களையும், ஈசன்இரண்டு லட்சம் வகை கற்பங்களையும், திருமால் ஐம்பதாயிரம் கற்பங்களையும், பிரம்மா முப்பதாயிரம் கற்பங்களையும், முனிவர், சித்தர், ரிஷி போன்றவர்கள் ஆயிரக்கணக்கான கற்பங்களையும் உட்கொண்டார்கள் என்றும் அதனால் அவர்கள் (சாவு) மரணம் இல்லாமல் வாழ்கிறார்கள் என்றும் கூறுகிறது.

இரண்டாவது ஆதாரமாக போகரின் 7000 எனும் நூலின், 573, 574-வது பாடல்களில்

"செப்பினேன் பாட்டர் திருமூல நாதர்
திறமான கரிசாலைக் கற்பம் உட்கொண்டு
ஒப்பில் எழுபதுகோடி யுகமிருந்தார்
உகந்துமே எனையீன்ற காலாங்கி நாதர்
கப்பினேன் கரந்தை என்ற கற்பம் உண்டு
கண் திறவாச் சமாதியிலே கற்பாந்தம் நின்றார்
அப்பினேன் அடியேன்தான் ஓமம் உட்கொண்டு
ஐந்துயுகம் பிள்ளைகளுக்கு அருள் செய்தேனே.
செய்ததோர் செருப்படியின் கற்பம் உண்டு
சிறுபாட்டர் பதஞ்சலியார் வியாக்கிர பாதர்
மைததோர் அம்பலத்தில் ஐந்துகோடி
அதிகமாய்த் தவமிருந்து ஆடல் கண்டார்
மேததோர் மச்சமுனி வல்லாரை உண்டு
மவுனமாம் சமாதியிலே கோடியுகம் நின்றார்
கொய்ததோர் கூர்மமுனி கருவீழி உண்டு
கோடியுகம் சமாதியிலே கூர்ந்திட்டாரே.

"திருமூலர்" கறுப்பு கரிசாலை கற்பத்தை உட்கொண்டு 70 கோடி யுகங்களும், "காலாங்கி நாதர்" கறுப்பு கொட்டாங் கரந்தையை

உட்கொண்டு பல பல யுகங்களும், நூலாசிரியரான "போக முனிவர்" கறுப்பு ஓமம் உட்கொண்டு 5 யுகங்களும், "பதஞ்சலி முனிவர்" கறுப்பு செருப்படி கற்பம் உட்கொண்டு கோடிக்கணக்கான ஆண்டுகளும், "மச்சமுனிவர்" கறுப்பு வல்லாரை உட்கொண்டு கோடி யுகங்களும் "கூர்ம முனிவர்" கருவீழி கற்பம் உட்கொண்டு பல யுகங்களும் வாழ்கின்றனர் என்று நாம் கற்பனை செய்துகூட பார்க்கமுடியாதபடி ஆதாரங்களைத் தருகிறது. இதுபோன்று இன்னும் பலபல ஆதாரங்களைக் கொடுத்துக் கொண்டே போகலாம். ஆனால் ஆதாரங்களை மட்டும் படித்து நாம் என்ன செய்யப் போகிறோம்? ஆக்கபூர்வமான வழிகளைக் கூற வேண்டும் என்பதால் இரண்டு ஆதாரங்களுடன் நிறுத்துகின்றேன். ஏன் எனில் திருமூலரின் திருமந்திரத்தில்

"தன்னை அறியாது தானல என்னாதிங்கு
இன்மை அறியாது இளையர் என்று ஓராது
வன்மையில் வந்திடுங் கூற்றம் வருமுன்னம்
தன்மையில் நல்ல தவம் செய்தும் நீரே"

என்ற பாடலின் பொருள் செல்வம், அறிவு, இளமை என்று எந்த ஒரு பாரபட்சமும், இரக்கமும் இன்றி விரைந்து வரும் மரணம் உன்னை அணுகும் முன்பு முறையான இதுபோன்ற தவத்தை நீ மேற்கொண்டுவிடு என்று ரத்தினச் சுருக்கமாக கூறியுள்ளபடி விளக்கங்களை மிகவும் சுருக்கி பொருள் மாறுபடாமல் கூறுகின்றேன்.

கறுப்பு மூலிகைகளை உண்டாக்கும் முறைகளை தெளிவாக உணர்ந்து அதற்குரிய நடவடிக்கைகளை செய்துகொண்டு நாம் கற்பம் உட்கொள்வதை தொடர்ந்து செய்தல் வேண்டும்.

மேலும் ஒரு கற்பத்தை உட்கொண்டு முடித்தவுடன் 40 நாட்கள் இடைவெளிவிட்டு மறுகற்பம் உட்கொள்ள வேண்டும். அவ்வாறு ஏன் என்றால் அப்போதுதான் முன் உண்ட கற்பமானது உடலில் நன்கு சேரும். அப்படி இல்லாவிடினும் குறைந்தது 7 நாட்களாவது இடை வெளி அவசியம் வேண்டும்.

அந்த காலங்களில் உணவு முறைகளில் பத்தியத்தை சற்று தளர்த்தினாலும் உடல் உறவு, மது, கஞ்சா போன்ற விஷயங் களை கண்டிப்பாக நீக்கி இருத்தல் அவசியம். இதை வலியுறுத்தும் வகையில் போகமுனிவரின் 7000 நூலின் 468-வது பாடலில்

"வேணுமே பெண்களுடனு போகந்த தானும்
விரைந்து நின்ற மாயத்திற் சிக்க வேண்டாம்

தூணுமே துரும்பாம்பெண் அராக் கடித்தால்
சொல்லிவிட்டேன் சித்தி எல்லாம் விழலாய்ப் போமே"

என்று பெண்களுடன் கூடி வாழ்ந்தாலும் காமவலையில் விழ வேண்டாம் என்றும் அதனால் எல்லா சித்திகளும் வீணாகும் என்று மிக அறிவு பூர்வமாக விளக்கியுள்ளார். இதைவிட அறிவுரை வேண்டுமா?

11

மேலும் ஒரு முக்கியமான விஷயத்தை நான் இங்கு கூற கடமைப்பட்டுள்ளேன். சாதாரணமான மூலிகை கற்பங்களை உட்கொள்ளும்போது உணவு மற்றும் உடல் ஒழுக்கங்களை முறையாக பின்பற்றிக் கொண்டு நாம் நம்முடைய அன்றாட வேலைகளில் ஈடுபடலாம். ஆனால் கருப்பு மூலிகைகளை பயன்படுத்தி கற்பங்கள் உட்கொள்ளும்போது வெயில், காற்று, மழை, மனித கூட்டம், ஓட்டம், வெகுநடை போன்ற செயல்களில் கலக்காமல் வீட்டிற்குள்ளேயே இருத்தல் அவசியம். அதைப்போல ரசம், கெந்தி, சிலை போன்ற பாஷாண கற்பங்களை உட்கொள்ளும்போது தனிஅறையிலோ அல்லது குகையிலோ விபூதியைப் பரப்பி அதன் மேலேயே இருத்தல் வேண்டும். மலஜல உபாதைகள் முதல் உறக்கம் வரையில் அவ்வறையிலேயே நிகழ்த்துதல் வேண்டும் என்று மிகமிக கட்டுப்பாடான விதிமுறைகளை கண்டிப்பாக கடைபிடிக்க வேண்டும் என்று சித்தர்கள் வலியுறுத்தி யுள்ளனர்.

பல சித்தர்களின் நூல்கள் இவற்றை விரிவுபட கூறினாலும் திருப்பதியில் உறையும் தெய்வத் திருமேனியாய் விளங்கும் போக முனிவரின் உன்னத சீடரான கொங்கண முனிவர் எழுதிய வாதகாவியம் 3000 என்னும் நூலின் 730-வது பாடல் முதல் 731வது பாடல் வரை உள்ள 16 வரிகளிலும் சித்தர்களுக்கே உரிய செந்தமிழில் அழகாக எல்லோரும் புரிந்து கொள்ளும் வண்ணம் தெளிவாகக் கூறியுள்ளார்.

"பாரப்பா கடுக்காயும் கள்ளிக்காயும்
பருவமுடன் மிளகோடு மூன்றுங் கொண்டு
நேரப்பா சஞ்சாரம் செய்யலாகும்
நிலைத்த கரு மூலிகையை யுண்ணும்போது
ஊரப்பா திரியாதே யுள்ளறையில் வாழு
வுத்தமனே ரசகெந்தி யுண்ணும்போது
காரப்பா குகைக்குள்ளே பஸ்பமிட்டுக்
கைமுறையாய் மலசலமுங் குகையில் நீக்கே"

என்று முன் கூறியபடி கட்டுப்பாடுகளைத் தெளிவாக எடுத்து உரைப்பதுடன் அடுத்த பாடலில் மனதை அடக்கும் வழிமுறை களையும் மிக அழகாகக் கூறுகின்றார். எவ்வாறெனில்

"நீக்கி விடும் பஸ்பத்திற் படுத்துக் கொள்ளு
நீங்காமல் மூலத்தே யூன்று வூன்று
தாக்கி விடு மறக்காதே மக்காள் நீங்கள்
சஞ்சலத்தை யடையாதே பேயாகாதே
யாக்கியிடு கறி சோற்றை யாசிக்காதே
யணைத் திட்ட பெண்ணெயெண்ணி நினைத்திடாதே
பேய்க்கிட்ட பூசையைப்போற் போகும் போகும்
பேராக மூலத்தைப் பேணிப்பாரே"

என்று மன சஞ்சலத்தை நீக்கி உணவு, பெண்கள் முதலியவற்றை நினையாமல் ஒரே நினைவாக மூல நிலையான காயகற்ப பயிற்சி யையும் யோகத்தையும் செய்ய வேண்டும் என்று கூறுகிறார். எனவே அவசரப்பட்டு கற்ப முறைகளை மேற்கொள்ளாமல் நன்கு உணர்ந்து தெளிவாக அறிந்து வழிமுறைகளை சிறிதும் தவறின்றி பின்பற்றி காயசித்தியை மேற்கொள்ள வேண்டுகிறேன்.

இனி அடுத்ததாக கடுக்காய் கற்பத்தை உட்கொண்ட பின்பு கற்றாழையைப் பயன்படுத்தி உட்கொள்ளும் கற்ப முறையை மேற் கொள்ள வேண்டும். இந்த கற்றாழையில் பல வகைகள் இருந்தாலும் 'செங்குமரி' என்று சித்தர்களால் சிறப்பாக அழைக்கப்படும் சிவப்புக் கற்றாழை கற்பங்களில் முதன்மையான இடத்தைப் பெறுகிறது. பொதுவாக கற்றாழையை சித்தர்கள் கன்னி, குமரி, அன்னம், சோறு, குளிர்ப்பாள் என பல பரிபாஷைப் பெயர்களில் குறிப்பிடுகின்றனர்.

அவற்றுள்,

சிவப்புக் கற்றாழை, வரிக்கற்றாழை, நாகப்படக் கற்றாழை, கருங்கற்றாழை, சோற்றுக் கற்றாழை

ஆகிய 5 வகையான கற்றாழைகளே முக்கிய மருத்துவ குணம் வாய்ந்த கற்ப மூலிகைகளாக கூறப்பட்டுள்ளன. (ALOEVERA) என்ற தாவரவியல் பெயர் கொண்ட இந்த மூலிகையானது காய சித்தி மார்க்கத்தில் மிகவும் முக்கியமான ஒன்றாகும். இவற்றின் அடையாளங்கள் என்ன என்னவென்று பார்ப்போம். ஏனெனில் ஒரு மூலிகையை உபயோ கிக்கும் முன்பு அது அந்த மூலிகை தானா என்று சந்தேகமின்றி அறிந்து கொள்வது அவசியம்.

1. சிவப்புக் கற்றாழை

இது மடல்கள் பச்சை கலந்து செம்மை நிறத்தில் சுமார் 1½ அடி நீளம் வரையில் நல்ல சதைப் பற்றுடன் இறுக்கமாக இருக்கும். மடல்களில் சிறு சிறு வெள்ளைப் புள்ளிகள் காணப்படும். ஓரங்களில் நல்ல சிகப்பு நிறத்தில் உறுதியான சிறு முட்கள் வரிசையாக காணப்படும். இதை வெட்டினால், சில நொடிகளில் வெட்டுவாய் ரத்தம் போன்று சிவந்து அதிலிருந்து குருதி போல் நீர் வடியும். இதன் உட்புறம் உள்ள சோற்றுப் பகுதியானது, சாதாரண கற்றாழை போன்று கசப்புச் சுவையின்றி, எந்த ஒரு மணமும் இல்லாமல், வெள் ளரிக்காய் போன்று இருக்கும். செம்மண் கலந்த சரளைத் தரையில் நன்கு வளரக்கூடியது. கிடைப்பதற்கு மிகவும் அரிது. கற்பங்களில் முதன்மையானது. செம்புச் சத்து உள்ள மூலிகையாகும்.

2. வரிக் கற்றாழை

இது சாதாரண சோற்றுக் கற்றாழை போன்று கரும்பச்சை நிறத்தில் உறுதியான சிறு பச்சை நிறமுட்களுடன் இருக்கும் நல்ல நீர்ப்பிடிப்புள்ள சதைப்பற்று இருக்கும். சற்று கசப்பு கலந்த உவர்ப்பு சுவையுடன் இருக்கும். இதிலிருந்து வடியும் நீர் மஞ்சள் கலந்து வெள்ளை நிறத்தில் இருக்கும். இதன் மடல்களில் வெளிர் பச்சை நிறத்தில் வரிசையாக கோடுகள் அமைந்திருக்கும். மணமற்று இருக்கும்.

3. நாகப்பட கற்றாழை

இது ஓரங்களில் முட்கள் இல்லாமல் மெல்லியதாக சர்ப்பத்தின் உடல் போன்ற கோடுகளுடன் ஓரங்களில் மஞ்சள் நிற கோடுகளுடன் முனை முன்புறம் வளைந்து நல்ல பாம்பு படம் எடுப்பது போன்ற அமைப்பில் இருக்கும். மணமும், சுவையும் கிடையாது.

4. கருங் கற்றாழை

கற்றாழை போன்று முழுக் கறுப்பாக கஸ்தூரி வாசத்துடன், ஒருவித நெடியுடன், வெட்டினால் மைபோன்ற நீர் வடியும். சதைப் பற்று கறுப்பாக இருக்கும். சித்தர்களைத் தவிர மற்றவர்கள் காண முடியாது. சேங்கொட்டை மூலம் மூலிகைகளுக்கு கறுப்பேற்றும் முறையில் உண்டாக்கலாம்.

5. சோற்றுக் கற்றாழை

நல்ல சதைப் பிடிப்புடன், ஓரங்களில் வெள்ளை நிற முட்களுடன், பச்சை நிறத்தில், கசப்புச் சுவையுடன், ஒருவித நாற்றத்துடன், மஞ்சள் நிற நீர்வடியும் தன்மையுடன் இருக்கும்.

இந்த அடையாளங்களை நன்கு அறிந்து மூலிகையை எடுக்க வேண்டும். ஏதும் சந்தேகம் இருந்தாலும் நன்கு அறிந்தவர்களிடம் கேட்டுத் தெரிந்து செய்தல் அவசியம்.

12

இனி அடுத்தாக கடுக்காய் கற்பத்திற்கு பின் உட்கொள்ள வேண்டிய கற்றாழை கற்பத்தைப் பற்றி பார்ப்போம்.

1. குமரி கற்பம்

கற்றாழை கற்பமாக உபயோகப்படுத்தும் முறைகள் பல பலவாக சித்தர்கள் கூறியிருந்தாலும் பலன் ஒன்றுதான். எனவே செய்வதற்கு எளிமையான சில முறைகளை இங்கு கூறுகிறேன். முதலில் 'கரூவூராரின் வாதகாவியத்தில்' 123-வது பாடல் முதல் 125-வது பாடல் வரையில் கூறுகையில்,

"அற்புதம் தாகவொரு - மருந்து
அறைகிறேன் இன்னதென்று தெரிந்து கொள்ளும்
கற்பமொன்று விள்ளுகிறேன் - நல்ல
கற்றாழைஞ் சோறெடுத்து விஸ்தாரமாய்
திரிகடுகு பொடி பண்ணி - வெருகடி
தீர்க்கமுடன் கற்றாழைச் சோற்றுடனே
பிரட்டியே தின்றுவரக் - காயம்
பிலக்குமப்பா நரை திரை மாறும்" (பாடல்-123)

என்று கற்றாழை மடலை அறுத்து வந்து, இருபுறமும் உள்ள முட்களை நீக்கி விட்டு மேல் தோலையும் நீக்கி உள்ளே உள்ள சோற்றை எடுத்து கழுவிக் கொண்டு திரிகடுகு சூரணத்தில் (சுக்கு, மிளகு, திப்பிலி இந்த மூன்றையும் நன்கு வெயிலில் காயவைத்து இடித்து பொடி செய்து சலித்து எடுப்பதே திரிகடுகு சூரணம்), வெருகடி அளவு (மூக்கு பொடி போடும் அளவு) எடுத்து இந்த சோற்றில் பிரட்டி காலையில் முன்கூறிய முறைப்படி 'பஞ்ச சுத்திகள்' முடித்த பின் உட்கொள்ள வேண்டும். முறைப்படி காயசித்திக்குள்ள பத்தியங்களை தவறாது கடைபிடிக்க வேண்டும். இதனால் என்னென்ன பலன்கள் உண்டாகும் என்பதையும் மிக அற்புதமாக கூறியுள்ளார்.

செய்வதற்கு மிக எளிமையாக இருந்தாலும் மிக அற்புதமாக பல வியக்கத்தகு மாற்றங்களை நம் உடல் அடையும் என்று தெளிவாக கூறுகிறார். எவ்வாறு எனில்,

"சித்தருக்குச் சித்தனப்பா - பர
தேசியர்க்கும் தேசிகனாம்
ஞானிக்கு ஞானியப்பா - அஞ்
ஞானிக்குஞ் ஞானியாய் தோன்றுமப்பா
இல்லத்துக் கில்லனுமாய்க் - கோடி
வயதிருப்பான் பதினாறு வயது போல்
இதுவொரு வருடங்கொண்டால் - இவனுக்
கிப்பிறவி போகப்பிற் பிறவியில்லை"

சித்தருக்கெல்லாம் சித்தனாகவும், சிறந்த ஞானியாகவும், சிறந்த இல்லறவானாகவும், என்றும் இளமையோடும், இருப்பான் என்றும், இந்த கற்பத்தை ஒரு வருடம் உட்கொள்ள இப்பிறவியிலேயே முக்தி கிடைக்கும். இவனுக்கு மறுபிறவி இல்லை என்றும், இன்னும் அதிசயக்கதக்க ஒரு தகவலையும் தருகிறார். என்னவென்றால்,

"தேவலோகம் நாகலோகம் - முழுவதும்
தேவன் இவனென்றே செப்பலாகும்
நேராகவே தோன்றும் - மல
நீர்விட்ட இடங்களில் வர்ணம் பேதிக்கும்
அமிர்தம் ரசத்தைக் கட்டும் - அவன்
அவனியிற் பேர் பெற்ற சித்தனப்பா
தலை மேலிருக்கும் கற்பம் - அதற்கு
தானே சிறகுமுண்டு வாலுமுண்டு"

என்று தேவலோகம் முதல் நாகலோகம் வரை இவனை தேவர்களாக நினைப்பார்கள். இவனுக்கு தூர திருஷ்டி உண்டாகும். இதை உண்டவனுடைய மலம், சிறுநீர் பட்ட இடங்கள் தங்கம் போல் நிறம் மாறும். இவருடைய எச்சிலை உமிழ்ந்து பாதரஸத்தில் குழப்ப மணியாகும். உலகில் உயர்வான சித்தன் இவன் என்று எல்லோரும் வியக்கும் வண்ணம் கூறியுள்ளார். இதைவிட சிறந்த கற்பம் வேறு உண்டா? முறையாக செய்து பத்தியங்களை முறைப்படி கடைபிடித்து 'காய சித்தி' மேற்கொள்பவர்களுக்கு இது ஒரு இறைவனின் வரம் போன்றது என்பதில் ஏதேனும் ஐயம் உண்டா?

13

இனி அடுத்ததாக மிகமிக எளிமையானதும், அதே சமயம் மிகவும் வேகமாக உடலை சுத்தப்படுத்தி காய சித்தியை அளிக்கக் கூடியதுமான ஒரு அற்புத காயகற்பத்தைப் பற்றி பார்ப்போம்.

மிளகு கற்பம்

நம் முன்னோர்கள் எந்த ஒரு பெரும் விஷயங்களைக்கூட அறிந்து கொண்டு அதை தன் சந்ததியினருக்கு எளிமைப்படுத்தி அளித்துள்ளனர். உதாரணமாக அரும் மருந்துகளாகப் பயன்படுகின்ற சுக்கு, மிளகு, ஏலம், லவங்கம், வசம்பு போன்ற பல பல மருந்துப் பொருட்களை அன்றாட உணவில் கலந்து சமைப்பதன் மூலம் அதை உட்கொள்ளும் போது நல்ல வாசனையுடன் கூடிய சுவையுடன் நாம் உண்ட உணவு எளிதில் ஜீரணமாகும் சக்தியையும் அளிக்க வல்லதாக விளங்குகிறது. மேலும் கரிசலாங்கண்ணி, பொன்னாங்கண்ணி, தூதுவளை, கறிவேப்பிலை போன்ற இயற்கையான உலோகச் சத்து மிக்க மூலிகைகளையும் கூட உணவாகத் தயாரித்து உட்கொள்ளும் மிக எளிய அறிய பழக்கத்தை நம் முன்னோர்கள் நமக்கு அளித்திருந்தனர். கடந்த நூற்றாண்டுகள் வரை இந்த பின்பற்றுதலால் ஆரோக்யம் கெடாமல் வாழ்ந்து வந்த நாம், நாகரிக மோகத்தாலும், பிளாஸ்டிக் மற்றும் அட்டை டப்பாக்களில் பல நாட்களுக்கு முன்னால் தயாரித்து அடைக்கப்பட்ட உணவுப் பொருள்களை பயன்படுத்துவதாலும், இயந்திரகதியான நம்முடைய அன்றாட வாழ்வில் உடலைப் பேணி பாதுகாத்து வளர்க்கும் நல் உணவிற்கு முக்கியத்துவம் கொடுக்காமல் ஏதோ பசிக்கு உணவருந்த வேண்டும் என்ற நிலையில், சுகாதாரமான முறையில் நல்ல பொருட்களைக் கொண்டு நம் கண்பார்வையில் நம்மால் தயாரிக்கப்படாத பலபல ரெடிமேடாக விற்கும் மசாலா பவுடர்கள், வாசனை தைலங்கள், உணவில் இயற்கைக்கு மாறாக கவர்ச்சியாகத் தோன்ற வைக்கும் கலர் கலரான பொடிகள் முதலியவற்றைக் கொண்டும், அவசரமாகத் தயாரிக்கப்படும் உணவுகளை நாமே செய்து நாமே உட்கொண்டாலும் அது உடலுக்கு நன்மை பயக்குமா? நிச்சயமாக இல்லை என்றுதான் கூறவேண்டும். அவ்வாறு எளிதாக உணவு மூலம் உடலை வளப்படுத்தும் எளிய மருந்துகளைப் பயன்படுத்தி பலபல யுகங்கள் இந்த உடலை அழியாதபடி இவ்வுலகில் ஸ்திரப்படுத்தும் அற்புதக் கலையான காயசித்தி முறையை நம் சித்தர்கள் தெளிவாக அறிந்திருந்தனர். அவற்றுள் எளிமையாகக் கிடைக்கக்கூடிய அதேசமயம் அபூர்வ பலன்களை அளிக்கக்கூடிய மிளகைக் கொண்டு உடல் கழிவுகளை நீக்கி தூய்மைப்படுத்தும், ஒரு தெளிவான முறையை இங்கு கூறுகிறேன். ஆனால் முதலில் முறைப்படி பஞ்ச சுத்திகளையும் பின்பற்றியும் கடுக்காய், கற்றாழை ஆகிய இரு கற்பங்களை உட்கொண்டு முடித்த பின்பே, இந்த கற்பத்தை உட்கொள்ள வேண்டும். அதின்றி நேரடியாக இந்த கற்பத்தை உட்கொள்வதால் உடலில் உஷ்ணம் அதிகமாகி வயிற்றுவலி, உடல் எரிவு ஆகியவை ஏற்படும்.

மூதண்டக் கியாழம்

இவ்வாறு கற்பங்கள் உட்கொள்ளும்போது உடலில் உஷ்ணம் மீறாமல் இருக்க காலையில் கற்ப மருந்துகளை உட்கொண்டு மாலையில் இந்த அரிய கியாழத்தை செய்து உட்கொள்ள வேண்டியது அவசியம் என்று போக முனிவர் தன்னுடைய 7000 நூலின் 406-வது பாடலில் கூறியுள்ளார். அவ்வரிய கற்ப மருந்தை இங்கு கூறுகின்றேன்.

"வாமென்ற மாலையிலே அருகம்வேரு
வன்மையாய் ஒரு பலந்தான் இடித்து நைய
வேமென்ற மிளகுதான் இருபத்திஐந்து
மிக்கான தண்ணீரில் எட்டொன்றாக்கி
பாமென்ற இறக்கையில் பாக்களவு வெண்ணெய்
பாவித்துப் பாங்காகக் கொண்டிடாயே"

என்று ஒரு பலம் (35 கிராம்) அருகம்புல்லின் வேரை கொண்டு வந்து நைய இடித்து அத்துடன் 25 மிளகு சேர்த்து ஒரு பானையில் போட்டு 8 பங்கு தண்ணீர் விட்டு 1 பங்காகக் காய்ச்சி வற்றவைத்து வடிகட்டி அதில் பாக்களவு பசு வெண்ணெயைப் போட்டு கலக்கி மாலையில் உட்கொள்ள வேண்டும் என்று கூறியுள்ளார். எனவே முறையாகப் பயன்படுத்தும்படி கேட்டுக் கொள்கிறேன்.

மிளகு கற்பம் உட்கொள்ளும் முறை

"போம் என்ற இதைவிட்டுக் கற்பங்க கேளு
புகழாக ஐந்தைந்தாய் மிளகை ஏற்றி
ஏமென்ற இருபதுநாள் கொண்டுவா நீ
இறக்கியே இருபது நாள் அமுரியிலே கொள்ளு"

என்று போகரின் 7000 எனும் நூலில் 406-வது பாடலில் தெளிவாக கூறப்பட்டு உள்ளது. எவ்வாறு எனில் நல்ல தூய்மையான கெட்டியான மிளகாகப் பார்த்து எடுத்து வைத்துக் கொள்ள வேண்டும். பொதுவாக மிளகில் 4 வகைகள் உண்டு. 1. பெருமிளகு, 2. சிறுமிளகு, 3. வெள்ளை மிளகு, 4. வால் மிளகு என்பனவாகும்.

இவற்றுள் கற்பத்திற்கு உட்கொள்ளும் மிளகானது சிறுமிளகு எனப்படும் சாதாரணமாக நாம் உணவுகளில் பயன்படுத்தும் மிளகே யாகும். இவ்வாறு நல்ல மிளகாக எடுத்துக் கொண்டு காலையில் எழுந்தவுடன் 'பஞ்ச சுத்தி' களை முடித்தபின்பு தேத்தான் மரக் குவளையில் முன் கூறியபடி சிறுநீரை பிடித்து தேத்தான் விதை ஒன்றை பொடித்துப் போட்டு 6 நிமிடங்கள் அசையாமல் வைத்து

சுத்தப்படுத்திக் கொண்டு, முதல் நாள் 5 மிளகை எடுத்து பொடி செய்து மேற்படி சுத்தப்படுத்திய சிறுநீரில் தூவிஉட்கொள்ள வேண்டும். பத்தியங்கள், மற்ற கற்ப மருந்துகளை உட்கொள்ளும் போது கடை பிடித்ததைப் போலவே, மிகவும் கருத்துடன் பின்பற்ற வேண்டும். இவ்வாறு உட்கொண்டபின் மறுநாள் காலை முதல் நாள் போலவே 5 மிளகுடன் இன்னும் 5 மிளகு சேர்த்து 10 மிளகாகத் தூவி உட்கொள்ள வேண்டும். இப்படி தினம் 5 மிளகாகக் கூட்டி 20 நாட்களில் 100 மிளகு வரை உட்கொள்ள வேண்டும். பின்பு 21-வது நாளிலிருந்து ஐந்தைந்து மிளகாகக் குறைத்து 40-வது நாளில் ஆரம்பித்த 5 மிளகிற்கு வந்து கற்பத்தை முடிக்க வேண்டும். இவ்வாறு உட்கொள்ளும் போது உடலில் உஷ்ணம் அதிகமாகும் என்பதாலும், வயிறு புண்ணாகி விடக்கூடாது என்பதாலும் கண்டிப்பாக முன் சொன்ன மூதண்டக் கியாழம் என்னும் அறுகம்புல் கியாழத்தை மாலையில் உட்கொள்ள வேண்டும். இதையும் மேற்குறிப்பிட்ட 406-வது பாடலின் மீதமுள்ள 4 வரிகளில் விளக்கியுள்ளார். அதைபோன அத்யாயத்தில் கூறியுள்ளேன் என்பதால், இங்கு கூறவில்லை. இந்த கற்பத்தின் அருமையை இன்னும் தெளிவாக 3000 வருடங்கள் உயிருடன் வாழ்ந்து ஈசனைப் பற்றி, வருடம் ஒரு பாடலாக பாடி திருமந்திரம் என்ற அற்புதமான நூலை உலகிற்கு அளித்த சித்தர் திருமூலர் தன்னுடைய நூலான கருக்கிடை வைத்தியம். 600 என்னும் நூலின் 144 மற்றும் 145-146 ஆகிய பாடல்களில் இக்கற்பத்தின் அருமையை கீழ்கண்டவாறு தெளிவுபட விளக்குகிறார்.

தானாம் இக்கற்பம் தனியொரு மண்டலம்
ஆனால் மலமரும் அளவற்ற வாமமும்
ஆனாய் வழிந்து உறுதிப்படுந் - தேக்கு
தானாம் இதைத் தாண்டித் தன்னூறுங் கொண்டிடே

(பாடல்-144)

என்று இந்த கற்பத்தை ஒரு மண்டலம் உட்கொள்ள உடலில் அதிகமாக உள்ள கழிவுகளான மலம், கபம் போன்றவை நீங்கி, உடல் தேக்கு மரத்தைப் போன்று உறுதி பெறும் என்றும் எனவே மிளகை நூறு வரையில் சிறிது சிறிதாக ஏற்றி உட்கொள்ள வேண்டும் என்றும், மேலும் இவ்வாறு உட்கொள்வதால், உடலில் ஏற்படும் ரசாயன மாற்றத்தை அறிந்து கொள்ளும் அறிகுறியான நரைமாறும் என்றும் கீழ்கண்ட பாடலில் தெரியப்படுத்தி விளக்குகிறார்.

நூறு மிளகு நுகரும் அமுரியில்
வேறு மருந்தென்ன இக்காய சித்திக்குத்

தேறி யிதனைச் செலுத்த வல்லார்க்கு
மாறி மயிரும் மறுமயிர் ஆகுமே (பாடல் -145)

எவ்வாறு எனில் இவ்வாறு மிளகு கற்பத்தை சிறுநீரில் படிப் படியாக உயர்த்தி நூறு மிளகுவரை உட்கொண்டால் இதைவிட சிறந்த காயகற்ப மருந்து வேறு என்ன வேண்டும்? என்று இதன் சிறப்பை விளக்குவதுடன் இதை முறைப்படி செய்பவர்களுக்கு நரை மாறி புதிதாக கருமை நிற முடியானது உண்டாகும் என்றும் வெளிப்படையாகக் கூறுகிறார்.

ஒவ்வொரு மனிதனையும் முதுமையானது பற்றும் பொழுது நான்கு விதமான அறிகுறிகளை உணர்த்துகிறது. இவையாதெனில் 1. நரை, 2. திரை, 3. மூப்பு, 4. சாக்காடு என்பனவாகும். அதாவது உடலில் உள்ள உலோக மற்றும் தாதுக்களின் உயிர்சக்தி குறைவதால் நரை என்னும் அறிகுறியும், உடலில் உள்ள பிராண வாயுவின் நுண்ணிய மின் ஓட்டங்கள் குறைவதால் திரை எனும் கண்பார்வை மங்கலும் (எவ்வாறு மின்சாரம் குறைவாக வரும்போது மின் விளக்குகள் ஒளி குன்றி காணப்படுகின்றனவோ அது போன்று) உடலில் உள்ள உயிர் அணுக்கள் தங்களுக்கு தேவையான சக்தியை கிடைக்காத நிலையில், பெறுவதற்காக சிதைவடையும் பொழுது முதுமைத் தோற்றமாகிய மூப்பு நிலையும் முடிவில் உயிர் சக்தியானது முழுதும் குன்றி சாக்காடு எனும் மரணமும் உண்டாகின்றன. இதை சரி செய்யும் மிக அற்புதக் கலையே காயசித்தியாகும். எனவே முதுமையின் முதல் அறிகுறியாகிய நரை எனும் உலோகச் சத்துகளின் குறைபாட்டை முதலில் களைவது அவசியமாகிறது. அதற்கு இதைவிட சிறந்த கற்பம் இல்லை என்று திருமூலரின் ஆணித்தரமான பாடலின் வரிகள் உறுதிபடுத்துகின்றன என்பதில் எந்த சந்தேகமும் இல்லை. இவ்வாறு மிளகு கற்பத்தை உண்டு முடித்த பின்பு பலவேறான கற்பங்களை உட்கொள்ளலாம் என்றும் தெளிவாக கீழ்க்கண்ட பாடல் மூலம் விளக்கப்பட்டுள்ளது.

ஆமிளகு கற்பம் அடவாக மண்டலம்
வாகுடன் தின்று வளமாகத் தீர்ந்த பின்
பாகும் பொறுக்கும் பலகற்பம் தானோர்க்கும்
காகங் கறுத்த கரிசாலை தின்றிடே (பாடல்-146)

எனவே முதலில் கடுக்காய் கற்பத்தையும், அதன் பிறகு கற்றாழை கற்பத்தையும், அதன்பின் மிளகு கற்பத்தையும் முறைப்படி உட்கொண்ட பின்புதான் மற்ற எந்த ஒரு கற்ப மருந்துகளையும் உட்கொள்ள வேண்டும் என்று எல்லா சித்தர்களும் கூறியுள்ளனர்.

இதன் முக்கியத்துவத்தை காய சித்தியைத் தெளிவாக பின்பற்றும் அன்பர்கள் முழுவதுமாக உணர்ந்து கொள்ளும் பொருட்டு திருமலை யான திருப்பதியில் சமாதியில் உறையும் மிகவும் புகழ்பெற்ற சித்தரான கொங்கணவர் என்னும் மாமுனிவரின் நூலான கொங்கணவர் வாத காவியம் 3000 என்னும் அற்புதப் படைப்பில் இரண்டாம் காண்டத்தில் 58-வது பாடலில்

உண்ணு நீ மிளகை ஏற்றி
உறுதியாம் அமுரியாலே
பண்ணுற நூறு தொட்டுப்
பரிந்து மண்டலமே உண்டு

என்றும் இதற்கு முந்தைய பாடலான 57-வது பாடலில்

தின்னென்று தேவி சொல்லச்
சிறந்து நானுண்ட மார்க்கம்
பன்னென்ற வல்லோர் கேளும்
கன்னென்ற கடுக்காயக் கற்பம்
கடிந்து நாளிரு பதுண்ணு
வென்னென்ற குமரி கள்ளிக்
காயதும் இருபது உண்ணே

என்று பராசக்தியான தேவி தனக்குக் கூறிய காய சித்தி மார்க்கத்தை வரிசைப்பட கூறுகிறார். இதிலும் முதலில் கடுக்காய், பின் கற்றாழை, பின்பு மிளகு என்று வரிசையாக முறைப்படி உண்ண வேண்டும் என்று தெளிவுபடக் கூறியுள்ளார்.

14

இவ்வாறு ஆண்டுகள் பல கடந்து அன்ன ஆகாரமின்றித் தங்களுடைய உடற்கூறுகளை துல்லியமாக அறிந்து தங்களின் தவ வலிமையால், விஞ்ஞானத்திற்கும் எட்டாத அபூர்வ காயசித்தி முறை களை சிறிதும் மறைப்பின்றி, சுயநலம் இன்றி எல்லோரும் அறிந்து கொள்ளும் விதமாக மிக எளிமைப்படுத்தி, நமக்கு அளித்துள்ள இவர்களின் மனநிலையை முழுவதும் உணர நாம் இன்னும் எவ்வளவு காலம் காத்திருக்க வேண்டும்? என்பது தெரியவில்லை. அந்த புனிதர்கள் இவ்வளவு பாடுபட்டு நம் வாழ்விற்கு அளித்த அந்த முறைகளை நாம் சிறிதும் பிழையின்றி பின்பற்றி வாழ்வதன் மூலம், நிச்சயமாக அந்த மகான்களின் தவஆற்றலில் வழங்கப்படும் ஆசிகள் நமக்குக் கிட்டும் என்பதில் எந்த ஐயமும் இல்லை.

மேலும் கடுக்காய், கற்றாழை, மிளகு ஆகிய மூன்று கற்பங்களையும் உட்கொள்ளும் போது முறைப்படி பத்தியமாக இருந்தாலும் ஒருசில உடல்வாகு உள்ளவர்களுக்கு மலச்சிக்கல் ஏற்படும். ஒரு சிலருக்கு அபான வாயுவானது சரிவர வெளியேறாமல் வயிறு உப்பிசமும் அசௌகரியங்களும் உண்டாகும். அவற்றை உடனே தீர்த்துக் கொள்ளும் அற்புதமான இரண்டு வித மருந்துகளை சித்தர்கள் கூறியுள் ளனர். அவற்றை சற்றும் மாற்றமின்றி அப்படியே இங்கு கூறுகிறேன்.

மலம் நீங்க மருந்து

"ஆறியே கடுக்காய்க்கு மலம் போகாட்டால்
ஆகாத வாத பித்த தேகமாகும்
தேறியே சிலர்க்கும் போகாமல் சிக்குந்
திறமாகக் கழியாட்டால் சித்தியலை தானே"

"தானான சிவதை தன்னைப் பாலில் போட்டுத்
தனித்துமே அடுப்பேற்றி எரித்துக் கொண்டே
ஊனான துலர்த்தியே யிடித்து நைய
உறுசீலை வடிகொண்டு சூரணமே செய்து
கானான கடுக்காய்த்தூள் இரண்டு பங்கு
கலர்சிவதைச் சூரணந்தான் ஓர்பங்காக்கிக்
கூனான அமுரியிலே குழப்பிக் கொள்ளு
கூட்டோட ஆமம் எல்லாம் கழன்று போமே"

என்று போகரின் சத்தகாண்ட நூலின் 404-405 பாடல்கள் விளக்கு கின்றன. இதன் விளக்கம் என்னவெனில் சிவதை எனும் மூலிகையின் வேரைக்கொண்டு வந்து பொடியாக நறுக்கிக் கொண்டு பசும்பாலில் போட்டு நன்கு வேக வைக்கவும். பின்பு எடுத்து நன்கு உலர்த்தி பொடி செய்து சலித்துக் கொண்டு இரண்டு பங்கு கடுக்காய் பொடியும், ஒரு பங்கு சிவதைப் பொடியும் கலந்து சுத்தம் செய்த அமுரியி ல் கலந்து உட்கொள்ள உடலிலுள்ள அபக்குவ தோஷங்கள், மலச்சிக்கல் இவைகள் தீரும். மலம் சரியாக வெளியேறாவிட்டால் காயசித்தி ஏற்படாது என்று மிக அழகாக கூறுகிறார்.

வாயுத் தொல்லை தீர மருந்து

அடுத்தாக அபான வாயுவானது முறைப்படி வெளியேறாமல் உடலில் தங்கி வயிறு உப்பிசம், புளித்த ஏப்பம், அஜீரணம், வாய் நாற்றம், இடுப்பு மற்றும் முதுகில் தங்கி ஓடுவது போன்ற வேதனையுடன் கூடிய வலி, தலைபாரம், நெஞ்சில் குத்தல் முதலிய பலவித வேதனை களை உண்டாக்கும். இவை அனைத்தும் தீரும் அரும்பெரும் மருந்து ஒன்றை இங்கு கூறுகிறேன்.

"கேளுமே மிளகொடு திப்பிலியும் சுக்கும்
கெடியான சீரகமும் மதியின் உப்பும்
காளுமே கருவேம்பின் இலை யினோடு
கலசமமாய் வகைவகைக்கு பலந்தான் ஒன்று
தாளுமே பெருங்காயம் பலமுங் கால்தான்
தனித்துமே சூரணித்து வைத்துக் கொண்டே
ஆளுமே அன்னத்தின் நடுவே வைத்தங்கு
ஆவின்நெய் விட்டுமே பிடித்தாங் குண்ணே
உண்ணவே அபானமது கீழே நோக்கும்"

(போகர் - 7000 பாடல் - 409)

மிக அற்புதமான இந்த மருந்தைச் செய்வது எவ்வாறெனில் மிளகு, சுக்கு, திப்பிலி, சீரகம், இந்துப்பு, கறிவேப்பிலை இவை அனைத்தையும் வகைக்கு 35 கிராம் வீதம் எடுத்துக் கொண்டு (கறி வேப்பிலை உலர்ந்தது) நன்கு இடித்து பொடியாக செய்து சலித்துக் கொள்ள வேண்டும். இந்த தூளுடன் நன்றாகப் பொடி செய்த பெருங் காயப் பொடியை 8 கிராம் சேர்த்து கலந்து வைத்துக் கொள்ளவும். இதை 3 நாட்களுக்கு ஒருமுறை காலை வெறும் வயிற்றில் சூடான பச்சரிசி சோற்றில் 2 ஸ்பூன் போட்டு சுத்தமான பசுநெய்விட்டு நன்கு பிசைந்து சூட்டுடன் உட்கொள்ள வேண்டும்.

இந்த மருந்தை உட்கொண்டு 2 மணிநேரம் வரை வேறு உணவுகளோ, டீ, காபி போன்ற பானங்களோ உட்கொள்ளக் கூடாது. காயகற்பம் உட்கொள்பவர்கள் மட்டும் இன்றி சாதாரண மனிதர்களும் மேற்கண்ட வாயுத்தொல்லை இருப்பின் இந்த மருந்தை உபயோ கிக்கலாம். சிறு பிள்ளைகளுக்கும் கொடுக்கலாம். இந்த மருந்தால் வாயுத்தொல்லை நீங்குவதுடன் வயிறு சுத்தம் ஆகும். நல்லபசி உண்டாகும். அதேபோல் முன்கூறிய மலம் நீக்கும் மருந்தையும் சாதாரண மலச்சிக்கல் உள்ளவர்கள் வெந்நீரில் ஒரு சிட்டிகை போட்டு இரவு உணவுக்குப்பின் உட்கொள்ள மலச்சிக்கல் நீங்கும். எல்லோரும் இந்த மருந்தைப் பயன்படுத்தி பயன் பெற வேண்டும் என்பதால் இதை இங்கு வெளியிட்டேன்.

மேலும் காயகற்பங்கள் அருந்தும்போது ஒருசில நேரங்களில் பத்தியத்தின் தீவிரத்தாலோ, அல்லது பத்தியக் குறைபாட்டாலோ மயக்கம், கிறுகிறுப்பு பித்தக் கோளாறுகள் ஏற்பட வாய்ப்புண்டு. அவ்வாறு ஏற்படும் நிலையில் மிகச் சாதாரணமாக எளிதில் எல்லோரும் செய்யக் கூடிய, உயர்வான பலனை அளிக்கக்கூடிய ஒரு அருமருந்தை இங்கு கூறுகின்றேன். இது கற்பங்கள் அருந்துபவர்கள் மட்டும் இல்லாமல் சாதாரண பித்த மயக்கம் மற்றும் சுரம், கிறுகிறுப்பு உள்ளவர்களும் தாராளமாக உபயோகிக்கலாம்.

கருவேம்புக் குடிநீர்

கருதியே கருவேம்பு முருங்கை ஈர்க்குக்
கற்கண்டு சுக்கோடு நாலுந் தானும்
அருதியே அரைப்பலந்தான் நிறுத்துக் கொண்டங்கு
அரிந்துமே இரண்டீர்க்கும் வறுத்துப் போடு
தகுதியே இரண்டையுந்தான் நறுக்கிக் கொண்டு
நல்ல தண்ணீர் தனிற்காய்ச்சி நாலில் ஒன்றாய்
மருதியே மாலையிலே கொள்ளவே தான்
மயக்கமொடு தியக்கங்கள் மாறிப்போமே.

(போகர்-7000-பாடல்-403)

கறிவேப்பிலை, முருங்கை ஆகிய இரண்டு மூலிகைகளின் இலை களையும் உருவியபின், உள்ள ஈர்க்கு 17 கிராம் வகைக்கு எடுத்துக் கொள்ளவும் சுக்கு 17 கிராம் எடுத்துக் கொள்ளவும் இந்த மூன்றையும் பொடியாக நறுக்கி இடித்து ஒரு சட்டியில் போட்டு 4 பங்கு நல்ல தண்ணீரில் போட்டு அடுப்பில் ஏற்றி 1 பங்காகக் காய்ச்சி கற்கண்டு 17 கிராம் எடுத்து பொடி செய்து போட்டு இளஞ்சூட்டுடன் மாலையில் உட்கொள்ள பித்த உடலால் உண்டான பல நோய்கள் மயக்கங்கள், கிறுகிறுப்பு இவைகள் தீரும். சாதாரணமாக வாரம் 3 தடவை இம்மருந்தை உட்கொண்டு வந்தால் உடலில் நோய்எதிர்ப்பு சக்தி அதிகரிப்பதுடன் பித்தம் சமப்படும். தாது விருத்தி உண்டாகும். சாதாரணமாக இதை முன்னோர்கள் பித்த வியாதிகளுக்கு உப யோகித்து வந்தனர். மேலும் கற்றாழை கற்பத்தை உட்கொள்ளும் போது மாலையில் இந்த கியாழத்தை உட்கொள்ள வேண்டும் என்றும் கூறப்பட்டு உள்ளது.

மேலும் கற்பம் உட்கொள்ளும்போது பத்தியத்தில் குறைகள் ஏற்பட்டால் என்னென்ன பாதிப்புகள் உண்டாகும் என்பதை சித்தர்கள் மிகமிக விரிவாகத் தெளிவுபட விளக்கி உள்ளனர். சாதாரணமாக ஒரு கட்டிடம் கட்டுவதற்கு போடப்படும் சிமெண்ட் கலவை மற்றும் செங்கல் இவற்றில் ஏதேனும் குறைகள் இருந்தாலே கட்டிடத்திற்கு பல பாதிப்புகள் உண்டாகின்றன. நாம் கட்டிய ஒரு சாதாரண கட்டிடத் திற்கே இவ்வளவு முறைகள் உள்ளன என்றால் இறைவனால் அளிக்கப் பட்ட இந்த அற்புத உடற்கோவிலை நெடுநாட்கள் அழியாமல் நோய், முதுமை இன்றி இறைவன் இருப்பிடமாக, ஒளி பொருந்திய உடலாக, புனித ஆலயமாக மாற்ற எந்த அளவிற்கு நுட்பமான செயல்பாடு களை நாம் பின்பற்ற வேண்டும் என்பதை நாம் சிறிதும் சந்தேகமின்றி தெளிவுபட அறிந்தால் மட்டுமே சாத்தியமாகும். எனவே கற்பம்

உண்ணும்போது ஏற்படும் பத்திய மாற்றங்களால் என்னென்ன விளைவுகள் ஏற்படும் என்பதை முதலில் நன்கு அறிதல் வேண்டும். இந்த விபரங்களை மிகமிகத் தெளிவாக போகர் சத்தகாண்டம் விளக்குகிறது.

கற்பத்தில் அபத்திய தோடம்

நிசமான கற்பங்கள் தின்னும்போது
நீக்கான சடத்துக்கு வருத்தமேது
கசமான கற்பத்தைத் தின்று கொண்டு
காயத்தில் நோயெல்லாம் தீர்ந்த பின்பு
புசமான பெண்ணோடே புணர்ச்சி செய்தால்
பேரான சயரோகம் சண்ணும்பாரு
பசமான கற்பம் உண்டோன் பத்தியத்தை விட்டுப்
பயறோடு பழவகைகள் தின்றால் கேளே.

கேளப்பா நீர்க்கட்டும் மலமுங் கட்டும்
கெடியான தோளோடு கைகால் சோரும்
தூளப்பா தும்பைரசங் கொண்டா யானால்
துளித்துமே இறங்கியது துறந்து வீழும்
வேளப்பா கற்பமுண்டோன் புளிதின்றாக்கால்
மிடுக்கான பெருவயிறாய் உப்பலாகிக்
காளப்பா கால்கைகள் சுரப்பே றித்தான்
கால்கடுப்பும் கைத்திமிரும் ஆகுந்தானே

தானென்ற கற்பம் உண்டோன் கிழங்கு தின்றால்
தன் உடம்பில் சோபையொடு பாண்டு மாகும்
மீனென்ற மாமிசங்கள் மீறித் தின்றால்
மிக்கான மயக்கமொடு சுரமும் ஆகும்
மோனென்ற தாகத்தில் மோருட் கொண்டால்
மிகையான குன்மவலி மிடுக்கு மாகும்
பானென்ற பச்சையுப்பு தின்றாயானால்
பட்டுதடா கண்இரண்டும் பரிந்து காணே

(போகர் 7000-பாடல்கள் 416-418)

அதாவது கற்பத்தில் பத்தியங்கள் மாறினால் பலபல விளைவுகள் உண்டாகும். உண்மையான கற்ப மருந்துகளை உட்கொள்ளும் போது இந்த உடலுக்கு எந்த தீங்கும் ஏற்படாது. இவ்வாறு உண்மை யான கற்பங்களை தின்று உடல் தூய்மைப்படுத்திய பின்பு பெண் போகம் செய்தால் (உடலுறவு) சயரோகம் எனும் ஆஸ்துமா நோய் உண்டாகும். பழவகைகளை உட்கொண்டால் சிறுநீர், மலம் இவைகள் கட்டும். உடல், தோள்கள், கை கால்கள் சோர்ந்து போகும். தும்பைச்

சாற்றை உட்கொள்ள இந்த சிக்கல் தீரும். கற்பம் உண்டவர்கள் புளியை உணவில் சேர்த்துக் கொண்டால் வயிறு உப்பி பெருவயிறு உண்டாகி கை, கால்களில் நீர் சுரந்து கை, கால்களில் மிகுந்த வலியானது ஏற்படும்.

கற்பம் உண்டவர்கள் கிழங்கு வகைகளை உட்கொண்டால், உடம்பு சோகை, பாண்டு முதலிய நோய்களால் பாதிக்கும். மீன், மாமிசங்கள் உட்கொண்டால் மயக்கமும், காய்ச்சலும் உண்டாகும். தாகம் ஏற்படுகிறதே என்று ஆசையினால் மோர் உட்கொண்டால் மிகையான வயிற்று வலி உண்டாகும். இதை எல்லாவற்றையும்விட உணவில் உப்பை பச்சையாக சேர்த்துக் கொண்டால் கண்பார்வை குன்றும் என்று மிக அருமையாக கூறியுள்ளார்.

15

காயகற்ப முறைகளால் அழியும் இவ்வுடலை, அழியாமல் நிலைநிறுத்தும் அற்புதமான கலையை எளிமையாக எடுத்துக் கூறிய சித்தர்கள், அந்த அற்புத பயிற்சியின் ஒவ்வொரு நிலையையும் சந்தேகமற மறைப்பின்றி வெளியிட்டுள்ளனர்.

எல்லா சித்தர்களுமே, இவ்வாறு காயசித்தி முறைக்கு முக்கியத் துவம் அளித்துள்ளனர் என்பது அவர்களின் புனிதமான சாஸ்திர ஏடுகளில் தெளிவாக உணர்ந்து கொள்ள முடிகிறது. மேலும் "திருமூலர்" மாமுனிவரும் தன்னுடைய "கருக்கிடை 600" என்னும் நூலிலும் 158 முதல் 160-வது பாடல் வரையிலும் இந்த காயசித்தி கலைக்கு முக்கியத்துவம் வாய்ந்த பத்திய முறைகளை மிகத் தெளிவாக விளக்கியுள்ளார். எவ்வாறு எனில்

"பாருமே கற்பம் பலபலவே தின்னில்
ஆருமே கொள்ள வசையாது நற்றேகம்
வாருமே னென்பார் மகத்தான சித்தர்கள்
காருமே பத்தியம் காட்டினார் பாலன்னே.

பாலுடன் வெல்லமும் பலபயறும் அரிசி நெய்
போல்வகைத் தின்பனை பொற்கனி தேனுடன்
மேலப் பணியார மிளகு பொன்னாங்காணி
சீர்பெறும் யோகிகள் சித்தர்கள் பூசைசெய்

புளிக்கறி கைப்பு புலாலாட்டு இறைச்சியும்
களிம்பு சுண்ணாம்பு கடுகுள்ளிக் காரெண்ணே

யளிம்பு லவணம் ஆகாது இவையொன்று
மூளம் பெறுசித்திக்கும் யோகிக்கும் ஒண்ணாதே
(திருமூலர் கருக்கிடை 600 பாடல்கள் 158-160)

எவ்வளவு அருமையான தெளிவான அறிவுரை என்பதை பார்க்கும்போது நம்மால் வியப்படையாமல் இருக்க முடியவில்லை. கற்பங்கள் பலபல உட்கொண்டால் உடல் அழியாது என்றும் ஆனால் பத்தியம் அவசியம் என்றும் அவ்வாறு பத்திய முறையை அனுசரிக்கும் போது பசும்பால், வெல்லம், பாசிப்பயறு, குறுவை அரிசி, பசுநெய், எலுமிச்சை பழம், தேன், மிளகு, பொன்னாங்கண்ணி கீரை முதலிய வற்றுடன் சித்தர்கள், யோகிகள் இவர்களைப் பூஜித்து வணங்குவதும் சிறந்த காயசித்திக்கு நிச்சயம். கடைபிடிக்க வேண்டிய வழிமுறைகள் என்றும், புளி, கைப்பு, ஆட்டு இறைச்சி, களிம்பு உள்ள சுண்ணாம்பு கள், கடுகு, பூண்டு, வெங்காயம், எண்ணெய், உப்பு, இவைகள் காய சித்திக்கும், யோகப் பயிற்சிக்கும் ஆகாது என்று தெளிவாகக் கூறியுள்ளார். இது போன்று போகரின் நூல்கள் முதல் பல சித்தர்களின் நூல்கள் மிக அருமையான விளக்கங்களை அளித்துள்ளன. ஆதியிலே சிவபெருமானை நேரில் கண்டு பல வரங்கள் பெற்று சித்தர்கள் வரிசையில் மிகச் சிறப்புப் பெற்று விளங்கிய அகஸ்தியரின் சீடரான அருள்மிகு “புலஸ்தியர்” எனும் மாமுனிவர் இவை எல்லாவற்றிற்கும் மகுடம் சூட்டியது போல இந்த அற்புத காயசித்தியால் என்னென்ன அற்புதப் பலன்கள் கிடைக்கும் என்பதை தன்னுடைய நூலான “புலஸ்தியர் கற்பம்-300” எனும் நூலின் இரண்டாம் காண்டத்தின் 111-வது பாடலில் 4 வரிகளில் ரத்தினச் சுருக்கமாகக் கூறியுள்ளார். அந்த அற்புத பாடலின் பெருமையை நீங்கள் உணரும் பொருட்டு இங்கு அளித்துள்ளேன்.

“செய்துவர முன்செய்திடு தீவினைகள் போகும்
மெய்யது விளங்கியுன்றன் மேனியும் பொன்னாகும்
ஐயமிலை நடுக்காண்ட மதினுருதிபாரு
கைபாகங் குருமுடித்த கடைக்காண்ட மிதாமே”.

என்று காயசித்தியை முறையாகச் செய்வதால் நாம் முன் செய்த தீயவினைகள் நீங்கும் என்றும் உண்மையான மெய்ப்பொருள் உணரும் நிலை ஏற்பட்டு உடல் பொன்போலாகும். என்றும் இதில் எந்த மாற்றமும் இல்லை. என்றும்மிக அழகாக விளக்கியுள்ளார். இதை நாம் பார்க்கும் பொழுது காயசித்தி முறையில் பத்தியமே முதலிடம் வகிக்கிறது என்பதை உணர முடிகிறது.

இதை நான் ஏன் பல உதாரணங்களுடன் இங்கு வலியுறுத்திக் கூறுகிறேன் என்றால் நாம் ஒரு சிறப்பான செயலைச் செய்ய முற்படும் முன்பு அதைப் பற்றி தெளிவாகத் தெரிந்து கொண்டு பின்பு அதைச் செய்யும்போது ஏற்படும் கஷ்டங்களையும், வழிமுறைகளையும் அறிந்து கொண்டு செயல்பட்டால்தான் நாம் நினைத்ததைவிட அச் செயல் சிறப்பாக அமையும் என்பதால் தான் இந்த காயசித்தி முறையில் உள்ள பத்திய விபரங்களை இங்கு தெளிவாகக் கூறியுள்ளேன்.

மேலும் காயகற்ப முறைகளை இங்கு கூறியுள்ளது போன்று முறையாக வரிசைக் கிரமமாக பயன்படுத்தாமல் நம் இஷ்டத்திற்கு ஒரு சில மூலிகைகளைப் பறித்து உட்கொள்வதால் எந்த ஒரு சிறப்பான ரசாயன மாற்றங்களையும் நாம் உடல் ரீதியாக அடைய முடியாது என்பதையும் இங்கு குறிப்பிட விரும்புகிறேன். ஏனெனில் இதுபோன்று ஏமாற்றமடைந்த பலரையும் நான் சந்தித்துள்ளேன்.

என் வாழ்க்கையில் நடந்த மிக முக்கியமான ஒரு அனுபவ உண்மையையும் இங்கு மறைப்பின்றி கூற விரும்புகிறேன். ஏனெனில் இந்த காயகற்ப முறையை பின்பற்றும் அன்பர்களுக்கு இது உதவியாக இருக்கும் என்பதால் இதை இங்கு கூறக் கடமைப்பட்டு இருக்கிறேன்.

ஒருமுறை போகரின் கறுப்பு மூலிகைகள் உண்டு பண்ணும் முறைப்படி மிகவும் கஷ்டப்பட்டு கரிசாலை எனும் கரிசலாங்கண்ணி (கரப்பான்பூண்டு) மூலிகைக்கு 4 தடவைகள் மாறி மாறி கறுஞ்சத்து ஏற்றி கறுப்பு கரிசலாங்கண்ணி மூலிகையை உருவாக்கினேன். அதை உட்கொள்ள வேண்டும் என்ற ஆவலில் அந்த கறுப்பு கரிசலாங் கண்ணி மூலிகையை நிழலில் உலர்த்திப் பொடி செய்து சலித்து வைத்துக் கொண்டு 40 நாட்கள் தேனில் உட்கொண்டு பத்தியம் காத்து வந்தேன். ஆனால் நான் பார்த்துவந்த அலுவல் நிமித்தம் உணவு முறைகள்தான் பத்தியமாக கடைபிடிக்க முடிந்ததே அன்றி வெயில், மழை, காற்று இவைகளில் படாமல் இருக்க என்னால் இயலவில்லை. இருப்பினும் “ஞானமூலிகை” என்று வள்ளலாரால் கூறப்பட்ட அந்த அரும் கற்பத்தை உட்கொண்ட சமயத்தில் மனமானது எந்த ஒரு வேலையிலும் முழுமையாக ஈடுபட இயலாமல் அடிக்கடி சமாதி நிலைக்குச் செல்வதை உணர்ந்தேன். அந்த உணர்வை வெறும் வார்த்தைகளாலோ, எழுத்துக்களாலோ உணர்த்துவது இயலாத ஒன்று. ஒவ்வொருவரும் உணர்ந்தால் மட்டுமே அறிய முடியும். நானே என்னை நினைத்து பெருமைப்பட்டுக் கொண்டிருந்த அந்த நேரத்தில் ஒருநாள் தட்டமுடியாத சூழ்நிலையின் காரணத்தாலும், கட்டாயத் தாலும், பத்தியத்தின் தீவிரத்தால் ஆழ்மனதில் எழுந்து வெடித்து

வெளிவந்த ருசியின் உணர்வு வெளிப்பாட்டாலும் புளி, பூண்டு, கத்தரிக்காய், தேங்காய், வெங்காயம் ஆகியவை கலந்த உணவை நான் ஒரு தடவை உட்கொள்ள நேரிட்டது. கறுப்பு மூலிகையின் அற்புத சக்தியால் கருவண்டு போன்று பளபளப்பாக மாறிக் கொண்டு வந்த உடலும், காயகற்ப சக்தியால் கைநகங்கள், கண்கள், முதலியன சிவந்து உடலில் இரத்த ஓட்டமும் மின் ஓட்டமும் புதுவேகத்துடன் இயங்கி மனமானது, எந்த நேரத்திலும் அமைதியாக சமாதி நிலைக்கு அடிக்கடி தள்ளப்பட்டுக் கொண்டிருந்த நிலையில், இந்த பத்திய முறிவால் 18 நாட்களுக்குள் உடல் பழைய நிலைக்கு மாறியது. மேலும் கால் பாதங்களும், இரண்டு கைகளும் (மணிக்கட்டிற்கு கீழ்) வீக்கம் உண்டாகியது நகங்கள் வெளுப்பாகி கெட்ட வாடை வீசியது. உள்ளங்கை, உள்ளங்கால் இரண்டிலும், பாளம் பாளமாக வெடிப்பு உண்டாகி அந்த பாகங்களில் வலியும், அரிப்பும் உண்டாயிற்று. கைகள், கால்பாதங்கள் கறுப்பாக மாறியது. உணவு உட்கொள்ள முடியவில்லை. மேலும் கைகளிலும், கால்களிலும் உள்ள வெடிப்புகள் வழியாக கறுப்பான ஒருவித துர்நாற்றத்துடன் கூடிய திரவம் சுரக்க ஆரம்பித்தது. என் குருநாதர் ஒரு வைத்ய மாமேதையாக வாழ்ந்தவர். அவரின் வாழ்நாளின் பிற்பகுதியைப் பெரும்பாலும் எனக்கு சித்த மருத்துவத்தை சொல்லிக் கொடுப்பதற்காகவே செலவிட்டவர். எனவே அவருடன் நான் எந்த நேரமும் இருப்பதை என்னைச் சார்ந்தவர்களும், நண்பர்களும் மற்றும் பலரும் அறிவார்கள். அவரின் அடக்கத்திற்குப் பின் அவருடைய சீடன் என்பதால் என்னை ஒரு சிறந்த சித்த மருத்துவன் என்றும், என்னுடைய மூலிகை ஆய்வுகளின் கட்டுரைகள் அடிக்கடி தினசரி நாளிதழ்களில் பிரசுரமாவதால் சிறந்த மூலிகை ஆராய்ச்சியாளன் என்றும் பெயர் பெற்றிருந்த நான், என்னுடைய மறைக்க முடியாத, பார்க்கவே அருவருக்கும்படியான ஒரு நிலையில் நண்பர்கள் மற்றும் என்னுடன் அலுவல் புரிபவர்களின் ஏளனப் பேச்சிற்கு ஆளாகும் நிலை உருவாகியது.

இந்நிலையில் என் குடும்பத்தவரின் கட்டாயத்திற்கு உட்படுத் தப்பட்டு, நான் எனக்கு தெரிந்த ஒரு ஆங்கில மருத்துவரிடம் அழைத்துச் செல்லப்பட்டேன். அவர் ஒரு சில சோதனைகள் செய்தபின், இது குஷ்ட நோய் போல் தெரிகிறது. ஆனால் இவ்வளவு விரைவாக இந்த நோய் தாக்கியதை நாங்கள் பார்த்ததில்லை என்று கூறி சிலமாத்திரை மருந்துகளை எழுதிக் கொடுத்தார். ஆனால் எனக்கு அவற்றை உட்கொள்ள மனமின்றி மறுத்துவிட்டேன். இந்நிலையில் நான் வெளியில் காலணி அணிந்து கொண்டு சென்றுவிட்டு திரும்பி வீட்டிற்கு வந்து காலணியைக் கழற்றினால் காலணியின் உட்புறம்

முழுவதும் கறுப்பாக மை போன்று பிசுபிசுப்புடன் காணப்படும். உடனே நன்கு சோப்பு போட்டு கழுவி வெயிலில் காயவைத்து பின்புதான் மறுமுறை உபயோகிக்க வேண்டும். நான் மிகவும் மனம் நொந்து வேதனைப்பட்டேன். ஆனால் நான் கறுப்பு மூலிகையை உட்கொள்ளும் போது ஏற்பட்ட பத்தியமுறிவால் தான் இந்த நிலை ஏற்பட்டது என்பதை என்னால் நன்கு உணர்ந்து கொள்ள முடிந்தது. இதை வெளியில் கூறினால் என்னை எல்லோரும் ஏளனம் செய்வதுடன் இந்தக் காலத்தில் இதெல்லாம் நடக்குமா? என்றும் பலபல பேச்சுகளுக்கு ஆளாக வேண்டிவரும் என்பதால், நான் இதை வெளியில் யாரிடமும் கூறவில்லை. எனக்கும் என்ன செய்வது என்று புரியவில்லை. என் குருநாதரும் அடங்கி விட்டதால் நான் மிக குழப்பத்தில் இருந்தேன். இந்த குறைபாடு சரியாகுமா? என்ற பயம் ஏற்பட்டது.

நான் ஒரு நாளைக்கு குறைந்தது 20 நிமிடம் முதல் 1½ மணி நேரம் வ்ரை காலையிலோ, மாலையிலோ, நடுநிசியிலோ கிடைக்கும் இடங்களில் சமாதி நிலையில் தியானத்தில் இருப்பது வழக்கம். என் குருநாதர் அடிக்கடி என்னிடம் உனக்கு என்ன குறை இருந்தாலும் ஏதுமற்ற நிலையில் சமாதி தியானத்தில் அமர்ந்து ஜபம் செய்து முடிக்கும் போது உன் குறையை அந்த இறையெனும் சக்தியிடம் தீர்க்கும்படி வேண்டிக்கொள். உன் வேண்டுதலின் தீவிரத்தைப் பொறுத்து உனக்கு இறைவனின் கருணை கிட்டும் என்று கூறுவார். அந்த கூற்று நினைவிற்கு வந்தது. அன்று இரவு 11 மணி அளவில் கை, கால், முகம் முதலியவற்றை நன்கு சுத்தம் செய்து கொண்டு என்னுடைய பூஜை அறையில் பத்மாசனமிட்டு அமர்ந்தேன். சிறு விளக்கைப் பற்ற வைத்து அந்த ஒளியில் அமைதியான அந்த இரவில் என் குருநாதர் கூறிய முறைப்படி கண்கள் இரண்டையும் சுழிமுனையில் நாட்டி இமைக்காமல் இறையெனும் ஒளி வெள்ளத்தில் என் மனதைச் செலுத்தி சலனமற்று இருந்தேன். எவ்வளவு நேரம் நான் அப்படி இருந்தேன். என்பதை உணர முடியவில்லை திடீரென முழு உணர்வு நிலைக்குத் திரும்பினேன். வியப்படைந்த என்னால் கைகளையோ, தலையையோ உடலின் எந்த பாகங்களையும் அசைக்க முடியவில்லை. ஆனால் ஏதோ ஒரு அதிசயம் நடக்கப் போகிறது என்பதை மட்டும் என்னால் உணர முடிந்தது.

மெதுவாக என்னைச் சுற்றி மங்கலான வெளிர் நீல நிறத்தில் ஒரு ஒளி சூழ்ந்தது. அது படிப்படியாக அதிகமாகி (மீனவன் மீன்வலையை விரித்து பின் கயிற்றை இழுத்து ஒன்று சேர்த்து சுருட்டுவது போன்று) ஒன்றாகி என் முன்னால் உருவம் தெரியாமல்,

ஒளி வடிவமும் இல்லாமல், வெண்புகை போன்று தவநிலையில் உட்கார்ந்தபடி ஒருமகானின் உருவம் தோன்றியது. எந்த ஒலியும் இன்றி அந்த புகை வடிவத்திலிருந்து வெளிர் மஞ்சள் நிற மெல்லிய ஒளிக்கற்றை ஒன்று என்னுள் பாய்வதை உணர்ந்தேன். என் அறிவில், என் காதுகளில் மிக ரம்யமான குரலில் கீழ்க்கண்ட வாசகங்கள் ஒலிப்பதை உணர்ந்தேன்.

“உனது காயசித்தி முயற்சியைக் கண்டு மகிழ்கிறோம் இந்த உடலின் ரசாயன விளைவு உன் பத்திய முறிவால் ஏற்பட்டதுடன் உன்னால் பிறர் இதை உணர வேண்டும் என்பதற்காக உருவாக்கினோம். பயப்படாதே! நான் கூறும் இந்த மருந்தை செய்து உட்கொள்.

விரைவில் இந்த ரசாயன விளைவுகள் மாறி உடல் பழைய நிலையை அடையும்”. என்று கூறியவுடன் சிறு புன்முறுவலின் ஒலியுடன் அந்த மகானின் உருவம் மறைந்தது. நான் பாதி பயந்தாலும், பாதி வியப்பாலும் உடல் வியர்த்து திகைப்படைந்தேன். அந்த மகான் கூறிய மருந்து மிக எளிமையானது என்பதால் மறுநாளே அதைச் செய்து தொடர்ச்சியாக 40 நாட்கள் உட்கொண்டேன். என்ன ஆச்சரியம். முன்பை விட நல்ல ஆராக்கியத்துடன், எந்த ஒரு சிறு தடயமும் இன்றி என் உடல் பழைய நிலைக்கு மாறியது. இது நடந்து இப்போது 2 வருடங்கள் இருக்கும். இன்று வரை முன் கூறிய எந்த விளைவுகளும் இல்லை. எனது இந்த மாற்றத்தைக் கண்ட என் நண்பர்களும், என்னை ஏளனம் செய்தவர்களும் இதை என் மருத்துவத்தின் மூலமாக சரிசெய்து கொண்டதாகக் கூறினர். எனக்கு குஷ்டநோய் என்று கூறிய அலோபதி மருத்துவர்கூட எனது இந்த மாற்றத்தை கண்டு குழப்பமடைந்தார் என்றுதான் கூற முடியும். ஆனால் மருத்துவ மாமேதையான என் குருநாதரின் கூற்று எவ்வளவு உண்மையானது என்பதை உணர்ந்தேன்.

உண்மையாக சித்தர்களின் கூற்றுக்களை தெய்வ வாக்காக நினைப்பவர்களையும் அவர்களுடைய சாஸ்திரங்களை நம் அறிவீனத்தால் பழித்துக் கூறாமல், வேத நூல்களைப் போன்று பாதுகாத்து பூஜிப்பவர்களையும், உண்மையான மனதுடன் நேர்வழியில் அவர்களை மானசீகமாக வணங்கி அவர்களுடைய சாஸ்திரங்களை ஆய்வு செய்து அதன் வழி நடக்க முற்படுபவர்களையும் அவர்கள் ஒரு நாளும் கை விடுவது இல்லை என்பதுடன் அது போன்ற செயல்களில் ஈடுபடும் போது நம் அறிவிற்கும் எட்டாத சில சூட்சுமமான

விஷயங்களில் நாம் மானசீகமாக அவர்களின் உதவியை நாடும்போது நிச்சயம் அவர்கள் உதவி நமக்கு கிட்டும் என்பதே உண்மை. இதை பெருமைக்காகவோ அல்லது வேறு எந்த ஒரு காரணத்திற்காகவோ இங்கு நான் கூறவில்லை.

இன்னும் கூறப்போனால் நமக்குத் தெரியாத, அறிந்து கொள்ள வேண்டிய எவ்வளவோ விஷயங்கள் இன்னும் இருக்கிறது என்பதே இந்நிகழ்ச்சியின் பின் விளைவாகும். இது விஞ்ஞான பூர்வமாகவோ, அல்லது ஆதாரபூர்வமாகவோ நிரூபிக்க முடியாது என்றாலும் உண்மையான இந்த நிகழ்ச்சிக்கு உயிர் சாட்சியாக நான் இருப்பது மட்டும் மறுக்க முடியாத உண்மை.

இதை என் வாழ்க்கையில் நடந்த ஒரு அதிசயம் என்று கூறுவதை விட என் ஆய்விற்குக் கிடைத்த பரிசு என்றே, நான் வெளிப்படையாக கூறிக் கொள்கிறேன். உங்களுக்கும் இது போன்று உண்டாகலாம்.

16

அடுத்ததாக மிக எளிமையான கற்பங்கள் இரண்டைக் கூறுகிறேன். கடுக்காய், கற்றாழை, மிளகு ஆகிய மூன்றையும் முறைப்படி உட்கொண்ட பின் பலவிதமான கற்பங்களை உட் கொள்ளலாம் என்றாலும் சிறிது சிறிதாக உடலில் ரசாயன மாற்றங்களை ஏற்படுத்திக் கொள்ளும்போது உடலில் உள்ள நுண் அணுக்கள் அதிக வேகமின்றி வளர்வதன் மூலமாக மின் காந்த ஓட்ட மானது படிப்படியாக உயரும். அவ்வாறு உயர்வதால் உடலில் அதிர்வுகள் படிப்படியாக உயரும. அப்படி உயர்வதால் உடலில் எந்தவிதமான பக்க விளைவுகளும் இல்லாமல் எளிதில் காயசித்தி உண்டாகும். மேலும் முதலில் முடிந்த அளவு மூலிகை கற்பங்களை உட்கொண்டு பின்புதான் ரசாயன கற்பங்களை உட்கொள்ள வேண்டும். அவ்வாறு இல்லாமல் சீக்கிரம் காயசித்தி செய்யவேண்டும் என்ற ஆசையினாலோ, அல்லது முறையான பயிற்சி இல்லாமல் முறை தவறி கற்ப மருந்துகளை உட்கொண்டால் உடல் உஷ்ணம் அதிகமாகி பித்தசுரம், மயக்கம், மலச்சிக்கல், தோல் நோய்கள் போன்ற பல பல விளைவுகளை உண்டாக்கும். மேலும் ரசயான கற்பங்கள், மூலிகை கற்பங்கள் எதுவாயினும் கண்டிப்பாக முறைப்படி நம் கண்பார்வை யிலேயே தயாரிக்க வேண்டும். இல்லாமல் கடைகளில் விற்கும் மருந்துகளையோ, அல்லது வேறு யாரையும் தயாரிக்கச் சொல்லியும் வாங்கி உட்கொள்ளக் கூடாது.

விஷ்ணு கிரந்திக் கற்பம்

இது சிறிய படர் செடி வகையைச் சேர்ந்தது செம்மண் கலந்த சரளைத் தரையில் மார்கழி, தை, மாசி மாதங்களிலும், ஆனி, ஆடி போன்ற மழை மாதங்களிலும் அதிகமாக வளரக்கூடிய இனம். மெல்லிய சுனையுடன் கூடிய தண்டும், இரண்டு பக்கங்களிலும் புளிய இலைபோன்று சிறிய இலைகளையும் கொண்டுள்ள இந்த மூலிகையை பூவைக் கொண்டுதான் அடையாளம் காணமுடியும். அதிகாலைப் பொழுதில் 9 மணிக்குள் சென்றால் நீல நிறத்தில் சிறியதாக 4 தளங்களுடன் மூக்குத்தி போன்ற வட்டமான அமைப்பில் பூக்கள் அழகாக பூத்திருப்பதைக் கொண்டு அடையாளம் காணலாம்.

வெயில் ஏறிவிட்டால், பூக்கள் உதிர்ந்து விடுவதால் அடையாளம் காண்பது கடினம். கரந்தை இனத்தைச் சேர்ந்த இந்த மூலிகை மனிதனை அழிவிலிருந்து காப்பாற்றி நெடு நாட்கள் வாழச் செய்வதுடன், பூக்கள் மஹா விஷ்ணுவின் நிறத்தைக் கொண்டு இருப்பதால் இதற்கு காக்கும் கடவுளான விஷ்ணுவின் பெயரும் இணைந்து "விஷ்ணு கிரந்தை" என்று அழைக்கப்படுகின்றது. இது மிக எளிமையாக கிடைக்கக்கூடிய மூலிகை என்றாலும் இதன் ஆற்றல்கள் மிக மிக அபூர்வமானது. இதன் பெருமையையும், இதை காயகற்பமாக உண்டால் கிடைக்கும் பலன்களையும் உண்ணும் முறைகளையும் கூறாத சித்தர்களே இல்லை. எடுத்துக்காட்டாக போகமுனிவர் தன்னுடைய நூலான "சத்த காண்டம்-7000" என்னும் நூலில் முதற்காண்டத்தில் 442-வது பாடலில்,

"திறந்திட்ட விஷ்ணுகிரந்தி தனைக் கொணர்ந்து
செப்பமாய் மண்டலந்தான்
பாலில் அறைத்து உண்ணு
மறந்திட்ட நினைவெல்லாம் மருவி உன்னும்
மாசற்ற எலும்புக்குள் சுரந்தான் போக்கும்
கரந்திட்ட தேகமது கறுத்து மின்னும்
கண்ணில் ஒளியோசனை தூரந்தான் காணும்
இறந்திட்ட சுவாசமெல்லாம் இறுகி ஏறும்
ஏற்றமாம் சுழிமுனையும் திறந்து போமே" (பாடல்-442)

என்று மிக வெளிப்படையாக கூறியுள்ளார். எப்படி எனில் விஷ்ணுகிரந்தி மூலிகையை வேருடன் பிடுங்கி வந்து நன்கு கழுவி பின் நிழலில் காயவைத்து இடித்து மெல்லிய துணியால் சலித்து வைத்துக் கொண்டு காலை, மாலை 1 ஸ்பூன் பாலில் கலந்து உண்ண லாம். அவ்வாறு அல்லாமல் தினமும் காலையில் எழுந்து குளித்து

விட்டு மேற்படி மூலிகையைப் பச்சையாக பிடுங்கி வந்து பசும்பால் விட்டு அறைத்து ஒரு நெல்லிக்காயளவு உருட்டி அதே பசும்பாலில் கலந்து காலையில் வெறும் வயிற்றில் உட்கொள்ளலாம். இவ்வாறு உட்கொண்டால் 48 நாட்களில் மூளை தெளிவடையும், உடலில் எலும்புக்குள் உள்ள சூட்டையும் போக்கும். உடல் ரத்தமின்றி சோகையாக வெளுத்து இருந்தாலும் ரத்தமானது அதிகமாக ஊறி உடல் கருத்து உறுதியுடன் மினுமினுப்பு உண்டாகும். கண்கள் ஒளி பெற்று விளங்கும். இதுவரை இழந்த சுவாசமானது மறுபடியும் உண்டாகும். சுழிமுனை திறந்து தவமானது கைகூடும் என்று மிக எளிமையான காயசித்தி முறையை கொஞ்சம்கூட மறைப்பின்றி கூறியுள்ளது. நம்மை வியப்பில் ஆழ்த்துகின்றது. ஆனால் பத்தியம் அவசியமானது.

காயகற்பங்களுக்கு உண்டான பத்தியங்களை மட்டும் கண்டிப்பாக அனுசரிக்க வேண்டும். மேலும் இந்த விஷ்ணு கிரந்தி மூலிகையை நிழலில் உலர்த்திப் பொடி செய்து வைத்துக் கொண்டு சாதாரணமாக தினமும் காலை, மாலை 7 நாட்கள் பாலில் 1ஸ்பூன் வீதம் உட்கொள்ள எப்படிப்பட்ட காய்ச்சல், உடல் உஷ்ணம், வயிற்று எரிச்சல் முதலியவை தீரும். விடாமல் உட்கொள்ள நாம் உயிர்வாழும் வரை கண்பார்வை குறையாமல் இருக்கும். இதை வேருடன் பிடுங்கி வந்து கஷாயம் போட்டு அருந்த உடல் எரிவு, சாதாரண காய்ச்சல் முதலியவை தீரும். காயகற்பங்களில் மிகவும் முக்கியமான மூலிகை இதுவே ஆகும்.

இனி இந்த விஷ்ணுகிரந்தி மூலிகையில் மிகவும் அரிதாகக் கிடைக்கும் "வெள்ளை விஷ்ணு கிரந்தி" என்னும் அபூர்வ மூலிகையின் மிகச் சிறப்பான ஆற்றலைப் பற்றியும் கூறுகிறேன். கிடைப்பதற்கு அரிய மூலிகை என்றாலும் கிடைத்தவர் பயன்படுத்திக் கொள்ள வேண்டும் என்ற எண்ணத்தில்தான் இதையும் கூறுகின்றேன்.

வெள்ளை விஷ்ணுகிரந்தி கற்பம்

"போமென்ற வெள்ளைவிஷ்ணு கரந்தி தன்னைப்
பிடுங்கியே நிழல் உலர்த்த லாய் உலர்த்திகொண்டு
ஏமென்ற இடித்துச் சூரணமே செய்து
எளிதாக மண்டலமே தேனில் உண்ணு
சாமென்ற சாவுபொய்யாம் சதுமுகன்தன் படைப்பும்
தப்பியே சதகோடி தரித்து நிற்கும்
காமென்ற கருவூரார் கொண்ட கற்பம்
காரணமாய் அடியேற்குக் கருதினாரே"

(போகர்-7000 பாடல் 443)

இந்த வெள்ளை விஷ்ணு கிரந்தி கற்பத்தை எவ்வாறு உட்கொள்வ தெனில் முன் கூறிய முறைப்படி வேருடன் வேண்டிய அளவு பிடுங்கி வந்து நிழலில் உலர்த்திப் பொடி செய்து சலித்து வைத்துக் கொண்டு ஒரு ஸ்பூன் அளவு தேனில் குழைத்து உட்கொள்ள மரணம் பொய்யாகும். பிரமனின் விதியும் மாறும். பலகோடி ஆண்டுகள் உடல் அழியாமல் காய சித்தி உண்டாகும். கருவூரார் சித்தர் இதை உட் கொண்டதாக போகமுனிவர் குறிப்பிடுகிறார். மற்ற எல்லா விதத்திலும் இது சாதாரண விஷ்ணு கிரந்தியைப் போன்றே இருந்தாலும் பூக்கள் மட்டும் தும்பைப் பூ போன்று வெண்மையாக இருக்கும் பூக்களை வைத்தே இதை அடையாளம் கண்டு கொள்ள முடியும். மேலும் இந்த வெள்ளை விஷ்ணு கிரந்தி மூலிகையைக் கொண்டு செய்யப் படும். மிக அபூர்வமான ஒரு உலோக கற்பத்தையும் இங்கு குறிப்பிடு கிறேன். இதை காயகற்பத்தை செய்ய மட்டுமே உபயோகிக்க வேண்டும் அல்லாமல் வேறு எந்த காரணத்திற்காகவும் செய்யக் கூடாது. மேலும் ஆசையின் காரணமாக இதைச் செய்து உபயோகித்தால் சித்தியாகாது என்பது உண்மை.

வெள்ளை விஷ்ணுகிரந்தி ஈயச் செந்தூரம்

"கருதியே வெள்ளைவிஷ்ணு கிரந்தி தன்னைக்
கனக்கவே பிடுங்கிவந்து வைத்துக் கொண்டங்கு
அருதியே அயச்சட்டி அடுப்பில் ஏற்றி
அதிகமாய்க் காரீயந் தன்னை வைத்து
மருதியே உருகவிட்டு வாங்கிக் கொண்டு
வறுத்திடுவாய் இலையோடங்கு இரும்பினாலே
நருதியே நாற்சாமம் வறுத்தா யானால்
நாட்டமாம் செம்பரத்தம் பூப்போ லாமே.

(போகர் -7000. பாடல்-444).

என்று போகரின் சத்த காண்ட நூல் கூறுகிறது. இதன் செய்முறைகள் மிக நுணுக்கமானவை. பாட்டினிலே செயல்முறைகள் கூறப்பட்டிருந்தாலும் அந்த ஒரு பாடலை வைத்துக் கொண்டு எதையும் செய்ய இயலாது. ஏனெனில் ஒரு கற்பத்தை முறையாக செய்ய பல நூல்களை ஆய்வு செய்து பின்புதான் தெளிவாக செய்ய இயலும். எந்த ஒரு கற்ப மருந்துகள் செய்யும் பொழுதும் அதில் சேர்க்கப் படுகின்ற பொருட்கள் மிக சுத்தமானதாக இருத்தல் வேண்டும். அப்படி அந்த பொருள்களை சுத்தப்படுத்தும் முறைகளை நன்றாக அறிந்து செய்தல் வேண்டும். இனி இந்த அபூர்வ உலோகக் கற்பம் செய்யும் முறையைப் பார்ப்போம்.

முதலில் காரீயத்தை சுத்தப்படுத்துவது மிக மிக அவசியம். அதற்கு சோற்றுக் கற்றாழைச் சாறு அதிகமாக தேவைப்படுகின்றது. அந்த சாற்றை எவ்வாறு தயாரிப்பது எனில் நன்கு செழித்து வளர்ந்து பருத்த சோற்றுக் கற்றாழை மடல்களை அறுத்து வந்து அதன் இருபுறமும் உள்ள முட்களை சீவி விட்டு உட்புறத்தோலைச் சீவி விட வேண்டும். உள்ளே உள்ள சோற்றை ஒரு சுத்தமான பீங்கான் கிண்ணத்தில் வழித்துப் போட்டு, அதில் கடுக்காய்த் தூளை நன்கு தூவி கிளறி மூடி வைத்துவிட வேண்டும். 1 ஜாமம் சென்று பார்க்க கற்றாழை சோற்றில் உள்ள நீரானது தனியாக கழன்று பனிநீர் போல் மேலாக நிற்கும். அதை ஒரு பாட்டிலில் வடித்துக் கொள்ளவும். மறுபடியும் ஒரு தடவை நன்கு கிளறி வைக்க மறுபடியும் நீர் இறங்கும். இவ்வாறு சக்கையாகும் வரை அதில் உள்ள நீரையெல்லாம் எடுத்துக் கொள்ளவும். இதை வாயகன்ற மண் சட்டியில் ஊற்றி வைத்துக் கொள்ளவும்.

நன்கு சுத்தமான ஒரு இரும்புக் கரண்டியில் தேவையான அளவு காரீயத்தை பிய்த்துப் போட்டு அடுப்பில் வைத்து உருக்கிக் கொண்டு உருகிய காரீயத்தை மண்சட்டியில் உள்ள கற்றாழை ஜெய நீரில் சாய்க்கவும். இவ்வாறு 21 தடவைகள் சாய்க்க காரீயத்தில் உள்ள கழிவுகள் நீங்கி காரீயம் தூய்மையாகும். இவ்வாறு சுத்தியமான காரீயத்தைத்தான் இந்த கற்பமருந்துகள் செய்வதற்கு பயன்படுத்த வேண்டும். இனி பாடலில் கூறப்பட்டுள்ள செய்முறையைப் பார்ப்போம்.

முதலில் நமக்குத் தேவையான அளவு வெள்ளை விஷ்ணுகிரந்தி மூலிகையை வேருடன் பிடுங்கி வந்து நன்கு மண்போக கழுவி வைத்துக் கொள்ளவும். மேற்படி முறையில் தூய்மைப்படுத்தப்பட்ட காரீயத்தை ஒரு அளவாக நிறுத்துக் கொண்டு ஒரு சுத்தமான இரும்பு சட்டியில் போட்டு அடுப்பில் வைத்து உருக்க வேண்டும்.

காரீயம் நன்கு உருகியவுடன் வெள்ளை விஷ்ணு கிரந்தி மூலிகையைப் பிய்த்துப் பிய்த்து அதில்போட்டு இரும்புக் கரண்டியில் வறுக்க வேண்டும். இவ்வாறு வறுக்கும் போது நாம் போட்ட மூலிகை எரிந்து சாம்பலானவுடன் மறுபடியும் பிய்த்து போட வேண்டும். இவ்வாறு விடாமல் கொஞ்சம் கொஞ்சமாக மூலிகையை பிய்த்துப் போட்டு இரும்பு கரண்டியால் 10 மணி நேரம் (நாலு சாமம்) வறுக்க ஈயமானது முறிந்து சிவப்பு நிறத்தில் செம்பரத்தம் பூ போன்ற நிறத்தில் பொடியாகும்.

அடுப்பை நிதானமாக எரிக்க வேண்டும். இடைவிடாமல் இரும்பு கரண்டியால், கிண்டிக் கொண்டே இருக்க வேண்டும். தேவைப்படக்கூடிய

அளவிற்கு முதலிலேயே மூலிகையைக் கொண்டு வந்து வைத்துக் கொள்ள வேண்டும். மிகவும் சுத்தமான முறையில் தனியே செய்வது மிகவும் நல்லது. அல்லது ஆன்மீக எண்ணம் கொண்ட ஓரிருவர் சேர்ந்து செய்யலாம். செய்முறையே மிக முக்கியம்.

17

பாதரஸம் (MERCURY)

இது ஒரு திரவநிலை உலோகம். மலைகளில் விளையும் பாஷாண உபரசங்களின் சத்துகளின் மொத்த உருவம். கையில் ஒட்டாது. நல்ல அடர்த்தியான கனமான வெள்ளிபோன்று மின்னும் தன்மையுடன் தளுக்காக காணப்படும். கீழே சிந்தினால் கண்ணுக்குத் தெரியாத சிறு சிறு உருண்டைகளாகப் பிரிந்துவிடும். மறுபடியும் அவற்றை ஒன்று சேர்த்தால் சேர்ந்து கொள்ளும். தீயில் இட்டால் புகைந்து விடும். தண்ணீர் மற்றும் எந்த திரவப் பொருளுடனும் கலக்காது. சிவனாரின் விந்து, மதயானை, சூதம், இரசம், விந்து, குளிகைக்கு ஆதி, என்ற பல பெயர்களால் சித்தர்களின் நூல்களில் அழைக்கப்படுகிறது. இது இயற்கையாகக் கிடைக்கும் ஒரு பாஷாண மாகும். இதை தங்கத்தில் வைத்து தேய்த்தால் தங்கம் சாம்பல் ஆகி விடும். இது இன்றைய விஞ்ஞான உலகில் காய்ச்சலின் அளவை அறிய உதவும் தெர்மா மீட்டர்களில் பயன்படுத்தப்படுகின்றது. இதைப் பற்றி "காயகற்ப" பயிற்சியை மேற்கொள்பவர்கள் கண்டிப்பாக அறிந்து கொள்ள வேண்டும். முதலில் இந்த பாதரஸத்தைப்பற்றி போகரின் சத்த காண்ட நூலின் இரண்டாம் காண்டத்தில் கூறியுள்ள சில அற்புத விஷயங்களை நாம் பார்ப்போம். முதலில் சூதம் என்னும் பாதரஸ மானது எத்தனை வகைப்படும், என்றும் அவற்றின் சக்தி என்ன? என்றுப் பார்ப்போம்.

"ஏறியே சூத பாடாணம் தன்னை
ஏற்றத்தை உரைத் திடவே இயம்பக்கேளு
ஆறியே சூதமது ஐந்து விதமாகும்
அதன் விபரம் ஏதுதனில் அறையக் கேளு
ஊறியே ரசமென்றும் ரசேந்திர மென்றும்
உற்றபா ரதம் என்றும் சூதம் என்றும்
மீறியே மிசிரகம் என்று ஐந்துமாச்சு
மிடுக்கான சிவவீர்யம் தங்கித் தானே"

(போகர்-7000-பாடல்-1764)

என்று பாதரஸமானது ஐந்து வகைப்படும் என்றும், அவைகள் 1) ரசம், 2) ரசேந்திரம், 3) பாரதம், 4) சூதம், 5) மிசிரகம் என அழைக்கப்படுகின்றன என்றும் கூறுகிறார். மேலும் அவைகளின் குணங்கள், அடையாளங்கள் முதலியவற்றையும் மிக அற்புதமாக விளக்கிக் கூறுகிறார். அதே நூலில் உள்ள கீழ்வரும் பாடல்கள் மூலம் அவற்றை அறியலாம். விஞ்ஞான வசதிகளும், வாகனவசதிகளும் முன்னேறிய இந்த நாகரிக யுகத்தில் கூட நாம் இன்னும் கண்டுபிடிக்க முடியாத, பல பல செய்திகளை இவர்கள் மிகவும் வெளிப்படையாக நேரில் கண்டு வந்து கூறுவதைப் பார்க்கும்போது நாம் இன்னும் உண்மையான விஞ்ஞான வளர்ச்சியை அணு அளவுகூட எட்டவில்லை என்பதே உண்மை. அழிந்து கொண்டிருக்கும் மனிதர்கள் தங்களின் குறுகிய வாழ்வுக்குத் தேவையான, தேவையற்ற பல பொருள்களை தங்களுடைய அறிவாற்றலால் கண்டுபிடித்துக் கொண்டு இருக்கிறார் களே அன்றி அற்புதமான இந்த மனிதப் பிறப்பு இப்புவியில் அழியாத நிலைக்கு உண்டான அத்தனை விஷயங்களையும் கூறிய சித்தர்களின் பொக்கிஷங்களை நாம் ஏன் புறக்கணித்தோம் என்று எண்ணும்போது நாம் எதையோ இழந்து விட்ட உணர்வைத் தவிர வேறு ஒன்றும் தோன்றவில்லை. இனியாவது அற்கான முயற்சியில் இறங்குவோம். இனி முதலில் மேற்கூறிய ஐந்து வித பாதரஸங்களில் முதல் வகையான ரசத்தின் பண்புகளைப் பற்றி போக முனிவரின் நூலில் கண்டுள்ள விபரங்களைப் பார்ப்போம்.

1. ரஸம்

"தாங்கியதோர் ரசத்தினுடைய வண்ணம் கேளு
தனி இரத்த நிறமாகத் தளுக்குத் தானாய்
மங்கியதோர் தோடமற்று ரசாயனமு மாகி
மகாமேரு பாரிசத்தில் தான் இருக்கும்
தெங்கியதோ ரிச்சூதஞ் சத்தவேதி
தேவர்களும் அசுரர்களும் தரிசித்தேதான்
பொங்கியதோர் பிறப்பு இறப்பு இரண்டும் அற்றுப்
பிள்ளைபோல் நித்தியராய் இருந்தார் காணே"

(போகர்-7000-பாடல்-1765)

அதாவது முதல் ரகமாகிய பாதரஸம் நல்ல ரத்தச் சிவப்பு நிறம் கொண்டு எந்தவித அழுக்கும் இன்றி தளுக்காக சிறந்த ரசாயனப் பொருளாக மேருமலைச் சரிவில் உள்ளது என்றும், இதனால் செய்யப் பட்ட ரசமணியை கல்லில் தட்டினால், அதன் சப்தம் கேட்குந் தூரம் வரை உள்ள பொருள்கள் தங்கமாகும் என்றும் (சத்தவேதி-சத்தம்-ஒலி,

வேதி-வேதித்தல்) தேவர்களும், அசுரர்களும் இதை அறிந்து எடுத்து கற்பங்கள் செய்து உட்கொண்டு இறவாத நிலையை அடைந்தனர் என்றும் மிக உயர்வான விஷயத்தைப் பற்றி அபூர்வமாக விளக்கியுள்ளார். இனி அடுத்த இரண்டாவது வகையான ரசேந்திரத்தின் பண்புகள் பற்றி கூறியுள்ளதைப் பார்ப்போம்.

2. ரசேந்திரம்

"காணவே ரசேந்திரந்தான் பச்சை வண்ணம்
கனத்ததொரு ரோமாபுரிக் கடலுக் குள்ளே
தோணவே தென்கிழக்காய் கிணற்றுக்குள்ளே
தோடமற்று நிர்மலமாய் சத்தமுண்டாம்
பூணவே பூதங்கள் சிவகணங்கள்
புரிசடையோன் சொற்படிக்கே காத்திருப்பர்
ஊணவே ஒருவருக்கும் கிட்டாதாகும்
உத்தாரப் படியானால் எடுக்கலாமே"

(போகர்-700-பாடல்-1766)

என்று இந்த வகை பாதரஸமானது பச்சை நிறமாக இருக்கும் என்றும் இது ரோம் நகரில் உள்ள கடலின் அருகில் தென்கிழக்கு பகுதியில் கிணறாக உள்ளது என்றும் களிம்புகள் அற்று சத்தமாக இரைச்சலுடன் காணப்படும் என்றும் இந்த கிணற்றில் பூதங்களும், சிவகணங்களும் காவல் இருப்பார்கள் என்றும், இது சிவனின் உத்தரவு என்பதால் எவருக்கும் கிட்டாது என்றும் உத்தரவு பெற்று வந்தால் மட்டுமே எடுக்கலாம் என்றும் வியக்கத்தக்க விஷயத்தைக் கூறுகிறார். அது மட்டுமா? மேலும் கூறுவதைப் பார்ப்போம்.

"எடுக்கலாம் சிவனுடைய உத்தார படிக்கு
எடுத்து வந்தால் தரிசனத்தில் வேதியாகும்
தடுக்கலாஞ் சாமரணங்கள் இல்லாமல் தான்
சந்திரன்போல் பதினாறு வயது மாகும்
கொடுக்கலாம் குளிகையிட்டுக் கமனமாகிக்
கொடிதான பூதங்கள் சிவகணங்கள்
வடுக்கலாம் வசியமந் திரத்தினாலே
வணங்கவே பண்ணுவித்து வாங்கிக் கொள்ளே"

(போகர்-7000 பாடல்-1767)

என்று சிவனுடைய உத்தரவு பெற்று எடுக்க வேண்டும் என்றும், இதை எடுத்து வந்தால் ரசவாதம் கை கூடும் என்றும், இதனால் கற்பங்கள் செய்து உட்கொள்ள இறப்பைத் தடுக்கலாம் என்றும், என்றும் இளமையுடன் இருக்கலாம் என்றும், இதை எடுக்க ஆகாய

மார்க்கமாகச் செல்லும் ரசமணியைப் பயன்படுத்தி வசிய மந்திரத்தின் மூலம் இக்கிணற்றை காவல் செய்யும் பூதகணங்களையும், வணங்கச் செய்து எடுக்க வேண்டும் என்றும் கூறுகிறார். அது மட்டுமல்ல அவ்வாறு செய்து எடுக்க முயன்றாலும் அது சமயம்

"வாங்கையிலே ரசேந்திரன்தான் எழும்பிப் பொங்கி
மகத்தாகக் கழித்துமே அழித்துக் கொல்லும்
தாங்கையிலே தம்பனையாம் மந்திரத்தால்
தம்பித்துக் குடுக்கையிலே அடைத்துக் கொள்ளு
தேங்கையிலே குளிகைக்காம் சொரூபமாகும்"

(போகர்-7000-பாடல்-1768)

இந்த ரசத்தை எடுக்க முற்படும் போது திடீரென்று பொங்கி, எழும்பி சுழித்து எடுப்பவரை உள்ளிழுத்துக் கொன்று விடும் என்றும், அவ்வாறு செய்யாமல் ஸ்தம்பன மந்திரத்தை உபயோகித்து ரசத்தை அடக்கி தேங்காய்க் குடுக்கையில் அடைத்து எடுத்து வர வேண்டும் என்றும் இது சொரூப குளிகை எனும் அபூர்வ ரசமணி செய்யப் பயன்படும் என்றும் விஞ்ஞானத்திற்கும் எட்டாத பல அதிசயங்களைக் கூறுகின்றார்.

இனி அடுத்தவகை பாதரஸமான "பாரதம்" என்ற வகையின் பண்புகள் பற்றி போகமுனிவரின் நூல் என்ன கூறுகிறது என்று பார்ப்போம்.

3. பாரதம்

"பாரதமாம் ரசந்தானும் சொல்லக் கேளு
முரிசித்து முன்சொன்ன கிணற்றுக் கப்பால்
முக்காத வழிக்குள்ளே கிழக்கே தானும்
தெரிசித்த கிணறதுதான் நூறுபாவம்
கெடியான ஆழமதின் அகலம் கேளே"

(போகல்-7000-பாடல்-1769)

"ஆழந்தான் ஆயிரமாம் பாவமாகும்
அக்கிணற்றில் பாரதமாம் ரசமே நிற்கும்
தோழந்தான் அற்றுவெள்ளைச் சுயம்பாய் நிற்கும்
துருசாகப் பரிசனத்தில் வேதியாகும்"
"வேழந்தான் குளிகையிட்டுப் பறந்த போதில்
வெகுசித்தர் எடுத்துவந்து குளிகை கட்டி
காழந்தான் காயசித்தி பண்ணிக் கொள்வார்
கரவலிவு இல்லை எடுப்போர்க்குக் கனகந்தானே"

(போகர் 7000-பாடல்-1770)

முன் சொன்ன ரோமாபுரிக் கிணற்றுக்கு அப்பால் மூன்று காத தூரம் சென்றால் கிழக்கு திசையில் இக்கிணறு உள்ளது என்றும் நூறு பாவம் - (300 அடி) நீள அகலத்தில் 100 பாவம் (3000 அடி) ஆழமுடன் இந்த ரசக்கிணறு அமைந்துள்ளது என்றும் தூயவெள்ளை நிறத்தில் அழுக்கின்றி சுத்தமாக இருக்கும் என்றும் இந்த ரசத்தை குளிகை (ரசமணி) செய்து எப்பொருள் மீது தொட்டாலும் அப் பொருள் தங்கமாகும் (பரிசன வேதி-(பரிசம்-தொடுதல், வேதி-வேதித்தல்) என்றும் இதை எடுப்பதில் எந்த பிரச்சினையும் இல்லை என்றும் இதை பல சித்தர்கள் எடுத்துவந்து குளிகை, காயசித்தி முதலியவை செய்து கொள்வார்கள் என்றும் இதை எடுத்தவர்க்கு ரசவாதம், சித்தியாகும் என்றும் கூறுகிறார். இனி அடுத்த வகையான "சூதம்" என்ற பாதரஸத்தின் பண்புகளைப் பார்ப்போம்.

4. சூதம்

"எடுப்போர்க்குச் சூதமென்ற ரசத்தைக் கேளு
எழிலாக பொற்கொன்றை நிறமாய்க் காணும்
தொடுப்போர்க்கு ஏழுவித தோடம் நீக்கித்
தூய்மை செய்து பதினெட்டு பின்பு தானாம்
கடுப்போற்குக் கட்டினால் காயசித்தி
கடிசான ஏமசித்தி சரக்கு வைப்பு
அடுப்போர்க்கு எல்லாம் அட்ட சித்தியாகும்
ஆடலாம் அனேகவித்தை அதீதமாமே"
(போகர்-7000-பாடல்-1771)

சூதம் என்ற இந்த வகையானது பொற்கொன்றை பூவின் நிறமாக மஞ்சள் நிறத்தில் இருக்கும் என்றும் இதில் 7 வகையான களிம்புகள் உள்ளதால், இந்த ரசத்தை 18 தடவைகள் சுத்தம் செய்து, பின்பு இதை ரசமணியாக கட்டி, காயகற்பம் செய்து உட்கொள்ளவும், வைப்புச் சரக்குகள், ரசவாதம் முதலிய எல்லாவித்தைகளும் சித்தி யாகும் என்றும் இதனால் அபூர்வமான பல வித்தைகள் செய்யலாம் என்றும் கூறுகிறார். இனி ஐந்தாவது வகை பாதரஸமான "மிசிரகம்" என்னும் ரசத்தைப் பற்றிப் பார்ப்போம்.

5. மிசிரகம்

"அதீதமாம் மிசிரக மென்ரசத்தைக் கேளு
அழகான மயிற்கட்டி நிறமாய்க் காணும்
பதீதமாம் பதினெட்டுச் சுத்திசெய்து
பாங்காகக் கட்டினால் சகல சித்தி

கதீதமாம் ஆகாது கமனியாகும்
கெட்டிலாம் சரீரமது வச்சிரகாயம்
உத்தமாம் உப்பு உறைப்புக் கசப்புமாகும்
உட்டின சீதளமான மிசிரகம் என்னே"

(போகர்-7000-பாடல்-1774)

இந்த வகை ரசமானது மயிலிறகு நிறத்தில் இருக்கும் என்றும் இதை பதினெட்டு தரம் சுத்தம் செய்து ரசமணியாகக் கட்டினால் தப்பின்றி ஆகாய மார்க்கமாகச் செல்ல உதவும் ககன மணியாகும் என்றும், இதை உபயோகித்து காயகற்பம் செய்து உட்கொண்டால் உடல் வச்சிரம் போன்று என்றும் அழியாமல் இருக்கும் என்றும் உவர்ப்பு, உரைப்பு, கசப்பு, என்ற மூன்று வித சுவைகளுடன் தளுக்காக இருக்கும் என்றும் பாதரஸத்தின் 5 வகைகளைப் பற்றி மிக விரிவாக அபூர்வமான தகவல்களைக் கூறியுள்ளார்.

பொதுவாக இவற்றை வைத்துப் பார்க்கும் போது இவ்வுலகில் விஞ்ஞானத்திற்கும் அப்பாற்பட்ட விஷயங்கள் எவ்வளவோ உள்ளன என்பதையும் அதே சமயம் மனிதனால் முடியாதது எதுவும் இல்லை என்பதையும் மனிதனுக்கு அப்பாற்ப்பட்ட மனோ சக்தியின் மூலம் வசியம் முதல் மரணம் வரை உள்ள அட்ட சித்திகளையும் அடைந்து உடலையும், மனதையும் தன் வசப்படுத்தி ஒழுக்க சீலர்களாக வாழ்ந்த வர்கள் சித்தர்கள் என்பது மட்டும் அன்றி தங்களுடைய ஒவ்வொரு வினாடி நேரத்தையும் இவ்வுலகில் மனிதனின் மரணமற்ற வாழ்விற்கு உண்டான வழிமுறைகளை அறிவதற்காகவே செலவு செய்த மாபெரும் அதீத விஞ்ஞான மேதைகள் என்றும் கூறுவதே பொருந்தும்.

இவ்வளவு அதீத விஞ்ஞானிகளான அந்த சித்தர்களின் பொக்கிஷமான நூல்களை நாம் புறக்கணித்தது மட்டுமின்றி அவற்றை அறிய முடியாததை நினைத்து வெட்கபட வேண்டுமல்லவா?

18

மேற்கூறிய இயற்கையான 5 வகையான ரசங்கள் இன்றி இதற்கு இணையாக காய கற்பகங்கள், செந்தூரங்கள், ரசமணிகள், முதலியவைகள் செய்வதற்கென்றே சிறப்பாக, மிக சுத்தமான முறையில் நாமே தயாரித்துக் கொள்ளும் செயற்கையான பாதரஸ முறையை மிகவும் அதிசயக்கத்தக்க முறையில் எல்லா சித்தர்களும் கூறியுள்ளனர். மிகவும் எளிதாகவும், சிறப்பாகவும் செய்யும் இதன் பல

முறைகளில் யாகோபு மாமுனிவரின் முறையையும் யூகி முனிவரின் முறையையும் இங்கு விளக்கமாகக் கூறுகிறேன். நன்கு படித்து பின் கை பாகம், செய் பாகம் அறிந்து செய்ய வேண்டுகிறேன்.

யாக்கோபு முனிவரின் வாலை ரசம் எடுக்கும் முறை

இராமதேவர் என்ற திருநாமம் பெற்று விளங்கிய இவர் சித்தர்களின் வேதியல் நுட்பங்களை முழுவதும் கற்க வேண்டி மெக்கா சென்று அங்குள்ள நபிமார்களுக்குத் தொண்டுகள் பல செய்து நற்பெயர் பெற்று அளப்பரிய வேதியல் நுணுக்கங்களை அறிந்து, யாகோபு என்ற திருநாமம் சூட்டப்பெற்று ஆகாயமார்க்கமாக பறந்து செல்லும் "ககன மணி" என்ற ரசமணியை செய்து அதன் மூலம் நம் நாட்டிற்கு வந்து தான்கற்ற வேதியல் நுணுக்கங்களையும், சூத்திரங் களையும், செய்முறையுடன் வெளிப்படையாக சற்றும் மறைப்பின்றி 16 நூல்கள் மூலம் வெளிப்படுத்தினார். அப்படி அரிய பொக்கிஷங் களாகக் கருதப்படும் நூல்களில் ஒன்றான இம்முனிவரின் 700 பாடல்கள் அடங்கிய "யாக்கோபு வைத்திய சிந்தாமணி- 700" என்னும் புத்தகத்தின் 13வது பாடல் முதல் 16வது பாடல் வரை இந்த வாலைரச முறையை மிகவும் வெளிப்படையாக கூறியுள்ளார். காயசித்தி செய்யும் அன்பர்கள் உண்மையான கற்ப மருந்துகள் தயாரிக்க உதவும் பொருட்டு நான் அதை இங்கு கூறுகிறேன்.

"வன்னிகெற்பம் பலம்பத்து நிறுத்துக் கொண்டு
வகைசமமாய் கொடிவேலி வேரும் சேர்த்து
உன்னிதமாய் இடித்துநைய கெடத்திலிட்டு
ஒழுங்காக மேல்மூடி சீலை செய்து
பன்னியே வாலைரச மாகச் சாமம்
பதறாமல் எரித்திடவே உயரவேறும்
சென்னிய வாலைரச மாகும் பாரு
செப்பினார் யாகோபு திறமை தானே"

(யாகோபு வைத்திய சிந்தாமணி - 700 பாடல்- 13)

வன்னி கெற்பம் என்பது "ஜாதிலிங்கம்" என்ற பாடாணத்தைக் குறிக்கும். இது இயற்கையாக விளையக் கூடியது. சிவப்பாக, பளபளப்பாக, கெட்டியாக, கனமாக கல் போன்று இருக்கும். நாட்டு மருந்துக் கடையில் கிடைக்கும். இதை 350 கிராம் வாங்கி வந்து நன்கு இடித்துப் பொடியாக்கி ஒரு மண்பானையில் போட்டுக் கொள்ளவும்.

கொடிவேலி என்னும் மூலிகையின் வேரைக் கொண்டுவந்து உலர்த்தி 350 கிராம் எடுத்து இடித்து மேற்படி லிங்கப் பொடியுடன் சேர்த்து நன்கு கலந்து பிசறிக் கொள்ளவும்.

மேற்படி பானையின் வாய்க்கு சரியாகப் பொருந்தும் படியான இன்னொரு பானையை எடுத்து மருந்துள்ள மண்பானையின் மீது கவிழ்த்து மூடி இரண்டு பானையின் வாயும் நன்கு பொருந்தும் படியாக வைத்து துணி சுற்றி நல்ல களிமண்ணைக் குழைத்து காற்றுப் போகாமல் பூசி காய வைத்துப் பின்பு அடுப்பில் வைத்து இரண்டு விறகு கொண்டு சிறு தீயாக 2½ மணி நேரம் எரித்துப் பின்பு இறக்கி வைத்து ஆறிய பின் களிமண் பூசிய பகுதிக்கு தண்ணீர் தெளித்து இரண்டு பானையையும் படுக்க வைத்து மெதுவாக மண்ணை அகற்றித் துணியை நீக்க மேல்பானையின் உட்புறம் பார்க்க விபூதி போன்று வெள்ளையாகவும், பனித்துளி போன்று முத்து முத்தாகவும் பாதரஸம் ஏறி நிற்கும். ஒரு பிரஷ் கொண்டு மெதுவாக துடைத்து ஒரு கண்ணாடிக் கிண்ணத்தில் எடுக்க சுத்தமான வாலை ரசம் ஆகும். இது மிக உன்னதமான முறையில் தயாரிக்கப்படும் ரசம் ஆகும்.

மிகவும் ரகசியமாக பாதுகாக்கப்பட்டு வந்த இந்த முறையை "காய சித்தி" செய்யும் பொருட்டு இங்கு வெளியிட்டேன். இவ்வாறு எரிக்கையில் மேல்பானையின் மேல்புறம் நல்ல கெட்டியான துணியை தண்ணீரில் நனைத்து நான்காக மடித்துப் போட வேண்டும். அல்லது பசும் சாணியை அடை போல அப்பிவைக்க வேண்டும். ஒரு சாமம் எரித்தவுடன் இரண்டு பானைகளும் நன்கு ஆறியபின் மெதுவாக இறக்கி சாய்த்து வைத்து பின்பு மெதுவாக களிமண்ணை தண்ணீர் தெளித்து அகற்ற வேண்டும்.

அவ்வாறின்றி அவசரமாக முறை தவறி செய்தால் மேல் பானையின் உள்புறம் ஏறிய ரசம் உருண்டு மறுபடியும் கீழ் பானையில் உள்ள மருந்துடன் கலந்து விடும். எனவே கை பாகம், செய் பாகம், எடை பாகம், ஆகியவை மிகமிக முக்கியம். இவ்வாறு எடுக்கப்பட்ட ரசமானது அனைத்து உபயோகங்களுக்கும் பயன்படுத்தலாம். ஆனால் சுத்தம் செய்து பயன்படுத்த வேண்டும். இனி அடுத்ததாக மாபெரும் ரசவாதக்கலையின் பல உண்மைகளை வெட்ட வெளிச்சமாக மறைப்பின்றி வெளிப்படையாகக் கூறிய 18 சித்தர்களில் ஒருவரான "யூகி முனிவரின்" வாத காண்டம் 1000 என்னும் நூலில் 142-143வது பாடலில் மிகவும் அற்புதமான எளிதான வாலை ரச செய்முறை ஒன்றைக் கூறியுள்ளார். எவ்வாறு எனில்

“ சித்தியா யின்னமொரு லிங்கமார்க்கம்
செப்புகிறேன் கேளுங்கள் உலகத்தோரே
பத்தியாய் லிங்மொரு சேருவாங்கிப்
பதியவே கல்லுப்புச் சேருபோடு
நத்தியாய் வேப்பிலையும் சேருபோடு
நலமாக வில்லையாய் யரைத்துக் கட்டி
முத்திபெற சட்டிதனில் நடுவிலிட்டு
முக்கியமாய் மேல்சட்டி மலர்த்தி மூடே
மூடியே சந்துக்கு ஏழுசீலை
முக்கியமாய் செய்துமேல் சட்டிதன்னில்
பாடியே தண்ணீரை விட்டுக் கேளு
பதிவாக அடுப்புதனி லெரித்திட்டாக்கால்
நாடியே அடித்தூரில் மேலேயேறி
நலமாகச் சிவந்ததுமே நரிபோல தானும்
தேடியே சுரண்டிடவே வாலையாகும்
திறமாகச் சூதமெல்லா மெடுத்து கொள்ளே!”

(யூகி முனி வாதகாண்டம் 1000
பாடல்கள் 142-143)

சாதிலிங்கம் 1 சேர், கல்லுப்பு 1 சேர், வேப்பிலை 1 சேர் (அதாவது மூன்றையும் சம அளவாகப் போடுவது முக்கியம்)

மூன்றையும் குழி அம்மியில் இட்டு நன்கு அரைத்துவில்லை தட்டி ஒரு மண்சட்டிக்குள் வைத்து மற்றொரு மண்சட்டியை மருந்துள்ள சட்டியின் மேல் மல்லாத்தி வைத்து இரண்டு சட்டிகளும் சேரும் இடத்தில் துணிசுற்றி களிமண் பூசி, காயவை... மேல்சட்டிக்குள் தண்ணீர் ஊற்று இப்போது மருந்துள்ள சட்டியை அடுப்பில் வைத்து நிதானமாக எரிக்கவும். இப்படி 1. ஜாமம் எரித்துப் பின்பு ஆறவிட்டு மேல் சட்டியில் உள்ள நீரை மெதுவாக எடுத்துவிட்டு தண்ணீர் தெளித்து இரண்டு சட்டிகளும் ஒட்டியுள்ள களிமண்ணை நீக்கி மேல் சட்டியை மெதுவாக எடுத்து கவிழ்க்க சட்டியின் அடிப்புறம் சிவப்பாக மாவு போன்றும் முத்து முத்தாகவும் இருக்கும். இதை மெதுவாகச் சுரண்டி ஒரு கண்ணாடிக் கிண்ணத்தில் போட்டு வைக்க வாலை ரசமாகும். மிகவும் எளிதில் அற்புதமான முறையில் வாலைரசம் செய்யும் முறையாகும். சித்தர்களின் நூல்களில் பல நூறு முறைகளில் இந்த வாலை ரசம் எடுக்கும் முறைகள் கூறப்பட்டிருந்தாலும் மிக எளிதான முறை என்பதால் இந்த இரண்டு முறைகளை மட்டும் இங்கு கூறினேன். வாலை ரசத்தின் செய்முறையையும் அதன் பெருமை களையும் கூறாத சித்தர் நூல்களே இல்லை. ஏனெனில் இயற்கையாகக்

கிடைக்க கூடிய ரசமானது எல்லாருக்கும் கிடைக்காது என்பதால் “காயசித்தி” செய்து கொள்பவர்களுக்கு உதவும் பொருட்டு இயற்கையான பாதரஸத்திற்கு இணையாக செயற்கையாக தயாரித்துக் கொள்ளும் முறையை வெளிப்படையாக கூறினார் என்பதுடன் சித்தர்களே பல பல உயர்வான மருந்துகளுக்கு இந்த முறைப்படி தயாரிக்கப்பட்ட வாலை ரசத்தையே பயன்படுத்தி உள்ளனர். என்பது குறிப்பிடத்தக்கது. இனி இவ்வாறு தயாரிக்கப்பட்ட பாதரஸத்தினை சுத்தம் செய்யும் முறையைப் பார்ப்போம்.

ரச சுத்தி

முதலில் ஒரு பொருளை சுத்தம் செய்ய வேண்டும் என்றால் அதில் என்னென்ன அசுத்தங்கள் உள்ளன என்பதை நன்கு தெரிந்து கொள்ள வேண்டும். அப்போதுதான் அப்பொருளை முழுமையாக சுத்தம் செய்ய முடியும். அதன் அடிப்படையில் பாதரஸத்தில் என்னென்ன குற்றங்களும், தோஷங்களும் உள்ளன என்பதைப் பார்ப்போம்.

பாதரஸத்தில் 7 வகை அழுக்குப் படிமங்களும் (சட்டை) 8 விதமான அழுக்குக் கலப்புகளும் உள்ளன. அவைகள் என்னென்ன என்று பார்ப்போம். மேலும் அவற்றை நீக்காமல் பாதரஸத்தைப் பயன் படுத்தினால் உடலில் என்னென்ன மாற்றங்களைச் செய்யும் என்பதையும் நன்கு அறிய வேண்டும். இதை சித்தர்களின் நூல் தொகுப் பான பதார்த்த குண சிந்தாமணி என்னும் நூல் கீழ்கண்டவாறு விளக்கு கிறது. இந்நூலின் 1150 முதல் 1152 வரை உள்ள பாடலில் பாத ரஸத்தின் குணம், பாதரஸ தோஷத்தின் குணம், அவற்றால் ஏற்படும் தீமைகள் முதலிய விபரங்கள் மிகத் தெளிவாக விளக்கப்பட்டுள்ளன. எவ்வாறு எனில்

“தலையைக் கிழிக்கும் அவிழ்த் தெறியுங்
கல்லைத் தேடி யெடுத்தெரியும்
மலையிற் குதிக்கும் புனல் மூழ்கும்
மருள்சேர் பித்தந்தனைக் கொடுக்கும்
உலையில் அனல்போல் உடல்வெதுப்பும்
ஒயா உழலை வியர்வாக்கும்
பலகா லமுமே வாய்பி தற்றும்
பாத ரசதோஷ முமிஃதே” **(பாடல் - 1151)**

தலையைப் பிய்த்துக் கொண்டு ஆடைகளை அவிழ்த்தெறிந்து விட்டு கல்லை எடுத்து பிறர்மேல் எறிந்து கொண்டு காடு, மலைகளில் திரிகின்ற பைத்தியத்தின் நிலையை உருவாக்கும். பல காலங்கள் வாய்

உளறும்படி செய்யும். இவையெல்லாம் நன்கு சுத்தம் செய்யாத பாதரஸத்தை மருந்தாகச் செய்து உட்கொள்ளவதால் ஏற்படும் தீமைகள் என்று விளக்கும் பாடல் இது. அடுத்ததாக இவ்வளவு தீமைகளையும், அளிக்கின்ற அளவுக்கு பாதரஸத்தில் கலந்துள்ள தோடங்கள் எவை? அவற்றை நீக்குவது எப்படி? என்று பார்ப்போம்.

19

பல பல சித்தர்களின் நூல்களில் கூறியுள்ளபடி பாதரஸத்தில் பொதுவாக 7 வகையான அழுக்குப் படிமங்களும் (சட்டை) 8 விதமான அழுக்குக் கலப்புகளும் (குற்றம்) உள்ளதாக முன்னமேயே கூறியிருந்தேன். அவைகள் என்னென்ன என்று பார்ப்போம்.

7 வித சட்டைகள்:

நாகம், வங்கம், அக்னி, மலம், கிரி, வீடம், சபலம்.

8 வித குற்றங்கள்

உண்டீனம், கௌடில்யம், அதவர்த்தம், சங்கரம், சண்டத்வம், பங்குத்வம், சறாவரல், சவிஷத்வம்.

இவற்றில் மேற்கூறிய 7 சட்டைகளும் உலோக படிமங்கள் ஆகும். 8 குற்றங்களும் அணுபடிமங்கள் ஆகும். இந்த 15 வித மாசுகளையும் முறைப்படி நீக்கியே எந்த மருந்துகளுக்கும், ரசமணி களுக்கும் பயன் படுத்த வேண்டும். அவ்வாறின்றி சுத்தம் செய்யாத ரசத்தை உட்கொள்ளும் மருந்துகளில் பயன்படுத்தினால் பல மோசமான விளைவுகளை ஏற்படுத்தும் என பதார்த்த குண சிந்தாமணியின் 1152 -வது பாடல் கீழ்கண்டவாறு தெளிவாக விளக்குகிறது.

"சர்ப்பவங்கங் கந்திவன்னி சாஞ்சலம்ம லங்காளம்
ஒப்பின் மந்தம் எண்தோஷம் ஒட்டிரதத் - தைப்புசியார்
கொப்புளங் குட்டங்கியெரி கோதுவிந்தி னைப்பிறத்தீல்"
-அப்புளமூர்ச் சைக்கும்உரி யார்

என்று பாதரஸத்தில் உள்ள குற்றங்களை நீக்காமல் மருந்து செய்து உண்பவர்கள் கொப்புளம், குஷ்டம், எரிச்சல், கோது, தேகநிறம் மாறல், விந்து நஷ்டம், மரணம், மூர்ச்சை என்ற எட்டுவித ரோகங் களுக்கும் உரியவர் ஆவார்கள், என்று தெளிவாகக் கூறியுள்ளார்கள். எனவே அவசரப்படாமல் முறைப்படி சாஸ்திரங்களில் உள்ள பரிபாஷைகள் அறிந்து, உளவு ஆராய்ந்து குருமுகமாகவோ அல்லது சந்தேகமின்றி செயல்பட வேண்டுமாய் கேட்டுக் கொள்கிறேன் மேலும்

இவ்வாறு சுத்தி செய்யப்படாத பாதரஸத்தைப் பயன்படுத்தி செய்யப் படும் ரசமணியை உடலில் அணிவதால் ரசத்தின் கதிர்வீச்சால் தோல் நோய்கள், நரம்புத் தளர்ச்சி, அரிப்பு, அணிந்த இடம் கருத்து தடித்தல், மனபயம், பிரமை முதலிய பல விளைவுகள் ஏற்படும்.

இனி பொதுவாக மிக உயர்வான முறையில் ரசத்தை சுத்தி செய்யும் முறையைப் பார்ப்போம்.

ரச சுத்தி– 1:

“சிகிச்சாரக்த தீபம்” என்னும் நூலின் முதல் காண்டத்தில் பல சித்தர்களின் நூல்களில் கூறப்பட்டுள்ள உயர்வான எளிய ரசசுத்தி முறை ஒன்று கூறப்பட்டுள்ளது. எவ்வாறு எனில் முதலில் சுத்தம் செய்ய வேண்டிய அளவு வாலை ரசத்தை நிறுத்து எடுத்துக் கொள்ளவும். பின்பு ரசத்தின் எடைக்கு சம எடையாக வெல்லம், ஒட்டடை, திரிகடுகு (சுக்கு, மிளகு, திப்பிலி) மஞ்சள், கடுகு, செங்கல் தூள், உப்பு ஆகியவைகளை தனித்தனியாக நிறுத்து எடுத்துக் கொள்ளவும்.

சுத்தம் செய்ய வேண்டிய வாலைரசத்தை குழி அம்மியில் போட்டு மேற்கூறிய பொருள்களில் ஒவ்வொன்றாக போட்டு அரைக்க வேண்டும். எவ்வாறெனில் முதலில் ரசத்தின் எடைக்கு வெல்லத்தைப் போட்டு இரண்டையும் சேர்த்து 5மணி நேரம் அரைக்க வேண்டும். நன்றாக அரைத்தவுடன் கருப்பாக மைப்போல ஆகி விடும். 5மணி நேரம் அரைத்த பின் சுத்தமான தண்ணீர் விட்டு அலசி எடுக்க ரசம் வெள்ளிபோன்று இருக்கும். பின்பு குழி அம்மியை நன்கு துடைத்து மஞ்சளை ரசத்துடன் சேர்த்து 5 மணி நேரம் அரைக்க வேண்டும். 5மணி நேரம் ஆனவுடன் கரும்பச்சை அல்லது கறுப்பு நிறமாக மாறும். முன் செய்த படியே சுத்தமான நீரில் ஊற்றி அலசி எடுக்க இன்னும். பிரகாசமாக ரசம் மாறும். இவ்வாறு மேற்கூறிய ஒவ்வொரு பொருளாகப் போட்டுப் போட்டு முறையாக 5மணி நேரம் வீதம் அரைத்து எடுத்து கடைசியாகத் தூய வெள்ளத்தைத் துணியில் போட்டுத் தேய்க்க துணியில் களிம்பு ஏறாமல் இருக்கும். இதுபோன்று முறையாக சுத்தம் செய்த பாதரஸத்தையே பயன்படுத்த வேண்டும். மேலும் இவ்வாறு முன் கூறிய 9 விதமான பொருள்களில் தனித்தனியாக தலா 5மணி நேரம் வீதம் அறைத்து பின் சுத்தமான நீரில் அலம்பி எடுக்க உயர்வான சுத்தி செய்த பாதரஸமாகும்.

இதுபோன்று முறையாக சுத்தி செய்யப்பட்ட பாதரஸமானது சதாசிவனுக்கு ஒப்பானது என்றும், உடலில் உண்டாகின்ற 4448 நோய்களையும் நீக்க வல்லது என்றும், அவ்வாறு அன்றி சுத்தம் செய்யப்படாத ரஸத்தால் உடலுக்கு மரணத்துக்கும் ஒப்பான

கெடுதல்கள் ஏற்படும் என்றும், சித்தர்களின் நூல்கள் தெளிவுபடக் கூறுகின்றன. அடுத்ததாக சிவனின் அருளால் 3000 வருடங்கள் உயிர் வாழ்ந்து திருமந்திரம் என்னும் அரும்பெரும் நூலை உலகுக்கு அளித்த திருமூலர் என்னும் சித்தர் பெருமானாரின் மற்றொரு படைப்பான பல கற்ப முறைகளையும், ரசமணி மார்க்கங்களையும், விளக்கும் நூலான "திருமூலர் கருக்கிடை 600" எனும் நூலின் 524 - 533 வது பாடல் வரை மிகவும் அரிய ரகசியமான பாதுகாக்கப்பட்டு வந்த உயர்வான, அதே சமயம் சற்று கடினமாக ரச சுத்தி முறை கூறப்படுகிறது. உண்மையாக உயர்வான முறையில் கற்ப மருந்துகள் செய்து உட்கொண்டு காயசித்தி அடைய வேண்டும் என்று எண்ணுபவர்களின் செயலுக்குப் பயன்படும் பொருட்டு, இந்த முறையையும் இங்கு வெளிப்படையாகக் கூறுகிறேன்.

திருமூலரின் பாதரஸ சுத்தி

"ஏதுவாய் நின்ற எழிலான சூதத்தில்
கோதுவாய் நின்ற குடிலம் அயலேழுக்கு
ஏதுவாய்ப் போகாட்டால் கெவுனம் எடுக்காது
வாதுவாம் வாதத்துக்கு ஆகாது ஆகாதே"
ஆகாத கன்மசம் அகற்ற முறைகேளு
வாகான கல்லுப்பு மாட்டு சமபாகற்
தாகாக் குமரிப்பூச் சாற்றை மூன்று நாள்
பாகாய்க் கழவிப் பதனமாய் வாங்கிட்டே"
(திருமூலர் கருக்கிடை பாடல்கள் 524,525)

அதாவது உண்மையான வாலைரசத்தில் உறவாகி நிற்கின்ற 7 விதமான சட்டைகளையும் முறைப்படி நீக்காவிட்டால் ஆகாய மார்க்கமாகச் செல்லும் ரசமணி முதல் ரசவாதம் வரையில் எதுவும் செய்ய முடியாது என்றும் எனவே முறைப்படி ரசத்தில் உள்ள குற்றங் களை நீக்கும் முறை யாதெனில் முதலில் சுத்தம் செய்ய வேண்டிய பாதரஸத்தின் எடைக்குச் சம எடை கல்லுப்பைச் சேர்த்து கற்றாழைப் பூச்சாறு விட்டு 3 நாட்கள் நன்கு அரைத்துப் பின்பு தூய்மையான தண்ணீரில் கழுவி எடுத்து வைத்துக் கொள்ளவும். இனி அடுத்ததாக இந்த பாதரஸத்தை என்ன செய்ய வேண்டும் என்பதைப் பார்ப்போம்.

"வாங்கிட்ட சூதம் வளமாய்ப் பலம்ரண்டு
தாங்கிட்ட சட்டியில் தானே அதைவார்த்து
ஓங்கிட்ட வண்டோடு உடன்கூடன் கண்டரும்
பாங்கிட்ட சாரமும் பாரிரு காரமே

காரத்துடனே கருகிய ரண்டுப்பு
வாகுற்ற அப்பிரகம் வாங்கு நவநீதம்
நேரொத் திடவே நிறையாய் யொன்பதும்
தாரொத்து அமுரியால் தாக்கி அரைத்திட"

(பாடல்- 526, 527)

பின்னர் முன் கூறியபடி 3 நாட்கள் அரைத்துக் கழுவி எடுத்த பாதரஸத்தை 2பலம் நிறுத்து எடுத்து ஒரு சட்டியில் போட்டுக் கொள்ளவும். குருவண்டு, சூடம், துருசு, நவச்சாரம், வெண்காரம், பொரிகாரம், கல்லுப்பு, வெடியுப்பு, அப்பிரக நவநீதம் ஆகிய 9வகை சரக்குகளையும் சம அளவாக நிறுத்து எடுத்து கடல்நீர் விட்டு நன்கு அரைக்க வேண்டும். பின்

"அரைத்தே கலக்கு அமுரிபடி நாலில்
விரைத்தே சூதத்தில் விளங்கச் சுருக்கிடு
தரத்தே இறக்கி நீதான் வாங்கு பிஷ்டியை
துரைத்தே படிநாலு சூட்டாய் மறுவிசை
ஆட்டிச் சுருக்கிடு அப்படிச் சூதத்தில்
தீட்டிப் படிதான் நிலையாய்ச் சுருக்கஞ்சு
மாட்டியே பூட்டி வளமாய் வாங்கிட்டே"

(பாடல்கள் 528-529)

முன் அரைத்த 9 மருந்தையும் 4படி கடல் நீரில் நன்கு கரைத்துக் கொண்டு சட்டியில் உள்ள பாதரஸத்திற்குச் சுருக்குக் கொடுக்க வேண்டும். இவ்வாறு 5 முறை மருந்து கலக்கி பாதர ஸத்திற்கு சுருக்கு கொடுக்க வேண்டும். ஒவ்வொரு முறையும் சுருக்கு கொடுத்த சட்டியில் உள்ள பிஷ்டியைத்தான் 4 படி கடல்நீரில் கரைக்க வேண்டும். தனியாக மருந்தை சேர்க்கக் கூடாது. பின்பு

"வாங்கியே கல்வத்தில் வைப்பாய் பனியிட
ஓங்கி ரிதுவாய் ஒழுகுஞ் செயநீராய்ப்
போங்கிச் செயநீர்ப் போட்டரை கற்பூரம்
பாங்கிய சூதத்தில் பாய்ச்சிச் சுருக்கிடே" (பாடல்- 530)

இவ்வாறு 5 தடவை சுருக்கிட்டு வாங்கிய பிஷ்டியை எடுத்து கல்வத்தில் வைத்து பனியில் வைக்க செயநீராய்ப் போகும். இந்த செய நீரில் கற்பூரம் சேர்த்து அரைத்து வைத்துகொள். பின்பு

"சுருக்கிட சூதந்தான் துள்ளாது வாலையாம்
முருக்கி எடுக்காது மகத்தாம் கனலுக்கு

உருக்குத் தொழிலுக்கும் ஓடும் குளிகைக்கும்
செருக்கும் இதைவிட்டால் திரட்டெல்லாம் பொய்யாமே."
(பாடல்- 531)

இவ்வாறு எடுத்த சூத செயநீரைக் கொண்டு ரசத்தைச் சுருக்கு கொடுக்க ரசமானது நெருப்புக்கு ஓடாமல், திடத்தன்மையடையும். இப்படி சுருக்கு கொடுக்கப்பட்ட சூதம்தான் ரச வாதம், குளிகை மற்றும் பல பல செயல்களுக்கும் ஆகும். இவ்வாறு செய்யாமல் தவறாகச் செய்தால் பொய்யாகும் என்று கூறுகிறார். மேலும்

"திரட்டுந் தொழிலுக்குஞ் சேர்ந்த குளிகைக்கு
மருட்டிய சூதத்தை வளமாகச் சுத்திசெய்
அருட்டியே சுத்திக்கக் கசந்து நீ பூட்டினால்
பிரட்டாகும் பாரு பேரான சித்தரே"
பேரான சுத்தியில் பிலப்படுமே சூதம்
தாரான தீபனம் தானாகும் சாரணை
காரானை போலே கவனங் கொடுபோகும்
ஆரர்கள் பார்த்தாலும் அப்பனே தப்பாது"
(திரு மூலர் சுருக்கிடை பாடல்கள் 532-533)

இவ்வாறு முறையாக சுத்தம் செய்த பாதரஸமே மருத்துவம், குளிகை எனும் ரசமணி, போன்றவைகள் செய்யப் பயன்படும். எனவே அழுக்குகள் உள்ள பாதரஸத்தை முறையாக சுத்தம் செய். சுத்தம் செய்யாமல் சோம்பல் பட்டு அப்படியே மருந்துகளில் சேர்த்தால் அனைத்தும் பொய்யாகும். எவ்வளவுக்கெவ்வளவு சுத்தம் செய்கிறாமோ அந்த அளவு பாதரஸமானது பலப்படும். சாரணைகள் உட்கொள்ளும் மதம் கொண்ட யானையின் வேகத்துடன் ஆகாய மார்க்கமாகப் பறந்து செல்லும். தவறாமல் சித்தியாகும் என்று மிகத் தெளிவாகக் கூறியுள்ளார். மேலும் இவ்வளவு அருமையான முறையை யாரும் கூறியதில்லை குரு முகாந்திரமாகத்தான் இதைச் செய்ய முடியும் என்றாலும் சூட்சுமம் அறிந்தவர்கள் செய்து பயன்பெறட்டும் என்று இந்த ரகசியமான இந்த சுத்தி முறையை வெளிப்படையாகக் கூறினேன்.

20

இனி அடுத்ததாக மிகவும் எளிமையான அதே சமயம் உயர்வான ரச சுத்திமுறை ஒன்றைக் கூறுகின்றேன். "இராமதேவர்" என்ற திருநாமத்துடன் பிறந்து பல சாஸ்திரங்கள் கற்று பின்பு மெக்காவிற்கு சென்று அங்குள்ள நபிமார்களிடம் வேதியல் நுணுக்கங்

களைக் கற்று "யாகோபு" என்ற திருநாமத்துடன் விளங்கிய அந்த மாபெரும் சித்தரின் மிக அற்புதமான ரச சுத்தி முறை இங்கு கூறப்படுகிறது.

யாகோபு முனிவரின் ரச சுத்தி முறை

இந்த யாகோபு மாமுனிவர் 16 நூல்களை இயற்றியுள்ளார். அவற்றுள் பல எளிமையான அரிய முறைகளை விளக்கிக் கூறும் "யாகோபு வைத்தியம்.300" என்னும் நூலின் 16-17 பாடல்களில் இரச சுத்திமுறை தெளிவாக விளக்கப்பட்டுள்ளது. அதைப் பார்ப்போம்.

"தாக்குகின்ற சூதத்தை யருக்கன் பாலில்
தானொருநா ளூரவைத்து யெடுத்துக் கொண்டு
நோக்கமுடன் செங்கலது தூளுங்கொஞ்சம்
நுண்ணிதமாய்ப் புகையீரற் றூளுங்கொஞ்சம்
ஆக்கமுடன் மஞ்சள் தூளுங்கொஞ்சம்
அடைவான சர்க்கரைதா னதற்குக் கொஞ்சம்
பாக்கியிலா நாலுடனேரசத்தை விட்டுப்
பண்புடனே அரைத்தெடுக்கச் சுத்தியாச்சே

சுத்தித்த ரசமதனை யெடுத்துப்பின்பு
சுகமாகக் கல்வத்தி விட்டுக்கொண்டு
சித்தியுள்ள வெள்ளைப்பூண் டதையுரித்துத்
திறமையுட னதைப்போட்டு அரைத்தெடுக்கப்

பத்தியுள்ள ரசந்தானுஞ் சுத்தியாச்சு
பக்குவமாய்த் தானெடுத்து வைத்துக்கொண்டு
எத்திசையு மறியவே சூதந்தன்னை
இயல்பாகச் சூதச்செந் தூரஞ்செய்யே"

(யாகோபு வைத்தியம்-300
பாடல்கள்-16-27)

நமக்குத் தேவையான பாதரஸத்தை எடுத்துக் கொண்டு ஒரு கண்ணாடிப் பாத்திரத்தில் ஊற்றி அது மூழ்கும் அளவு எருக்கம் பாலை ஊற்றி ஒருநாள் முழுவதும் ஊறவிடவும்.

மறுநாள் அதை எடுத்து கல்வத்தில் போட்டுக் கொண்டு செங்கல் தூள், புகையிலைத்தூள், மஞ்சள்தூள், சர்க்கரை இந்த நான்கையும் சம அளவாகக் கலந்து ரசத்தின் எடைக்கு சம எடை நிறுத்து ரசத்துடன் போட்டு 10 மணி நேரம் அரைத்து, பின்பு ரசத்தை நன்கு கழுவி எடுத்து பின்பு மறுபடியும் ரசத்தை கல்வத்தில் போட்டு அத்துடன் சம எடை தோலுரித்த வெள்ளைப்பூண்டைப் போட்டு 10

மணி நேரம் அரைத்து எடுத்து நன்கு கழுவி வைத்துக் கொள்ள ரசம் பூரண சுத்தியாகும். இதை செந்தூரம் மற்றும் எல்லா காரியங்களுக்கும் பயன்படுத்தலாம் என்ற வெகு எளிய சிறப்பான முறையைக் கூறியுள்ளார். இனி அடுத்ததாக சித்தத்களுக்கெல்லாம் மகாகுருவாக விளங்கிய “அகஸ்திய மாமுனிவரின்” மிக மிக அற்புதமான ரசசுத்தி முறையைப் பார்ப்போம்.

அகஸ்திய மாமுனிவரின் ரச சுத்தி முறை

சிவனை தன் தந்தையாக வணங்கி வரங்கள் பல பெற்று சித்துகள் பலபுரிந்து சித்தர்களின் தலைமை பீடமாக விளங்கி பல நூல்கள் மூலம் பலபல உண்மைகளை உலகிற்கு அளித்த “மகாகுரு அகஸதிய முனிவர்” தான் எழுதிய “வைத்திய காவியம்” எனும் நூலின் 97-98 வது பாடலில் அபூர்வமான ரச சுத்தி முறை ஒன்றைக் கூறியுள்ளார். அதையும் பார்ப்போம்.

“பாரப்பா இருபத்து ஐந்து சுத்தி
பாடுகிறேன் திரிகடுகு திரிபலையு மிக்க
சீரப்பா மரமஞ்சள் கற்கண்டு சர்க்கரையுஞ்
சீரான சமபழமும் முந்திரிகையுடே
பேரப்பா கும்மட்டி பொன்முசுட்டை நாரி
புளியாரைக் கொடிவேலி மணித்தக்காளி
நீரப்பா கற்றாழை வாய்விளங்கம் கெந்த
நேர்ந்த கருஞ்சீரகமும் கோஷ்டந்தானே
கோஷ்டிமொடு நாயுருவி இருபத்தைந்தும்
கூரான நீர்கொண்டு கியாழங் கொண்டு
மாட்டமுடன் மத்தித்து கடிகை மூன்று
அப்பனே வெவ்வேறே நோயும் தீரும்
பாட்டெல்லாம் சூதத்தால் அல்லோ சித்தர்
பாடினார் நூல்தோறும் பாடினாரே” (பாடல்-97-98)

இதன் பொருள் என்னவெளில் சுக்கு, மிளகு, திப்பிலி, கடுக்காய், நெல்லிக்காய், தான்றிக்காய், மரமஞ்சள், கற்கண்டு, சர்க்கரை, எலுமிச் சம்பழம், முந்திரிப்பழம், கும்மட்டி, பொன்முகட்டை, நன்னாரி, புளியாரை, கொடிவேலி, மணத்தக்காளி, கற்றாழை, வாய்விளங்கம், கோஷ்டம், நாயுருவி, கருஞ்சீரகம், இந்த மருந்துகளை தனித்தனியாக நீர்விட்டு கியாழமாக வடித்துக் கொண்டு மேற்படி கியாழங்களில் தனித்தனியே பாதரஸத்தை 2¼ மணிநேரம் வீதம் அரைத்து கழுவி எடுக்க பாதரஸம் பூரண சுத்தியாகி எல்லா மருந்துகள், குளிகைகள் போன்றவற்றிற்கு பயன்படுத்தலாம் என்று தெளிவாகக் கூறியுள்ளார்.

எவ்வளவு உயர் வான சுத்திமுறையை சிறிதும் மறைப்பின்றி வெளிப் படையாகத் தெளிவுபடக் கூறிய அந்த மகாகுருவின் மனதை என்ன வென்று கூறுவது?

அடுத்ததாக மிகவும் எளிமையான அதேசமயம் மிக உயர்வான ரச சுத்திமுறை ஒன்றைப் பார்ப்போம். சித்தர்களுள் மிகவும் அரும் பெரும் தவசீலராக விளங்கி 1008 மாற்றுள்ள பொன் செய்து அனைத்து வித மகாசக்தியுள்ள ரசமணிகளைப் பற்றிய பல ரகசியங் களையெல்லாம் வெளிப்படுத்தியவரும், கொக்கென்று நினைத்தாயோ கொங்கணவா? என்ற முதுமொழிக்கு உரியவரும் திருப்பதியில் சமாதி அடைந்தவருமான "கொங்கண மகாமுனிவர்" தான் எழுதிய "கொங்கணர் வாதகாவியம்-3000" என்னும் நூலில் இந்த பாத ரஸத்தின் சுத்தி முறைகளை மிகவும் தெளிவாக வெளிப்படுத்தி உள்ளார். மிகவும் எளிமையான இந்த முறையானது ரசவாதம் மற்றும் மருத்துவம், ரசமணிபோன்ற செயல்களில் ஆய்வுகள் மேற்கொள் பவர்களுக்கு ஒரு அரும் பெரும் வழிமுறையாகும். ரசத்தில் உள்ள எல்லா தோஷங்களையும் நீக்கி மிகவும் சுத்தமான பாதரஸத்தை எவ்வாறு பெறுவது என்பதை சிறிதும் மறைவின்றி கூறியுள்ளார். அவ்வளவு அருமையான கொங்கணரின் ரசசுத்தி முறையை அப்படியே சுவைமாறாமல் கூறியுள்ளேன்.

"ஆகுமே ரசத்தை சுத்தி அப்பனே செய்யும் மார்க்கம்
பாகுமே அரசப்படை பதைப்பற இடித்தறைத்து
வாகுமே வில்லைபண்ணி வளம்பெறச் சுட்டசாம்பல்
தாகுமே படிரெண்டாக்கி தனிக்குள்ளே அமுரிவாரே
வாருநீ அமுரிதானும் வளம்பெறப் படியும் எட்டு
தேருநீ நாயுருவிச் சாம்பல் சேர்ந்தொரு படியும் விட்டுக்
காருநீ மூன்றாம் நாளில் கவிந்ததோர் தெளிவு வாங்கி
யேருநீ எரித்துக் காச்ச இறுகியே உப்புமாமே.
உப்பத பலமும் நாலு உயர்ந்திடும் சூதம் எட்டுக்
கப்பது கல்வத்திட்டுக் கலந்துவார் குமரிச்சாறு
செப்பது அரைப்பாணப்பா சிறத்துடன் மூன்றுநாள் தான்
அப்புய அஞ்கதோஷம் ஆறொன்றும் போது பாரோ"
(கொங்கணர் வாதகாவியம் - பாடல் 252-254)

ரசத்தை முழுமையாக சுத்தி செய்வது எவ்வாறு என்றால் அரசமரப் பட்டையைக் கொண்டு வந்து இடித்து அரைத்து வில்லை தட்டிக் காயவைத்து சுட்டு சாம்பலாக்கிக் கொள்ளவும். நாயுருவிச் செடியை வேருடன் பிடுங்கி வந்து காயவைத்து சுட்டு சாம்பலாக்கிக் கொள்ளவும்.

மேற்படி அரசம்பட்டை சுட்ட சாம்பல் இரண்டு படியும், நாயுருவி சுட்ட சாம்பல் 1 படியும் ஒரு பானையில் போட்டு 8 படி கடல் தண்ணீர் விட்டு நன்கு கலக்கி வைக்கவும். தினமும் பல முறை இவ்வாறு கலக்கி 3 நாட்கள் இவ்வாறு வைத்திருந்து 4-ஆம் நாள் தெளிவை இறுத்துக் காய்ச்ச உப்பு கிடைக்கும். இந்த உப்பில் 140 கிராம் எடுத்து கல்வத்தில் போட்டுக் கொண்டு 280 கிராம் பாதரசத்தை அதனுடன் போட்டுக் கொண்டு கற்றாழைச் சாறு விட்டு நன்கு அரைக்கவும். இவ்வாறு 3 நாட்கள் அரைக்க பாதரசத்தில் உள்ள 7 விதமான தோஷங்களும் அகன்று சட்டை நீங்கி பாதரசம் முழுவதுமாக சுத்தியாகும் என்று மிக அற்புதமான எளிய பாதரஸ சுத்தி முறையை தெள்ளத் தெளிவாகக் கூறியுள்ளார். இவ்வாறு முறையாக சுத்தி செய்யப்பட்ட பாதரசத்தையே மருந்துகள், கற்பங்கள் ஆகியவற்றில் சேர்க்க வேண்டும்.

இவ்வாறு முறைப்படி ரசத்தை சுத்தி செய்வது போல ரசத்தை நெருப்புக்குப் புகையாமல் இரும்புக் கரண்டியில் வைத்து உருக்கினால் உருகி பொன்போன்று நிற்க வேண்டும். இல்லையெனில் மருந்துக ளோடு சேர்த்து அரைத்துப் புடம் போடும்போது புகைந்து ஓடி விடும். எனவே பாதரசம் நெருப்பிற்குப் புகையாமல் உருகி நிற்கும் அற்புத மான ஒரு எளிய முறையை இங்கு கூறுகிறேன்.

பலபல யுகங்கள் இயற்கையின் சீற்றங்கள் மற்றும் எண்ணி லடங்காத உணவு முறை மாற்றங்கள், நோய்களின் தாக்குதல்கள் இவற்றிலிருந்து நாம் தப்பித்து மரணத்தையும் வென்று வாழ்வது என்பது எவ்வளவு கடினமானது என்று இதை படிக்கும் ஒவ்வொரு வரும் மனதார உணர வேண்டும்.

அவ்வாறு வாழும் கலையைப் படிக்கும் நாம் அந்த வாழ்க்கையைத் தரும் அருமருந்துகளான காயகற்பங்களை எவ்வளவு சுத்தமாக, உண்மையான முறையில், மிகுந்த பிரயாசைப்பட்டு செய்ய வேண்டும் என்பதை நினைவில்கொண்டு செயல்பட வேண்டும் அல்லவா? அவ்வாறு இன்றி மனதில் தோன்றியபடி ஏதோதோ மூலிகைகளைப் பொடி செய்து உட்கொள்வதாலும், முறையாக சுத்தி செய்யப்படாத உலோக மருந்துகளை வாங்கி உட் கொள்வதாலும் நாம் நினைத்த லட்சியத்தை அடையமுடியாது. அது மட்டுமின்றி மேலும் பல பக்கவிளைவுகளுக்கு ஆளாகி நோய்வாய்ப்பட்டு உள்ள ஆரோக்கியமான வாழ்க்கையையும் இழக்க வேண்டிய நிலை ஏற்படும் அல்லவா?

எனவே அவசரப்படாமல் மனம்போனபடி எதையும் செய்யாமல் மனதைக் கட்டி பல காலங்கள் தவமிருந்து ஆய்வுகள் பல செய்து

அதன்மூலம் பல உண்மைகளைக் கண்டறிந்து, பின்னால் வரும் சந்ததியினர் எந்த சிரமமும் இன்றி எளிதில் மரணமில்லாத பெருவாழ்வினை அடைய வேண்டும் என்ற தன்னலமற்ற பரந்த நோக்குடன் தங்கள் நூல்களில் தெள்ளத் தெளிவாகக் கூறியுள்ள சித்தர்களின் உண்மைகளைப் புரிந்து, தெளிவுற்று அதன்படி நடந்தால் மட்டுமே அந்த நிலை சாத்தியம் என்பது யாராலும் மறுக்கமுடியாத உண்மை. எனவே தெளிவான முடிவு எதிலும் தேவையல்லவா?

21

யூகி முனிவரின் சூதக் கட்டுமுறை (தீக்கு நிற்க)

18 சித்தர்களில் மிகவும் போற்றத்தகு முனிவரான யூகி முனிவர் பலபல எளிய உண்மைகளை உலகிற்கு வெட்ட வெளிச்சமாகக் கூறியவர். பல ஆயிரம் ஆண்டுகள் சமாதியில் இருந்து வெளிவந்த "சம்பார முனிவர்" சமாதி அடைய இடம் தேடிச் சென்றபோது யூகி முனிவருக்கு ஞான உபதேசம் செய்ததாக வரலாறுகள் கூறுகின்றன. தான் தேரையர் மூலம் இவற்றை உணர்ந்து வெளியிட்டதாகக் கூறுகிறார். மேலும் இவ்வாறு இவர் கூறுகையில் ஒரு அதிசயமான உண்மையையும் கூறுகிறார். அதாவது முதலில் இந்த சாஸ்திரங்கள் எல்லாம் யாரிடமிருந்து வந்தன என்றும், எவ்வாறு வழி வழியாக வந்தது என்றும் புள்ளி விபரமாக கீழ்க்காணும் பாடல் மூலம் விளக்குகிறார். தன்னுடைய "யூகிமுனி வாத காண்டம்-1000" என்னும், நூலில் 1-3 பாடல்களில் இந்த அபூர்வமான விஷயத்தை கீழ்க்கண்டவாறு விளக்குகிறார்.

"வரைந்திட்டேன் சிவனுமைக்கு மகிழ்ந்து சொல்ல
    வகையாக உமைதானும் நந்திக்கு சொல்ல
தரைந்திட்ட நந்தி அசுவினிக்குச் சொல்ல
    தாட்டிகமாய் அசுவனியும் விசுவனிக்குச் சொல்ல
பரைந்திட்டு விசுவனியாம் தேவரிடியும்
    பாகமாய் தன்வந்திரிக்கு அகஸ்தியர்க்கு
ஆதியாம் அகத்தியரும் அன்பாய்த் தானே
    அன்பான அகத்தியரும் புலத்தியர்க்குச் சொல்ல
ஆதியாம் புலத்தியரும் தேரர்க்குச் சொல்ல
    தென்பாகத் தேருமே யூகிக்குச் சொல்ல
திறமான யூகியுமே யுலகத்தோர்க்கு
    வன்பாகப் பிழைக்கவுமே வாதகாண்டம்

வகையாகக் கைபாக விபரமெல்லாம்
இன்பமாகச் சொல்லிடவே யிந்த நூலை
இனிதாகப் பார்த்துமே செய்திட்டாரே
செய்திடவே யிந்நூலைப் பார்த்தறிந்து
செயமாகச் சிந்தூரம் களங்கு சுண்ணம்
எய்திடவே மெழுகோடு தயிலமெல்லாம்
எடுத்தறிந்து நந்மையா யழைத்தாயானால்
மெய்யதாம் வாதமெல்லாம் சித்தியாகும்
மேன்மையாய்ப் பாகமாய்க் கண்டறிந்தால்
வையகத்தி லுனைப்போலே ஞானியுண்டோ
வடிவாக யூகிமுனி சொன்னவாறே"

(யூகி முனிவாத காண்டம்-பாடல்கள்-1-3)

என்று ஆதியில் 7 லட்சம் கிரந்தங்களை சிவன் இயற்றி அதை அவர் உமையவளுக்கு உபதேசிக்க, உமையவள் அதை நந்திக்கு உபதேசிக்க, நந்தி அசுவனிக்கும், அசுவனியார் விசுவனிக்கும், விசுவனி தன்வந்திரிக்கும், தன்வந்திரி அகத்திய மாமுனிவருக்கும் அகஸ்தியர் -புலஸ்தியர்க்கும், புலஸ்தியர் தேரையருக்கும், தேரையர்-யூகிமுனி வருக்கும் சொன்னதாக வெகு அற்புதமாக கூறியுள்ளார். அத்துடன் இவ்வுலக மக்கள் பிழைக்க வேண்டிதான் இந்த வாத காண்ட நூலைப் பாடினேன் என்றும் இந்த நூலைப் பார்த்து பல சித்தர்கள் முறையாகச் செய்து சித்தியடைந்தனர் என்றும், இந்த நூலை முறையாகப் படித்து அறிந்து செய்தால் இவ்வுலகில் உன்னைப் போல் ஞானி வேறு யாரும் இல்லை என்றும் முறையாகச் செய்தால் எல்லாம் சித்தியாகும் என்றும் கூறியுள்ளார். இவ்வளவு அரும் பாடுபட்டு கற்று நமக்கு அளித்த அந்த நூலை முறைப்படி படிக்காமல் நாம் மனம் போனபடி ஏதேதோ செய்து பார்த்து மருந்துகள் ஒழுங்காக வரவில்லை என்ற வுடன் நூலைக் குறை கூறுவதால் என்ன பலன்? எனவே ஒன்றிற்கு பலமுறை நிதானமாகப் படித்து தெளிவாக அறிந்து சந்தேகமின்றியும் கைபாகம், செய்பாகம், எடைபாகம் தவறாமல் செய்ய எல்லாம் சித்தியாகும். இனி பாதரஸத்தை நெருப்புக்குப் புகையாமல் கட்டும் யூகி முனிவரின் அற்புத முறையைக் கூறுகின்றேன்.

"இன்னமொரு ரசபற்பம் தீய்க்கு நிற்க
வின்பமாய்ச் சொல்லுகிறோம் வாதிகேளு
நன்னயமாய்க் கடல்நுரையும் பலமும் பத்து
நலமாகக் கரியில் வைத்து ஊத நீறும்
பன்னலமாய்க் கடுங்கார மாகஊதி
பக்குவமாய்க் கல்லுப்பை யிடையே சேர்த்து

கன்னல்போல் மேனியிலைச் சாற்றலாட்டி
கடுகவே வில்லைபண்ணிக் காயவையே

(யூ.வா.கா பாடல்-155)

தீய்க்குப் புகையாமல் ரசமானது நிற்க, முதலில் கடல்நுரை 350 கிராம் எடுத்து கரிநெருப்பில் வைத்து பழுக்க ஊத நீறிப் போகும். இவ்வாறு நன்றாக ஊதி நீற்றிக் கொள். இதன் எடைக்கு சமஎடை கல்லுப்பைச் சேர்த்து குப்பைமேனி இலை சாற்றால் நன்கு அரைத்து வில்லையாகத் தட்டி வெயிலில் காய வைக்க வேண்டும். இனி அடுத்து

“காயவைத்து கரியோட்டில் குமறஊது
கருணைபெற கடுஞ்சுன்ன மாகும்பாரு
மாயமாய்ப் போகாமல் சாரம் நேரே
மயமாகச் சேர்த்தரைக்க நீறதாகும்
தாயகமாய்க் கலயத்தில் வாரி வைத்துத்
தகுந்ததோர் புடம் போட்டு எடுத்து வைத்து
வாயகமாய்ப் பணியில் வைக்க நீறதாகும்
வளமான விந்நீரி லெல்லாம் நீறே”

(யூ.வா.கா பாடல் 156)

இவ்வாறு காயவைத்த வில்லையை கரிஓட்டில் வைத்து நன்கு ஊத கடுமையான சுண்ணமாகும். இந்த எடைக்கு நவச்சாரம் சேர்த்து அரைக்க தண்ணீராகும். இதை வழித்து ஒரு சட்டியில் வைத்து மேல் சட்டி மூடி சந்திற்கு மண்பூசி புடம் போடவும். புடம் ஆறியபின் பிரித்து எடுத்து பனியில் வைக்க ஜெயநீராகும். இதனால் எல்லா சரக்குகளும் நீர்த்து சுண்ணாம்பாகும். இதை ஒரு பாட்டிலில் வைத்துக் கொள். அடுத்து இந்த முறைக்கு மிகவும் முக்கியமான கல்லுப்பு காய்ச்சும் முறையைப் பார்ப்போம்.

“எடுத்துமே செய்கின்ற பாகங்கேளு
இன்பமாய்க் கல்லுப்பு படியும் நாலு
நடுத்துமே கடல்தண்ணீர் படியும் நாலு
நலமாக விட்டுமே தெளிவிறுத்து
விடுத்துமே அடிகனத்த சட்டியிட்டு
விருப்பமாய்ப் பொங்காமற் றிராவிக் காய்ச்சு
படுத்துமே உப்பாக விழுகும் பாரு
பதிவாக அகப்பையால் மொண்டிடாயே
மொண்டுமே படிநாலு அளந்து கொண்டு
முக்கியமாய்க் கடல்நுரையை ஊதநீறும்

கண்டுமே காற்படியும் ஒக்க விட்டுக்
கனிவாக அரைத்துமே உப்போடொக்க
பண்டுமே சட்டிதனில் நீரையிட்டுப்
பதிவாக நன்மையாய் அமுக்கிப் பின்பு
தொண்டாக நடுவதனில் குழிபறித்துத்
துப்புரவாய் நடுவதனில் ரசமும் வையே

(யூ.வா.கா பாடல்-144-145)

கல்லுப்பை நான்குபடி அளந்து கொண்டு அத்துடன் நாலு படி கடல் தண்ணீரை ஊற்றி நன்கு கரைத்து வடிகட்டிக் கொண்டு ஒரு சட்டியில் ஊற்றி அடுப்பில் வைத்துக் காய்ச்ச, நீர் வற்றி உப்பாகும். இந்த உப்பை எடுத்து தனியாக வைத்துக் கொள். இதில் 4 படி அளந்து வைத்துக் கொள். கடல்நுரையை கரி நெருப்பில் வைத்து ஊத சுண்ணாம்பு ஆகும். இதில் கால்படி எடுத்து மேற்படி கல்லுப்புடன் சேர்த்துப் போட்டு நன்கு அரைத்து ஒரு சட்டியில் இந்த கலவையைப் போட்டு நன்கு அமுக்கி நடுவில் குழி செய்து இதில் ரசத்தை வைக்க வேண்டும். இனி எவ்வாறு மடக்கி ரசத்தை நெருப்பிற்கு நிறுத்துவது என்பதைப் பார்ப்போம்.

"கல்லாகச் சூதமுமே நாலு பலமுமிட்டுக்
கணக்காக மேல்சீலை யேழுசெய்து
பொல்லாமை யில்லாமல் கடிகை நூறு
போக்கோடே யெரித்திட்டு யெடுத்துக் கொள்ளே"

"எடுத்துமே பார்த்தவுட னுயரவேறி
யிருக்குமே வெள்ளையாய்ப் பதங்கந்தானும்
அடுத்துமே மயிர்க்குச்சியால் வழித்து
அடைவாக கல்வத்தி லிட்டுக் கேளு
நடுத்துமே செயநீரால் நாலுசாமம்
நலமாக அரைத்துவில்லை காயவைத்து
படுத்துமே முன்சட்டி உப்பில் கேளு
பதிவாக நடுவிலே வைத்து மூடே"

"மூடியே யெழுசீலை மண்ணும் செய்து
முடிவாக அடுப்புதனில் வைத்தெரிக்க
நாடியே உயரவே யேறினாக்கால்
நலமான மயிர்க்குச்சியால் வழித்து
காடியே அடியில்நின்ற பற்பத்தோடே
கனமாக செயநீரால் அரைத்துமுன்போல்

பாடியே சட்டியிட்டு மேலே மூடி
பதிவாக சந்துவாய் பொருந்தப் பாரே
பொருந்துமே கமலம்போ லெரித்தெடுக்கப்
பேரான ரசமதுதா னடியில் நிற்கும்
அருந்தவே அக்னிக்கு நிற்கும் பாரே”

(யூ.வா.கா பாடல்-157-160)

மேற்படி உப்பு அமுக்கிய பாண்டத்தின் நடுவில் உள்ள பள்ளத்தில் 140 கிராம் பாதரஸத்தை ஊற்றி வாய்க்கு வாய் பொருந்தும் படியாக மற்றொரு சட்டியை மேலே கவிழ்த்து இரண்டு சட்டிகளும் பொருந்தும் வாய்க்கு சீலைமண் செய்து காய்ந்த பின்பு அடுப்பில் ஏற்றி 10 மணிநேரம் நிதானமாக எரித்தபின் ஆறப் போடவும். ஆறியபின் மெதுவாக சட்டியைத் திறந்து பார்க்க, மேல்சட்டியின் உள்புறம் ரசமானது வெள்ளையாக மாவுபோன்று ஏறி ஒட்டியிருக்கும். இதை ஒரு பிரஷ் கொண்டு சுரண்டி கல்வத்தில் போட்டுக் கொள்ளவும்.

இவ்வாறு எடுத்த ரச பற்பத்தை முன்செய்து வைத்துள்ள செயநீர் ஊற்றி 10 மணிநேரம் அரைக்கவும். அரைத்து வில்லை செய்து காய வைத்து அந்த வில்லையை சட்டியின் நடுவில் உள்ள பள்ளத்தில் வைத்து மேல்சட்டி மூடி முன்போல எரிக்கவும். ஆறியபின் எடுத்துப் பார்க்க மறுபடியும் ரசமானது மேல் உள்ள சட்டியின் உள்புறம் ஏறி இருந்தால் மறுபடியும் முன்போல் செயநீர் விட்டு அரைத்து வில்லை தட்டிக் காயவைத்து உப்புப் பாத்திரத்தில் நடுவில் உள்ள பள்ளத்தில் வைத்து மேல்சட்டி மூடி முன்போல எரிக்கவும். இவ்வாறு எரித்து எடுத்துப் பார்க்க ரசமானது மேல் சட்டியில் ஏறாமல் நடுவில் உள்ள பள்ளத்தில் நிற்கும். இவ்வாறு நின்ற ரசமானது நெருப்பிற்கு புகையாமல் ஓடாமல் உருகி நிற்கும். இது அற்புதமான ஒரு முறையாகும். இதை விட்டுவிட்டு பச்சையாக கடையில் விற்கும் ரசத்தை வாங்கியோ அல்லது வாலை ரசத்தை தூய்மைப்படுத்தாமல், கட்டாமல், பச்சையாக உபயோகித்தாலே மருந்துகள், பற்பங்கள், செந்தூரங்கள், குளிகை என்னும் ரசமணிகள் முதலியவைகள் முறையான பலனைக் கொடுக்காதது மட்டும் இன்றி உடலுக்கு பலபல தீமையைத் தரும். பக்க விளைவுகளையும் உண்டாக்கும் என்பதில் எள்ளளவும் மாற்றமில்லை. எனவே அவசரப் படாமல், நிதானமாகப் படித்து கைபாகம் தவறாமல் செய்து ஆய்வுகளில் வெற்றி பெற வேண்டுகிறேன்.

22

இனி இந்த அற்புதமான “சிவனின் விந்து” என்றும் “மதயானை”என்றும் பலபல பெயர்களால் கூறப்பட்டுள்ள பாதரஸத்தை உபயோதித்து செய்யும் அருமருந்தான ஒரு காயகற்பத்தைப்பறிறி பார்ப்போம். அதற்கு முன்பு, முன் கூறிய வெள்ளை விஷ்ணு கிரந்தி செந்தூர கற்பம் செய்ய வேறு என்னென்ன உலோக, உபரசங்கள் வேண்டும் என்றும் அவற்றை எவ்வாறு தூய்மைப்படுத்தி மேற்கூறிய வெள்ளை விஷ்ணுகிரந்தி கறபத்துடன் எவ்வாற சேர்த்து, முறைப்படி தயாரிக்க வேண்டும் என்பதையும் பார்ப்போம்.

எல்லாவிதமான காயகற்பங்களையும் தயாரிக்கும் போது தூய்மையே மிகவும் முக்கியம். ஏனெனில் நம் உடலில் உள்ள அத்தனை அழுக்குகளையும் நீக்கி உடலை உள்ளும், புறமும் தூய்மைப்படுத்தி மரணம் என்னும் சுழலை வென்று நீண்ட ஆயுளுடன் பெருவாழ்வு வாழும் ஒரு அரிய கலையின் அடிப்படையாக விளங் குவது காயகற்பமாகும். இவ்வளவு உயர்வான காய கற்பங்களை செய்யும்போது அதில் சேர்க்கப்படும் மருந்துகள் சிறிது கூட அழுக்கோ, மற்றும் கலப்போ இல்லாமல் மிகமிகத் தூய்மையாக இருப்பது அவசியம். எனவேதான் காயகற்ப மருந்துகளில் சேர்க்கப்படும் 64 வகையான பாடாணங்கள், 120 வகையான உபரசங்கள், 25 வகையான உப்புகள், 9 வகையான உலோகங்கள் போன்ற அனைத்தையுமே முறைப்படி சுத்தி செய்து பயன்படுத்துவது அவசியமான ஒன்றாகும். எனவேதான் மருந்துகளுக்கு சேர்க்கப்படும் உபரசங்கள் மற்றும் பாடாணங்களின் சுத்தி முறையைத் தெளிவாக, விரிவாக விளக்கியுள்ளேன். அந்தந்த கற்பங்கள் வரும்போது அந்தந்த மூலப்பொருள்களின் சுத்திமுறையை நன்கு படித்து அறிந்து செய்ய வேண்டுகிறேன்.

அப்படி செய்யும் முறைகளில் மேற்கூறிய வெள்ளை விஷ்ணு கிரந்தி செந்தூர கற்பத்தில், அடுத்து செய்ய வேண்டிய முறைகளைப் பார்க்கும் போது அதில் பாதரஸம் போக இன்னும் இரண்டு மூலப் பொருள்கள் சேர்க்க வேண்டியுள்ளன. அவற்றின் முறையையும் வெள்ளை விஷ்ணு கிரந்தியால் வறுக்கப்பட காரீயத்தை அடுத்து என்ன செய்ய வேண்டும் எனவும் பார்ப்போம்.

இனி இவ்வாறு காரீயத்தை வறுத்தவுடன் அடுத்ததாகச் செய்ய வேண்டிய பக்குவத்தைப் பற்றிய செய்முறையைப் பார்ப்போம்.

"பூப்போலச் சிந்தூரம் பொருமிப் போகும்
பேராக ஆறவிட்டு வாங்கிக் கொண்டு
தீப்போல மனோசிலையு நாலுத் தொன்று
செயமான வெங்காரப் பொரிதான் கூட்டு
தூப்போலச் சூதமது நாலுத் தொன்று
சுத்தமாங் காற்றாழைச் சாற்றால் ஆட்டு
மூப்போல மூன்றுபுடம் போட்டு எடுக்க
முதுமையாம் ரவிதன்னில் நூற்றுக்கொன்றே"
(போகர்-7000-பாடல்-445)

மிகக் கடினமான செய்முறை என்றாலும் பக்குவமாக கைமுறை, செய்முறை தவறாமல் செய்தால் ஏற்றமிகு பலன்களைக் கொடுக்கக் கூடிய உயர்வான கற்பம் இதுவே ஆகும். இந்த மருந்தைச் செய் வதற்கு முன்பு இதில் சேர்க்கப்படும் உபரசங்கள் எல்லாவற்றையும் முறையாக சுத்தி செய்து வைத்துக் கொள்வது மிக மிக அவசிய மாகும். ஏனெனில் காயகற்பங்களால் எவ்வளவு நன்மையும், நீண்ட பெரு வாழ்வும் ஏற்படுமோ அதற்கு நேர்மாறாக சுத்தம் செய்யப் படாத உபரசங்களைச் சேர்த்து செய்யப்படும் கற்ப மருந்துகளால் கொடிய பல நோய்களும், உயிருக்கு ஆபத்தும் ஏற்படும். எனவே கண்டிப்பாக உபரச கற்பங்களில் சேர்க்கப்படும் மருந்துகளை சுத்தி செய்து கொள்ள வேண்டும். எனவே இந்த கற்பத்தில் சேர்க்கப்படும் உபரசங்களான மனோசிலை, வெங்காரம், பாதரஸம் இவைகளை முறைப்படி சுத்தம் செய்வது எவ்வாறு என்பதை முதலில் பார்ப்போம்.

வெண்கார சுத்தி

இது ஒரு ரசாயன உபரசமாகும். தங்கம், வெள்ளி முதலிய பல உலோகங்களை உருக்க இது பயன்படுகிறது. திடமாக உள்ள ஒரு பொருளை ரசநிலைக்குக் (திரவநிலை) கொண்டு வர உடன் சேர்க்கும் பொருள்களுக்கு உபரசம் என்று பெயர். இதற்கு ஆங்கிலத்தில் (SO-DAS BIBORAS) என்று பெயர். இது ஒரு வைப்புச் சரக்காகும் இது நாட்டு மருந்து கடைகளில் கிடைக்கும். இருப்பினும் இந்த வெண்கார செய்முறையை போகரின்-7000 எனும் நூல் மிக அற்புதமாக விளக்கு கிறது. காயகற்பங்களில் மிகவும் அதிக சக்தியுள்ள உபரச கற்பங்களில் சேர்க்கப்படும் உபரசங்கள் அனைத்துமே இயற்கையாகக் கிடைக்கும். அவை கிடைக்கும் இடங்களையும் அவற்றின் அடையாளங்களையும், குணங்களையும் கிடைக்காத உபரசங்களை நாமே எவ்வாறு தயார் செய்து கொள்வது என்பன போன்ற விபரங்களையும் அந்நூல் மிக விரிவாகக் கூறுகிறது இந்த நூல். இன்றைய நவீன விஞ்ஞான யுகத்தில்

கண்டறியப்படாத பல பல அபூர்வ விஷயங்களைக் கூட மிக அருமையாக விளக்கிக் கூறுகிறது. அதில் கூறிய வெண்கரத்தின் செய்முறையை எல்லோரும் அறிந்து கொள்ள வேண்டும் என்பது மட்டுமின்றி நாம் உட்கொள்ளும் கற்ப மருந்துகள் தயாரிக்க எவ்வளவு கஷ்டப்படவேண்டி உள்ளது என்பதை உணர்ந்து கொள்ளவும் வேண்டியது அவசியம் என்பதால் செய்முறையை ஆதாரத்துடன் கூறுகிறேன்.

"காத்துமே வெங்கார வைப்புக் கேளு
கரடில்லாச் சீனமது பலமும் நூறு
பார்த்துமே பருப்புப்போல் பலவகையாக
பாங்காக வெட்டியே வைத்துக் கொண்டு
போத்துமே பெரும்பாண்டம் தன்னில் தானும்
பூநீறு படிதான் ஒன்று அளந்தே போட்டுத்
தாத்துமே தண்ணீர்தான் படிதான் எட்டு
தனில் கரைத்து தெளிவெல்லாம் இறுத்துக் கொள்ளே."

முதலில் நல்ல சுத்தமான சீனம் என்ற சீனிக்காரத்தை வாங்கி வந்து சிறிது சிறிதாக பருப்பு அளவாக உடைத்த வைத்துக் கொண்டு ஒரு பெரிய பானையில் 3 ½ கிலோ (100, பலம்) சீனிக் காரத்தைப் போட்டு மாசி, பங்குனியில் உவர்மண் பூமியில் அதிகாலையில் பூக்கும் பூ நீற்றை வாரி வந்து அந்த சீனிக்காரத்துடன் 1 படி பூ நீறு அளந்து போட்டு அதில் எட்டுபடி சுத்தமான நீர் ஊற்றி நன்கு கரைத்து 3 நாட்கள் மூடிவைக்க வேண்டும். தினமும் பல தடவைகள் நன்கு கலக்கி விடவேண்டும் 4-ஆம் நாள் தெளிவையெல்லாம் இறுத்து ஒரு பாத்திரத்தில் வைத்துக் கொள்ள வேண்டும். என்று போகர்-7000 இரண்டாம் காண்டத்தில் பாடல் 1097-ல் கூறப்பட்டுள்ளது. இனி

"இறுத்துமே பதினாறுக்கு ஒன்று வெடியுப்பு
ஏற்றமாம் சீனத்தில் கலந்து கொண்டு
மறுத்துமே பூ நீற்று தண்ணீர் போட்டு
மகத்தான ரவிதனிலே வைப்பாய் பட்சம்
கறுத்துமே இருக்குமதை அடுப்பில் வைத்துக்
கள்ளி சுட்ட சாம்பலது படிஒன் றளந்து
நிறுத்துமே பூ நீறோ டொக்கப் போட்டு
நேர்ந்த பின்பு குன்றிமணிச் சாறுவாரே"

(போகர் - 7000-பாடல்-1098)

இவ்வாறு பாத்திரத்தில் இறுத்த பூ நீற்றுத் தெளிவு நீரில் பதினாறுக்கு ஒரு பங்கு 5ம் காய்ச்சல் வெடியுப்பைப் போட்டு கலக்கி

15 நாட்கள் நல்ல வெயிலில் வைக்க வேண்டும். கருத்து காணப்படும் பின்பு அத்துடன் திருகுகள்ளி சருகை சுட்டு சாம்பலாக்கி அந்த சாம்பலில் 1 படி அளந்து போட்டு குண்டுமணி செடியின் இலையை இடித்து சாறு எடுத்து 1 படி சாற்றை அத்துடன் கலந்து, அரை படி விளக்கெண்ணெய்யும் ஊற்றி கலந்து அடுப்பில் வைத்து இரு விறகால் மருந்து பொங்கி வழியாதபடி நிதானமாக எரிக்க வேண்டும். இப்படி முறையாக 100 நாழிகை (40 மணி நேரம்) எரித்து எடுத்து வாய் அகலமான மண்பாண்டத்தில் ஊற்றி வெயிலில் 15 நாட்கள் வைக்க சிறப்பான வெண்காரமாகும். இப்படி கஷ்டப்பட்டு செய்த பொருளுக்குப் பெயர்தான் வெண்காரம் என்று இதன் சிறப்பைப் கீழ்க்கண்ட பாடல்கள் விளக்குகின்றன.

"சாறுதான் இலை இடித்துப் படிதான் வார்த்துத்
தயங்காமல் விளக்கெண்ணைய் பாதிவாரு
ஆறுதான் அடுப்பேற்றி பொங்கி வராது
அசகாமல் கமலம் போல் தீயைப் போடு
நூறுதான் நாழிகை தான் எரித்தாயானால்
நலுங்காமல் வாய்விரிந்த தாழி பார்த்து
வேறுதான் ஊற்றிப்பின் வெயில் வைக்க
விடுபட்டால் பட்சம் வெங்காரம் தானே"

(போகர்-7000-பாடல்-1099)

"காரமென்று இதற்குப்பேர் வந்தது ஏது
கட்டுமே அறுபது நாலு தாதும்
காரமென்று இதற்குப் பேர் வந்ததாலே
கடிசான உபரச நூற்றிரண்டும் சத்தாம்
காரமென்று இதற்குப்பேர் வந்ததென்றால்
கட்டாத சாரந்தான் இதற்குள் கட்டும்
காரமென்று இதற்குப்பேர் வந்த தாலே
களங்கு குரு சிந்தூரத்து ஆதிகாணே"

(போகர்-7000-பாடல்-1100)

இவ்வளவு அற்புதமாகச் செய்யப்படும் பொருளுக்கு வெண் காரம் என்று பெயர் ஏன் வந்தது என்றால், இதனால் 64 தாதுக் களையும் கட்டலாம். 120 உபரசங்களில் இருந்தும் சத்து எடுக்கலாம். நவச்சாரம் கட்டும். அது மட்டுமின்றி காயகற்ப மருந்துகளான களங்கு, குரு, சிந்தூரம் முதலியவை செய்ய இது இல்லாமல் முடியாது என்று வெகுஅற்புதமாக விளக்கியுள்ளார். இது சுத்தமாக கடையில் கிடைக்கிறது என்றாலும் இதன் உள் கலப்புப் பொருள்கள் என்ன

என்பதை நாம் அறிந்து கொள்ள வேண்டும். ஏனெனில் நான் முபே கூறியபடி நாம் செய்யும் கற்ப மருந்துகளின் விபரங்கள் அனைத்தையும் நாம் அணு அளவு கூட சந்தேகமின்றி அறிந்து கொள்ள வேண்டும். இது அவசியம். இனி வாங்கினாலும் சரி, செய்தாலும் சரி அந்த வெண்காரத்தை சுத்தம் செய்யும் முறையைப் பார்ப்போம். இந்த வெண்காரத்தை நல்ல கெட்டியான பலகை போன்றதாக எடுத்து நன்கு தண்ணீரில் கழுவி விட்டு தணலில் ஒரு இடுக்கியால் பிடித்துக் கொண்டு சுட பொருமி விரித்து வெள்ளையாக நீறும் இதை எடுத்துப் பொடி செய்து வைத்துக் கொள்ளவும். இந்த பொரித்த வெண்காரத்தை முன்பு வெள்ளை விஷ்ணு கிரந்தி மூலிகையைக் கொண்டு வறுத்த காரீய செந்தூரத்தின் எடைக்கு நாலுக்கு ஒரு பங்கு நிறுத்து தனியே வைக்கவும்.

அடுத்ததாக இந்த மருந்தில் சேர்க்கும் மனோசிலை என்னும் உபரசத்தைப் பற்றி அறிந்து கொள்ள வேண்டும்.

மனோசிலை [ARSENIVOM SULPHIDUM]

இது இயற்கையாக விளையும் உபரசமாகும். இதில் மூன்று வகைகள் உள்ளதாக கூறப்படுகின்றது. அவைகள் யாதெனில் 1) ஸ்யாமாங்கியம், 2) கரவீரம், 3) திவிகண்டம் என்பவனவாகும் இவற்றுள் ஸ்யாமாங்கியம் என்பது சிகப்பாயும், கொஞ்சம் பச்சை நிறமாயும் பிரகாசம் அற்றும் இருக்கும். கரவீரமென்பது சிவப்பாயும், தூளாகவும், பளுவாயும், இருக்கும். திவிகண்டமென்பது கொஞ்சம் சிவப்பாகவும், பளுவாகவும், பச்சைநிறமாக இருக்கும். இவற்றில் கரவீரமென்பதே சிறந்ததாகும் என்று "அனுபோக வைத்ய பிரம்மரகசியம்" என்னும் நூலில் கூறப்பட்டு உள்ளது. மேலும் இந்த மனோ சிலையை சுத்தி செய்யும் 3 முறைகள் இந்நூலில் கூறப்பட்டு உள்ளன.

1) மனோசிலையை வேண்டிய அளவு எடுத்து ஒரு மெல்லிய துணியில் மூட்டையாகக் கட்டிக் கொண்டு ஆட்டு மூத்திரத்தில் கட்டி தொங்கவிட்டு 3 நாட்கள் எரிக்க சுத்தியாகும் என்று கூறப்படுகிறது.

2) மனோசிலையை அகத்தி இலைச்சாறு, இஞ்சிசாறு, கரிசலாங்கண்ணிச் சாறு இவைகளில் தனித்தனியே வகைக்கு 7 தரம் வேகவைத்து 7 முறை அரைத்து எடுக்க சுத்தியாகும் என்றும் கூறப்பட்டு உள்ளது.

3) மனாசிலையை சுத்தமான குழிக்கல்லில் இட்டு பசுமோர் கொண்டு 1 ஜாமம் (2 மணி 24 நிமிடம்) அரைத்து எடுக்க சுத்தியாகும் என்று கூறப்படுகிறது.

மேலும் சுத்தம் செய்த மனோசிலையால் சுரம், கண் வியாதிகள், இரைப்பு, இருமல், பூதரோகங்கள், கபரோகம், மூத்திர அடைப்பு, விஷம், குஷ்டரோகம் முதலியவை நீங்கும் என்றும் இந்நூல் கூறுகிறது. அதைவிட இந்த மனோசிலை என்னும் பாடாணமானது எப்படி உண்டாயிற்று அவற்றின் வகைகள் எவ்வளவு? அடையாளம் என்ன என்ற அதிசய தகவல்களை போகரின்-7000 என்னும் நூல் விளக்குகிறது. இந்நூலின் மூன்றாம் காண்டம் 2112 வது பாடலில்

"முறையான மனோசிலை உற்பத்தி கேளு
முதல்வர்தான் மன்மதனை எரித்துப் போட்டார்
பிறையான ரதிதேவி சிவயோக த்தில்
பிரண்டுமே தான்சாம்பலிலே அலறும் போது
குறையான குங்குமத்தின் பொடியும் மஞ்சள்
குலுங்கியழும் போதுதாள கத்தின்பூமி
துறையாக விழுந்திடத்தன் தனத்தில் தானே
தரித்திட்டு மனோசிலை உற்பத்தி யாச்சே"

என்று ஆதியில் சிவன்தன் நெற்றிக் கண்ணால் மன்மதனை எரிக்கும்போது அவனுடைய சாம்பலில் ரதிதேவியானவள் புரண்டு அலறி அழுகும் போது ரதிதேவியின் முகத்தில் உள்ள மஞ்சளும் குங்குமமும் சேர்ந்து கரைந்து தாளக பூமியில் விழ, அவ்விடத்தில் மனோசிலை உற்பத்தி ஆயிற்று என்று கூறுகிறார். இது உண்மையில் புராண பரிபாஷை என்று சொல்லப்படும்.

எவ்வாறு எனில் ஆதிகாலத்தில் இந்த பூமியானது அழிவையும் இயற்கையின் சீற்றங்களையும் சந்திக்கும் பொழுது சிவன் என்று கூறப்படும் எரிமலையானது பொங்கிப் பாறைகள் உருகி வந்து சாம்பல் போன்ற தணலாக சக்தி என்னும் கடலில் கலக்கும் பொழுது செம்பாறைகள் மனோசிலைகளாக மாறுகின்றன என்று பொருள் கொள்ள வேண்டும். பாறைகளின் தன்மை, வெப்பம் இவைகளைப் பொறுத்து மூன்று பிரிவுகளாக பிரித்துள்ளனர். அதையும் பார்ப்போம்.

"உற்பத்தி மனோசிலையில் மூன்றே உண்டு
உருட்சியான செயமாங்கி என்பது ஒன்று
நற்பத்திர தாங்கி என்பது ஒன்று மாகும்
நலமான பீதவர்னீ என்பது மூன்றாகும்
முற்பத்திர செயமாங்கி முக்கோணந்தான்
முனிந்த பகந்தே சிகப்பா இருக்குங் காணும்
கற்பத்திர தாங்கி என்ப ததுவும் தானும்
களிந்தரத்த வர்ணமாய் இருக்கம் தானே"

(போகர்-7000-பாடல்-2113)

இந்த உற்பத்தியான மூன்று மனோசிலைகளில் முதல் வகையான செயமாங்கி என்பது நல்ல திடமாக முக்கோண வடிவில் பச்சை கலந்த சிவப்பு நிறமாக இருக்கும் என்றும் இரண்டாவதான கற்பத்திர தாங்கி என்பது நல்ல ரத்த நிறத்தில் இருக்கும் என்று மூன்றாவதாக பீதவர்ணீ என்பது செம்பு நிறத்தில் நல்ல கனமாக கருஞ்சிவப்பாக இருக்கும் என்றும் அற்புதமாக விளக்கு கின்றது. முன்பாடலில் மனோசிலையின் உற்பத்தியைப் பற்றி போகர் கூறும்போது எவ்வளவு அழகாக இயற்கையை இறைவனுக்கு ஈடாக பரிபாஷையில் கூறியுள்ளதைக் காணும்போது நாம் சித்தர்களின் பெருமையை, நிர்விகல்ப குணத்தை நினைத்து ஆச்சரியம் அடை கிறோம் அல்லவா?

எனவே நாம் நல்ல மனோசிலையாக தேர்ந்து எடுத்து எப்படியோ சுத்தி முறைகளில் கூறப்பட்டுள்ளது போன்று முறையாக சுத்தி செய்து கொண்டு முன்பு வெள்ளை விஷ்ணு கிரந்தி மூலிகை கொண்டு வறுத்து எடுத்த காரீயச் செந்தூரத்திற்கு நாலுக்கு ஒரு பங்கு எடை சரியாக நிறுத்து எடுத்து பொடி செய்து வைத்துக் கொள்ளவும்.

23

இனி அடுத்ததாக வெள்ளை விஷ்ணு கிரந்தி கற்பத்தின் முடிவான பக்குவம் கூறப்படுகிறது. முன்பு வெள்ளை விஷ்ணு கிரந்தியால் வறுத்து எடுக்கப்பட்ட காரீயத்தூளுடன் கலக்க வேண்டிய மருந்துகளின் அளவு மற்றும் செய்முறைகளை மிக மிக அழகாக போகமுனிவரின் சத்த காண்ட நூலின் முதல் காண்டத்தில் 445-வது பாடல் விளக்குகிறது. அதை இனி பார்ப்போம்.

“பூப்போல சிந்தூரம் பொருமிப் போகும்
பேராக ஆறவிட்டு வாங்கிக் கொண்டு
தீப்போல மனோசிலையு நாலுந் தொன்று
செயமான வெங்காரப் பொரிதான் கூட்டு
தூப்போலச் சூதமது நாலுத் தொன்று
சுத்தமாய் கற்றாழஞ் சாற்றால் ஆட்டு
மூப்போல மூன்றுபுடம் போட்டு எடுக்க
முதுமையாம் ரவிதன்னில் நூற்றுக்கொன்றே”

(போகர்-7000-பாடல்-445)

இவ்வாறு முன்பு வெள்ளை விஷ்ணு கிரந்தி மூலிகையால் வறுக்கப்பட்ட காரீயத்துடன் நான்கிற்கு ஒரு பங்கு முன்பு செய்து சுத்தி செய்த மனோசிலையையும், சுத்தி செய்த வெங்காரத்தையும்,

சுத்தம் செய்த பாதரஸத்தையும் கூட்டி கற்றாழை நீர்விட்டு 2 ஜாமம் (5 மணி நேரம்) அரைத்து வில்லையாகத் தட்டி வெயிலில் காயவைத்து ஒரு அகலில் வைத்து மேல் அகலால் மூடி 7 தடவை சீலை மண் செய்து 30 எருவில் புடம் போடவும். இவ்வாறு 3 தடவை அரைத்து, உலர்த்தி, புடம் போட்டு எடுக்க சிறந்த செந்தூரம் ஆகும். இதை செம்பில் (சுத்தி செய்த செம்பு) நூறு பங்கிற்கு ஒரு பங்கு என்ற விகிதத்தில் கொடுக்க "வர்ணம் காணும்" என்று மிக அற்புதமான முறையில் இதன் செய்முறையை விளக்கியுள்ளார். அதுமட்டும் அல்ல, மேலும் இந்த கற்ப மருந்தால் ஏற்படும் மிகவும் அருமையான பலன்களை மிக அற்புதமாக அடுத்த பாடல் மூலம் வெளிப்படுத்தியுள்ளார், அதையும் பார்ப்போம்.

"நூற்றுக்கு அங்கு ஒன்றான சிந்தூரத்தை
நுகர்ந்துமே மண்டலந்தான் தேனில் உண்ணு
பார்த்துக் கொண்டே பெண்ணெனத் திரிந்திடாதே
பாழான மனந்தன்னைப் பரவொட்டாதே
காத்துக் கொண்டேயிரு நீ வாசியோடே
கலந்துமே கேசிரியில் கருத்து உண்ணு
மாற்றுக் கொண்டு ஏறியிடும் சடமும் தானும்
மகத்தான சித்தியிது மருவிப்பாரே

(போகர்-7000-பாடல்-445)

இப்படி அபூர்வமாக செம்பையும் களிம்பு நீக்கி தங்கமாக மாற்றும் அற்புதமான கற்ப செந்தூரத்தை முன்பு கூறியபடி பத்தியமாக இருந்து காலையும், மாலையும் அரிசி எடையாக சுத்தமான தேனில் உட்கொள்ளவும். இவ்வாறு ஒரு மண்டலம் (48 நாட்கள்) உட்கொள்ள உடலானது எவ்வாறு மாற்று ஏறி, செம்பானது தங்கமாக மாறுகிறதோ அவ்வாறு உடலில் உள்ள களிம்புகள் நீங்கி உடல் தங்கமாக மாறும் என்றும் இவ்வாறு கற்ப மருந்தை உட்கொள்ளும் போது பெண்ணா சையில் மயங்கி உடலை கெடுத்துக் கொள்ளாமல், மனதை அலைபாய விடாமல் சுவாசத்தை நினைவில் வைத்து மனதை மூலத்தில் வைத்து யோகம் செய்து சித்தியடையும்படி அருமையாகக் கூறியுள்ளார். ரசவாதம் என்றும் தங்கம் செய்வதாகவும் கூறி பலர் பல பொருட்களை இழந்தும், பலரை ஏமாற்றியும் பிழைக்கும் இந்த காலத்தில் உண்மை யான, அற்புதமான இதுபோன்ற கற்ப மருந்துகளை மிக வெளிப் படையாக கூறிய அந்த மாமுனிவர் போகரின் சுயநலமற்ற எண்ணத் தையும் அழிவற்ற மனித சமுதாயம் உண்டாவதற்காக அவர் எடுத்துக் கொண்ட அதிக கடுமையான ஆய்வின் முடிவுகளையும் நினைத்து பேசகூட நம்மால் முடியவில்லை என்பது மட்டும் யாரும் மறுக்க முடியாத உண்மை.

அடுத்ததாக சித்தர்களின் வாழ்க்கை முறையில் மிகவும் முதன்மையான இடத்தைப் பெற்று விளங்கிய "குரு மருந்து" என்னும் மருந்தின் செய்முறையையும் "ரசமணி" செய்முறையின் முறைகளுக்கு இந்த குருமருந்து எவ்வாறு செய்யப்பட வேண்டும் என்பதையும் அந்த அற்புதமான குரு மருந்தை எவ்வாறு கற்ப மருந்தாக உபயோகப் படுத்த வேண்டும் என்பதையும் பார்ப்போம்.

இந்த முறை மிகவும் கை தேர்ந்த சித்தர்களால் கையாளப்பட்டு வந்த அற்புதமானதொரு முறை ஆகும். இதை செய்வது சுலபமாகத் தோன்றினாலும் செய்யும்போதுதான் அதிலுள்ள கஷ்டங்கள் தெரியும். மேலும் எந்த ஒரு கற்ப மருந்தையும் செய்வதற்கு முன் அதற்குத் தேவையான மூலிகைகள் உபரசங்கள் மற்றும் செய்முறைக்குத் தேவையான உபகரணங்கள் முதலியவைகளை தயார் செய்து கொண்டே பின்பே ஆரம்பிக்க வேண்டுகிறேன். திருப்பித் திருப்பி கூற முடியாது. எனவே ஒரு முறை கூறியதை நினைவில் கொண்டு அதன்படி செயல்பட்டுப் பயனடைய வேண்டுகிறேன்.

குரு கற்பம் – பொற்றலை கற்பம்

இந்த கற்பத்தின் பெருமையைக் கூறவும் முடியாது. இவ்வளவு அற்புதமான கற்பத்தை நிதானமாக நன்கு ஆராய்ந்து கைபாகம், செய்பாகம் அறிந்து பொறுமை யுடன் செய்து சிறப்பான பலன்பெற வேண்டுகின்றேன். இந்த குரு கற்பத்தை பல பல சித்தர்கள் செய்து பல மேலான பலன்களை அடைந்து சிறப் புற்றதுடன் இதன் உண்மை யான பயனை அனைவரும் சற்றும் தவறின்றி அடைய வேண்டும் என்ற எண்ணத்தில் எந்த மறைப்பும் இன்றி அப்படியே ஆதாரப் பாடல் களுடன் இங்கு அளிக்கிறேன். இந்த கற்ப மருந்தின் செய்முறையை 'போக முனிவரின்' 464, 465 ஆகிய பாடல்கள் கீழ்கண்டவாறு தெளிவாக விளக்குகின்றது.

'சொன்னதோர் பொற்றலையின் சாறுவாங்கிச்
செம்புதனைத் தகடுதட்டிச் சாற்றில் தோய்ப்பாய்
பன்னவே காய்ச்சியே பதினொ ருக்கால்
பருவமுடன் தோய்க்கவே அதராய் வீழும்
அன்னதோர் அதரெல்லாம் அறைத்து மைபோல்
அடைவாக லேசான வில்லை தட்டிப்
பொன்னதோர் அன்டோடு பொடித்து மூடிப்
பொருத்தகலில் ஆயிரமாம் எருவில் போடே'

(போகர்-7000-பாடல்-464)

மஞ்சள் கரிசாலை, பொற்றலை கையாந்தரை என்று ஒருவகை மூலிகை உண்டு. மஞ்சள் கலரில் பூக்கள் பூக்கும் கரப்பான் செடி இது. இந்த மூலிகையை வேண்டிய அளவு கொண்டு வந்து நன்கு இடித்து சாறு எடுத்து ஒரு பாண்டத்தில் வைத்துக் கொள்ளவும். நல்ல செம்புத் தகடை வட்டமாக வெட்டிக் கொண்டு உலையில் வை. நன்கு ஊத சிவப்பாக தணல்போல் காய்ச்சி மேற்படி மூலிகைச் சாற்றில் தோய்த்து எடு. இவ்வாறு பதினோரு தடவை காய்ச்சி, காய்ச்சித் தோய்க்க அதராக நொறுங்கும். அப்படி நொறுங்கிய செம்பின் அதரையெல்லாம் எடுத்து மேற்படி மஞ்சள் கரிசாலைச்சாறு விட்டு மை போல் அரைத்து வில்லை தட்டி வெயிலில் காய வைக்கவும். பின்பு நல்ல கெட்டியான ஒரு அகலில் முட்டையின் ஓட்டை நன்கு பொடி செய்து பரப்பி அதன் மீது இந்த வில்லையை வைத்து அதன் மீது முட்டை ஓடு பொடியை போட்டு அதன்மேல் மற்றொரு வாய் பொருந்தும்படியான அகல் கொண்டு மூடி உளுந்துமாவு, மண் கொண்டு கெட்டியாக வலுவாக சீலை மண் செய்து உலர்த்தவும். பின்பு இடுப்பளவிற்கு ஒரு குழி வெட்டி அதில் 500 எருவை அடுக்கி அதன்மீது மருந்துள்ள அகலை வைத்து அதன் மீது 500 எருவை அடுக்கி நெருப்பு போடவும் என்று இந்த கற்பத்தின் செய்முறையை மிகத் தெளிவாக விளக்கியுள்ளார். மேலும் இவ்வாறு உயர்வான முறையில் தயாரிக்கப்பட்ட இந்த அற்புதமான கற்ப மருந்தின் பயன்களையும் கீழ்கண்டவாறு விளக்கியுள்ளார். அதையும் பார்ப்போம்.

'எருவிலே புடமிட்டு ஆறவிட்டங்கு
எடுத்தாக்கால் குருபற்பம் என்றுபேரு
அருவிலே அணுகினால் சூதம் கட்டும்
அணுகினால் மதிதன்னில் ஏமமாகும்
பொருவிலே பொற்றலையின் இலையரைத்துப்
பேரான பாக்களவு பணவெடைதான் பற்ப
மருவிலே மண்டலந்தான் உண்டாயானால்
மாணிக்க ஒளிபோல வடிவுமாமே'

(போகர்-7000-பாடல்-465)

இவ்வாறு 1000 எருவில் புடமிட்டு ஆறிய பின்பு எடுத்துப் பார்க்க அருமையான பற்பமாகி இருக்கும். இந்த குரு பற்பத்தின் பெருமையை வெளிப்படையாகக் கூறுவதற்கு சித்தர்கள் தயங்கினர். இவ்வளவு அற்புதமான காயகற்ப குரு மருந்தான இதைச் செய்யவே பூர்வ ஜென்ம புண்ணியம் வேண்டும். இந்த குரு பற்பத்தை சுத்தம் செய்த பாதரஸத்துடன் சேர்க்க ரசமானது இறுகி கட்டி மணியாகும். இந்த குரு பற்பத்தை சரியான அளவு விகிதத்தில் வெள்ளியுடன்

சேர்க்க பொன்னாகும். இந்த அளவு அற்புதமான குரு மருந்தை செய்து பொருளாசை கொண்டு அலையாமல் அதை மரணமற்ற தூய்மையான பெருவாழ்விற்கு எவ்வாறு பயன்படுத்த வேண்டும் என்பதையும் தெளிவுபட விளக்கியுள்ளார். இந்த குரு மருந்தை செய்வதற்குப் பயன்படும் பொற்றலைக் கையான் மூலிகையை அன்றாடம் புதிதாக அதிகாலையில் பிடுங்கி வந்து நன்கு அரைத்து பாக்களவாக உருட்டி எடுத்து அத்துடன் ஒரு பண எடை இந்த குருபற்பத்தைச் சேர்த்து 48 நாட்கள் உட்கொண்டு முறையாக பத்தியம் காக்க உடலில் உள்ள களிம்பு நீங்கி உடல் மன்மதன் போன்ற அழகுடன் மாணிக்கத்தின் ஒளி போன்ற நிறத்தில் மாறி காயசித்தி அடையும். வெகுவாக சித்தர்களால் மறைத்து வைக்கப்பட்டு இருந்த ரகசியமான முறையை சிறிதுகூட மறைப்பின்றி பொதுவான ஒரு உயர்வான எண்ணத்தில் மிக வெளிப்படையாகக் கூறிய அந்த மாமுனிவரான போகரிஷியினுடைய பொதுநோக்கை என்னவென்று சொல்லுவது? இன்று உள்ள பெரும் மேதைகள், விஞ் ஞானிகள், ஆராய்ச்சியாளர்கள், கண்டுபிடிப்பாளர்கள் இவர்களுடன் ஒப்பிட்டுப் பார்க்க முடியாத பரந்த மனம் படைத்தவர்கள் சித்தர்கள் என்பது இதன் மூலம் விளங்குகின்றது அல்லவா?

இப்படிப்பட்ட சித்தர்களின் உண்மையான வழிமுறைகளைப் பின்பற்றுபவர்கள் இவ்வுலகில் பொய்யான வார்த்தைகளைக் கூறிக் கொண்டு, தான் என்ற ஆணவம் கொண்டு கெட்டவர்களின் நிலையை உணர்ந்துகொள்ளும் பொருட்டு கீழ்கண்ட பாடல்கள் மூலமாக மிகச் சிறப்பான அறிவுரைகளை, வெகு அழகாக விளக்கியுள்ளதைப் பார்ப்போம். இந்த அறிவுரைகள் போக முனி வரின் சத்தகாண்டம் எனும் நூலின் மூன்றாம் காண்டத்தின் 2095 முதல் 2097 வரை உள்ள பாடல் மூலம் அறியலாம்.

'மூதேவி முன்னிற்கில் உலகவாதி
முனிந்துமேதான் சுட்டாலும் ஒன்றும் இல்லை
சீதேவி சிறுமையினால் சுட்டலைந்தால்
செப்புகிற குருவேணும் குருமுன்வேணும்
பூதேவி பொறுமையுற்ற சாந்தி வேணும்
பிரியாமல் சிவயோகம் பூட்டவேணும்
நீதேவி நிருமையினால் ஞானம் வேணும்
நிலைக்குமது வாதந்தான் நேர்மைகாணே'

இதன்பொருள் என்னவென்றால் இந்த உலகில் இது போன்ற மருந்துகளை அறிந்த சிலர் ரசவாதம் செய்து பொருள் ஈட்டவேண்டும்

யுகங்கள் கடந்து வாழும் உன்னதக் கலை 132

என்ற பேராசையினால் கண்ட கண்ட மருந்துகளை மனம்போனபடி சுட்டு கெட்டு அலைவார்கள். இவ்வாறு செய்வதால் எந்த பலனும் இல்லை. அவ்வாறு இன்றி லட்சுமியின் அருளைப் பெற்று அறிவுடன் செயல்பட்டு இதுபோன்ற உயர்வான மருந்துகளைச் செய்ய முற்பட்டாலும், அதை முறையாக போதிக்கின்ற சரியான குருவானவர் வேண்டும். அவ்வாறு ஒரு குரு கிடைத்தாலும், அவர் கூறிய முறைப்படி செய்து முடித்த குருமருந்து வேண்டும். மேலும் பூமாதேவிக்கு நிகரான பொறுமை வேண்டும். தினமும் முறையான சிவபூஜையும், தவமும் செய்தல் வேண்டும். இவ்வாறு செயல்பட்டால், அந்த ஞானமானது அறிவில் உருவாகி, நீ செய்யும் அனைத்து முயற்சிகளிலும் வெற்றி கிடைக்கும் என்பதை மிக அழகாக விளக்கியுள்ளார்.

இதுமட்டும் இன்றி தனக்குதான் எல்லாம் தெரியும் என்றும் தனக்கு நிகர் யாரும் இல்லை என்றும் ஒரு ஆணவத்துடன், தான் யாருடைய அறிவுரையையும் கேட்க வேண்டிய அவசியம் இல்லை என்ற இறுமாப்பினாலும் கெட்டு அலைபவர்களின் நிலையைப் பற்றி அடுத்த பாடல் மூலம் தெளிவாக விளக்கியுள்ளதைப் பார்ப்போம்.

காணவேதான் ஆணவத்தில் சுடுவார் கோடி
கைமுறைதான் கேட்பதேனோ என்பார் கோடி
ஆணவேதான் அடவியிலே அலைவார் கோடி
அரைப்பார்கள் சாறுவிட்டு எரிப்பார் கோடி
தோணவேதான் குருகாணாம் என்பார் கோடி
சூட்டுகிற வரிசையினில் கழன்றோர் கோடி
வீணவேதான் மொழிகேட்டு சுடுவார் கோடி
விரண்டுமேதான் கெட்டழிந்த திறந்தான் காணே
(போகர்-7000-பாடல்-2096)

தான் என்ற ஆணவத்தினாலும், மற்றவர்களிடம் கேட்பது தனக்கு அவமானம் என்ற நினைப்பாலும் பலர் கெட்டனர். மலைகளிலும், குகைளிலும் அலைந்து பல பல பூக்கள், இலைகள் முதலியவைகளின் சாறுவிட்டு மருந்துகளை அரைத்து எதையும் காணாமல் கெட்டவர்கள் பலர். பலபல இன்னல்களுடன் அலைந்து, சரியான குரு கிடைக்கவில்லை என்று கூறி கெட்டவர்கள் பலர். பல துறைகளில் சென்று சுற்றியலைந்தும் பொய்யர்களின் பேச்சை நம்பி யும் கெட்டவர் பலர். உண்மையான தெளிந்த நூல் அறிவும், நிதானமும், பொறுமையும் இல்லாததே இதற்கெல்லாம் காரணம் என்று கூறுகிறார்.

24

மேலும் சித்தர்கள் தங்களுடைய கடினமான நீண்ட ஆய்வின் பலனாக அறிந்த உண்மை முடிவுகளை தங்களுடைய நூல்களில் எவ்வித மறைப்பும் இன்றி எழுதிவைத்தனர். அவ்வாறு எழுதிய நூல்களைப் படித்துவிட்டு சரியாக புரிந்து கொள்ளாமலும் அல்லது சுயநலம், பேராசை போன்றவற்றாலும் கெட்டு போனவர்களிக் நிலையை உண்மையான வழியில் செல்பவர்கள் அறிந்து கொள்ளும் பொருட்டு, தெள்ளிய தமிழில் பாடல்கள் மூலம் கூறியுள்ளனர். நாம் உடலையும், உயிரையும் பற்றி அறிந்து கொண்டு அதனை நெடுநாட்கள் நிலை நிறுத்தும் அற்புதமான இந்தக் கலையை நன்கு அறிவதற்கு முன்பு உலகில் நடக்கும் பொய்யான விஷயங் களையும் அறிந்து கொள்ள வேண்டும். அவ்வாறு கூறியவர்களுள் "போக முனிவர்" தன்னுடைய நூலான போகர்- 7000 மூன்றாம் காண்டத்தில் 2097, 2098 ஆகிய பாடல்களில்

"காணவேதான் நிறையபேர் காரஞ் சாரம்
கண்டுமேதான் தெரிந்து கொண்டேன் சிக்கிற்றென்று
பாணவேதான் பாடினதோர் பாட்டைப் பார்த்துப்
பரிந்துமேதான் ஒன்றோட ஒன்றைச் சேர்த்துத்
தோணவேதான் கட்டவில்லை தப்பிற்று என்று
சூட்சமிது அல்ல என்று பின்னால் தேடி
ஊணவேதான் உண்ணி மறுபடியும் தேடி
ஊரினொடு உலகமெல்லாம் அலைகின்றாரே"
(பாடல்-2097)

உலைந்துமே இவ்வுலகத்தில் வாதமில்லை
உத்தசெம்பு பொன்னாமோ பொய்தான் என்பார்
தொலைந்துமே வினைதொலைந்தால் சிக்குமென்பார்
சொன்னாக்கால் சூட்சம் எல்லாம் வாதம் என்பார்
குலைந்துமேதான் கருவினாலே தானே எண்ணி
கூட்டியே குறுக்குவழி யாகஒன்றை
அலைந்துமே சுணங்கன்போல் அனேகம் பேர்கள்
அழுன்றுழன்று பார்த்துமேதான் அலைகின்றாரே
(பாடல்- 2098)

இவ்வாறு இவ்வுலகில் தங்களுக்கு எல்லாம் தெரியும் என்று சித்தர்களின் பாட்டில் ஒன்றிரண்டைப் படித்துவிட்டு, அதன் உள்கரு புரியாமல் மருந்துக்களைச் சேர்த்து தவறாக செய்து, அலைவார்கள்.

மேலும் சிலர் இவ்வுலகில் ரசவாதம் பொய்யென்றும், இவையெல்லாம் பூர்வஜென்ம வினைகள் நீங்கினால்தான் சித்தியாகும் என்றும், இது மறைமுகமான விஷயம் என்றும், கூறிக்கொண்டு அலைவார்கள். அவர்கள் சுழன்று அலைவதால் எந்தப் பயனும் ஏற்படாது என்பதைத் தெளிவுபட விளக்கியுள்ளார்.

இவ்வாறு இன்றி உண்மையான வழியில் தேடி நன்கு படித்துத் தெளிந்து குருமார்களை அணுகி அவர்கள் கூறும் முறைகளை பணிவுடன் கேட்டு அறிந்து செய்தால் மேலான நிலையை அடைய முடியும். அவ்வாறு இல்லாமல் ஆசையாலும் காமத்தாலும் அலைந்தால் நாய் கடித்த எலும்பு போன்று நம்முடைய வாழ்க்கை நொறுங்கி சின்னாபின்னமாகி விடும் என்பதையும் தன்னுடைய நூலின் 2100 வது பாடலில் கீழ்கண்டவாறு அறிவில் உறைக்கும்படி வெட்ட வெளிச்சமாக விளக்கியுள்ளார். அதையும் இங்கு சுவைமாறாமல் கூறியுள்ளேன் இதைப் படித்தபின்பாவது அவசரப்பட்டு செயல்படும் எண்ணத்தை விட்டுவிட்டு தெளிவாக நன்கு அறிந்து செயல்பட வேண்டுகிறேன்.

"புகைந்து போமே குருசொல்லா வாதமெல்லாம்
பேரான சாத்திரத்தைப் பேணிப் பார்த்து
வகைந்துமேதான் நூலினுட வர்மமெல்லாம்
வகையோட ஆசான்தன் வர்மம் கேட்டு
விசைந்துமேதான் வழியோடே பார்த்து நீயும்
விவேகமாகச் செய்யாமல் விழலாய்ச் செய்தால்
நகைந்துமேதான் காமப்பால் வித்தை தன்னை
நாடினவன் நாய்கடித்த எலும்புமாமே"

(போகம்-7000-பாடல்-2100)

இனி அடுத்ததாக போக முனிவரின் புகழ்பெற்ற ஒரு சீடரும் தஞ்சை பெரிய கோயிலின் பின்புறம் திருக்கோவில் கொண்டவருமான "கருவூரார்" என்னும் ரிஷியாரின் அற்புதமான நூலான "கரூவூரார் வாத காவியம்-700" என்னும் நூலின் 326-328 வரை உள்ள பாடல்களில் மிகமிக அபூர்வமான எளிமையான அதே சமயம் ஆச்சரியப்படும் படியான பல பெரும் பயன்களைத் தரும், பெருவாழ்வுக்கு பெரிதும் உதவும் இரண்டு கற்ப மருந்துகளைக் கூறியுள்ளார். இவைகள் செய்வதற்கு எளிதாக இருந்தாலும் பத்தியம் காத்தல், முறையாக உட்கொள்ளுதல் ஆகிய செயல்பாடுகள் மூலமே சிறந்த பயனை அடையமுடியும் என்பதில் எள்ளளவும் சந்தேகமில்லை. இனி கருவூரார் சித்தர் கூறிய அந்த அற்புதமான கற்ப மருந்துகளின் செய்முறை மற்றும் பலன்களை ஆதாரத்துடன் அளிக்கிறேன்.

கீழ்க்காய் நெல்லி கற்பம்

“பூசமுடன் குருவாரக் கூடும் நாளில்
புகழ்பெறவே கற்பமது கொள்வாயப்பா
வாசங்கீழ் காய்நெல்லி சமூலந்தன்னை
வளம்பெறவே நிழல்தனிலே வுலர்த்திக் கொண்டு
நேசமுடன் சூரணமே செய்து பின்பு
நெய்தேனுஞ் சீனியுமொன் றாகக் கூட்டி
ஆசையுடன் தானருத்தக் காயசித்தி
யாகுமிது கற்பமுறை யிதுதான் சொன்னேன்
சொன்னேநான் பத்தியங்கள் நெய்யும் பாலும்
சோறுமல்லாமல் மற்றொன்று மாகாதப்பா
மன்னனே யரைவருடங் கொண்டாயானால்
மகாகுட்டம் பதினெட்டும் தீர்ந்தே போகும்
நன்னயமாய் யொருவருடங் கொண்டாயானால்
நல்லமதி புத்தியது மயங்காதப்பா
என்று பதினாறுதான் வயதுபோலே
இருநூறு வயதுவரை வலிமைதானே”

(கருவூரார் வாதகாவியம்-பாடல்கள் 326,327)

எவ்வளவு உயர்வானதும் அதேசமயம் அருமையானதொரு கற்ப மருந்து பாருங்கள். நன்கு சுத்தமான நிலத்தில் விளைந்த கீழ்க்காய் நெல்லிச் செடிகளை வேண்டிய அளவு வேருடன் பிடுங்கி வந்து நன்கு மண் போக சுத்தமான நீரில் கழுவி நிழலில் உலர்த்தவும். பொதுவாக கற்ப மருந்து களுக்கு உண்டான மூலிகைகளைப் பறிக்க வளர்பிறை ஞாயிறு, வியாழன் ஆகிய நாட்களில் அஷ்டமி, நவமி வராமல் பார்த்துக் கொண்டு அதிகாலை சூரிய உதயத்திற்கு முன்பு எழுந்து ஸ்நானம் செய்து மூலிகை இருப்பிடம் சென்று சூரியன் உதிக்கும் நேரத்தில் பறிக்கவேண்டிய மூலிகையினை இறைவனையும், சித்தர்களையும் தூய மனதுடன் வேண்டிக் கொண்டு பிறர் பார்க்காத படி வேருடன் பிடுங்கி வந்துவிட வேண்டும். பௌர்ணமியன்று மூலிகை எடுப்பது மிகவும் நல்லது. பூசநட்சத்திரமும் ஞாயிற்றுக் கிழமையும் கூடும் நாட்கள் மிகமிக ஏற்ற நாளாகும். இதை அறிந்து செயல்பட வேண்டும். இவ்வாறு பறித்து வந்த கீழ்க்காய் நெல்லிச் செடியினை நன்கு நிழலில் உலர்த்தி உலர்ந்த பின்பு இடித்து மெல்லிய சல்லடை கொண்டு சலித்து வைத்துக் கொண்டு இத்துடன் சுத்தமான பசு நெய், சுத்தமான தேன், சீனி மூன்றையும் சம அளவாகக் கூட்டி கலந்து வைத்துக் கொள்ளவும். இவ்வாறு செய்துமுடித்த அற்புதமான

இந்த கற்ப மருந்தை பூசநட்சத்திரமும், வியாழக் கிழமையும் ஒன்றாகக் கூடும் நாளில் அருந்த ஆரம்பிக்க வேண்டும். காலையும், மாலையும் ஒரு நெல்லிக்காய் அளவாக இந்த கற்பத்தை உட்கொள்ள வேண்டும் இதனால் அற்புதமான நினைத்துப் பார்க்க முடியாத அரிய பலன்களை அடையமுடியும் என்றும் பெருவாழ்வுக்கு உரிய மிக உன்னதமான கற்பம் இதுவே என்றும் "கரூவூரார்" ஆணித்தரமாக கூறுகிறார்.

ஆனால் இந்த கற்ப மருந்தை உட்கொள்ளும் போது நெய், பால், கருங்குருவை அரிசிச்சோறு இவை தவிர வேறு ஒன்றும் சாப்பிடக் கூடாது. இவ்வாறு கடுமையான பத்தியம் இருந்து அற்புத மான காயசித்திக்கு உண்டான இந்த கற்ப மருந்தை 6 மாதங்கள் முறையாக உட்கொள்ள 18 வகையான குஷ்ட நோய்களும் தீரும் என்று கூறியுள்ளார்.

மனதையும், அற்புதமான இந்த மனிதபிறப்பின் வாழ்வையும் கெடுத்து துர் மரணத்தை விளைவிக்கும் கொடூரமான தொழுநோய்க்கு இதை விடவும் ஒரு அற்புதமான எளிய மருந்து உண்டா?

இவ்வளவு அற்புதமான நோய் தீர்க்கும் அருமருந்து மட்டு மல்லாமல் இது காயகற்பமாகவும் எவ்வாறு பயன்படுகிறது என பார்ப்போம். மேற்படி பக்குவத்துடன் இதே மருந்தை ஒரு வருடம் உட்கொண்டால் புத்தியானது முதிர்ச்சியின் காரணமாக மயங்கும் நிலை மாறி தெளிவு உண்டாகி உடலில் சுருக்கங்கள் மாறி பதினாறு வயது பாலகனைப் போன்று 200 வயதுவரை வலிமையுடன் வாழ்வான் என்று விஞ்ஞானத்திற்கும், மருத்துவத்திற்கும் ஆச்சரியம் தரும் ஒரு அற்புதமான விஷயத்தை எந்தவித மறைப்பும் இன்றிவெளிப் படுத்தியுள்ளார். பல ஆயிரங்களைச் செலவு செய்தும், பல நாட்கள் என்னவென்றே தெரியாத மருந்துகளை எந்த காரணத்திற்காக உட்கொள்கின்றோம் என்ற தெளிவான எண்ணமின்றி பல ஆண்டுகள் உட்கொண்டு அதற்கு அடிமையாகி வாழ்ந்து துன்பப்பட்டு மடிந்து விடும் நம் மனித வர்க்கங்களின் நிலை இனியாவது மாறி நோயற்ற, மரணமற்ற, எந்த குழப்பமுமற்ற வலிமையான, நீண்ட, தூய்மையான, தெளிவான வாழ்விற்கு அடியெடுத்து வைக்கலாம் அல்லவா?

இனி அடுத்ததாக மேற்கூறிய கீழ்க்காய் நெல்லி கற்பத்துடன் தொடர்பு உடைய மற்றொரு கற்ப மருந்தைப்பற்றியும் அதனுடைய அளப்பறிய ஆற்றல் பற்றியும் பார்ப்போம். இந்த கற்பமானது மேற்கூறிய கீழ்க்காய் நெல்லி கற்பத்தைவிட அதிக பலன்களைக் கொடுக்கும் என்பதையும் தெளிவாகக் கூறியுள்ளார்.

தூதுவளைக் கற்பம்

இது ஒரு அரிய கற்ப மருந்தாகும். இதன் விபரங்கள் பல சித்தர்களின் நூல்களில் மருத்துவத்திற்கு மட்டுமே இம்மூலிகையின் பிரயோகமானது கூறப்பட்டு இருந் தாலும் கற்ப மருந்தாக இந்த தூதுவளை மூலிகையைப் பயன்படுத்தலாம் என்ற கருத்தை முதலில் வெளிப்படையாக எந்தவித மறைப்புமின்றி வெளிப் படுத்திய பெருமை "கருவூரார்" மாமுனி வரையே சேரும். இம்மூலிகையானது முள்ளுள்ள கொடி இனத்தைச் சேர்ந்தது. சிகப்பு நிறத்தில் சுண்டைக்காயளவு பழங்களையும், ஊதா நிறத்தில் பூக்களையும் கொண்டு உஷ்ணமான செம்மண் கலந்த சரளைத் தரையில் வளரக்கூடியது. மிகவும் உயர்வான பல ஆற்றல்கள் அடங்கிய இது ஒரு தாது புஷ்டிக்கான மூலிகையாகும்.

இம்மூலிகையை அறிந்து முன்பு கீழ்க்காய் நெல்லி மூலிகையைப் போன்று இதையும் வேருடன் பிடுங்கி வந்து நிழலில் உலர்த்தி சூரணம் செய்து கொண்டு முன்பு செய்த கீழ்க்காய் நெல்லி மூலிகையின் சமூலத்துடன் இந்த தூதுவளை சமூலத்தையும் சம அளவு கூட்டி முன்போல செய்து கொண்டு வெருகடி அளவாக கற்ப மருந்துகள் உட்கொள்ளும் முறைப்படி உட்கொள்ளவேண்டும். இப்படி எத்தனை நாட்கள் உட்கொள்ள வேண்டும் என்றும் அதனால் என்ன பலன்கள் ஏற்படும் என்றும் "கரூவூராரின் வாதகாவியம்-700" என்னும் நூலின் 328-வது பாடல் மிகத்தெளிவாகவும் வெளிப் படையாகவும் விளக்கியுள்ளதைப் பார்ப்போம்.

"வலுமையென்ன யேழானை பெலமுண்டாகும்
வந்ததொரு தூதுவளைச் சூரணஞ் செய்து
மலையாதே யிருவகைச் சூரணமுங் கூட்டி
மனதுபோல் வெருகடி நீ கொள்வாயப்பா
உலையாமல் மூன்று மண்டலந்தான் கொள்ளு
உகமுடிந்து மறுபிறவி யில்லையப்பா
அலையாமற் பிறக்கிறதுஞ் சாகிறதுந்தான்
அவனிதனில் வழக்கமென்று சொல்லலாமே"

(கருவூரார் வாத காவியம்-பாடல் 328)

இவ்வாறு முறைப்படி தயாரிக்கப்பட்ட இந்த அபூர்வமான கற்ப மருந்தை முறையாக தினமும் காலையும், மாலையும் முன் சொன்னபடி வெருகடி அளவு உட்கொண்டு பத்தியமாக இருக்க வேண்டும் இவ்வாறு மூன்று மண்டலங்கள் உட்கொள்ள கண்டிப் பாக மறுபிறவி இல்லை; உடல் காயசித்தி அடைந்து விடும் என்று ஆணித்தரமாகக்

கூறுகிறார் மக்களுக்கு இவ்வுலகில் பிறப்பும், இறப்பும் மாறிமாறி உண்டாவது வழக்கமாகி விட்டது என்று வேதனையுடன் கூறுகிறார். எவ்வளவு உயர்ந்த எண்ணம் பாருங்கள். பல ஆண்டுகள் கடும்தவம் புரிந்தும், பல இன்னல்களை அனுபவித்தும், பலபல கடுமையான ஆய்வுகளுக்கு தங்களையும், தங்கள் உடலையும், வாழ்வையும் உட்படுத்தி அதனால் தான் கண்ட உயர்வான பலன்களை எந்த எதிர்பார்ப்பும் இன்றி வெளிப்படையாக கூறிய அந்த சீரிய மனம் படைத்த சித்தர்கள் எங்கே? நாம் எங்கே? இனியாவது அவர்கள் கண்ட கனவை நனவாக்க நம்மால் இயன்றதைச் செய்வோமா?

25

அடுத்ததாக மிக அற்புதமான இரண்டு கற்பங்களை பற்றிக் கூறுகின்றேன். யோகத்திற்கும், போகத்திற்கும் உண்டான இந்த மிக அற்புதமான பற்ப மருந்துகளை நன்கு படித்து பொறுமையுடன் செய்து சிறப்பான வாழ்வைப் பெறவேண்டுகின்றேன். மேலும் இதைச் செய்வதற்கு முன் ஒன்றுக்கு பலமுறை படித்து வாய்ப்பிருந்தால் அனுபவமுள்ள பெரியோர்களின் ஆலோசனையுடன் அணு அளவும் முறை தவறாமல் சரியாகச் செய்து சிறப்பான பலனை அடைய வேண்டுகிறேன்.

அண்ட கற்பம்

உலகில் இறைவனால் படைக்கப்பட்ட எல்லாவிதமான தாவரங்கள், உயிரினங்கள், உலோகங்கள் உப்புகள், பாறைகள் போன்ற அனைத்துமே மனிதன் மரணமில்லாத பெருவாழ்வை அடைவதற் காகவே உருவாக்கப்பட்டுள்ளன என்பது சித்தர்களின் நூல்களைப் படித்தபின் நமக்குத் தெளிவாகப் புரிகிறது. அவ்வாறு படைக்கப் பட்டவற்றுள் ஞானி, குக்குடம் என்று பலபல புனை பெயர்களால் அழைக்கப்படும் கோழியின் முட்டையை கற்ப மருந்தாக மாற்றி உபயோகிக்கும் மிக முக்கியமான அற்புதமான ஒரு கற்ப மருந்தை செய்து உபயோகித்து பலனடையும் முறையை 18 சித்தர்களுள் காலசித்தி முறையை எந்த வித மறைப்புமின்றி தெளிவாக வெளி உலகிற்கு எடுத்துரைத்த "போக முனிவர்" நூலான "போகர் - 7000" என்னும் நூலின் முதலாவது காண்டத்தில் 564 முதல் 566 வரை உள்ள பாடல்கள் மிகத் தெளிவாக விளக்குகின்றன. அற்புதமான அந்த பாடலையும் விளக்கத்துடன் அளிக்கிறேன்.

"அறியவே அண்டத்தின் கற்பம் கேளே
ஆர்க்கமாங் கருங்கோழிச் சேவலுடன் பேடு

வறியவே வளர்த்தந்த முட்டை வாங்கி
மாசற்ற கல்லுப்பைப் பொடியாய்ப் பண்ணிப்
பறியவே பாண்டத்தில் பாதிபோட்டுப்
பதித்துமே முட்டையைத்தான் மேலும் போட்டு
கெறியவே ஆகாய கெருடனான
கிழங்கின்நீர் படிவிட்டு மூடிப்போடே" (பாடல் - 564)

நல்ல முழுக்கருப்பு நிறமுள்ள கோழிக்குஞ்சும், சேவல் குஞ்சும் வாங்கி ஒரு கூண்டில் வைத்து தீனி போட்டு வளர்க்க வேண்டும். அவை இரண்டும் வளர்ந்து ஒன்றுடன் ஒன்று இணைந்து கருத்தறித்து இடுகின்ற முட்டைகளை எடுத்துக் கொள்ளவும். இதன் பிறகு செய்ய வேண்டிய முறைகள் மிக முக்கியமானதாகும். கல்லுப்பை நன்கு பொடி செய்து கொண்டு ஒரு மண்பாண்டத்தில் பொடி செய்த பாதி கல்லுப்பைப் போட்டு அதன் மீது கருங்கோழி முட்டை ஒன்றை பொதித்து அதன்மேல் பொடி செய்த மீதி உப்பையும் போட்டு நன்கு அமுக்கி வைத்துக் கொள்ளவும்.

பின்பு ஆகாய கெருடன் என்னும் கொல்லங்க கோவைக் கிழங்கை வேண்டிய அளவு கொண்டு வந்து இடித்து சாறெடுத்து வைத்துக் கொள்ளவும். இந்த நீரில் ஒரு படி எடுத்து முன்பு முட்டையுடன் உப்பு அமுக்கி வைத்திருக்கும் பாண்டத்தில் ஊற்றி நன்கு மூடிவை இவ்வாறு தினமும் கோழி முட்டையை எடுத்து, எடுத்து பதனம் செய்யவும். முதலில் வைத்த பாண்டம் 20 நாட்கள் மூடியே இருக்க வேண்டும். இருபத்தி ஒன்றாம் நாள் எடுக்க முட்டையானது கட்டியிருக்கும் இதன் விபரங்களை கீழ்க்கண்டுள்ள பாடல்கள் மூலம் அறிவோம்.

"மூடிடவே இருபதுநாள் கழிந்த பின்பு
முசியாமல் எடுத்துப்பார் கட்டிப்போகும்
ஓடியே ஒவ்வொன்று கிழங்குச் சாற்றில்
ஊறப்போட்டு நீர்வற்றக் காய்ச்சிக் கொண்டு
தேடியே மேலோடு தள்ளிப் போட்டுச்
சிறப்பாக இரண்டாக்கிப் பாதி கொள்ளு
ஆடியே அந்திசந்தி மண்டலந்தான்
அன்றாடம் அன்றாடம் அவித்துக் கொள்ளே"
(பாடல் 565)

இவ்வாறு 20 நாட்கள் கல்லுப்பிலும், கெருடன் கிழங்குச் சாற்றிலும் ஊறிய அண்டத்தை 21வது நாளன்று எடுத்து மேற்படி கிழங்குச் சாற்றில் அவித்து எடுத்துக் கொண்டு காலையில் ஒரு

பாதியும் மாலையில் ஒரு பாதியுமாக உட்கொள்ளவும் இவ்வாறு நாள்தோறும் ஒவ்வொரு முட்டையாக எடுத்து அவித்து உட்கொள்ள வேண்டும். தினமும் ஒரு முட்டையை உப்பில் வைத்து கிழங்குச் சாறு விட்டு மூடி வைக்கவும். 20 நாட்கள் சென்றபின்பு 21வது நாள் முதல் பாண்டத்தை எடுத்து அதிலுள்ள முட்டையை மேற்கூறிய முறையில் அவித்து உட்கொள்ளவும். இவ்வாறு ஒரு மண்டலம் நாள்தோறும் முட்டையை அவித்து இரண்டு பாதியாக்கி தொடர்ந்து உட் கொள்ளவும். இதனால் உடலில் உண்டாகும் அற்புதமான பலன் களையும் இந்த கற்பத்தின் உயர்வான ஆற்றல்களையும் கீழ் காணும் பாடல்மூலம் மிகத் தெளிவாக அறிய முடியும். அதையும் பார்ப்போம்.

“கொள்ளவே மண்டலந்தான் அந்தி சந்தி
குத்தினால் காயத்தில் தைத்திடாது
கள்ளவே கருங்கல்லாம் சடலம் தானும்
கற்பாந்த காலந்தான் மசக மாச்சு
துள்ளவே நித்திரைதான் கொள்ளொட்டாது
சோமில்லை தாபமில்லை துர்ப்பசியும் போச்சு
விள்ளவே சுக்கிலந்தான் கீழோடாது
வேண்டியதோர் பெண்ணோடே மருவலாமே”

(பாடல்-566)

இவ்வாறு 48 நாட்கள் காலையும், மாலையும் தினம் தினம் அண்டத்தை அவித்து பாதி பாதி உட்கொள்ள உடல் சதைகள் இறுகிவிடும் அரிவாள், கத்தி முதலிய கூர்மையான ஆயுதங்களால் உடலில் குத்தினால் உடலில் தைக்காது. உடல் பல காலங்கள் அழியாத கற்ப உடலாக மாறும், தூக்கம், சோம்பல், தாகம், கொட்டாவி, துர்ப்பசி முதலியவைகள் ஏற்படாது. இந்த கற்பத்தால் மிக அற்புதமான இன்னொரு சக்தியும் உண்டாகும். அது என்னவெனில் உடலானது இறுகி உடலின் தத்துவமான விந்தானது கெட்டிப்பட்டு எத்தனை பெண்ணோடு உடலுறவு கொண்டாலும் விந்தானது வெளியேறாது. இந்த அற்புதமான ஆற்றலை அடைந்தவுடன் பெண் மாயையில் சிக்கி உடலை கெடுத்துக் கொள்ளாமல் யோக நிலையில் சென்று இறவா நிலையை அடைய வேண்டும் என்று ஒரு மாபெரும் எண்ணத்தில் இந்த அற்புதமான எளிய கற்பமுறையை விரிவாக இங்கு தெளிவுபடவிளக்கியுள்ளேன். அறிவின் தெளிவைக் கொண்டு செய்து பயனடைய வேண்டுகிறேன். அடுத்ததாக மிக மிக உயர்வான அதே சமயம் அதீத பலன்களைத் தரும் மிக அற்புதமான கற்பம் ஒன்றைக் கூறுகிறனே். போகரின் நூலில் 470, 471 வது பாடல்கள் மூலம் விளக்கப்பட்டுள்ள இந்த அற்புதமான கற்பத்தை எல்லா

சித்தர்களுமே கூறியுள்ளனர். இதை கைபாகம், செய்பாகம் தப்பாமல் பொறுமையாக, நிதானமாகச் செய்தால், நிச்சயம் பயன் பெறலாம் என்பதில் எந்த சந்தேகமும் இல்லை. இவ்வளவு உயர்வான கற்பத்தை எவ்வாறு தயாரிப்பது என்பதைப் பார்ப்போம்.

சிவனார் வேம்பு கற்பம்

"இறுகுமே சிவனார்தன் வேம்பினோடே
ஏற்றமாம் வாலுழுவை சமனாய்ச் சேர்த்து
நறுகுமே இடித்துநையப் பூப்படத்தில் தைலம்
நலமாக வாங்கியே வைத்துக் கொண்டு
திறுகுமே சீரகமும் சர்க்கரையும் போட்டுத்
திறமாகக் கலக்கியதில்வைத்துக் கொண்டு
கறுகுமே கால் கழஞ்சு அந்தி சந்தி
கனமான மண்டலந்தான் கொண்டாயே"

(போகர் - 7000 - பாடல் - 470)

"கொண்டிட்டால் வாதபித்த கபத்தைச் சாடும்
கொடியான தாதுஎல்லாம் பருத்து உரக்கும்
கண்டிட்டால் கோடைரவி காந்தி யில்லை
காலுக்கு மெத்தூரம் நடந்திட்டாலும்
தண்டிட்ட சமாதிக்குள் இருந்தால் கேளு
சாங்கமாம் உரைப்புண்டாம் தளர்ச்சியில்லை
விண்டிட்ட சரஸ்வதி நிருத்தஞ் செய்வாள்
வேதாந்தம் பார்த்து நித்தம் வரவிடாயே"

(போகர் - 7000 - பாடல் - 471)

பொதுவாக வேம்பு என்னும் மூலிகையில் பல வகைகள் உண்டு உதாரணமாக நாட்டு வேம்பு, மலை வேம்பு, நிலவேம்பு, சர்க்கரை வேம்பு, கருவேம்பு, சிவனார் வேம்பு, நவனார் வேம்பு, வெள்வேம்பு, போன்றவை யாகும். இவற்றுள் சிவனார் வேம்பு என்னும் இந்த கற்ப மூலிகையானது செடி வகையைச் சேர்ந்தது. செம்மண் கலந்த சரளை பூமியில் வறட்சியான பகுதிகளிலும் வளரும். சுமார் 2 முழ உயரம் வரை வளரும் இச்செடியின் இலைகள் புளிய இலையைவிட சிறியதாகவும் தண்டுப் பகுதி வலுவாகவும், சிவந்தும் காணப்படும். விதைகள் சிறியதாக ஒரு விரல்கடை நீளத்தில் நீண்டு கருவைக் காய்கள் போன்று இருக்கும் இதில் தண்டுப் பகுதி வெண்மையாக இருக்கும் இது விஷத்தன்மை உள்ளது. எனவே அறிந்து எடுத்தல் வேண்டும். இதில் நன்கு அறிந்து செழித்து வளர்ந்த மூலிகையாகப் பார்த்து வேண்டிய அளவு பிடுங்கி வந்து நன்கு கழுவி, மண் நீக்கி

சுத்தமாக சிறு சிறு துண்டுகளாக வெட்டி நிழலில் காயப் போடவும் நன்கு காய்ந்த பின்பு இடித்துப் பொடி செய்து கொண்டு அதனுடன் சம அளவு வாலுளுவை அரிசி சேர்த்து நன்கு கலந்து கொண்டு ஒரு குப்பியில் போட்டு பூப்புடத்தில் தைலமாக வாங்கவும். இவ்வாறு பூப்புடத்தில் தைலம் இறக்கும் முறையை (படவிளக்கம்) நன்கு அறிந்து செயல்பட வேண்டியதால் அனுபவமுள்ளவர்களைக் கொண்டு செய்ய வேண்டுகிறேன்.

பூப்புடம் செய்முறை:

முதலில் நல்ல கெட்டியான சர்பத் பாட்டில் ஒன்றை எடுத்துக் கொள்ளவும். அதன் வாய்க்கு சரியாக மாக்கல் ஒன்றை மேடுபள்ளம் இல்லாமல் சரி மட்டமாக தேய்த்து மூடியாக்கி அதன் மத்தியில் துவாரம் ஒன்று போட்டு வைத்துக் கொள்ளவும். பின்பு களிமண், உமிக்கரி, வறுத்த நாட்டுக் கல்நார், சிறுமணல் இவைகளை சம அளவாக எடுத்துக் கொண்டு அதற்குச் சம அளவாக சுத்தமான பருத்திப் பஞ்சை கொஞ்சம் கொஞ்சமாக போட்டு நெகிழ அரைத்துக் குப்பியின் மீது ஒரு முறை பூசி உலர்த்தவும். இவ்வாறு 12 முறை பூசி உலர்த்தியபின் அந்தக் குப்பியினுள் மருந்தைப் போட்டு வாய்க்கு மூடியாக மாக்கல்லை வைத்து நன்கு சீலை மண் செய்யவும். மாக் கல்லின் மத்தியில் உள்ள துளையில் ஒரு சிறிய பிளாஸ்டிக் (டியூப்) குழாயைச் செருகவும். ஒரு வாயகன்ற சட்டியில் தூரில் ஒரு துளைபோட்டு அதில் படத்தில் கண்டுள்ள படி மருந்துள்ள குப்பியை தலைகீழாக செருகிஒரு ஸ்டாண்டில் மேற்படி பானையை வைத்து கீழ்புறம் தெரியும் குப்பியின் வாயில் பொருத்தியுள்ள குழாய்க்கு சரியாக பீங்கான் கிண்ணம் ஒன்றை வைக்கவும். பானையின் உள்புறமுள்ள குப்பியைச் சுற்றி எரு அடுக்கி தீயைப் போடு, அந்த எருபற்றி எரிய தைலம் அருமையாக இறங்கும். சரியாக தைலம் இறங்காவிட்டால் மீண்டும் எருபோட்டு புடம் போடவும். மிகவும் மறைவாக நேரடியாக குருமூலமாக அறிந்து கொள்ளக்கூடிய இந்த அறிய முறையை எல்லோரும் செய்து பயன்பெற வேண்டும் என்பதால் தெளிவாக வெளிப்படையாக இங்கு எழுதினேன். முறையாகச் செய்து பயனடைய வேண்டுகிறேன்.

இவ்வாறு முறையாக வடிக்கப் பட்ட சிவனார் வேம்புத் தைலத்தில் சீரகம், சர்க்கரை இரண்டையும், சிறிது போட்டு கலக்கி வைத்துக் கொள்ளவும். இந்த கற்ப மருந்தை முறையாக பத்தியமாக காலையிலும், மாலையிலும் கால் கழஞ்சு வீதம் ஒரு மண்டலம் உட்

கொள்ளவும். இவ்வாறு முறைப் படி செய்து முறையாக உட்கொண்டு வர உடலில் உள்ள வாதம், பித்தம், கபம் என்ற மூன்று வித தோஷங்களும் நீங்கும்.

உடலின் தாதுக்கள் எல்லாம் மிக சக்தி உண்டாகி உடல் விந்து நிலை உயரும். உடலில் உஷ்ணம் குறைந்து குளிர்ச்சியுடன் காணப்படும். எவ்வளவு தூரம் நடந்தாலும், எவ்வளவு நேரம் தியான நிலையில் அமர்ந்து இருந்தாலும் உடல் உறுதியுடன் இருக்கும். உடலில் தளர்ச்சி ஏற்படாது. ஞானம் உண்டாகும். வேதாந்தத்தின் உண்மைப் பொருள் விளங்கும் என்று இந்த கற்பத்தைப் பற்றிய உண்மையை மிக அற்புதமாக தெளிவாக விளக்கியுள்ளார்.

இப்படிப்பட்ட ஒரு எளிமையான, அருமையான நிகரற்ற மருந்தை எல்லோரும் அறிந்து கொள்ளும் பொருட்டு மிக வெளிப்படையாகவும் தெளிவாகவும் கூறிய அந்த மாபெரும் "போக மகா முனிவர்" தன்னைப் போன்றே எல்லோரும் வரவேண்டும் என்ற பரந்த நோக்குடன் கூறியுள்ளதை நினைக்கையில் நம்மால் வியப்படையாமல் இருக்க முடியவில்லை.

இவ்வளவு அற்புதமான ஒரு எளிமையான கற்ப மருந்தை நாம் அறிந்து கொண்ட பின்பும் காலம் தாழ்த் தாது எவ்வளவு விரைவாக செய்து காய சித்தி அடையமுடியுமே அவ்வளவு விரைவாக செய்து அளவற்ற பலன்களை அடைய வேண்டுகிறேன்.

இனி அடுத்ததாக மிக அருமையான உயர்வான கற்பம் ஒன்றைக் காண்போம்.

26

கற்பத்திற்கான பத்தியத்தின் அவசியம்

காயகற்பத்தின் பெருமைகளையும் அதன் அபூர்வமான சக்திகளையும் படிக்கும்போது உடனே நாம் அதைச் செய்ய வேண்டும் என்ற எண்ணம் மேலோங்கும் ஆனால் ஒன்றுக்கு பலமுறை யோசித்து அதன் பின்பு செய்வதே சாலச்சிறந்தது. ஏனெனில் காயகற்ப மருந்துகளை தவறாமல் உட்கொள்ளும் போது உடலிலுள்ள கழிவுகள் நீங்குவதாலும் முதிர்ச்சி மாறுவதாலும் உடலில் பலவித மாற்றங்கள் உண்டாகும். இதை சித்தர்களின் தந்தை என போற்றப்படும் மிகப்பெரும் மாமுனிவரான "திருமூலர்" எனும் சித்தர் தன்னுடைய கருக்கிடை - 600 எனும் நூலின் 158 வது பாடலில்

"பாருமே கற்பம் பலபலவே தின்னில்
ஆருமே கொள்ள வசையாது நற்றேகம்

வாருமே னென்பார் மகத்தான சித்தர்கள்
காருமே பத்தியம் காட்டினார் பாலன்னே"

என்று முறையுடன் பலவகையான பற்பங்களை உட்கொள்ளும் போது இந்த உடலானது வலிமை பெற்று அழியாத நிலைக்கு வரும் என்றும், அவ்வாறு கற்ப உடலானவுடன் சித்தர்கள் உன்னைக் கண்டால் அன்புடன் அழைப்பார்கள் என்றும், ஆனால் அவ்வளவு பெருமை வாய்ந்த கற்பங்கள் உட்கொள்ளும்போது பத்தியம் காப்பது மிக மிக அவசியமான ஒன்றாகும் என்றும் வலியுறுத்துகின்றார். மேலும் இந்த நூலின் 129 வது பாடலில்

"கற்பம் ஏதென்று கசடற எண்ணாத
அற்பமும் அல்ல அகண்ட மகாசித்தி
சொற்பமும் அல்ல தொடுமுன் னவலோக
மற்படுந்தங்க மாற்று பதினாறே"
(திருமூலர் கருக்கிடை - 600 -பாடல் - 129)

கற்ப மருந்துகளைச் சாதாரணமாக எண்ணாதே. அதன் சக்தியால் அகண்ட சராசரங்களையும் சுற்றி வருவதுடன் எட்டு விதமான அரிய சித்திகளும் ஏற்படும் மேலும் இந்தமாதிரி உண்மையான கற்ப மருந்துகள் உண்டவனின் உடலானது ரசாயன மாற்றங்களுக்கு உட்பட்டு அப்படிப்பட்டவர் ஒன்பது விதமான உலோகங்களையும் கையால் தடவினாலே அதனால் களிம்புகள் நீங்க 16 மாற்றுள்ள தங்கமாக மாறும். (நாம் இன்று அணியும் ஆபரணத் தங்கம் 8½ மாற்று) மனிதனிடம் எவ்வளவு உன்னதமான சக்திகள் அடங்கியுள்ளது என்பதை சித்தர்கள் துல்லியமாக உணர்ந்து இருந்தனர். அதனால் தான் அந்த உயர்வான நிலையை மனிதனாகப் பிறந்த ஒவ்வொரு வனும் அடைய வேண்டும் என்பதனால் காயசித்தி முறைகளில் எதையும் மறைக்காமல் வெளிப்படையாகத் தெளிவாக அவர்களுக்கே உரிய அற்புதமான தமிழில் பாடல்களாக வடித்து வைத்தனர்.

ஆனால் பிற்கால சந்ததியினராகிய நமக்கு அந்தப் பாடல்களைச் சரிவர புரிந்து கொள்ள முடியவில்லை. அப்படிப் புரிந்த ஒரு சிலர் ஏதோ தாங்களே இவற்றையெல்லாம் கண்டு பிடித்தது போல் நடந்து கொண்டனர். வலியவந்து அமைய கூறியவர்களை நாம் அசட்டை செய்து விட்டோம். அதனால் மரணமற்ற மனித சமுதாயம் வேண்டும் என்பதற்காக அந்த அரும்பெரும் முன்னோடி விஞ்ஞானி களான சித்தர்கள் எடுத்துக் கொண்ட தீவிர முயற்சிகள் எல்லாம் இன்னும் குறிப்பிட்ட அந்த எல்லையை எட்ட முடியாத நிலையில் உள்ளது. இந்நிலையை நினைத்து வெட்கப்படுவதைத் தவிர வேறு வழி

ஒன்றுமில்லை. இனியாவது வருங்காலத்தில் இந்த நிலையை மாற்றி ஒருவருக்குத் தெரிந்ததை மற்றவருக்குக் கூறியும், ஒருவர் செய்வதை மற்றவர் அலட்சியம் செய்யாமல் கருத்துடன் கேட்டும் செயல்பட்டால் நிச்சயமாக சித்தர்கள் கண்ட மரணமற்ற மனித சமுதாயம் உருவாகும் அல்லவா? இவ்வாறு மரணமற்ற நிலையை உண்டாக்கும் சித்தர்கள் கூறிய அற்புதமான காயகற்ப மருந்துகளை முறையாக உட்கொண்டவரின் உடலின் மாற்றங்களை "திருமூல மாமுனிவர்" வெகு அழகாக விளக்கியுள்ளார்.

"பதினாறு மாற்றுபோல் பாலையா முன்தேகம்
விதிநாலுங் கையோன் மெய்யெழுத்தைப் பொய்யோ
மதிநூறு மீசன் வாகுற்ற முறைபாடு
கெதிநாற வுண்டு கிட்டாய் சமாதியே"

16 மாற்று தங்கம்போல் உன்தேகமானது மாறும். பிரம்மாவால் எழுதப்பட்ட தலைஎழுத்தும் பொய்யாகும். சிவபெருமானால் அருளப் பட்ட நூறுவகையான கற்பத்தை உட்கொள்ள, மரணமற்ற சமாதியா வார்கள் என்று காயகற்ப மருந்துகளின் அருமையைப் பற்றி தன்னுடைய கருக்கிடை - 600 எனும் நூலின் 130 வது பாடலில் வெளிப்படையாகக் கூறியுள்ளார். இவ்வளவு அற்புதமான கற்ப முறைகளை உட்கொண்டு முறையாக பஞ்ச சுத்திகளையும் செய்யாமல் எவ்வளவுதான் தியானம், தவங்கள் செய்தாலும் அமிர்தநிலை கிட்டாது. இவ்வாறு முறையான வழி தெரியாமல் இவ்வுலகில் உள்ளவர்கள் ஏதேதோ செய்து பார்ப்பார்கள் என்பதை தஞ்சை பிரகதீஸ்வர கோவிலில் சிவனைப் பிரிதிஷ்டை செய்து புகழடைந்த "கருவூரார்" என்னும் மாமுனிவர் தன்னுடைய வாதகாவியம் 700 என்னும் நூலில் "யோகிகள் தெரியாமல் செய்யும் வழி" என்ற தலைப்பில் கீழ்கண்ட வாறு வெட்ட வெளிச்சமாகக் கூறியுள்ளார்.

"பிறக்கும்போ தடைத்ததப்பா - இனிப்
பின்னிறந்து போகும்போதும் தறிப்பதில்லை
அரைக்கத வுள்வாசல் - ஐந்தும்
அடைத்ததைத் திறந்தா லிருப்பார்கள்
சித்த ரிஷிகளெல்லாம் - யோகத்தில்
திடங்கொண்டிருப்பார்கள் சடம்போட்டுத்
தலைகீழாய் நின்று பார்ப்பார் - கழுத்துச்
சரத்திற்குங் காலுக்கும் ஒன்றாய் முடி " (பாடல் - 125)
கண்ணிரண் டையுமூடிக் - கிடந்து
கலையமு தம்முதிக்கு தில்லை யென்று

பூதத்தைப் பின்னுங்காலுப் - பெருவிரலைப்
பொருந்தவே கட்டியதை மாறிப்பிடித்து
திட்டியினாற் பார்ப்பார் - யோகத்
திருந்துமே நோக்குவா ரிரவுபகல்
உற்பன கபாலவாசல் - திறக்க
ஒற்றைக்கால் தவசிருந் தொருகாலை (பாடல் - 127)

மேற்றூக்கிக் கழுத் துக்குள்ளே - அமுக்கிக்கை
விரைவாகப் பெருவிரல் பூமியிலூன்னிறத் தவமது
செய்திரு'ப்பார் - யோகந்
தான் செய்திடினும் அமுதம் வரா
மண்டலம் ஆகாரம் - அருந்தாமல்
வத்தி வரண்டுமேனி யுலர்ந்திருப்பார்
சிரத்தில் வருவமுதம் - பின்னுஞ்
சீராய்க் கபாலவழி வீழாது
(கருவூரார் வாதகாவியம் - 700 பாடல் - 128)

என்று யோகம் செய்து மரணமற்ற நிலையை அடைய விரும்பும் யோகிகள் உண்மையான கற்ப முறைகளை அறியாமல் மதி அமுதம் பருக வேண்டி தலைகீழாக நின்றாலும், முழங்கால் வரை தாடி வளர்த்துக் கொண்டு இருந்தாலும், கண்ணை மூடிக் கொண்டு வெகு நேரம் தவம் செய்தாலும், பத்மாசனம் இட்டு அமர்ந்து இரவு பகலாக யோகநிலையில் எவ்வளவுதான் இருந்தாலும், நாட்கணக்கில் உணவு அருந்தாமல் உண்ணாவிரதம் இருந்தாலும் உடலை வருத்தினாலும் அந்த யோக நிலையில் அமிர்தமானது உள்விழாது. ஏனெனில் அந்த சிறுஊசி போன்ற கபால வாசலானது பிறந்தவுடன் அடைத்து விடும். பின்பு இறக்கும் போது கூட திறப்பதில்லை. அதை முறையாக கபசுத்தி முறையில் “கரிசாலை நெய்” கொண்டு திறந்து ஒழுங்காக வாசியோகம் செய்ய வேண்டும். அவ்வாறு முறையாக அந்த “பஞ்சவடி” என்னும் ஐந்து வாசல்களையும் திறந்து சுவாசத்துடன் மனதை அந்த வாசல் மூலம் செலுத்தியதன் மூலம் சித்தர்கள் ரிஷிகள் எல்லோரும் உடலை வெகு காலம் அழியாமல் நிலைநிறுத்தி திடமாக சமாதியில் உறைகின்றனர். இந்த உண்மையான வழியை அறியாமல யோகிகள் பலர் மாண்டனர். வழி தெரியாமல் தவித்தனர் என்று மிக அற்புதமாக நமது அறிவில் உறைக்கும்படி தெளிவாகக் கூறியுள்ளார். இவ்வளவு வெளிப்படையாக, தெளிவாகக் கூறிய பின்பும் நாம் இன்னும் சந்தேகப்பட்டுக் கொண்டு நம் மனதிற்குத் தோன்றியபடி செயல்பட்டு பொன்னான வாழ்வை வீணாக்குவது சரியா?

இவ்வாறு பலபல வழிகளில் சென்று எந்த ஒரு பயனும் இன்றி பலர் மாண்டு போனதை ஒரு சித்தரின் பாடல் கீழ்கண்டவாறு வெகு அற்புதமாக விளக்குகின்றது.

"மலைமலை யாய்ச் சுற்றிச் சுற்றி மாண்டவர் கோடி
மறை நூல்கள் கற்றறிந்து மாண்டவர் கோடி
கலை பலவும் கற்றறிந்து மாண்டவர் கோடி
கரைசேர வழிதேடி மாண்டவர் கோடி
சிலைகளெ ல்லாம் சுற்றி வந்து மாண்டவர் கோடி
சிறையைப் போல் குகையிருந்து மாண்டவர் கோடி
அலைபோல மனமாயை தன்னினாலே
அலைந்த லைந்து மாண்டவர்கள் கோடி கோடி
நிலைபெறாத யோகத்தில் மாண்டவர் கோடி
நின்று கொண்டே தவமிருந்து மாண்டவர் கோடி
உலையா சந்யாசத்தில் மாண்டவர் கோடி
ஒன்றி நின்ற சம்சாரத்தில் மாண்டவர் கோடி
மன்றாடி பூஜை செய்தும் மாண்டவர் கோடி
வலை போல பின்னி நிற்கும் வாசியைத் தானே
வழி நடத்த அறியாமல் மாண்டவர்கள் கோடா கோடி"

என்று வெட்ட வெளிச்சமாக விளக்குகிறது. எவ்வளவு மலைகளில் சுற்றி அலைந்தாலும் நான்கு வேதங்களையும் கற்றாலும் 64 கலைகளையும் கற்றாலும், கரைசேர வழியறியாமல் கோடானு கோடி பேர்கள் இறந்தனர். எவ்வளவு ஆலயங்கள் சென்று வழி பட்டாலும், எவ்வளவு நாட்கள் குகைக்குள் தங்கி இருந்தாலும் அலை போல சிதறும் மனதை அடக்க மாட்டாமல் மாண்டவர்கள் பல கோடியாகும். மேலும் முறையாக கற்ப சாதனை செய்யாமல் யோகத்தில் மனதை செலுத்தியும், கடுமையாக நின்ற நிலையில் தவமிருந்தும், தூய சந்யாசியாக வாழ்ந்தும், சிறப்பான மனைவியுடன் வாழ்ந்தும், ரசவாதம் செய்வதாகக் கூறிக் கொண்டும், தன் மனதுக்கு தோன்றியபடி பூஜை யாகங்கள் செய்தும், உடலில் வலை போல் பின்னிப் பிணைந்து நிற்கும் உயிரெனும் வாசியை முறையாக அடக்கி நிலைநிறுத்த அறியாமல் இவ்வுலகில் கோடான கோடி பேர்கள் இறந்தனர்.

இவ்வாறு இன்றி முறையாக காயகற்பங்களை உட்கொண்டு, முறையாக யோகப் பயிற்சியில் இடைவிடாது ஈடுபட்டால் மட்டுமே உண்மையான சித்தர் நிலையை அடைய முடியும் என்பது இது போன்ற சித்தர்களின் பல பாடல்களில் ஆணித்தரமாகக் கொடுக்கப் பட்டு உள்ளன. எனவே இதையறிந்து தேவையற்ற செயல்களில்

ஈடுபடாமல் இவ்வுடலை முதலில் நோய், முதிர்ச்சி முதலியவற்றில் இருந்து மாற்றி என்றும் இளமையும், வலிமையும் உள்ளதாக செய்யும் காய கற்பப் பயிற்சியில் ஈடுபடும் அனைவரும் அந்த பயிற்சியின் அத்தனை விதி முறைகளையும் நன்கு அறிந்து, தெளிந்து முறையாகக் கடைபிடிக்க வேண்டுமாய் கேட்டுக் கொள்கிறேன். மேலும் இவ் வுலகில் பலர் தாடி, முடி வளர்த்துக் கொண்டு வேடதாரிகளாக பெரும் சித்திர்களைப் போன்று தோற்றத்தை உண்டாக்கிக் கொண்டு மனிதர் களை ஏமாற்றுவார்கள் இவர்களின் நிலைபற்றி சித்தர்களுள் மாமுனி வராக விளங்கும் "போகர்" முனிவர் தன்னுடைய 7000 என்னும் நூலின் மூன்றாம் காண்டத்தில் கீழ்கண்டவாறு மறைப்பின்றி வெளிப் படுத்தியுள்ளார். எவ்வாறு எனில்

"காணவே சொல்லரிய உலக ஆசான்
கருதியவன் பணம்பறிக்க எத்துப் பண்ணி
நீணவே நெடிதாகச் சிவம் உண்டுப்பண்ணி
நிலையாமல் சீடனுக்கு பிறப்பு உண்டாக்கி
ஊணவே உலகமெல்லாம் இப்படியே போச்சு
உக்கி யந்த மாயத்தே உழன்று போனார்
தாணவேதான் தாள்திறந்தால் அவனே ஆசான்
சமர்த்தான குரு தேடி சார்பு கொள்ளே
சார்வுறல்தான் சொல்லறியான் உலக ஆசான்
சமரசமாய்ப் பணம்பறிக்க சாங்கம் சொல்வான்
நாவுறவே நாள்போக்கிச் செபத்தைப் பண்ணி
ஞானியென்று பெயரிட்டுக் கொண்டு தானும்
பாரிலேதான் சஞ்சரிப்பார் சையோகிப்பார்
பரிந்தகுடி கெடுப்பார்கள் பொய்யும் சொல்வார்
ஓர்வுறவே வேடங்கள் அதிகம் பூண்பார்
உருட்டுவார் உலகத்து ஞானிதானே"

(போகர் சத்த காண்டம் - 7000- பாடல்கள் - 2019-2020)

27

இவ்வாறு இவ்வுலகில் தான்தான் பெரிய குருநாதன் என்ற கூறிக்கொண்டு பலவிதமான பொய்களைக் கூறி உன்னிடமிருந்து பொருள்கள் பணம் முதலியவைகளை பறித்தக் கொண்டு பெரிய சிவலிங்க வடிவங்களை உண்டுபண்ணி வைத்துக் கொண்டு நிலை யான யோகம் அறியாமல் இவனை நம்பி வந்த சீடர்களையும் பிறவிச்சுழலில் சிக்க வைப்பார்கள்.

இப்படிப்பட்டவர்களுடைய சூதான மாயப் பேச்சில் இவ்வுலகில் உற்றவர்களெல்லாம் மயங்கிப் போனார்கள். உண்மையில் முறையான வாசி யோகத்தைக் கூறி அதன்மூலம் ஒரு மனிதனுக்கு ஞானவழியை யார் காண்பிக்கின்றாரோ அவரே உண்மையான குருவாவார். அப்படிப்பட்ட உண்மையான குருவை நீ தேடிக் கொள், அதை விடுத்து பொய்கள் பல கூறி பணம் பறித்துக் கொண்டும், சும்மா ஜெபம் செய்தால் போதும் என்று கூறி நாட்களை போக்கிக் கொண்டும் பெண் போகம் செய்து கொண்டும், தான் பெரிய ஞானி எனக் கூறிக் கொண்டும், உருட்டு, பிரட்டாகப் பேசி குடிகெடுக்கும் சண்டாளர்களை நீ இனம் கண்டு கொண்டு அவர் களிடம் நெருங்காமல் வாழ் என்று மிகத்தெளிவாக விளக்கியுள்ளார். இதைவிடவும் தெளிவாக யார் கூறிட முடியும்.

எனவே உண்மையான முறையான "காயசித்தி", "யோகசித்தி", "மௌன சித்தி", "சமாதி சித்தி" என்ற நான்கு நிலைகளைத் தவிர மரண மற்ற சித்தர்களின் நிலையான பெருவாழ்வு நிலையை அடைய வேறு எந்த மார்க்கமும் இல்லை என்பது சந்தேகமின்றி தெளிவாகின்றது. அப்படி நான்கு நிலைகளில் முதல் நிலையான உடலை பல ஆயிரம் ஆண்டுகள் அழிவிலிருந்து பாதுகாக்கும் மிக அற்புதமான கலையான இந்த காயகற்ப பயிற்சி முறையை தெளிவாகக் கற்று சந்தேகமின்றி நன்கு அறிந்து முறையாகக் கடைப்பிடித்து மேல் நிலையை அடைய வேண்டுகின்றேன். உண்மையான இந்தப் பயிற்சியின் போது எந்த விதமான சிறுதவறும் நடந்துவிடக்கூடாது என்பதால்தான் அடிக்கடி கற்பமுண்பவர்களுக்கு உண்டான பத்திய அவசியத்தைக் கூறுகின்றேன்.

இனி அடுத்ததாக மிகமிக உயர்வான காயகற்பத்தைக் கூறுகின்றேன். செய்வதற்கு மிக எளிதாயும் அதே சமயம் வெகு உயர்வான ஒரு பலனைக் கொடுக்கும் இந்த அருமையான கற்பத்தை சரியாகச் செய்து உட்கொண்டால் நிச்சயம் உடலில் சில மாற்றங்கள் உணடாவதுடன் உடல் காயசித்தி அடையும் என்பதில் ஐயமில்லை.

பிரமி கற்பம்

பிரமி என்றொரு மூலிகை உண்டு நீர் நிலைகள் உள்ள பகுதியில் செழிப்பாக வளரும் சிறுபடர் கொடி இனத்தை சேர்ந்தது. தரையோடு தரையாக படர்ந்து சுமார் ½ அடி உயரத்தில் பச்சை பசேலென்று புளிய இலை போன்ற இலைகளுடன் தண்ணீர் சத்துமிக்க தண்டுகளுடன் காணும். இது மிக அற்புதமான ஒரு மூலிகையாகும். இதனை வேண்டிய அளவு கொண்டு வந்து வைத்துக் கொள்ள வேண்டும். இனி இந்த அற்புதமான பிரமி மூலிகையை கற்ப

மருந்தாக உட்கொள்ளும் சிறப்பான "போக முனிவரின்" முறையை விளக்கும் ஆதாரப் பாடலை இங்கு அளிக்கின்றேன்.

"அதிகமாம் பிரமியுடைய படிச்சாறு ஒன்றும்
ஆவின் நெய் படி ஒன்றும் சமனாய்ச் சேர்த்து
நிதிகமாய் அடுப்பில் வைத்துக் காய்ச்சிக் கொண்டு
நேர் நாட்டுச் சர்க்கரைதான் நாலுக்கொன்று
விதிகமாம் மிளகொடு திப்பிலி இந்துப்பு
மிக்காம் சுக்கோடு கடு நெல்லி தான்றி
பதிகமாம் மஞ்சளொடு சமனாய்ச் சேர்த்துப்
பாங்காக வகையினுக்கோர் பலமாய்க் கூட்டே

பலமாக இடித்து நன்றாய்ச் சூரணமே செய்து
பாங்கான முன்நெய்யில் கிண்டிக் கொண்டு
குலமாக வடித்தெடுத்துக் கற்பம் தின்று
கூர்ந்துமே மிளகு தின்னுங் காலந் தன்னில்
நலமாக கியாழம் இராமாறு கொள்ளு
கடிசான செந்தூரம் காலையில் தின்றால்
வலமாக நெல்லிக்காய் பிரமாணந்தான்
மாலையிலே இம்மருந்தைக் கொண்டிடாயே"
(போகர் சத்தகாண்டம் - 7000 பாடல்கள் - 485 - 486)

மேற் கூறிய பிரமி என்னும் மூலி கையை நிறைய கொண்டு வந்து கல்லுரலில் இடித்து சாறு எடுத்து வடிகட்டி 1 படி சாறு தனியாக வைத்துக் கொள்ளவும். சுத்தமான பசுவின் நெய் 1 படி எடுத்து இத்துடன் கலக்கவும். இத்துடன் நாட்டுச் சர்க்கரை ¼ படி போடவும். மேலும் சுக்கு, மிளகு திப்பிலி, கடுக்காய், நெல்லிக்காய், தான்றிக் காய், மஞ்சள் இந்துப்பு இந்த எட்டு சரக்கையும் வகைக்கு ஒரு பலம் வாங்கி நன்கு காயவைத்து இடித்து சலித்து சூரணமாக செய்து இந்த மருந்துடன் போட்டு அடுப்பில் வைத்து நன்கு காய்ச்சிக் கொண்டு கிண்டி பக்குவமாக எடுத்து வைத்துக் கொள்ளவும். மிளகு கற்பம் தின்னும் காலங்களில் இரவில் கியாழம் உட்கொள்வது போல நல்ல சக்தியுள்ள சிந்தூர கற்பங்கள் தின்னும்போது காலையில் சிந்தூரங்கள் உட்கொண்டால் மாலையில் இந்த பிரமிகற்பத்தை ஒரு நெல்லிக்காயின் அளவாக உட்கொள்ள வேண்டும் என்று அழகாக செய்முறைகளுடன் விளக்கியுள்ளார். மேலும் இதனால் ஏற்படும் மிக அற்புதமான பலன் களையும் அடுத்த பாடல் மூலம் வெளிப்படையாகக் கூறியுள்ளார். அதையும் பார்ப்போம். ஏனெனில் ஒரு செயலை நாம் செய்யும்போது அதனால் ஏற்படும் பலனையும் நாம் அறிந்து கொண்டால்தான் அந்த

செயலின் சிறப்பை முழுவதும் உணர முடியும் அல்லவா? இனி பிரமிகற்பத்தின் அற்புதமான பலன்களை விளக்கும் "போகமுனிவரின்" பாடலைப் பார்ப்போம்.

"கொண்டிடவே பதினாறு வயதுமாகும்
குறிப்பாய்ப் பெண் கொண்டாக்கால் கருப்பம் நாடும்
அண்டிடவே அடுக்காறு மருவிக் காணும்
அந்தரத்து மீனெல்லாம் பகலில் தோன்றும்
விண்டிடவே வெள்ளெழுத்து மாறிப்போகும்
மேற்கொண்ட வாசியெல்லாம் மீண்டும் புக்கும்
கண்டிடவே காமப்பால் உடம்பிலும் ஊறும்
கடிசான சிந்தூர வேகம் போமே"
(போகர் - 7000 - பாடல் - 487)

எவ்வளவு சிறப்பான பலன்களைக் கூறுகிறார் பாருங்கள். இந்த கற்ப மருந்தின் தன்மையை இதுபோன்ற எந்த ஒரு சித்தரின் நூலும் இவ்வளவு தெளிவாகக் கூறியது இல்லை. இந்த கற்பத்தை முறையாகச் செய்து முறையாக உட்கொண்டால், முதுமை மாறி, உடல் இளமை யோடு இருக்கும் என்றும் குறிப்பாக பெண்கள் இந்த மருந்தை உட்கொண்டால் நிச்சயம் கர்ப்பம் உண்டாகும் என்றும் கூறியுள்ளார். மேலும் இம்மருந்தால் யோக நிலை சித்தித்து உடலிலுள்ள மூலாதாரம், சுவாதிஷ்டானம், மணிபூரகம், அநாகதம், விசுத்தி, ஆக்ஞை என்ற ஆறு அதாரங்கள் என்று கூறும் உயிர் நிலையின் உண்மைப் பொருள் விளங்கும் என்றும் கூறுகிறார். அத்துடன் இன்றி கண் பார்வையானது மிகத் தெளிவாகவும் பகலில் விண்மீன்கள் தெரியும் அளவிற்கு கூர்மையாகவும், மாறுவதுடன் வெள்ளெழுத்து எனப்படும் எண் மறைவும் மாறும் என்ற கூறுகிறார். அத்துடன் இன்றி இதுவரை நாம் இழந்த மூச்சானது மறுபடியும் நம் உடலில் உண்டாகும் என்றும், உடலில் "காமப்பால்" என்னும் விந்து நிலை உயர்ந்து உடல் நன்கு வலிமை பெறும் என்றும் அத்துடன் வேகமான பல சிந்தூர மருந்து களை நாம் உட்கொண்டாலும் அந்த மருந்தின் வேகம் தணிந்து உடல் நிலையில் எந்த ஒரு தீங்கும் வராது என்றும் தெளிவாகக் கூறியுள்ளார்.

ஒரு மருந்து காயகற்பமாக செயல்படுவதுடன் பெண்களுக்கு உள்ள பெரும் பிரச்சினையான மலடு என்னும் பெரும் நோயை நீக்குவதுடன், மனிதனுக்கு இன்றைய சூழ்நிலையில் சிறுவர்கள் கூட கண்ணுக்கு கண்ணாடி அணியும் இந்தக் காலத்தில் கண்களுக்கு அதிக சக்தியைக் கொடுப்பதுடன் வெள்ளெழுத்து எனும் கண் நோயையும்

நீக்குவதுடன், உடலில் வலிமை அதிகமாகி பழைய மருந்துகளின் பக்க விளைவுகள் அனைத்தையும் நீக்கி உடலை இளமையும், வலிமையும் பெற உதவுவதுடன் யோக நிலைக்கும் போக வாழ் விற்கும் உதவும் இந்த அற்புதமான காயகற்ப மருந்தின் ஆற்றலை என்னவென்று கூறுவது? பல பல மருந்துகளை பல வருடங்களாக மாறி மாறி உட்கொண்டும் எதற்காக மருந்தை உட்கொள்கிறோம் என்றே அறியாமல், அந்த மருந்திற்கு பலர் அடிமையாகி வாழும் இந்தக் காலத்தில் இது போன்று நாமே சுத்தமான முறையில் செய்து உட்கொண்டு பலன் பெற வேண்டும் என்ற பரந்த நோக்குடன் எந்த ஒரு மறைப்பும் இன்றி தான் கண்ட அற்புத மருந்தின் பயனையும் செய்முறையையும் எல்லோரும் அறிந்து கொள்ளும் பொருட்டு வெளியிட்ட இந்த புனித மாமுனிவரான "போக மகரிஷி"யின் பாதங்களை வணங்குவதைத் தவிர நாம் என்ன கைமாறு செய்ய முடியும்? எந்த கைமாறையும் எதிர்பார்க்காத காலங்கள் கடந்த அந்த கண்ணியம் மிக்க கருணையின் திரு உருவான சித்தர்கள் கூறிய சிறப்பான வழிகளை நாம் சிறிதும் பிழையின்றி பின்பற்றுவது மட்டுமே நாம் அவர்களுக்குச் செய்யும் கைமாறு அகும். இப்படி பல பல பற்பங்களைக் கூறிய அந்த மாமுனிவர்கள் இவை அனைத் தையும் தயார் செய்து உட்கொண்டு அதனால் ஏற்பட்ட பலன்களை உணர்ந்து அதற்காக தங்கள் வாழ்நாள் முழுவதையும் அர்ப்பணித்துக் கொண்டனர். ஊருக்கு உபதேசம் என்ற நிலையில் பிறருக்கு மட்டும் உபதேசம் கூறும் இன்றைய பொய்யான குருமார்கள் போன்று இல்லாமல் உண்மையான ஆய்வுகள் மூலம் பலபல பெரும் சாதனை களைச் செய்த சத்திய சீலர்கள். அந்த சித்தர்களின் உண்மையான வழியில் நாமும் நடப்பதால் நமக்குதான் நன்மை என்பதை நாம் உணர வேண்டும் அல்லவா?

இவ்வாறு காயகற்ப முறைகளைப் பற்றி சித்தர்கள் கூறிய ஆதாரப் பாடல்களுடன் வெளிப்படையாக எழுதுகிறேன் என்றாலும் பலருக்கு சித்தர்கள் நிலையை ஒரு மனிதன் அடைய இவ்வளவு உயர்வான கற்ப மருந்துகளை இவ்வளவு கஷ்டப்பட்டு செய்து முறைப்படி பத்தியம் இருந்து பல அண்டுகள் காய சித்தி செய்து தான் ஆக வேண்டுமா? எல்லா சித்திர்களும் இது போல் செய்து தான் அந்த நிலையை அடைந்தார்களா? அப்படி என்றால் அதற்கு ஏதேனும் ஆதாரங்களை சித்தர் நூல்களில் கூறியுள்ளனரா? அப்படி யென்றால் அவ்வாறு காயசித்தி செய்தவர்கள் யார்? யார்? அவர்கள் உட்கொண்ட கற்ப மருந்துகள் என்ன? என்பன போன்ற பலவிதமான கேள்விகளை பலர் என்னிடம் கேட்டபடி உள்ளனர். அவ்வாறு எழும்

சந்தேகத்திற்கு சரியான தீர்வு காணும் பொருட்டு அதற்கு உண்டான ஆதாரங்களுடன் பல அற்புதமான வியக்கத்தகு விஷயங்களை அளிக்கிறேன்.

28

இவ்வாறு கற்பங்கள் உண்டு சித்தியடைந்தவர்கள் எத்தனை பேர்? அவர்கள் அபூர்வமான காய கற்பங்களில் எவ்வளவு வகைகள் உட்கொண்டனர்? என்ற விபரங்களை போக முனிவரின் சீடரும், தஞ்சாவூரில் அதன்மூலம் சிவப் பிரதிஷ்டை செய்த சித்தருமாகிய "கருவூரார்" என்னும் மாமுனிவர் தன்னுடைய வாதகாவியம் 700 என்னும் நூலில் 10 முதல் 14 வரை உள்ள பாடல்களில் நம்முடைய சந்தேகங்கள் அனைத்தும் தீரும் வண்ணம் பட்டியலிட்டுக் காட்டுகின்றார்.

"கேளப்பா அகத்தீசர் கற்பம் நூறு
கிருபையுள்ள நந்தீசர் கற்பம் நூறு
நாளப்பா போகமுனி நாதர் கற்பம்
நாற்பத்தி நாலுகற்பம் நன்றாய்க் கொண்டார்
மேளப்பா சட்டைமுனி தின்ற கற்பம்
மேதினியி லிருப்த்தோர் கற்பாமாகும்
ஆளப்பா கொங்கணவர் ஈரெட்டாக
அருந்தினார் கற்பங்க ளன்பாய்க் கொண்டார்

அருந்தினார் திருமூலர் அறுபத்தாறு
அற்புதமாய்க் கற்பங்கள் அன்பாய்க் கொண்டார்
பொருந்தியதோர் கோரக்க நாதர்தானும்
பூதலத்திற் றொண்ணூறு கற்பங் கொண்டார்
திருந்தியதோர் ரோமரிஷி கூனக் கண்ணர்
செப்பமுள்ள மச்சமுனி இராமதேவர்
வருந்தியே யெழுபத்தோர் கற்பங் கொண்டார்
மானிலத்திற் சாகாத வரம் பெற்றாரே

வரம் பெற்றார் வயது வரை கற்பங் கொண்டார்
மாதர்களை மேவுவர்காண மகவான் வாழ்வு
சரம்பெற்றா ரறுபத்து நாலுகோடி
சத்தரிஷி மாமுனிவர் சடத்தினாலே
பரம் பெற்றார் குகைதோருஞ் சமாதி கொண்டார்
பண்பு பெற்றா ரவர்கள் கொண்ட கற்பத்தாலே

சிரம் பெற்றா ரமுதமுண்டோர் சிவயோகத்தின்
சிந்தையதா யுளமகிழ்ந்து தெளிந்து வாழ்ந்தார்

வாழுகின்ற ரிஷிகள் முக்தி வைராக்யத்தால்
மானிலத்தில் தவசிருந்து பேரும் பெற்றார்
ஆழுகின்ற கற்பமெல்லாம் நாலதாகும்
அருந்தினார் சிவத்தியானம் அன்பாய்ப் பெற்றார்
எழுநூ ராயிரத்தோர் சித்தர் தாமும்
இனிமையுட னெழுபத்தோர் கற்பங் கொண்டார்
கோழுமில்லை உயர்வுமில்லை தாழ்வுமில்லை
கூர்பகலும் ராவில்லை சடம் பெற்றாரே

சடம் பெற்றார் கற்பமெல்லாம் கொண்ட பின்பு
தாரணியி லடங்காத வேதை பெற்றார்
திடம் பெற்றார் பக்திமுக்தி மாராவண்ணம்
சிறப்பாக வைராக்ய வரங்கள் பெற்றார்
கடம் பெற்றார் கடவுளடி தன்னைக் கண்டார்
காசினியிற் சிவயோகக் கல்விமானாய்
இடம் பெற்றார்வச்சிரமிட்ட காயமானார்
இயல்பாக வாதநொண்டி திறம் பெற்றானே"
(கருவூரார் வாத காவியம் - 700 பாடல் 10 - 14)

எவ்வளவு அற்புதமான விளக்கப் பட்டியல் பாருங்கள். பல பேர்களின் சந்தேகங்கள் இனி மறைந்து காயசித்தியின் உண்மையை உணர்வார்கள் அல்லவா? அகஸ்தியர், நந்தீசர், போகர், சட்டைமுனி, கொங்கணவர், திருமூலர், கோரக்கநாதர், ரோமரிஷி, கூனக்கண்ணர், மச்சமுனி, இராமதேவர் போன்ற பெரும் சித்தர்கள் உயர்வான கற்பங்களை நூற்றுக்கணக்கில் உட்கொண்டனர் என்றும் மேலும் "அறுபத்து நான்கு கோடி" ரிஷிகளும் இவ்வாறு காயகற்பம் உட்கொண்டு குகைளில் சமாதி அடைந்தனர் என்றும், உண்மையான ஒரு வாழ்க்கை வாழ வேண்டும் என்ற வைராக்கியத்துடன் காயகற்ப சாதனை செய்து கொண்டு உண்மையான சிவயோகத்தில் ஈடுபட்டு மகிழ்வுடன் வாழ்ந்தனர் என்றும் "எழுநூறாயிரம்" சித்தர்களும் எழுபத்தியோர் விதமான கற்பங்களை உட்கொண்டு பக்தியுடன் இவ்வுலகில் வைராக்யமாக இவ்வாறு "காயசித்தி" செய்து கொண்டு அதன்மூலம் வச்சிரம் போன்ற அழிவேயில்லாத உடலை அடைந்தனர். அவர்கள் இவ்வாறு "காயசித்தி" செய்து கொண்டதால் அவர்கள் அளவில்லாத ரசவாத வித்தையைச் செய்தனர். அவர்களுடன் சேர்ந்து நானும் அந்த நிலையை அடைந்தேன் என்று வெகு தெளிவாக

கண்ணாடி போன்று "கருவூரார்" தன்னுடைய நூலில் கூறியுள்ளார். இவ்வாறு நூலில் கூறப்பட்டுள்ள பல உண்மைகளைத் தெளிவாகப் படித்து அதன்படி நடந்தால் நிச்சயம் நீண்ட பெருவாழ்வு நிலையை அடைய முடியும்.

மேலும் மற்றுமொரு ஆச்சரியமான அதேசமயம் நம்மை யெல்லாம் வியப்படைய வைக்கும் ஒரு அபூர்வமான விளக்கத்தைத் தருகின்றது "திருமூலர்" மாமுனிவரின் கருக்கிடை 600 எனும் நூல், நாம் இறைவனாக, தேவர்களாக வழிபடும் சதாசிவன், மகேசுவரன், ஈசன், பிரும்மா போன்றவர்கள் கூட நம்மைப் போன்ற மனிதர்களாக இந்த பூவுலகில் பிறந்து காய கற்பங்களைப் பலவாக உட்கொண்டு அதன் மூலம் அழியாத உடல் பெற்றனர் என்றும் அவ்வாறு உயர் நிலையை அடைய அவர்கள் கொண்ட கற்ப மருந்துகள் எத்தனை? எனவும் மிகத் தெளிவாகக் கூறுகிறது.

"கேளு சதாசிவன் கெடியேழு லட்சந்தான்
நாளு மயேசுரன் த ான் மூன்று லட்சந்தான்
ஊழிய ஈசனு முயன்றிரு லட்சந்தான்
வாழியான் கொண்டது வைம்பத் த ாயிரமென்றே
எண்ணம் பிரமன்றா னெழு முப்பத் தாயிரம்
பன்ன முனிவர் பகர்ந்ததில் ஆயிரம்
மன்னில் சித்தர்கள் மற்றுள்ளோர் கொண்டார்கள்
தன்ன நல்மூவர் சாவு பொய்யானதே
பொய்யாச்சு சாவென்றார் போனார் பிரமன்மால்
மெய்யாய் அடைந்தார்கள் விளங்கிய மூவரும்
ஐயா விதுவென்ன ஆச்சரியங் கொள்ளாய்
மையான கன்னிகள் மாயத்தால் மாண்டதே"
(திருமூலர் கருக்கிடை - பாடல்கள் - 169 - 1-11)

என்று நாம் இறைவனாக வணங்கும் சதாசிவன் 7 இலட்சம் கற்பங்களையும் மயேசுவரன் 3 லட்சம் கற்பங்களையும், ஈசன் இரண்டு இலட்சம் கற்பங்களையும் விஷ்ணு 70,000 கற்பங்களையும் பிரம்மா 30,000 கற்பங்களையும் முனிவர்கள் 1000 கற்பங்களையும், இந்த மண்ணில் பிறந்து உட்கொண்டு அதனால் முப்பெரும் தேவர்கள் என்ற நிலை அடைந்து இறவாத நிலை பெற்றனர். இதைக் கண்டு நீ ஆச்சரியம் அடையாதே ஏனெனில் இவ்வாறாக காயசித்தி அடைந்த பலரும் பெண்மாயையில் சிக்கி இறந்தும் போயினர் என்றும்

"பிரமம் முதலாய்ப் பிறந்ததே இவ்வண்டம்
அரமாண்ட பிண்டத்தில் அப்படியே கண்டேன்

தரமாண்ட லோகத்தோர் தாக்கியும் நோக்கியும்
உரமாணக் காணாது உழல்வது என்னந்தியே"
(திருமூலர் கருக்கிடை - பாடல் - 175)

அன்று பிரம்மா முதல் எல்லா தேவர்களும் இந்த பூமியில் பிறந்தவர்களே இவ்வண்டத்தில் எதுவெல்லாம் உள்ளதோ அவை யெல்லாம் இப்பிண்டத்திலும் உள்ளது. இவ்வாறு இருந்தும் இவ்வுலக மக்கள் பிரம்மத்தின் நிலையை அறியாமல் மாயையில் உழல்வதற்குக் காரணம் என்ன? என்று தன்னுடைய குருவான நந்தீசரிடம் கேட்பது போன்று இப்பாடல் விளங்குகிறது. எவ்வளவு அற்புதமான விளக்கம்? இது போன்ற உண்மையான ஆதாரபூர்வமான விளக்கங்களை சித்தர்கள் கொடுத்த பின்பும் நாம் சந்தேகத்துடன் வாழந்தோமனால், அது நம்முடைய அறியாமையையும், இயலாமை யையும் குறிக்கும் என்பதில் எள்ளளவும் ஐயமில்லை.

மேலும் இந்த திருமூலமாமுனிவரிடம் கற்பமுறைகளை அறிந்து கொள்ளும் பொருட்டு, "கருவூரார் மாமுனிவர்" சென்று அவரிடம் நற்பெயர் பெற்று பல காலங்கள் பணிவிடை செய்து அதன் மூலம் தான் கற்ற அனுபவங்களையும் கற்பத்தின் பெருமை களையும் தன்னுடைய "வாத காவியம்" என்னும் நூலில் அழகிய பாடல் வடிவில் தெளிவாக குறிப்பிட்டுள்ளார். மனிதன் "மரணமற்ற பெருவாழ்வு" நிலையை அடைவதற்கு கற்பங்கள் மட்டும்தான் உண்மையான வழி என்பதை சந்தேகம் சிறிதும் இன்றி எல்லோரும் அறிந்து கொள்ள வேண்டும் என்ற எண்ணத்தில்தான் இந்த ஆதாரங் களை நான் சற்று விரிவாகக் கொடுக்கிறேன்.

ஏனெனில் நாம் ஒரு செயலைச் செய்யும் போது அதனுடைய உண்மையின் அளவையும் முக்கியத்துவத்தையும் விட அந்த செயலின் விளைவுகளை எவ்வளவு தூரம் நாம் அறிந்து கொண்டோம் என்பதைப் பொறுத்தே அச்செயலின் பலனை நாம் அடைய முடியும் என்பது மறுக்க முடியாத உண்மையல்லவா? எனவே "கருவூரார்" கூறிய கற்பத்தின் சிறப்பைக் காண்போம்

"இறவாமலே யிருக்கக் - கற்பவகை
இயம்பினேன் திருமூலரருளாலே
கொங்கணவர் கொண்டதோர் - கற்பம் இதனை
குவலயத் தோர்களும் அறியார்கள்
காசினியி லுள்ள சித்தரும் - தெரிந்து
கற்பமது தடவியே விற்பனர்களாய்

இறவாம லிருந்து விட்டார் - கற்பத்தால்
இருந்தாரே கோடி ரிஷிகளுந்தான்
பேரு பெற்றா ரிவர்கள் - வெகு
பிரபல மாயிருந்தோர் கிரிதனிலே"
(கருவூரார் வாத காவியம் - பாடல் - 136)

என்று திருமூலர் அருளால் தான் கற்ப வகைகளை அறிந்து செய்தும் என் மூலம் இவ்வுலகில் உள்ள சித்தர்களும் அறிந்து விபர மாகச் செய்து இறவாத நிலை பெற்று மலைகளில் வெகு சிறப்பாக இருந்தனர் என்றும் வெட்ட வெளிச்சமாகக் கூறுகின்றார். அது மட்டுமல்ல மேலும் இவருடைய பாடல்களில் இவ்வாறு கற்ப முறைகளை அறியாமல் ஏதோ தங்களுக்குத் தெரிந்த வழியில் தோன்றியபடி செய்து மரணத்தை அடைகின்ற பொய்யான ஞானிகளைப் பற்றியும் கூறியுள்ளார். அதையும் அப்படியே இங்கு கூறுகின்றேன்.

"கற்பம் தெரியாமல் - இந்தக்
காசினியில் யோகியென்று
பெண்ணாசை தனில் விழுந்து - புவியிற்
பெரியோ னெனவே பேரும் வைத்து
சடைமுடி தான் வளர்த்துக் காவிகள்
தானணிந்து யோகத் தண்டும் பிடித்துக்
காதிற் குழை பூண்டு - விபூதியைக்
கணக்காக யுத்தளமாய்ப் பூசி
உலகில் உயிர் வளர்த்து - இறந்து
உடனே பிணமாகி சடத்தை விட்டு
போனார் வெகுபேர்கள் நல்ல
புத்திகெட்ட மடையரின் பேச்சை நீ விட்டு
மாதர் மயக்கம் விட்டு - ஏறி
வல்லவர்கள் தன்மயமாய்ப் பரமனிடம்
நின்று பிறந்தாக்கால் - வெகு
நிச்சய மாகவே கற்பங் கொள்வார்
புத்திதான் மடையருக்குச் - சொன்னாற்
புத்தி வருமோ வொருநாளும் வராது
ஆயிரத்துக் கொருவனுமாய்ப் - பிறந்து
அஞ்ஞானம் கடந்து மெய்ஞானத்தை அடைவான்
சித்தராய் தானிருப்பான் - ராச்சியத்திற்
ஜெக ஜாலனாயிருந்து உலகோர்க்கு

மருந்துகள் கொடுத்திடுவான் உலகில்
வல்ல சித்தனாவ னென்று பேரும் பெறுவான்”
(கருவூரார் வாதகாவியம் - பாடல்கள் - 137 - 139)

இவ்வாறு இவ்வுலகில் கற்பமுறை தெரியாமல் கோடானுகோடி பேர்கள் தான் பெரிய யோகி யென்று கூறிக்கொண்டும், ஆசையில் மயங்கியும் சடைமுடி, தாடி, காவி உடை, யோக தண்டம், உருத்தி ராட்சம், விபூதிப்பட்டை முதலியவைகளை அணிந்து கொண்டும் இவ் வுலகில் உயிர் பிழைத்துக் கொண்டும் எந்த பலனுமின்றி இறந்து போவார்கள்.

இதுபோன்ற புத்தி கெட்ட மனிதர்களின் பேச்சை நீ கேட்காமல், பெண் மாயையில் சிக்கி மாளாமல் உண்மையாக சிவபெருமானால் கூறப்பட்டுள்ளதும் சித்தர்கள் கண்டு கூறியுள்ளதுமான காய கற்ப முறைகளைக் கடைபிடித்து வல்லவனாக மாறு. புத்தியில்லாத மடையர்களுக்கு எவ்வளவு கூறினாலும் புத்தியில் ஏறாது. ஆயிரத்தில் ஒருவருக்குத் தான் இந்த நிலை கிட்டும். அவன் மெய்யான கற்ப முறையை அறிந்து இவ்வுலகில் பெரும் சித்தனாய் வல்லவனாய் மருத்துவனாய் பெருமையுடன் வாழ்வான் என்று வெகு அற்புதமாக சாதாரண மானிடராகிய நம்மைப் போன்றவர்கள் முதல் பெரும் யோகிகள் என்று கூறிக் கொள்பவர்கள் வரையில் அத்தனை பேரும் உணர்ந்து கொள்ளும் பொருட்டு மிக அறிவுடன் செயல்பட வேண்டும் என்பதை விளக்கியுள்ளார். இதை விடவும் அறிவுரையும் ஆதாரமும் வேண்டுமா?

ஆனாலும் நம் எல்லோருடைய மனதிலும் இதைப் படித்தவுடன் ஒரு எண்ணம் உருவாகிறது. என்னவென்றால் இவ்வளவு அற்புதமான காயகற்ப முறைகளையும் அதனால் இறவா நிலையை அடைந்த சித்தர்களைப் பற்றியும் நாம் தேவர்களாக வழிபடும் சதாசிவன் பிரும்மா, விஷ்ணு ஆகியவர்கள் முதல் ரிஷிகள், முனிவர்கள், சித்தர்கள், யோககிகள், ஞானிகள் போன்ற அனைவரும் அரிய பலபல காயகற்பங்களை உட்கொண்டு இறவாத பெருவாழ்வு நிலையை அடைந்தனர் என்றும் நம்மையும் அவ்வாறு கற்ப மருந்துகளை உட்கொண்டு இறவா நிலயை அடையும் படியும் அதற்கு உண்டான மூலிகைகள் செய்முறைகள் பத்தியங்கள் அதனால் உடலில் ஏற்படும் மாற்றங்கள் முதலிய பலபல அரிய விஷயங்களையெல்லாம் விளக்கிக் கூறிய சித்தர்களெல்லாம் இப்போது எங்கே? ஏன் அவர்களை நாம் காண முடியவில்லை? அவர்கள் என்ன ஆனார்கள்? என்பன போன்ற பல கேள்விகள் அடுக்கடுக்காக நம் மனதில் எழுகின்றது அல்லவா? அதற்கும் ஆதாரமும் பதிலும் உண்டு.

29

இவ்வாறு இறவாத நிலை பெற்ற சித்தர்கள் இப்போது எங்கே உள்ளனர்? இவர்கள் நூல்களில் இந்த காயகற்ப முறைகளை பரிபாஷைச் சொற்கள் கலந்த பாடல்களில் ஏன் எழுதிவைக்க வேண்டும்? என்றெல்லாம் நம் மனதில் எழுகின்ற சந்தேகங்களுக்கு எல்லாம் அருமருந்தாக கருவூரார் முனிவரின் வாத காவிய நூலின் கீழ்கண்ட பாடல்கள் உள்ளன. அந்த அற்புதமான விஷயங்களை சுவை மாறாமல் காய சித்தியின் பெருமையை, முக்கியத்துவத்தை எல்லோரும் அறியும் வண்ணம் இங்கு அளிக்கிறேன், முதலில் இவ்வாறு காயகற்பங்கள் உட்கொண்டு இறவா நிலையை அடைந்த சித்தர்கள் இப்போது எங்கே உள்ளனர்? என்ற கேள்விக்கான பதிலைத்தரும் கருவூராரின் பாடல்கள்.

"அடுத்து கலியுகத்தில் கொடிய
 அநியாயம் மெத்த நடக்குமென்று
விடுத்துநான் சொல்லி விட்டேன் இந்த
 மேதினியி லிருக்க நீதியில்லை யென்று
நீதியிலாக் கலியுகந்தான் தீரும்வரை
 நிஷ்டையிலிருந்திட வேணுமென்று
பாதிமதி யணியீசன் திருவடி
 பதமல ரடியினி லிருந்திடவே,
என் குரு போகநாதர் காலாங்கி
 இன்பமுறும் நந்தி திருமூலர்
தன்மையுள்ள சட்டைமுனிவர் சுந்தரர்
 தன்வந்திரி ராமதேவர் மச்சமுனிவர்
கொங்கணவர் தன்னுடனே அனேகர்
 கூடியே கைலாச கிரியில் வந்து
அங்கங்கு குகைகள் செய்து இருந்து
 அருந்தவத்தோடு நிஷ்டை புரிந்து கொண்டு,
இருந்தார் குகைதனிலே கலியுகம்
 எப்படியும் போகட்டு மென்றேதான்
திருந்துங் கிரேதா யுகத்தில் வெளிப்பட்டு
 தீர்க்கமுடன் வந்திடுவார் ஏற்கையுடனே
ஒயிலாய்ச் சதுரகிரி மத்தியில்
 உற்பனம தாயமைந்த மேருகிரி
கும்பகிரி யெனவும் நீலகிரி
 கூடுஞ் சஞ்சீவிகிரி வெள்ளிகிரியும்

நம்புகின்ற பிரமகிரியும் சந்திரன்
நாட்டும் வைகுண்டகிரி குபேரகிரியும்
சித்தகிரி யதற்குப் பக்கத்தில்
சிறப்பா யமைந்தகை லாசகிரியின்
மத்தியிலே தானும் சித்தர்
மகாதவத் தோடு வாசமுற்றார்,
கும்பகிரியிலே தனியே சிறந்த
குருமுனி வர்தனியே அடவுசெய்து
அம்புவி யோர் மெச்சும் பொதிகை
யதிலிருந்த தேயொரு வழிசெய்து
புலஸ்தியர் தன்னுடனே நிஷ்டை
பூண்டிருந்தா ரெங்க ளாண்டவனும்
தலத்தி லுயர்ந்ததென்று சதுரகிரி
தன்னிலிருந் தார்சித்தர் நன்னயமுடன்"

(கருவூரார் வாதகாவியம் - பாடல்கள் - 155-159)

இதற்கு மேலும் விளக்கங்கள் தேவையா? முன் கூறியபடி காயகற்ப மருந்துகள் உட்கொண்டு இறவாத பேறுபெற்ற சித்தர்கள் எல்லோரும் கலியுகம் ஆரம்ப மாவதற்கு முன்பு கைலாய மலையில் ஒன்று கூடி ஆலோசனை செய்து கலியுகத்தில் கொடிய அநியாயங்கள் அதிகமாக நடக்கும் எனவே நாம் இருக்க வேண்டாம். இந்தக் கலியுகம் முடியும் வரையில் கடும் தவத்தில் அமர்வோம் என்று முடிவு செய்தனர். அதன் படி சிவயோகத்தில் அமர்ந்து அடுத்த யுகமான கிரேதா யுகத்தில் வெளிப்படுவோம் என்று முடிவு செய்தனர். அதன்படி சதுரகிரி வந்தனர். (இந்த சிவன்மலை என்னும் சதுரகிரி மலையானது விருதுநகர் மாவட்டத்தில் வத்திறாயிருப்பு என்ற ஊரிலிருந்து 8 கி.மீ தொலைவில் தான்றிப்பாறை என்ற இடத்தில் இருந்து ஆரம்பமாகிறது. இந்த மலையின் அற்புதங்களை பிறகு கூறுகின்றேன்). இந்த மலைக்கு நாற்புறமும் மேருகிரி, கைலயாகிரி, பிரம்மகிரி, சூரிய கிரி, கும்பகிரி, சஞ்சீவகிரி, வெள்ளிகிரி, வைகுண்ட கிரி, குபேரகிரி, நீலகிரி, சித்தர்கிரி, சதுரகிரி என்ற 12 மலைகள் சதுரமாக அமைந்துள்ளன.

இன்னும் இதைப்பற்றி முழுவிபரங்களை "போகரின் மலை வாகடம்" என்னும் நூல் விளக்குகின்றது. இன்றும் இந்த சதுரகிரி மலையில் பல சித்தர்கள் உலாவுவதைக் காணலாம். இந்த இடத்தில் என் வாழ்க்கையில் நடந்த ஒரு அற்புத நிகழ்ச்சியைக் கூற விரும்பு கின்றேன். இது தற்பெருமைக்காகவோ அல்லது வேறு எந்த காரணத்திற்காகவோ அல்ல. இந்தக் கலியுகத்தில் கூட சித்தர்கள் இன்றும் தங்களுடைய ஒவ்வொரு செயலையும் மிகத்துல்லியமாகச்

செய் கிறார்கள் என்பதை எல்லோரும் அறிந்து கொள்ள வேண்டும் என்பதற் காகவே நான் இந்த அறிய நிகழ்ச்சியை இங்கு சிறிதும் மறைப்பின்றிக் கொடுத்துள்ளேன்.

ஒருமுறை நானும் என்னுடைய நண்பர்கள் சிலரும் "சதுரகிரி" மலைக்குச் சென்றோம். இது நடந்தது 1999 ஆம் வருடம். நான் அடிக்கடி அந்த மலைக்குச் செல்வதுண்டு. தரைமட்டத்தில் இருந்து 13 கி.மீ. உயரம் கொண்ட அந்த நடு மலையான சிவன் மலையாகிய சதுர கிரியை அடைய பல வழிகள் உண்டு. ஆனாலும் தாணிப்பாறை வழியே சிறந்தது. ஆனால் எந்த வழியாகச் சென்றாலும் மூன்று மலைகளைக் கடந்தாக வேண்டும். நாங்கள் "சிவன்மலை" யான சதுரகிரி "சுந்தரமஹாலிங்கம் " சன்னதி சென்று அடைய இரவு 7.00 மணியாகிவிட்டது. அந்த மலையில் "சுந்தரானந்தரால்" வழிபட்டு வந்தவரும், அகஸ்திய மாமுனிவர் தன்கையால் பிரதிஷ்டை செய்யப் பட்டவருமான "சுந்தரமூர்த்தி" சன்னதியில் பூஜகராக இருந்த சிறந்த சிவபக்தரான நண்பர் மாரிமுத்து பூசாரி அவர்களின் சிறுவீட்டில் தங்கினோம். அந்த மலையில் இன்றும் மின்சார வசதிகள் இல்லை, அடர்ந்த காடு குளிர்ந்த காற்று அருவியின் ஓசை தவிர வேறு எதுவும் இல்லை.

நாங்கள் போன அன்று தைமாதம், பௌர்ணமி திதி, எனவே பௌர்ணமி பூஜை நடந்து முடிந்து அசதியின் காரணமாக இரவு 11 மணிக்கெல்லாம் அனைவரும் அங்காங்கே உள்ள மடங்களில் சென்று தங்கிவிட்டனர். அடர்ந்த கானகம் என்பதாலும் இரவில் யானைகள், கரடிகள் மற்றும் வனவிலங்குகளின் நடமாட்டம் உள்ள காரணத்தாலும் அனைத்தையும் பற்றி நன்கு அறிந்த அம்மலையில் வாழும் பளிங்கர் களைத் தவிர வேறு யாரும் நடமாடுவது இயலாத ஒன்று என்பதாலும் இந்நிலையில் என் நண்பர்கள் புதியதாக மலையேறி வந்த காரணத்தாலும் கடும் குளிரின் காரணத்தாலும் நன்கு அயர்ந்து தூங்கி விட்டனர். நானும் பூசாரி சுவாமியும் வீட்டிற்கு வெளியே ஓர் சாக்கை விரித்துக் கொண்டு உட்கார்ந்து சித்தர்களைப் பற்றியும் இந்த மலையில் உள்ள அபூர்வ மூலிகைகள் மற்றும் பலபல விஷயங்களைப் பற்றியும் பேசிக் கொண்டிருந்தோம்.

இரவுமணி 12.30 இருக்கும் திடீரென பூசாரி சாமி எழுந்து என்கையைப் பிடித்து வாருங்கள் வீட்டிற்குள் செல்வோம், என்று அவசரமாக அழைத்தார். நான் ஏதும் புரியாமல், அவர் கூப்பிட்டபடி அவர் வீட்டிற்குள் சென்று விட்டேன், உடனே வீட்டின் கதவைச் சாத்தி தாளிட்ட அவர் அரிக்கேன் விளக்கையும் அணைத்துவிட்டார். பின் மெல்லிய குரலில் என்னிடம் அமைதியாக இருங்கள். இப்போது

சித்தர்கள் "சுந்தரமூர்த்தி" சன்னதியில் பூஜை செய்யப் போகிறார்கள். நம் இருவர் தவிர வேறு எல்லோரும் மயங்கி உறங்குகிறார்கள். உங்களுக்கு பூர்வஜென்ம புண்ணியத்தால் இதை அறியும் வாய்ப்பு கிட்டியது என்று கூறியபடி மிக மெதுவாக அவர் வீட்டு அடுப்படி மேல் உள்ள சிறு ஜன்னல் அருகில் என்னைத் தன் பக்கம் நிற்கும்படி கூறினார்.

நான் பயம் கலந்த வியப்புடன் பேசவும் வாய்வராமல் அவர் அருகில் நின்றேன். சொன்னால் இவ்வுலகில் யாரும் நம்ப மாட்டார்கள். உண்மையில் இதுபோன்ற ஆன்மீக அனுபவங்களை அடைந்த வர்களால் மட்டுமே என்னுடைய நிலையை உணர முடியும். சில நிமிடங்கள் கடந்தது. திடீரென மிக மிக மெல்லிய சப்தமாக சங்கு, சேகண்டி ஒலிகள் கேட்டன. ஜன்னல் வழியாக சன்னதியின் பின்புறம்தான். தெரியும் எனவே முன்னால் என்ன நடக்கிறது? என்று காண முடியவில்லை. சில வினாடிகளில் முன்கூறிய ஒலிகள் நின்று மிக அற்புதமாக நான் இதுவரை அனுபவித்து அறியாத நறுமணம் ஒன்றை உணர்ந்தேன். சந்தனம், தேவதாரம், அகில், குங்கிலியம் போன்ற பல நறுமணங்களை நான் பலமுறை உணர்ந்து இருக்கிறேன். இந்த மணம் அதுபோன்றது அல்ல. இதை நான் அன்று ஒருநாள் சில வினாடிகள் தவிர அதற்கு முன்னும், அதற்கு பின் இன்றுவரை உணர்ந்ததில்லை.

இதற்குள் என் மனமானது வெளியில் சென்று பார்க்க வேண்டும் என்ற எண்ணத்தில் ஓடியது. நான் சட்டென்று பூசாரியின் கையை உதறிவிட்டு அவர் சுதாரிப்பதற்குள் கதவைத்திறந்து கொண்டு வெளியே வந்து வீட்டின் பின்புறம் சென்றேன். நான் கண்ட காட்சி என் ரத்தத்தை உறைய வைத்ததுடன், அந்த தைமாதக் கடுங்குளிரிலும் என் உடல்முழுதும் வியர்வை ஆறாக பெருக்கெடுத்தது. நான் நின்ற இடத்திலிருந்து பார்த்தால் "சுந்தரமூர்த்தி" சன்னதிக்கு ஏறும் படிக் கட்டுகளுக்கு இடையில் உள்ள ஓடையும் எதிரில் உள்ள 18 சித்தர்கள் கோயில், சட்டநாத முனிவர் குகைக்குச் செல்லும் பாதையும் தெரியும்.

நான் பார்த்தபொழுது அந்த ஓடையைத் தாண்டி 18 சித்தர்கள் பீடத்திற்கு செல்லும் மேட்டுப் பாதையில் நிழல் உருவங்கள் பௌர்ணமி நிலவின் ஒளியில் துல்லியமாகத் தெரிந்தது. ஒவ்வொருவரும் சுமார் 7½ அடி உயரம், ஒல்லியான உடல், ஜடாமுடி, தாடி, கையிடுக்கில் யோகதண்டம், ஒரு கையில் கமண்டலம், ஒருவர் பின் ஒருவராக சென்று கொண்டிருந்தனர். நான் ஏதோ ஒரு இனம் புரியாத நிலையில் பூசாரியை அழைக்கும் பொருட்டு சாமி என்று உரக்கக் கத்தி விட்டேன். ஒரு நொடிநேரம் அந்த மூன்று உருவங்களும்

நின்று திரும்பி என்னை பார்ப்பதை உணர்ந்தேன். நான் சிறுவயதில் என் நண்பனுடன் வேட்டைக்குச் செல்வதுண்டு. அப்போது பழம் தின்னும் வௌவால்களை என் நண்பன் துப்பாக்கியால் சுடுவான். நான் அருகில் இருந்து கைவிளக்கால் அந்த பறவையின்மேல் ஒளியை பாய்ச்சுவேன். அப்போது அதன் கண்கள் இரண்டும் நல்ல சிவப்பாகத் தெரிவதை பலமுறை கண்டிருக் கிறேன். ஆனால் அன்று என்னை நோக்கித் திரும்பிய அந்த மூன்று சித்தர்களின் கண்களும் அந்த இருண்ட நிலவொளி வீசும் நிலயில் நல்ல சிவப்பாக மின்னுவதைப் பார்த்ததேன். ஒரு நொடி நேரம் என்னைப் பார்த்த அந்த உருவங்கள் மறுநொடியில் காணவில்லை.

இதற்குள் வீட்டிற்குள் இருந்து ஓடிவந்த நண்பர் மாரிமுத்து பூசாரி என்னை கையைப் பிடித்து வீட்டிற்குள் அழைத்து வந்துவிட்டார். பின்பு நான் அவரிடம் நடந்ததைக் கூறினேன். பொறுமையாகக் கேட்ட அவர் என்னுடைய இவ்வளவு நாள் அனுபவத்தில் இதுவே முதல் தடவை. இதுவரை எனக்குத் தெரிய யாரும் இவ்வாறு நேரில் பார்த்தது இல்லை. இன்று முதல் உங்களுக்கு நல்ல காலம்தான் என்று கூறினார்.

இரவு முழுவதும் எனக்கு உறக்கமே இல்லை. அதற்கு பின் பல தடவைகள் நான் அந்த மலைக்குப் போயிருந்தாலும் இன்றுவரை இதுபோன்ற நிகழ்வு இல்லை. இதை எதற்காகக் கூறுகின்றேன் என்றால் இன்றும் பல மலைகளில் கலியுக அதர்மங்களுக்கும் முறையற்ற இயந்திர கதியான மனித வாழ்விற்கும், போலியான ஆன்மீக வாதிகளுக்கும் புரியாத புதிராக விளங்கும் சித்தர்கள் வாழ்ந்து கொண்டிருக்கிறார்கள். பலபல யுகங்களாக அவர்கள் செய்யும் காரியங்களை மாறாமல் முறைப்படி செய்து கொண்டுதான் இருக்கிறார்கள். இப்படிப்பட்ட “சதுரகிரி”யில் முன் கூறிய கருவூரார் பாடலின்படி போகர், காலாங்கி, நந்தீசர் திருமூலர், சட்டைமுனி, சுந்தரர், தன்வந்திரி, இராமதேவர், மச்சமுனிவர், கொங்கணர் மற்றும் அநேக சித்தர்கள் கூடி முடிவு செய்து நம் பாரத தேசத்தின் தென் பாகமான நமது நாட்டின் பல இடங்களில் சமாதியில் உறைகின்றனர். கலியுகம் முடியும் மட்டும் இவர்கள் சமாதியில் உள்ளனர் என்றும் “கும்பகிரி” என்னும் சதுரகிரியை ஒட்டிய மலையில் அகஸ்திய மாமுனிவர் குகை ஒன்று அமைத்து அதிலிருந்து பொதிகை மலைக்கு ஒரு ரகசிய சுரங்கபாதை அமைத்து அந்த குகையில் தன் சீடரான புலஸ்தியருடன் நீள் தவம் இயற்றுகிறார் என்றும் மிக மிக வியக்கும் அற்புதமான விளக்கங்களை கருவூரார் தன் பாடலில் கூறியுள்ளார்.

சாதாரணமாக இவ்வுலக வாழ்க்கையில் நமக்குத் தெரிந்த சில விஷயங்களை பிறருக்குச் சொல்வதற்கே சுயகௌரவமும், தற்பெருமையும், பார்க்கும் நாம் எங்கே? உலகமே வியக்கும்படியான இப்படிப்பட்ட அதிசய உண்மைகளையெல்லாம் சிறிதும் மறைப்பின்றி எல்லோரும் அறிந்து கொள்ளட்டும் என்ற வானளாவிய பொதுநோக்கில் வெளியிட்ட பரந்தமனம் படைத்த அன்பும் அருளும் உருவாய் அமைந்த அந்த அஷ்டசித்திகளும் கைவரப்பெற்ற அமைதியின் வடிவமாகத் திகழ்ந்த அந்த சித்தர்களின் நிலை எங்கே? எண்ணிப் பார்க்கவும் முடிகிறதா நம்மால்? இனியாவது நாம் மாற வேண்டாமா?

30

இப்போது மிக மிக முக்கியமான மருந்து ஒன்றைக் கூறுகின்றேன். நாம் பலவிதமான காய கற்பங்களை உட்கொள்ளும் போது உடலில் கற்ப மருந்துகளின் வேகத்தால் சூடு அதிகமாகும். இதனால் சூடு பிடித்தல், நீர்ச்சுருக்கு, வயிற்று வலி, மயக்கம், தாகம், சோம்பல், கை கால் எரிச்சல், அழற்சி முதலியன உண்டாகும். இவ்வாறு உண்டானால் உடனே அதை நீக்கும் அற்புதமான கியாழம் ஒன்றைக் கூறுகின்றேன். இது காயகற்பம் உட்கொள்பவர்கள் மட்டும் இன்றி சாதாரணமானவர்களும் மேற்கூறிய நோய்கள் வரும்போது செய்து உட்கொள்ளலாம். காய கற்ப வகைகளை இவ்வுலக மக்களுக்கு எடுத்துக் கூறிய சித்தர்களின் மஹா குருவாக விளங்கிய ஸ்ரீ போகமுனிவர் நூலான போகர் - 7000 நூலின் முதல் காண்டத்தில் 480 முதல் 482 வரை உள்ள பாடல்களில் கூறப்பட்டுள்ள இந்த அற்புதமான கியாழத்தை இங்கு அளிக்கிறேன்.

உண்ணவே கற்பத்தால் காந்தி கொண்டால்
உயர்கின்ற மயக்கமொடு சோபந் தாபம்
முண்ணவே மூர்ச்சையொடு சுரங்கள் கண்டால்
மூர்க்கமாங் கியாழம் ஒன்று சொல்லக் கேளு
தண்ணவே தாளிசபத் திரியும் சுக்கும்
தனியான மதுரமொடு சீரகந்தான்
துண்ணவே சிறுதேக்குக் கற்கண் டோடு
சிறப்பாக வகைக்குக் கால் பலமே கூட்டே

(பாடல் - 480)

அதாவது தாளிசபத்திரி, சுக்கு அதிமதுரம், சீரகம் சிறுதேக்கு கற்கண்டு இந்த 6 வகையான மருந்துகளையும் ஒவ்வொன்றிலும் ¼

பலம் வீதம் (8¾ கிராம்) சேர்த்துக் கொள்ளவும். பின்பு இவற்றை நன்கு உரலில் போட்டு இடித்துக் கொள்ளவும். அடுத்து

கூட்டியே நீர் விட்டங்கு எட்டில் ஒன்றாய்க்
குறுக்கியே காய்ச்சிப் பாத்திரத்தில் உண்ணு
மாட்டியே தயக்கமொடு தாபஞ் சோபம்
வருத்தமாம் சேத்துமம் கரங்கள் மூர்ச்சை
எட்டியே காசமொடு எரிவு அழற்சி
இனிமையாம் வாய்த்துவர்ப்பு எல்லாம் தீரும்
மாட்டியே பஞ்ச கற்பம் தேய்த்து வைத்து
மருந்தென்ற நீர் தண்ணில் மூழ்கிப் போடே

(பாடல் - 481)

மேற்படி இடித்த மருந்தில் எட்டு பங்கு தண்ணீர் விட்டு ஒரு பங்காக வற்றக் காய்ச்சி உட்கொண்டால் மேற்குறிப்பிட்ட வியாதி களான தயக்கம், தாபம், சோபம், சளி, ஜுரம், மயக்கம், எரிச்சல், அசதி, துவர்ப்பு இவை தீரும்

மேலும் இவ்வாறு கியாழம் உட்கொள்ளும் போது முன்கூறிய பஞ்ச கற்பத்தைத் தேய்த்து தலைமுழுக வேண்டும். பஞ்ச பற்பம மென்பது வெள்ளை மிளகு, கஸ்தூரி மஞ்சள், கடுக்காய்த் தோல், வேப்ப முத்து, நெல்லிக்காய்த் தோல் இந்த 5 மருந்துகளை சேர்த்து செய்வதாகும். இதில் வெள்ளை மிளகு 350 கிராமும், மற்ற மருந்துகளை வகைக்கு 100 கிராம் வீதம் சேர்த்து வெயிலில் உலர்த்தி இடித்து தூளாக்கி வைத்துக் கொண்டு ஒரு ஆழாக்கு பசும் பாலில் இந்த தூள் 35 கிராம் போட்டு சுண்டக் காய்ச்சி காலை 5 மணிக்கு தன் கையினாலேயே தலை மற்றும் உடல் முழுவதும் நன்கு சூடு பறக்கத் தேய்த்துக் கொண்டு ஒரு மணி நேரம் விட வேண்டும். இவ்வாறு தேய்த்த உடன் உடலில் உள்ள உஷ்ணமெல்லாம் வெளியேறுவது நன்றாகத் தெரியும். அதை எரிச்சல் என்று எண்ணக்கூடாது. அந்த அனல் அடங்கிய உடன் சூரிய உதயத்திற்கு முன்பே குளிர்ந்த நீரில் ஸ்நானம் செய்ய வேண்டும். இதுவே பஞ்சகற்ப தலை முழுகல் என்று நம்முன் னோர்களால் கடைபிடிக்கப்பட்டு வந்த அற்புதமான முறையாகும். ஆனால் இவ்விடத்தில் கற்ப மருந்துகள் உட்கொள்பவர்கள் வெறும் குளிந்த நீரில் குளிக்கக்கூடாது என்பதால் அதற்கும் உரிய அற்புதமான ஒரு மருந்து நீர் கூறப்படுகிறது.

முழுகவே பற்பாடக நிழனா வற்றான்
முதிராத மருதிலையும் பழம்பாசி கூட்டு

நழுகவே செம்பரத்த நிலை தன்னோடு
நற்குளத்திக் குளறியென்ற இலையுமாகும்
உழுகவே ஓரிலைத் தாமரை இவ்வேழும்
முற்றுமே சமமாகத் தண்ணீரில் போட்டுக்
கழுகவே வெந்நீரில் முழுகிப் போடு
காந்தியெல்லாந் தணிந்து விடுங் கற்பம் உண்ணே

(பாடல் - 482)

பற்படகம், நாவல் இலை, மருத மர இலை, பழம் பாசி, செம்பருத்தி இலை, தாமரை இலை, ஓரிலைத் தாமரை இந்த 7 வகையான மூலிகைகளையும் சம அளவாக எடுத்து நீரில் போட்டு வெந்நீர் உண்டாக்கி அந்த சுடுநீரில் முன் சொன்ன பஞ்ச கற்பத்தைத் தேய்த்துக் கொண்டு தலை முழுக முன் சொன்ன நோய்கள் அனைத்தும் தீர்ந்து உடல் சூடு தணிந்து சுகமாகும் என்று மிக அருமையான ஒரு மருந்தைக் கூறியுள்ளார். இன்றைய இயந்திரகதியான உலகில் மனிதன் உடல் சூடு பலவாக மாறுவதால்தான் அன்றாடம் பலபல நோய்கள் உருவாகிக் கொண்டு இருக்கின்றன. அல்லவா?

இனி அடுத்தாக மிக மிக அற்புதமான பல ஆற்றல்களைத் தரும் நெல்லிக்காய் மூலிகையைக் கொண்டு தயாரிக்கும் கற்ப மருந்து ஒன்று கூறப்படுகிறது. இந்த நெல்லிக்காய் சாதாரணமாக கிடைக்கும். மூலிகைதான். இன்று நாகரிக உலகில் கூட நெல்லிக்காய் பவுடர் நெல்லிக்காய் லேகியம், டானிக், கூந்தல் தைலம், ஹேர்டை போன்ற பலபல மருந்துகள் கண்டு பிடிக்கப்பட்டு உள்ளன. ஆனால் மனிதனை இறப்பிலிருந்து விடுவித்த பெருவாழ்வு நிலையை அடைய வைக்கும் அற்புதமான காய கற்ப மருந்தாக இதை எவ்வாறு பயன்படுத்த வேண்டும் என்பதை போக மாமுனிவர் நூல் கீழ்க்கண்டவாறு விளக்கமாகத் தெளிவுடன் கூறுகிறது. இந்த மூலிகையின் காய், பூ, பட்டை முதலிய அனைத்தையும் மருந்தாக செய்யும் இம்முறைகள் போகர் - 7000 நூலின் முதல் காண்டத்தின் 491 வது பாடல் முதல் 497 வது பாடல் வரையில் கீழ்க்கண்டவாறு தெளிவாகக் கூறப்பட்டு உள்ளது.

நெல்லி கற்பம் (1)

வயிரமாம் நெல்லி முள்ளி தன்னைவாங்கி
மருவ நன்றாய் இடித்துச் சூரணமே ஆக்கி
அயிரமாம் அபிரேகச் சிந்தூரம்தான்
அதற்கெட்டு பங்குக்கோர் பங்கு சேர்த்துத்
துயிரமாந் தேன்தன்னில் குழைத்தே உண்ணு
சுகமான மண்டலந்தான் உண்டாயாயானல்

கயிதரமாங் காயமது கருங்காலிக் கட்டைக்
கனல் போலச் சோதியாய் காணுங் காணே
(பாடல் - 491)

நெல்லி முள்ளி என்பது காய்ந்த நெல்லிவற்றல் ஆகும். இதை நன்கு இடித்து மெல்லிய சல்லடையில் சலித்து சூரணமாக வைத்துக் கொள்ளவும். முறைப்படி தயாரிக்கப் பட்ட அப்பிரேக செந்தூரம் எடுத்து இந்த சூரணத்திற்கு எட்டுக்கு ஒரு பங்கு என்ற விகிதத்தில் சேர்த்து கொண்டு ஒரு மண்டலம் தேனில் குழைத்து உட்கொள்ளவும். இவ்வாறு உட்கொண்டால் உடல் இறுகி கருங்காலிக் கட்டையைப் போன்று வலிமையுடன் கனல் போல் சிவந்து காயச்சித்தி ஏற்படும் என்று அழகாகக் கூறியுள்ளார். இவ்வாறு சிந்தூரம் கலந்து மருந்தை உட் கொள்ளும்போது காலையில் மட்டும் மருந்தை உட்கொண்டு மாலையில் முன் சொன்ன அருகம்புல் சேர்ந்த மூதண்டக் கியாழத்தை மறவாமல் உட்கொள்ள வேண்டும். அத்துடன் 5 நாட்களுக்கு ஒரு முறை முன் கூறியுள்ள பஞ்சகற்ப மூலிகைக் குளியலையும் நிச்சயமாக பின்பற்ற வேண்டும். மேலும் இந்த மருந்தில் கலந்து உட்கொள்ளும் அப்பிரேகச்செந்தூரம் செய்யும் மிக அற்புதமான முறையை பின்னால் கூறுகின்றேன். இனி இந்த நெல்லிப்பூவைக் கொண்டு செய்யும் அற்புத கற்பத்தைப் பார்ப்போம்.

நெல்லிப்பூ கற்பம் – (2)

“காணவே நெல்லிப்பூ தன்னைச்சேர்த்துக்
கண்காணா நிழல் உலர்த்திச் சூரணம் செய்து
பாணவே பால் தன்னில் குழைத்துக் கொள்ளு
பாங்காக மண்டலந்தான் உண்டாயானால்
தோணவே தீயெரிப்பு சலக்கழிச்சல்
தூய இரணம் பாண்டு சோபை போகும்
ஊணவே லோகபற்பம் வைத்தே உண்ணு
ஓடலாம் வெகுதூரம் மூச்சாடாதே” **(பாடல்-492)**

மிக எளிதான கற்ப மருந்து ஆகும். நெல்லிப் பூக்களை வேண்டிய மட்டும் கொண்டு வந்து நிழலில் நன்கு உலர்த்தி இடித்து சலித்து சூரணமாக்கிக் கொண்டு காலை, மாலை இதில் திரிகடி அளவு எடுத்து பசும்பாலில் குழைத்து உட்கொள்ள வேண்டும். இவ்வாறு 48 நாட்கள் உட்கொள்ள உடல் உஷ்ணத்தால் ஏற்படும் எரிச்சல், வயிற்றோட்டம் போகுதல், உடலில் சூட்டால் உண்டாகும் புண்கள், சோபை, பாண்டு போன்ற கொடிய வேதனை தரும் நோய்கள் நீங்கும் என்றும் இந்த சூரணத்துடன் முன்போல் எட்டில் ஒரு பங்கு

அயபற்பம் கலந்து உட்கொள்ள எவ்வளவு தூரம் ஓடினாலும், நடந்தாலும் மூச்சு வாங்காது என்றும் மிக மிக உன்னதமான ஒரு கற்ப முறையை மறைப்பின்றி வெளியிட்டுள்ளார். இந்த மருந்துடன் சேர்த்து உட்கொள்ளும் அயபற்பம் செய்யும் அற்புதமான முறை யையும் பின்னால் வெளியிடுகின்றேன்.

அடுத்ததாக நெல்லி மரப்பட்டையைக் கொண்டு செய்யப்படும் அற்புதமான கற்ப முறை ஒன்றைக் கூறுகின்றேன். இந்த முறையை வெளியிட எந்த சித்தரும் இணங்கவில்லை. ஆனால் நம்முடைய நலன் ஒன்றையே மனதில் கொண்டு "போகமுனிவர்" தன்னுடைய நூலில் இந்த அற்புதமான முறையை வெளியிட்டுள்ளார். இதில் சேர்க்கப்படும் பாஷாணங்கள் மற்றும் உலோகங்களை முறைப்படி தூய்மை செய்து பயன்படுத்த வேண்டும். அவற்றை எவ்வாறு சுத்தப்படுத்துவது? அதன்பின் எவ்வாறு முறைப்படி கற்ப மருந்தை தயாரிப்பது? என்பதை அனுபவ உண்மைகளுடன் விளக்கமாகக் கூறுகின்றேன். தெளிவாகப் படித்து சந்தேகமின்றி உணர்ந்து முறைப்படி செய்து பயனடைய வேண்டுகின்றேன்.

நெல்லிப்பட்டைக் கற்பமும் வேதையும் (3)

"ஆடாத நெல்லிவேர்ப் பட்டை வாங்கி
அதிகரவி தனில் உலர்த்தி பானைக் கிட்டு
மேடாத மேல் மூடிச் சீலை செய்து
மிக்க வடித் தூர்தன்னில் துருவு போட்டுப்
பூடாத பூப்புடத்தில் தயிலம் வாங்கிப்
பேரான அயப்பொடி தூய்மை செய்து
மாடாத தயிலத்தில் புரட்டி வைத்து
மனோசிலையும் வெங்காரம் எட்டுக்கு ஒன்றே (493)

எட்டுக்குள் ஒன்றுதான் கல்வத்திட்டு
இழுத்தரைத்து மூன்றுபங்கு பண்ணிக்கொண்டு
எட்டுக்குள் ஒரு பங்காய்ப் பொடியில் சேர்த்து
குறுக்கு நீ குகையிட்டுச் சரவுலையில் தானும்
நட்டுக்குள் உறுக்கி நன்றாய் மணியுமாகும்
நறுக்கி உடைத் திட்டுமுன் மருந்து கூட்டி
முட்டுக்கு மூன்றுருக்கு உருக்கிப் பாரு
முதிர்ந்து அயந்தான் ரவியாக இருக்கும் பாரே"
(போகர்-7000-பாடல்கள்-494)

மிக அரிதான இந்த முறை எவ்வாறு எனில் முதலில் நல்ல முற்றிய நெல்லி மரத்தின் வேர்ப்பட்டையை வேண்டிய அளவு

கொண்டு வந்து பொடிப் பொடியாக வெட்டி நல்ல வெயிலில் உலர்த்திக் கொள். இதை இடித்துக் கொண்டு ஒரு மண்பானையில் அரைபானை அளவு போட வேண்டும். அதற்கு முன் பானையின் அடித்தூரில் சிறு ஓட்டைகளாக 8 போட்டு அதில் கம்பி வைக்கவும். பின்பு அதன் உள் மருந்தைப் போட்டு பானையின் வாயை மூடி சீலைமண் செய்து ஒரு முழ அகலம், ஒரு முழ ஆழம் கொண்ட சதுரமான குழி வெட்டி அதனுள் நடுவில் சிறு குழி ஒன்று உண்டாக்கி, அந்த சிறு குழியில் ஒரு வாய் அகன்ற பீங்கான் வாய் தெரியாமல் மண்ணால் மறைத்து மருந்து உள்ள பானையைச் சுற்றி எரு அடுக்கி புடத்தைப் போடவும். இதற்கு குழித்தைலம் இறக்கும் முறை என்று பெயர். புடம் எரிந்து பின் நன்கு குளிர்ந்தவுடன் மெதுவாக மேல் பானையை எடுத்து விட்டு கீழ் உள்ள பீங்கானில் பார்க்க தயில மானது இறங்கியிருக்கும். இந்த அற்புதமான தயிலத்தை பத்திரப் படுத்தவும்.

பின்பு அடுத்த முறைப் பக்குவம் கூறுகின்றேன். நல்ல தூய்மையான இரும்புப் பொடியை காந்தத்தால் ஆய்ந்து எடுத்துக் கொள்ளவும். இதை நிறுத்துக் கொண்டு ஒரு பீங்கானில் போட்டு அந்த தூள் மூழ்கும் வரை எலுமிச்சைபழச் சாறு விட்டு 3 நாட்கள் வெயிலில் வைக்கவும். சாறு சுண்டி விடும். 4-ம் நாள் எடுத்து நல்ல சுத்தமான தண்ணீர் கொண்டு 3 முறை கழுவி எடுக்க இரும்புப் பொடியில் உள்ள எண்ணெய்ப் பசை மற்றும் களிம்புகள் நீங்கி தூய்மையாக இருக்கும். இதை தனியாக வைத்துக்கொள்ளவும். இனி அடுத்ததாக இந்த மருந்திற்குத்தேவையான பாடாணங்களான மனோசிலை, வெண்காரம் மற்றும் உலோகங்களான தங்கம், சிறுகண் நாகம் ஆகியை நான்கையும் எவ்வாறு தூய்மைப்படுத்த வேண்டும் என்பதைப் பார்ப்போம். ஏனெனில் எந்த ஒரு காயகற்ப மருந்து களையும் தயார் செய்யும் முன்பாக அதில் சேர்க்க வேண்டிய மருந்துகளை முறைப்படி மிகவும் தூய்மையாக சுத்தப்படுத்த வேண்டியது அவசியம் என்பதை முன்பே கூறினேன். அந்த வகையில் இந்த அற்புத மருந்தில் சேர்க்க வேண்டிய மருந்துகளை முறைப்படி தூய்மை செய்யும் முறையை விரிவாகக் கூறுகிறேன். அதை செய்து கொண்டால்தான், சுத்தமான சக்தி மிக்க கற்ப மருந்தை தயாரிக்க முடியும்.

31

முதலில் முன்கூறிய மருந்தில் சேர்க்கப்பட வேண்டிய மிக முக்கியமான மனோசிலை, வெண்காரம் என்ற இரண்டு மருந்து களையும் முறைப்படி எவ்வாறு சுத்தி செய்வது என்பதை முன்பே கூறி விட்டபடியால், அடுத்ததாக இம்மருந்தில் சேர்க்கும் சிறு

கண்நாகம், தங்கம் என்ற இரண்டு உலோகங்களையும் எவ்வாறு தூய்மைப்படுத்தப்படுகிறது என்பதைப் பார்ப்போம். முதலில் சிறுகண் நாகத்தை எவ்வாறு சுத்தப்படுத்துவது எனப் பார்ப்போம். அதற்கு முன் "நாகம்" என்னும் இந்த உலோகம் எவ்வாறு தோன்றியது? அதன் வகைகள் என்ன? அதன் குணங்கள் என்ன? என்பன போன்று அதிசயமான சில விபரங்களை நாம் அறிந்து கொள்ள வேண்டியது அவசியம் அல்லவா? "காயகற்ப" மருந்துகளின் தந்தை எனப் போற்றப்படும் "ஸ்ரீ போக முனிவர்" இது பற்றி தன்னுடைய "சத்த காண்டம்-7000" என்னும் நூலின் 2295 முதல் 3008 வரை உள்ள பாடல்கள் நம்பவே முடியாத அதிசய தகவல்களைத் தருகிறது. அந்த அற்புதமான பாடல்களைப் பார்ப்போம்.

நாக உற்பத்தி

வேதையான நாகத்தின் விரிவு கேளு
விருத்தாந்தம் பூருவத்தில் பாம்புக்கெல்லாம்
நாதையான ராசாவாய் இருக்கப்பட்ட
நல்ல ஆதிசேடனோடு வாயுராஜன்
ஏதையான இருவருமே அடித்துக் கொண்டு
ஏத்தமான நான் பெரியோன் நான் பெரியோன் என்று
ஆதையான ஆங்காரமாய் ஆக்கிருசித்து
அடித்துக் கொண்டு இருவரும்தான் பலம் பார்த்தாரே
பலத்திலே நான்பலவான் நான்பலவான் என்று
பலம் பார்ப்போம் என்று சொல்லி அடித்துக் கொண்டு
தலத்திலே மகாமேரு மலையின்கிட்டே
அண்மையிலே போயுமே பேர் இருவருந்தான்
கலத்தினிலே கயறுபோல இறுக்குகின்ற
கனமான உடல்தன்னை உடையோன் தானும்
நலத்தினிலே நாகமகா அரசன் ஆனோன்
நலமான மகாமேரு கிரியைத்தானே
மேருகிரி அடிதொடுத்து நுனிமட்டிற்கும்
மிடுக்கான வலமெல்லாம் சுற்றிக்கொண்டு
ஆருகிரி வாயிரமாம் கொடுமுடி மேல்தான்
ஆயிரமாய் பணாமகுடந் தான்விரித்து
மேருகிரி வளைந்த முந்தப் பிடித்துக் கொண்டு
பெலத்துமே யிருக்கின்ற வேளையில் தான்
வாருகிரி வாயுராசன் தானப்போது
மதிப்பான உக்கிரமாய்க் கோபமாச்சே

உக்கிரமமாய் மாருதம் போல் அறையும் போது
உகந்த ஏழு கடல்கள்தாம் சுவரிப்போக
அக்கிரமமாம் அட்டகுல மலைகள் தானும்
அலையவேதான் கம்பங்கள் போலத்தானும்
பக்கிரமாய் சர்வலோகா லோகங்கள் எல்லாம்
பரிந்துமுமே அமளியில்தான் பட்டுப்போக
தக்கிரமாய் பிரம்மாதி சர்வதேவர்
சந்தித்துக் காரணமும் ஏது என்றாரே
(போகர் - 7000 - பாடல்கள் - 2995-2998)

எவ்வளவு அற்புதமான நம்பவே முடியாத ஆனால் தக்க ஆதாரமான ஒரு நிகழ்ச்சி பாருங்கள். மேற்கூறிய பாடல்களின் பொருள் என்னவெனில் முன்னொரு காலத்தில் பாம்புகளுக்கு எல்லாம் தலைவனான "ஆதிசேஷன்" என்னும் மாபெரும் சர்பத்திற்கும், காற்றின் "கடவுளான வாயுராஜனுக்கும்" யார் அதிக பலம் வாய்ந்தவர் என்ற போட்டி ஏற்பட்டதாம். அதன் காரணமாக ஆதிசேஷன் மேருமலையை கீழிருந்து மேல் உச்சி வரையில் தன்னுடைய மிகப்பெரும் உடலால் சுற்றி வளைத்துக் கொண்டு படமெடுத்து நின்றதாம். இதனால் கோபமடைந்த "வாயுராஜன்" என்னும் காற்றானது உக்கிரகமாக வீசியது. அதனால் ஏழு கடல்களும் வற்றிப்போய் மலைகள் எல்லாம் குச்சிகள் போல் பெயர்ந்து பறந்தன. பதினான்கு உலகங்களிலும் இவ்வாறு ஏற்பட்ட அமளியால் பிரம்மா முதல் அனைத்து தேவர்களும் ஒன்று கூடி இதற்கான காரணத்தை ஆராய்ந்தனர் என்று மிக அதிசயமான ஒரு சம்பவத்தைக் கூறுகிறது மேற்கூறிய பாடல்கள். இனி அடுத்ததாக இந்த நிகழ்ச்சிக்கும் நாகம் என்ற ஒரு உலோகம் உற்பத்தியானதற்கும் என்ன சம்பந்தம் உள்ளது என்பதைப் பார்ப்போம். ஒரு சில சம்பவங்கள் பரிபாஷையால் விளக்கப்பட்டு இருக்கலாம். ஆனால் மாபெரும் பிரளயம் ஒன்று நடந்து, அதன் மூலம் உலகில் பல பெரும் ராட்சஸ உயிரினங்கள் அழிந்தன என்பதை இன்றைய விஞ்ஞான உலகில் பலபல ஆராய்ச்சியாளர்கள் தினமும் நீருபித்துக் கொண்டே இருக்கிறார்கள் என்பது மட்டும் யாராலும் மறுக்க முடியாத உண்மை. இனி அடுத்து என்ன நடந்தது என்பதைப் பார்ப்போம். இவ்வாறு பிரம்மா முதலான தேவர்கள் அனைவரும் ஒன்று கூடி நடந்த விபரங்களை அறிந்து இதற்கு என்ன செய்வது என யோசித்தனர்.

"போச்சுதென்று பிரும்மாதி முதலாந்தேவர்
பெருக்கவுமே யோசனைதான் பண்ணிப் பார்த்து

ஆச்சுதென்று சர்பத்துக் குபகாரம் பண்ணில்
அமளிப்பட்டுப் போயிடுவான் வாயுராசன்
வாச்சுதென்று வாயுராசனைத் தொட்டுத் தானும்
மதிப்பான எண்பத்தி நான்கு நூறு
தேச்சுதென்ற லட்சம் சீவான்மாவிற்குத்
திடமான உபகாரமாகும் காணே
காணவுமே ரெண்டுபேரின் வழிக்கு நாம்தாம்
கருதியேதான் போகவுமே தேவையில்லை
நாணவுமே நாரதமுனி தன்னைத் தானே
நாமழைத்து நீர்தாம்போய் சண்டை தன்னைத்
தாணவே சொல்லிடவும் அஞ்சேலென நாரதர்
தம்முடைய மகுடியான குழல்தானெடுத்து
வாணவுமே பலப்பலவாம் ராகம் ஊத
மதிப்பான கீதத்தைப் பாம்பு ராசன்
தோணவுமே ஒரு தலையை நீக்கித்தானும்
செவி கொடுத்துக் கொண்டிருந்தார் சேடன் தானே
சேடந்தான் செவி கொடுத்து ராகங்கேட்கக்
கணச்சுறுக்கா கியந்தஉயர் வாயுராசன்
பேடந்தான் பலங்கொண்டு ஒருமிக்க மோதி
பெயர்த்தந்த கொடிமுடியோர் சிகரந்தானும்
ஏடந்தான் எடுத்துக்கொண்டு கீழே வீழ
இறங்கியந்த சிகரங்கீழ் வீழ்ந்த போது
தாடந்தான் பாம்புராசன் சேடனுடைய
தாடையுரி பட்டுமேதான் சருமம் போச்சே"

(போகர் - 7000 - பாடல்கள் - 3001-3003)

அவர்கள் கூடி ஒரு முடிவு எடுத்தனர். பாம்பிற்கு உதவி செய்தால் வாயுராஜன் கோபப்படுவான். வாயுவான காற்றை நம்பி 84 கோடி உயிர்கள் வாழ்கின்றன. எனவே இவர்கள் இருவர் பக்கமும் நாம் போக முடியாது. எனவே இந்தப் பிரச்சினையை தீர்க்க நாரதமாமுனிவரை நியமிப்போம் என்று முடிவு செய்து அதன்படி நாரதரை அழைத்துக் கூறினர். நாரதரும் யாரும் அஞ்ச வேண்டாம் எனக்கூறி தன்னுடைய குழல் கொண்டு அற்புதமான ராகங்களை இசைத்தார். அந்த இசையைக் கேட்டு ஆயிரம் தலைகளால் ஆயிரம் சிகரங்களையும் பலமாக அமுக்கிப் பிடித்து இறுக்கிச் சுற்றியபடி இருந்த ஆதிசேடன் தன்னுடைய ஒரு தலையை உயர்த்தி இசையை ரசித்தபடி இருந்தது. அந்த நொடியில் காற்று அரசனான "வாயு ராஜன்" மிகப் பயங்கரமான காற்றை உருவாக்கி அந்த ஒரு தலையை

உயர்த்திய இடைவெளி வழியாக பலம் கொண்ட மட்டும் செலுத்தி அந்த ஒரு தலையுடன் அந்த தலையால் அமுக்கிப் பிடித்து இருந்த மலையையும் பெயர்த்து எடுத்துக் கொண்டு சென்றது. அவ்வாறு மலைச் சிகரமானது பெயர்ந்து கீழே விழுந்த போது "ஆதிசேட னுடைய" தாடையானது உரிபட்டுப் போனது என்று வெகு அதிசய நிகழ்ச்சியைக் குறிப்பிட்டு உள்ளார். இது மெய்ஞான அன்பர்களுக்கும், ஆன்மீக உணர்வுள்ளவர்களுக்கும் ஒருவேளை நம்பும்படி இருக்கலாம். ஆனால் இன்றைய விஞ்ஞான உலகில், விஞ்ஞான ரீதியான ஆதாரங்களுடன் நிரூபிக்கப்பட்டால் கூட நம்புவதற்கு கடினமாய் உள்ள நிலையில் மேற்கூறிய விபரங்களை தீவிரமாக சிந்தித்துப் பார்த்தோமானால் ஒரு உண்மை தெளிவாகப் புலப்படுகிறது.

இவ்வுலகில் முற்காலத்தில் காற்று அழுத்த மண்டலத்தில் விஷத் தன்மையுள்ள மிகவும் பயங்கரமான வாயுவோ, அல்லது திரவமோ அல்லது கதிர்வீச்சோ இப்பூமியை சூழ்ந்து கொண்டதன் விளைவாக காற்று மண்டலத்தில் மாற்றம் உண்டாகி மிகப் பெரும் பிரளயம் தோன்றி உலகமே அமளிபடும் நேரம், நம்முடைய முன்னோடி விஞ்ஞானிகளான சித்தர்கள் அந்த மாபெரும் புயல், மற்றும் அமளியை நிறுத்த தங்களுடைய தீவிர ஆய்வின் பயனாக வெளி மண்டலத்தில் உள்ள மாபெரும் காற்று அழுத்தத்தை பூமியைச் சூழ்ந்து கொண்டுள்ள கொடிய விஷத்தன்மையுள்ள சுற்றினுள் செலுத்தி அந்த சுற்றினை தகர்த்து இந்த பூமியையும், இங்குள்ள உயிர்களையும் காப்பாற்றியுள்ளனர். ஆனால் அன்றைய மக்களிடையே விஞ்ஞான வளர்ச்சியும், விஞ்ஞான அறிவும் குறைவாக இருந்ததாலும், கடவுள் பக்தியானது அதிகமாக இருந்த காரணத்தாலும் சித்தர்கள் சாதாரண மக்களும் புரிந்து கொள்ளும் படியாக ஒரு சிறந்த உவமைக் கதை யுடன் கூறியிருக்க முடியும் என்று தோன்றுகிறது. எப்படி இருப்பினும் நடந்த சம்பவம் மட்டும் உண்மையே. இனி இவ்வாறு நடந்த சம்பவத்தின் பயனாக உலகில் ஓர் அரிதான வேதியல் மாற்றங்கள் உண்டாகி அதன்மூலம் பலபல செயல்கள் நடந்துள்ளன. சித்தர்களின் அற்புதமான வெளிப்பாடுகளான பாடல்கள் மூலம் அதையும் நான் இங்கு சுவை மாறாமல் கூறுகின்றேன்.

பஞ்சலோகத் தோற்றம்

முன்கூறிய "ஆதிசேடன்" எனும் மகா கொடிய விஷப்பாம்பி னுடைய உடலின் தோல் பெயர்ந்து இந்த பூமியில் விழ 5 விதமான உலோகங்கள் உண்டாயின.

"சருமந்தான் பெயர்ந்தும் தோல் காற்றினாலே
தரியாமல் பறந்துமே தான் பூமியில் வீழ
புருமந்தான் பூமியின் தன்னிடத்தில் நின்று
புகழான பஞ்சலோகத் தோற்றமாச்சு
தெருமந்தான் சேடனுட உடலில் நின்று
சிறந்துமேதான் பிறந்தபடி யாலே லோகம்
அருமந்தான் அந்தந்த பேராச்சு லோகம்
ஆகையினால் லோகத்தின் அடைவு பாரே
(போகர் - 7000 - பாடல்கள் - 3004)

இவ்வாறு போக மாமுனிவர் நூலில் கூறியுள்ளபடி "ஆதி சேஷன்" என்னும் கொடிய விஷப்பாம்பானாலும் சரி, கொடிய விஷமுள்ள கதிர்வீச்சோ, வாயு சுழற்சியோ, திரவ சுழற்சியோ எதுவாக இருந்தாலும் சரி இந்த பிரளயத்தின் முடிவில் சித்தர்களின் முயற்சியால் சிதறடிக்கப் பட்டு இந்த பூமியில் பல இடங்களில் கலந்து அந்த மண், மற்றும் பருவ நிலைக்கு ஏற்ப வேதியல் மாற்றங்களால் 5 விதமான உலோகங்கள் உண்டாயின என்பதை இப்பாடல் விளக்கு கின்றது. இனி அடுத்ததாக இந்த உலோகங்களின் தன்மைகளைப் பற்றிக் காண்போம்.

பொதுவாக முற்காலத்தில் தமிழ்ப் புலவர்கள் எந்த ஒரு செயலையும் பாடல் வடிவில் கூறும் போது உவமையுடன் கூறுவ தையே வழக்கமாகக் கொண்டிருந்தனர். பெண்களை மலர், மான், மயில், தென்றல் போன்ற பொருள்களுடனும் ஆண்களை காளை, சிங்கம் போன்ற பலவற்றுடனும், ஒப்பிட்டு உவமையுடன் கூறுவது வழக்கமாயிருந்தது. சாதாரண தமிழ்ப் புலவர்களுக்கே இந்த வழக்கம் இருந்தது என்றால் 18 மொழிகளும் அறிந்து அனைத்துத் துறையிகளிலும் தேர்ச்சி பெற்று விளங்கிய சித்தர்கள் தங்களுடைய நூல்களில் இது போன்ற உலகில் நடந்த பல விஞ்ஞான மாற்றங்களையும், அதனால் உண்டான புதுப்புதுத் தோற்றங்களையும் சாதாரண நம்மைப் போன்றவர்கள் புரிந்து கொள்ளும் பொருட்டு தங்களுடைய அருமையான கற்பனை கலந்த உவமையுடன் கூடிய பரிபாஷையில் பாடல்கள் வடிவில் கூறியிருக்க வாய்ப்பிருக்கிறது என்பதை நாம் உணர முடிகிறது அல்லவா?

32

இவ்வாறு பஞ்ச உலோகங்கள் பூமியில் தோன்றின. இதில் காரீயம் என்ற உலோகம் முதலில் தோன்றியது. எவ்வாறு எனில் பருவங்களில் அடைந்த வேதியலின் மாற்றங்களால் வங்கதேசத்தில்

காரீயம் உண்டாயிற்று. இது விஷத்தன்மையுடன் வழுவழுப்பாகவும், பளபளப்பாகவும் இருக்கும். இது பாம்பின் கன்னத்தில் இருந்து பெயர்ந்த சதைத் துண்டுகள் காற்றினால் அடித்துச் செல்லப்பட்டு வங்க பூமியில் விழுந்து கருவங்கம் உண்டாயிற்று என கீழ்வரும் அருமையான பாடல்கள் மூலமாக விளக்கியுள்ளார்.

அந்த அருமையான பாடலைக் காண்போம்.

காரீயத் தோற்றம்

"பாரென்ற பாம்புகளின் குணத்தைப் போல
பாரினிலே கோமளமாய் வழுவழுப்பாய்
காரென்ற உறைபட்ட கன்னத்தில்தான்
கருந்திவலை உண்டாகி மாருதத் தினாலே
ஏறென்ற திவலையைத்தான் எடுத்துக் கொண்டு
ஏற்றமான வங்கபதி யானபூமி
நேரென்ற அதில் வீழக் காரீய மாச்சு
நேர்பான கருநாகம் என்று பேரா"

(போகர் - 7000 - பாடல்கள் - 3005)

காரீயத்திற்குப் பொதுவாக கருவங்கம், கருநாகம், ஈயம், காரி என்ற பல பெயர்கள் உண்டு. எனினும் குணம் ஒன்று தான். இதை ஆங்கிலத்தில் (LEAD) லெட் என்று பெயர். இனி அடுத்து வெள்ளீயம் என்று அழைக்கப்படும் உலோகம் எப்படி எங்கு உண்டாயிற்று எனப் பார்ப்போம்.

வெள்ளீயத் தோற்றம்

மிகவும் விஷத்தன்மையுள்ள கதிர்வீச்சானது பூமியைச் சுற்றி உருவாகிச் சிதைந்தபோது அதனுடைய வெப்பமானது காற்றின் உராய்வால் குளிர்ந்து நீராகிப் பூமியில் திராவக வடிவில் அதிகமாக விழுந்தது அவ்வாறு விழுந்த இடங்களில் எல்லாம் வெள்ளீயம் உற்பத்தியாகியது. அவ்வாறு நீர்வடிவ திரவமானது பூமியில் விழும்போது நுரையுடன் கூடிய கெட்டியான வழுவழுப்பான நிலையிலுள்ள திரவத் தன்மையுடன் கூடிய ரசாயனப் பொருள் வீழ்ந்த இடங்களில் எல்லாம் நாகம் என்ற உலோகமானது உண்டாயிற்று. மேலும் இந்த சூழ்நிலையில் பூமியினுடைய தன்மைக்கு ஏற்ப வெள்ளை பாடாணம், எலி பாடாணம் போன்றவைகளும் உண்டாயிற்று என்று மிக அழகாக சாதாரணமான மக்களும் எளிதில் புரிந்து கொள்ளும் பரிபாஷை பாடல்கள் மூலமாக விளக்கியுள்ளார். அந்த அருமையான இரண்டு ஆதாரப் பாடல்களையும் இங்கு அளிக்கிறேன்.

“பேரான சேடனுட உடலில் தானும்
புழுக்கமாக மிகவெழும்பும் வியர்வை தானும்
காராண காற்றினிலே நிலத்தில் வீழ
கடிந்துமேதான் வெள்ளீயம் தோற்றமாச்சு
தாரான பாம்புராச னுக்குத் தானும்
தளர்ந்தும்தான் ஆயாசம் வந்த தாலே
கூரான முகம்வாடிப் பெருமூச் சுண்டாய்
கோழை தான் மிகுதியாக வாயிலாச்சே

மிகுதியாயக் கோழையது பூமியில் வீழ்ந்து
வெள்ளையென்ற பாடாணம் எலிபா டாணம்
தகுதியான தாதுக்கள் மிகவுண்டாச்சு
பாம்புராச னுக்குமுக தாடை தானும்
உறுதியான முறிவுபட்டது அதனில் நின்று
உருகிரத்தம் பெருகியே தான் நிலத்தில் வீழத்
தகுதியான திவலைசிந்தி அதிலே நின்று
சீறுகின்ற நாகந்தான் தோற்றமாச்சே”

(போகர் - 7000 - பாடல்கள் - 3006, 3007)

இவ்வாறு உண்டான உலோகங்களின் தன்மைகள், பிரிவுகள், இயல்புகள், வேறுபாடுகள் முதலியவற்றை இனி பார்ப்போம்.

அதற்கு முன்பு காரீயத்தில் சற்று குறைவான தரத்துடன் கூடிய கம்பில்லம் என்ற பெயருடைய காரீயம் அந்த விஷத்தன்மையுள்ள கதிர்வீச்சின் கழிவுகளில் இருந்து உண்டாயிற்று என்று கீழ்க்கண்ட பாடல்கள் மூலமாக விளக்கியுள்ளார். அதையும் பார்ப்போம்.

இதை இவ்வளவு விரிவாகச் சொல்வதன் காரணம் என்ன வெனில் ஒரு செயலைச் செய்வதற்கு முன் அதைப் பற்றிய எல்லா விபரங்களையும் முடிந்தவரை அறிந்து கொள்வது நல்லது அல்லவா?

இவ்வாறு உண்டான உலோகங்களில் வெள்ளீயத்தில் இரண்டு வகைகள் உண்டு. அவையாவனஃ

சூரம், மிசிகரம் எனப்படும். இதில் சூரமென்ற வகையானது முதல் தரமானது ஆகும். இது குளிர்ச்சியுடன், செண்பகப் பூ போன்று வெண்மையாகவும், உடனே உருகும் தன்மையோடு இருக்கும். இரண்டாவது வகையான மிசிகரம் என்பது மத்திமமான குணமுடன் வெளிர்பச்சை நிறத்தில் இருக்கும் மொத்தத்தில் வெள்ளீயமானது கசப்புச் சுவையுடன் சூடானதாகவும், கெட்டியானதாகவும் நறுமணத்துடனும் இருக்கும். வாதம், பித்தத்தைத் தோற்றுவிக்கும்.

கோழை, சளி, வயிற்றிலுள்ள பூச்சிகள் முதலியவற்றை நீக்கும். இது ரசவாதத்திற்குப் பயன்படும் என்று மிக அழகாகக் கூறியுள்ளார். அதன் ஆதாரப் பாடலை இங்கு அளிக்கிறேன்.

“இயம்பவே சூரமென்றும் மிசிரகமென்றும்
இரண்டு வகை பேதமாக இருக்குங் காணும்
குயம்பவுமே சூரமென்ற வெள்ளீ யந்தான்
குளிர்ந்துமே தான் உத்தமயமாயத் தானிருக்கும்
இயம்பவுமே இரண்டான மிசிரகந்தான்
எளிதான மத்திமபாம் குணமதாகும்
தயங்கவுமே சூரவங்க மென்ற வீயம்
தளுக்கான வெண்மை நிறம் ஆகும்பாரே.

வெண்மையான சண்பகப்பூ வண்ணங் காணும்
மிகக் கனமாய்ப் பொட்டெனவே உருகலாகும்
தன்மையான மெழுகூர்ந்துச் சத்தமின்றித்
தானிருக்கும் சூரவங்க மென்ற வீயம்
பண்மையான மிசிரகமே என்ற வங்கம்
பச்சை நிறம் வெளுப்பாயும் தானிருக்கும்
எண்மையான இருவங்கத் தியல்புதன்னை
இயம்பினோமே வெள்ளீயக் குணத்தைக் கேளே.”

“கேளுமே தான கசப்புமான வெப்பமாகி
கெடியான மதுரமாகத் தானிருக்கும்
வாளுமே வாதமித்தகற்ப உற்பனி யாகும்.
மதிப்பான கோழை சேத்தும மேகத்தைத் தான்
போளுமே வயிற்றில் நின்ற பூச்சியைத்தான்
போக்குமே பலமாகும் சத்துக்கு உறுதியாகும்
தாளுமேதான் சர்வலோகம் தனை பேதிக்கும்
தகர்ந்துமே தான் பொடியாக்கும் தூளுமாமே

(போகர் - 7000 - பாடல்கள் - 3011 முதல் 3013)

எவ்வளவு அற்புதமாகவும் தெளிவாகவும், எளிமையாகவும் எல்லோரும் புரிந்து கொள்ளும்படியும் உலோகங்களின் தன்மையைப் பற்றி கூறி யுள்ளார் என்பதை நினைக்கையில் அவர்களின் சுயநலமற்ற தன்மையை உணர முடிகிறது அல்லவா? இனி அடுத்ததாக நாகத்தின் தன்மைகள் மற்றும் குணவேதங்கள் பற்றிக் காண்போம்.

நாகத்தின் வேறுபாடுகள்

"ஆச்சென்ற நாகமது ரெண்டுமாகும்
அமர்ந்தத் தூரமொடு தைப்பானப் பொறி
தாச் சென்ற தத்தூரத் தைப்பானப் பொறி
தனிலெரிக்கச் சத்துவந்தான் வன்மையாகும்
தேச்சென்ற காரவெல்லம் தன்னைத் தானும்
தீயெரிக்கத் குங்குமத்தின் வண்ணமாகும்
பாச்சென்ற இரண்டுக்கும் பருவமாகும்
பாங்கான சுரோணிதத்தின் பருவங்கேளே."

(போகர் - 7000 - பாடல்கள் - 3008)

நாகம் என்ற உலோகமானது இரண்டு வகைப்படும். தத்தூரம் என்பது முதல் தரமானது. காரவெல்லம் என்பது இரண்டாவது தன்மையுள்ளது. தத்தூரத்தை எரிக்கும்போது வெண்மையாகவும், காரவெல்லத்தை எரிக்கும் போது குங்குமம் போன்று சிவப்பு வண்ண மாகவும் இருக்கும் என்று மிக அருமையாகக் கூறியுள்ளார். இதே போல் இந்த முறையில் தான் வெள்ளை பாடாணம், மிருதார்சிங்கி தைலபாடாணம் போன்ற அபூர்வமான உயர்வான தாதுக்கள் இந்த பூமியில் உண்டாயிற்று என்று வெகு அழகாக சித்தர்களுக்கே உரிய பாஷைச் சொற்கள் அடங்கிய பாடல்கள் மூலமாக தெளிவுபட புரிந்து கொள்ளும் படி விளக்கியுள்ளார். இன்றைய நவீன விஞ்ஞான வளர்ச்சியின் மூலமாக பல கோடிக்கணக்கான ரூபாய்களைச் செலவு செய்து கணினி, நுண்நோக்கி, தொலை நோக்கி போன்ற எண்ணி லடங்காத கருவிகளின் உதவியுடன், ஆய்வுகள் செய்வதற்காக நவீனமயமான ஆய்வுக் கூடங்களும், கோடிக்கணக்கில் செலவு செய்து உருவாக்கப்பட்டுள்ள மருந்துக் கம்பெனிகளும் லட்சக் கணக்கில் செலவு செய்து படிக்கும் மருத்துவப் பாடங்களும் இருந்தும் தொழு நோய், எய்ட்ஸ் என்னும் 'பால்மேக நோய்' போன்ற பெரும் நோய் களுக்கு நம்மால் முறையான மருந்து கண்டுபிடிக்க முடியவில்லை. அப்படி ஒரு சிலர் கண்டுபிடித்துச் சொன்னாலும் அதை ஏற்றுக் கொள்ளும் மனப்பக்குவமும் நம்மிடம் இல்லை.

ஆனால் மேற்கூறிய எந்த நவீன வசதிகளும் இல்லாத காலத்தில், இன்றைக்கு நம்மால் கற்பனை செய்து பார்க்கவும் முடியாத பற்பல விஷயங்களை எல்லோரும் அறிந்து கொள்ளும்படி உண்மை யாகவும், தெளிவாகவும் கூறிய சித்தர்களின் மனப்போக்கை என்ன வென்று கூறுவது?. மேலும் நாம் அன்றாடம் பார்க்கும், நடை முறையில் கையாளும் ரசாயனப் பொருட்களுக்குக் கூட நம்மால் புரிந்து கொள்ள

முடியாத சூத்திரச் சுருக்கச் சொற்கள் மூலம் வெளிப்படுத்தும் நம்முடைய கல்வி நிலையையும், இன்றைய விஞ்ஞான உலகமே வியந்து நிற்கும்படியான பொருட்களைக்கூட எளிதில் எல்லோரும் புரிந்து கொள்ளும்படி செம்மொழியான நம் தாய் மொழியாகிய தமிழில் அழகிய பரிபாஷைகளுடன் விளக்கிய சித்தர்களின் உண்மையான கல்வி நிலையையும் ஒப்பிட்டு பார்க்கையில் நாம் வெட்கித் தலைகுனிவதைத் தவிர வேறு வழியில்லை.

என்று நாம் நம் முன்னோர்களான சித்தர்களுடைய அற்புதமான மரணமற்ற மனித சமுதாயத்தை உருவாக்குவதற்காக கையாளப்பட்ட சித்தர் கல்வி முறையை முழுமையாக உணர்ந்து நம்முடைய கல்விக் கூடங்களில் அடிப்படை கல்வியிலிருந்து உயர்மட்டக் கல்வி வரையில் கட்டாயப் பாடத்திட்டமாக முக்கியமான கல்வியாக ஏற்றுக் கொண்டு செயல்படுத்தி நம்முடைய மனோபாவங்களை மாற்றி கொண்டு உண்மைக்கும், எளிமைக்கும், தமிழ் மொழிக்கும், நம்முடைய அறிய கலைகளுக்கும் மதிப்புக் கொடுக்கின்றோமோ... அன்று தான் மரணத்தை வென்ற மனித சமுதாயம் உருவாகும்.

33

இனி மேற்கூறிய நெல்லிப்பட்டை கற்பத்தில் சேர்க்கப்பட வேண்டிய சிறுகண் நாகத்தை களிம்புகள் இல்லாமல் நீக்கி எவ்வாறு சுத்தப்படுத்துவது என்பதைப் பார்ப்போம்.

நாக சுத்தி

இவ்வாறு சிறுகண் நாகம் என்ற உலோகத்தை சுத்தி செய்யும் முறைகள் பல இருப்பினும் எளிமையாகவும் அதே சமயத்தில் சிறந்தகாகவும் கருதப்படும் சுத்தி முறையினை இங்கு அளிக்கிறேன். மேலும் எந்த சரக்கையும் சுத்தி செய்யாமல் பயன்படுத்தினால், ரசவாதம் முதல் வைத்தியம் வரை எல்லாமே பொய்யாகும் என்றும், முறையாக சுத்தம் செய்யாமல் இவ்வுலகில் உள்ள பலர் சித்தர்கள் எழுதி வைத்துள்ள அற்புதமான நூல்களை பொய்யென்று கூறும் நிலைக்கு நாம் என்ன செய்ய முடியும் என்றும் பல ஆண்டுகள் வாழ்ந்து ராமதேவர் என்ற நாமத்துடன் பிறந்து சித்தர்களின் அரும்பெரும் கலையை முழுவதும் கற்றுணர்வதற்காக மெக்காவிற்கு சென்று யாகோபு என்ற திருநாமம் பெற்று திரும்ப நம் நாட்டிற்கு வந்து தான்கற்ற அரிய கலைகளை எல்லா மக்களும் அறிந்து கொள்ள வேண்டும் என்ற சீரிய எண்ணத்தில் 16 நூல்கள் மூலம் உலகிற்கு வெளிப்படுத்திய 18 சித்தர்களுள் ஒரு வரான 'யகோபு மாமுனிவர்'

தன்னுடைய நூலான ‘வைத்ய சிந்தாமணி-700’ என்னும் நூலில் இந்த நாக உலோகத்தை சுத்தி செய்யாதவர்களின் நிலையையும் தெளிவாக விளக்கியுள்ளார்.

மேலும் இவ்வாறு முறையாக சுத்தி செய்யப்பட வேண்டிய சிறு கண் நாகம் என்ற உலோகமானது உண்மையானதா? என்று பார்த்து வாங்க வேண்டும். ஏனெனில் கலப்படமாகவோ அல்லது வேறு உலோகத்தைத் தெரியாமல் வாங்கி வந்து நேரத்தையும், பொருளையும் செலவு செய்து கஷ்டப்பட்ட பின்பு பயனின்றிப் போவதால் நூலைக் குறைகூறக் கூடாது என்பதை முன்னர் கூறியிருந்தாலும் செய்முறை நலன் கருதி அனுபவம் மிக்கவர்கள் உதவியுடன் செயல்படுவது நன்று என்பதால் மறுபடியும் இங்கு கூறினேன். ஏனெனில் ஒரு செயலை செய்வதற்கு முன் பல தடவைகள் யோசிக்கலாம். செய்த பின்பு யோசித்து எந்தப் பயனும் இல்லை.

யாகோபுவின் நாகசுத்தி முறை

“புத்தரவு நாகத்தைக் கரண்டியிட்டுப்
புகலிலுப்பை நெய்தனிற் சாரம் போட்டு
நித்தியமா யுருக்கியெடு பத்துயெட்டு
நிலையாகச் சாய்த்திடவே சுத்தியாகும்
பத்தவது அடங்கி நிற்கும் கசடு நீங்கும்
பதமுடைய யிந்நாகம் பார்வை மெத்த
குத்தமது வாராது வாதந்தோணும்
குறையவில்லை யாகோபு கூறினாரே

எச்சரக்குஞ் சுத்தி செய்தா லெண்ணெய்கக்கும்
இதமாகும் பதமாகும் யெழும்பியோடும்
பொய்ச்சரக்கைச் சுத்தி செய்ய மாயமாட்டா
புவியோர்கள் செய்துமொன்று மில்லையென்பார்
மெய் சரக்கு சொன்னதுபோற் செய்வீராகில்
மேதினியில் ரசவாதம் மேன்மையுண்டாம்
கைச்சரக்கைக் கைபாகமாகச் செய்தால்
கவலைவிடும் யாகோபு கருதினாரே”

(யாகோபு வைத்திய சிந்தாமணி - 700-பாடல்கள் 421-422)

முதலில் சிறுகண் நாகத்தை எடுத்துக் கொள்ளவும். இலுப்பை எண்ணெயில் நவசாரத்தை சிறிது பொடி செய்துத் தூவி கொண்டு ஒரு பெரிய மண்சட்டியில் வைத்துக் கொள். ஒரு இரும்புக் கரண்டியை நன்கு சுத்தமாக விளக்கித் தேய்த்துக் கழுவி எடுத்துக்

கொள். அதில் சிறுகண் நாகத்தைப் போட்டு சிறிது இலுப்பை எண்ணெய் ஊற்றி அடுப்பில் வை. நன்றாக உருகும். தண்ணீர் போன்று உருகியவுடன் அதை மெதுவாக பாத்திரத்தில் உள்ள சாரம் தூவிய இலுப்பை எண்ணெயில் சாய்க்கவும். இல்லையெனில் படீரென சிதறி எண்ணெய் தெரித்து விடும். கைபாகமாகச் செய்ய வேண்டும். இவ்வாறு 18 முறைகள் உருக்கிச் சாய்த்து எடுக்க அருமையாக நாகத்தில் உள்ள கசடுகள் அனைத்தும் நீங்கி நாகமானது சுத்தமாகும்.

இவ்வாறு சுத்தி செய்த நாகமானது மிகவும் அருமையாக பளபளப்பாக இருக்கும். இதைக் கொண்டு செய்யப்படும் ரசவாதம், மற்றும் கற்பங்களில் எந்தக் குறையுமின்றி சுத்தமாக இருக்கும். பொதுவாக எந்தப் பொருள்களை சுத்தம் செய்தாலும் அதிலுள்ள எண்ணெய் பசையுள்ள கழிவுகள் நீங்கி இதமாகவும், பதமாகவும் இருக்கும். பொய்யான சரக்கை சுத்தி செய்தாலும் இவ்வாறு இருக்காது. உண்மையான சரக்குகளை நூலில் கூறியபடி முறையாகச் செய்தால் இவ்வுலகில் ரசவாதம் முதல் எல்லா செயல்களும் சித்தியாகும். கவலையானது மறையும் என மிக அருமையான முறையில் பாடல்கள் மூலமாக வெளிப்படுத்தியுள்ளார். இதை நன்கு உணர்ந்து செயல்பட வேண்டுகிறேன். இனி அடுத்ததாக இதே நாகசுத்தி முறையை தன்வந்திரி முனிவரின் சீடரும், சமதக்னி முனிவர் கிரணாக்கிய முனிவருக்கு குருவுமாகியவரும், ஒளி வடிவமான சம்பார முனிவரை நேரில் கண்டு ஞான உபதேசம் பெற்றவருமான "யூகிமாமுனிவர்" எழுதிய மிகச்சிறப்பு வாய்ந்த "யூகிமுனி வாத காண்டம்-1000" என்னும் அற்புதமான நூலின் 322-வது பாடலில் மிகத் தெளிவாகக் குறிப்பிட்டு உள்ளார். அந்த அருமையான பாடலையும் இங்கு ஆதாரமாக அளிக்கிறேன்.

யூகி முனிவரின் நாக சுத்திமுறை

"சித்தியாம் நாகத்தைக் குகையிலிட்டு
சிறப்பாக விலுப்பைநெய் விரண்டுபத்து
முத்தியா யுருக்கியே சாய்த்துக் கொண்டு
முயற்சியாய் முன்சாரம் முகத்திற்றூவ
பத்தியாய் நாகமது கண்விட்டாடும்
பதிவான சீறலறு மெண்ணெய் கக்கும்
சத்தியமாய் யுருகியது புகைச்சலற்று
சட்டமாய் யிருக்குமது தன்மைபாரே"

(யூகி முனி வாதகாண்டம்-1000-பாடல் 322)

நாகத்தை குகையினுள் போட்டு இலுப்பை எண்ணெய் விட்டு உருக்கி உருக்கு முகத்தில் நவச்சாரத்தைப் பொடி செய்து தூவி இலுப்பை எண்ணெயில் சாய்க்கவும். இவ்வாறு 20 தடவைகள் நாகத்தை உருக்கிச் சாய்க்க நாகமானது உருகி கண்விட்டு ஆடும். அதிலுள்ள கசடுகள் நீங்கி எண்ணெய் கக்கி புகையடங்கிக் கட்டும். இப்படி சுத்தம் செய்த நாகமானது மிக அருமையாக இருக்கும். என்று தெளிவுபட விளக்கியுள்ளார். எவ்வளவு உயர்வான சுத்திமுறை பாருங்கள். இனி அடுத்ததாக சித்தர்களுக்கெல்லாம் மஹாகுருவாக விளங்கியவரும், மாந்திரீகம், மருத்துவம், ரசவாதம், யோகம், ஞானம், கறபம், ஆகிய அனைத்து துறைகளிலும் ஈடு இணையற்று விளங்கியவரும், ஏராளமான சீடர்களையும், எண்ணிலடங்காத அற்புதங்களையும் கண்டு எண்ணற்ற நூல்களை இவ்வுலகிற்கு அளித்துவரும், ஆதி சித்தனாகிய சிவபெருமானின் புதல்வன் என்று அழைக்கப்படுபவருமான மஹாகுரு “அகஸ்திய முனிவர்” தன்னுடைய பஞ்ச காவியங்களில் “வைத்ய காவியம்” என்னும் நூலின் 102,103 ஆகிய பாடல்களில் இந்த நாக உலோகத்தின் சுத்தி முறையை மிக அற்புதமாகக் கூறியுள்ளார். பொதுவாக மாபெரும் குருவான அகஸ்தியர், போகர் போன்ற சித்தர்களின் முறைகள் சற்று கடுமையாக இருந்தாலும் மிக அற்புதமான பலனை அளிக்கும் என்பதில் எந்த ஐயமும் இல்லை. அப்படிப்பட்ட அற்புதமான முறையை இங்கு அளிக்கிறேன். பொறுமையுடன் செய்து பயனடைய வேண்டுகிறேன்.

அகஸ்திய முனிவரின் நாக சுத்தி முறை

“சீருகின்ற நாகசுத்தி தன்னைக் கேளு
செப்புரிய வெண்மையாம் பாலுமாகும்
வீரவே மோராகுங் காடி நீராம்
வேணமட்டும் கோமேய மாம்பழச் சாறாகும்
வீறான எருக்கம்பால் இவைகள் தன்னில்
வெந்துருக்கிச் சாய்ந்திடவே சுத்தியாமே.
சுத்தியென்ற நாகமப்பா மணிகட்காகுஞ்
சூதத்துக் காகுமது நீற்றுக்காகுஞ்
சித்திரெல்லாஞ் சுத்திதனைத் திறந்தாரில்லை
பத்தியுட னிருவங்க மிப்படித்தான் உருக்கிப்
பாங்காகச் சாய்த்திடவே சுத்தியாகும்”

(அகஸ்தியர் வைத்ய காவியம்-1000-பாடல்கள்-102,103)

இது மிக அற்புதமான முறையாகும். சித்தர்களால் மறைத்து வைக்கப்பட்டு இருந்த இந்த அரிய முறையினை எல்லோரும் அறிய வேண்டும். என்ற உயர்ந்த எண்ணத்தினில் மஹாகுருவான அகஸ்திய மாமுனிவர் வெளிப்படையாகக் கூறியுள்ளார். எவ்வாறு எனில் பால், மோர், புளித்த காடி பசு மாட்டுச் சிறுநீர், மாம்பழச்சாறு, எருக்கம்பால் இவைகளில் நாகத்தை உருக்கிச் சாய்த்து எடுக்க உயர்ந்த சுத்தி ஆகும். இவ்வாறு சுத்தி செய்யப்பட்ட நாகமானது ரசமணி, பற்பங்கள், செந்தூரங்கள், மருத்துவம் போன்ற எல்லாத் தொழில்களுக்கும் பயன்படும் என்று மிக வெளிப்படையாக கூறியுள்ளார்.

எவ்வளவு உயர்வான முறைகளை சித்தர்கள் கூறினாலும் அவைகளை நாம் சரியாகப் புரிந்து கொள்ளாமல் அவசரப்பட்டு நமக்குத் தோன்றிய படி ஏதேனும் செய்துவிட்டு சித்தர்களின் நூல்களைக் குறைத்துக் கூறுவதால் எந்தப் பயனும் இல்லை என்பதே உண்மை. இனி அடுத்ததாக விஷத்தின் மறுபிறப்பான நாகத்தின் உண்மையான குணங்களைக் கண்டிப்பாகத் தெளிவாகத் தெரிந்து கொள்வது அவசியம். மிகவும் விஷத்தன்மையுள்ள நாகத்தின் குணபேதங்களை தெளிவாக அறிந்து கொண்டு முறைப்படிக்குச் சுத்திகள் செய்து பயன்படுத்த வேண்டும்.

நாகத்தின் இயல்புகள் பற்றி மற்ற எல்லா சித்தர்களையும் விட போக முனிவரின் 7000. நூலின் மூலம் தெளிவாக அறிய முடிகிறது. இந்நூலின் 3-வது காண்டத்தில் உள்ள 3058- 3060 வரையில் உள்ள பாடல்களின் மூலம் இந்த நாக உலோகத்தின் இயல்புகளை வெளிப்படையாகக் கூறியுள்ளார். அந்த அற்புதமான எல்லோரும் எளிதில் புரிந்து கொள்ளும் படியான பாடல்களை ஆதாரமாக இங்கு சுவை மாறாமல் அளிக்கிறேன்.

34

நாகத்தின் இயல்பு

"காணவுமே நாகத்தின் குணத்தைக் கேளு
கருத்ததொரு குணமுண்டாய்த் தானிருக்கும்
சீணமாகச் சீக்கிரத்தில் உருகிப்போகும்
தேய்த்திதை முகர்ந்தாக்கால் நாற்றம் காணும்
மூணவுமே மிருதுவாய்த் தாணிருக்கும்
மேனி கொஞ்ச மாயிருந்து நிறுத்துப் பார்த்தால்
பாணவுமே பாரமெத்த வாயிருக்கும்
பரஞ்சுடராம் சோதிப்பிர காசமாமே.

பிரகாசமதிகவெப்ப மாயிருக்கும்
பித்தத்தை வாதத்தைச் சிலேத்துமத்தைச்
சிரகாச மேகத்தை மூர்ச்சை தன்னைச்
சீராணாக்னி மந்தத்தைத் தாபத்தைத் தான்
நரகாசச்தரசம சமூக மாகும்
நலிந்தபஞ்ச குற்றத்தை நீக்கிப்போடும்
விரகாசம் வேதைக்குப் பொன்னிலுந்தான்
வெள்ளிக்குச் சூதத்துக்கு சூதம் இனமே

ஆமென்ற சூதத்துக்கு மித்ருவாகும்
அடுத்தரச லோகங்கள் குற்றம் நீங்கும்
வேமென்ற அட்டமாசித் திரயும் தானும்
வித்தையறிந்து கட்டிச் செந்தூரஞ் செய்வாய்
நாமென்ற நாகார்ச்சுனர் நாகத்தால்
நயந்து ஆயிரத் தெட்டுமாற்று செய்தார் தாமே
தேமென்ற சித்தியிதில் செப்பக்கூடா
சிறியன்தான் அறிந்த மட்டும் சொன்னேன் பாரே"
(போகர்- 7000- பாடல்கள், 3058-3060)

இந்த நாகமென்ற உலோகத்தின் இயல்பைக் கூறுகின்றேன் கேள். கருப்பாக, விரைவில் உருகும் தன்மையுடன், முகர்ந்து பார்த்தால் நாற்ற முடன், மிருதுவான, கனமாக இருக்கும்.

இது மிகவும் பிரகாசமான நிலையை உள்ளடக்கியுள்ளது. மேலும் அதிக வெப்பமுடையது. இதனை முறையாகப் பயன்படுத்தி செய்யப் பட்ட மருந்துகளால் பித்தம், வாதம் சிலேத்துமம், மேக நோய்கள், மயக்கம், அஜீரணம், பெரும்தாகம், பஞ்சபூதக் குறைகளால் ஏற்படும் குற்றங்களும் போகும். இதைப் பயன்படுத்தி ரசவாதத்தில் சித்தர்களில் பலர் வெற்றி கண்டனர். இது ரசவாதத்தில் பாதரஸத்திற்கு நட்பு சரக்கு ஆகும் இதனை நன்கு அறிந்து பயன்படுத்துவதன் மூலம் பாதரஸத்தில் உள்ள களிம்புகள் முற்றிலுமாக நீங்கி, உலோகங்களையும் தூய்மைப் படுத்தி முறையாகச் செய்யப்படும் குளிகை (பாதரஸமணி) மூலம் அட்டமாசித்திகளை (எட்டு விதமான அதீத சக்திகள்) அடைய வைக்கும்.

இதனைப் பற்றி முதலில் நன்கு அறிந்து சிறப்பான முறையில் தூய்மைப்படுத்தி செந்தூரங்கள் செய்து பயன்பெறலாம். மிகவும் சக்திகள் வாய்ந்த "நாகார்சுனர்" என்ற முனிவர் இந்த நாகத்தைப்பற்றி நன்கு அறிந்து அதன் மூலமாக 1008 மாற்றுள்ள பொன்னை உருவாக்கினார் (நாம் நகைகள் அணியப் பயன்படுத்தும் தங்கம் வெறும் 8½ மாற்று மட்டுமே) இந்த நாகத்தின் முழுப்பயனையும்

முழுவதுமாக அறிந்து கூற இயலாது. ஏதோ எனக்குத் தெரிந்த வரையில் கூறினேன். என்று ஸ்ரீபோக முனிவர் தன்னுடைய நூலில் மேற்கூறிய பாடல்மூலம் குறிப்பிட்டுள்ளார்.

பல யுகங்கள் இவ்வுலகில் மரணமற்று வாழ்ந்தும், மாந்திரீகம், மருத்துவம், ஜோதிடம், மாயாஜாலம், மைவித்தைகள், காயகற்பம், யோகநிலை, ஆகாய மார்க்கப் பயணம், உலக அதிசயங்கள், அண்ட பேரண்ட, புவன பிரபஞ்சங்களில் உள்ள அத்துணை விஷயங்களை அலசி ஆராய்ந்து, நீண்ட நெடுங்காலம் தவமியற்றி மனித உயிரின் அற்புதமான சக்திகளையும் உணர்ந்து மனிதன் மரணத்தையே தவிர்க்கலாம் என்று கூறிய மாமுனிவர் ஸ்ரீ போகமுனிவரே, இவ்வாறு நாகத்தின் பொருமைகளை முழுதும் கூற இயலாது என்றால் அதைப் பற்றி எதுவுமே அறியாத நம்முடைய நிலை என்ன? எனவேதான் மாபெரும் முனிவர்களால் மிகவும் உயர்வாகக் கூறப்பட்ட நாகத்தின் இயல்பு மற்றும் சுத்தி முறைகளை சற்று விரிவாகக் கூறும்படி ஆயிற்று. இனி இந்த கற்பத்தில் சேர்க்க வேண்டிய தங்கம் என்ற உலோகம் பற்றிப் பார்ப்போம். இந்த தங்கமேன்ற உலோகத்தில் எத்தனை வகைகள் உள்ளன? அவற்றின் பெயர்கள் மற்றும் பண்புகள் ஆகியவற்றை போக முனிவரின் சத்த காண்ட நூல் வெகு அருமையாக விளக்கு கிறது. இந்நூலின் 2937வது பாடல் முதல் 2947வது பாடல் வரையில் நாம் இதுவரையில் அறிந்திடாத பல விஷயங்களைத் தெளிவுபட விளக்கியுள்ளார். அந்த அற்புதமான பாடல்களையும் பொருளுடன் இங்கு அளிக்கிறேன்.

தங்கத்தின் வேதம் மற்றும் பண்புகள்

“பொன்தானும் உற்பத்தி ரெண்டு விதமாம்
பிறந்தபொன் தான் ஐந்துப்பி ரகாசமாச்சு
பொன்தானு மேதென்றால் சொல்லக் கேளு
பிராகிருதம் கச்சபம் வன்னிசம்பூதந்தான்
பொன்தானும் கனிசம்ப வமென்று மாகும்
பொருந்தவேதான் வேதசமும் ஐந்துமாச்சு
பொன்தானும் ஐந்துவிதப் போக்குமாச்சு
பூலோகந் தன்னிலேதான் பேசக்கேளே”

(போகர்- 7000-பாடல்-2937)

இவ்வுலகில் பொன்னானது உற்பத்தியாகி ஐந்து விதமான பேதங்களுடன் உள்ளது. இந்த ஐந்து விதமான வகைகள் என்னவென்றால் 1. பிராகிருதம், 2. கச்சபம், 3. வன்னிசம்பூதம், 4. கனி

சம்பவம், 5. வேதசம் என்று அழைக்கப்படுவனவாகும். இனி இந்த 5 விதமான தங்கத்தின் கூறுகள் மற்றும் சில விஷயங்களைப் பார்ப்போம்.

"பேசவே பிராகிரும் என்ற பொன்தான்
பிருதிவியின் கூறாச்சு பலமோமெத்த
தாசவே பிரம்மாவின் உடலதுதன்னில்
சலக் கூறாய்க் கூடியே யிருந்தவிந்தில்
ஊசவேதான் உற்பவித்த பொன்தனக்கே
உறுகின்ற ஆகாசம் எனப்பே ராச்சு
ஆசவுமே இப்பொன்தான் அப்புவின் கூறு
ஆதியாம் மூன்றாலே அக்கினியும் வாய்வே"

அக்கினிதான் வாயுவிலே சிவவிந்தேற்று
அங்கீக ரிக்கக்கூடாத படியால்
தெக்கினிதான் தேவகெங்கை தன்னின் பக்கம்
சிந்தாமல் விட்டு விட அந்த சேடம்
அக்கினிதன் வயிற்றில் நின்று அபானவாய்வால்
அழிந்துமேதான் வெளிப்பட்டு உற்பவித்த பொன்தான்
புக்கினிதான் வன்னிசம்பவ மென்று பேராம்
பொன்னுந்தான் தேயுவினுடைய கூறுமாச்சே.

கூறானமகாமேரு மலைமுடி தன்னில்
குறித்துமேதான் உற்பவித்த பொன்னுக்குத்தான்
காறான கனி சம்பவ மென்று பேராம்
கனமான வாயுவினுடைய கூறாம் பொன்தான்
பேறான சூதத்தைப் பதனஞ் செய்து
பெலத்துமேதான் நவலோகம் வேதையாக்கும்
வேறான பேதித்த ஏமத்திற்கு"
(போகர்- 7000-பாடல்கள் 2938 முதல் 2940)

இந்த 5 விதமான பொன்னும் பஞ்சபூதங்களான நீர், நெருப்பு, மண், காற்று, ஆகாயம் என்ற 5 விதமான கூறுகளாக உள்ளது. "பிராகிருதம்" என்ற பொன் மண்ணின் கூறாகவும், "கச்சபம்" என்ற பொன்னானது நீரின் கூறாகவும், "வன்னி சம்பவம்" என்ற பொன்னானது நெருப்பின் கூறாகவும், "கனி சம்பவம்" என்ற பொன்னானது காற்றின் கூறாகவும், "வேதசம்" என்ற பொன்னானது ஆகாயத்தின் கூறாகவும் உள்ளது. இனி இந்த 5 வகையான தங்கங்களின் பயன்கள் மற்றும் தங்கத்தினை கற்ப மருந்துகளில் சேர்க்கும்போது பின்பற்ற வேண்டிய முறையான சுத்தம் செய்யும் முறைகளைப் பற்றித் தெளிவாகக் காண்போம்.

இவ்வாறு 5 வகையாக பஞ்சபூதங்களின் கூறுகளாய் உற்பத்தி யாகியுள்ள பொன்னானது எவ்வளவு உயர்வானது என்பதையும் காண்போம்.

"மூச்சென்ற உற்பத்தி தன்னில் சொன்ன
 மூன்றான பொன்னாகும் ஏது என்றாக்கால்
பேச்சென்ற பிராகிரும் கச்சபத்தோடு
 பேரான வன்னியும் சம்பூதந்தானே
பூதந்தான் மூன்று பொன்னும் பதினாறுமாற்று
 பொன்னதிலே ஆபரணம் செய்து வைத்து
நாதந்தான் தரித்தாக்கால் நரைதிரை மூப்பு
 நலிந்த சாக்காடின்றியேதான் இருக்கலாகும்
பாதந்தான் நாலான பொன்னுக்குத்தான்
 பகர்ந்தகனி சம்பவமே என்பதாகும்
போதந்தான் சர்வரோகந் தன்னைப் போக்கும்
 பொன்மாத்து பதினாறேயாகுந்தானே.
காணவுமே வேதசமாம் பொன்னுக்குத்தான்
 கற்பாந்த காலத்திற்கு அழிவில்லைதான்
தாணவே சூதக்கிரிகை தனக்குத் தானும்
 தனித்தமகா வுத்தமம் என்று அறிந்து கொள்ளு
பூணவுமே வேதசமாம் என்று சொல்லும்
 பொன்னுக்குக் காயசித்தி சுறுக்கிலாகும்
ஆணவுமே அட்டாங்க யோகந்தானும்
 அறுபத்து நான்குமேதான் சித்தியாமே"
                    (போகர்- 7000-பாடல்கள் 2941 முதல் 2943)

இதில் "பிராகிருதம், கச்சபம், வன்னி சம்பூதம்" என்ற வகைப் பொன்களால் ஆபரணங்கள் செய்து அணிந்து கொண்டால் நரை, திரை, மூப்பு, சாக்காடு எனும் மரணம் முதலிய நான்கு நிலைகளும் இன்றி இருக்கலாகும். இந்த பொன்னானது 16 மாற்றுக் கொண்டது. அடுத்த வகையான "கனி சம்பவம்" என்ற வகைப் பொன்னைக் கொண்டு தயாரிக்கப்படும் உண்மையான மருந்துகள் சகல நோய்களையும் போக்கும் என்று கூறுகிறார்.

35

அடுத்து 5-வது வகையான "வேதசம்" என்ற பொன்னானது எத்தனை யுகங்கள் ஆனாலும் அழிவின்றி வாழும். "யுகங்கள் கடந்து வாழ வைக்கும் உன்னதக் கலை"யான காயசித்தியைக் கொடுக்கும்.

பாதரஸங்களில் சேர்த்து செய்யப்படும் ரசவாத வேலைகளுக்கு இதுவே மிகவும் உத்தமமானதாகும். இந்த பொன் சேர்த்து செய்யப்படும் குளிகையால் எட்டு விதமான யோகங்களும் சித்திக்கும். 64 வித தத்துவங்கள் விளங்கும் என்று சிறிதும் மறைப்பின்றி வெளிப்படையாகக் கூறுகிறார். இவ்வளவு உயர்வாக, தெளிவாக, வெளிப்படையாக உலோகங்களின் தன்மை மற்றும் பண்புகளை யாரும் வெளிப் படுத்தியது இல்லை. இனி இந்த 5 விதமான தங்கங்களைப் பிரித்து அறிவது எவ்வாறு? அதற்கு உண்டான பரீட்சை என்ன? என்பதைப் பார்ப்போம்.

சொர்ணப் பரீட்சை

"சித்தியான சொர்ணத்தை மழுங்கத் தட்டி
சிவக்கவுமே காய்ச்சினாக்கால் குருதிபோலாம்
பெத்தியான பிரபையாக இருக்குமாகில்
பேரான முதல்தரந்தான் ஏமமாகும்
நித்தியான விரண்டான ஏமங்கேளு
நிறம்கொஞ்சம் கறுப்பாகத் தானும் காணும்
வெற்றியாகக் காய்ச்சினாலே வெள்ளையாகும்
இதில் மூன்றாங் குணந்தன்னை விளம்பக்கேளே.

விளம்பவுமே வெட்டினால் அடுக்கில்லாமல்
மெழுகூர்ந்து மழமழப்பாகத் தானிருக்கும்
நளம்பவுமே நான்காம்பொன் சொல்லக்கேளு
நளினமான மிருதுவாக மழமழப்பாய்
அளம்பவுமே ஐந்தாவது மஞ்சள் வர்ணம்
அதைக்காய்ச்சில் சிவப்புவர்ண மாயிருக்கும்
தளம்பவுமே ஐந்தாவது ஆனபொன்தான்
சாற்றரிது அதிகபலம் சூதத்தாலே"

(போகர்- 7000-பாடல்கள் 2944 முதல் 2945)

இவ்வாறு 5 வகையான பொன்னையும் நன்கு பரீட்சித்துப் பார்க்க வேண்டிய முறைகளை அற்புதமாக விளக்கியுள்ளார். எவ்வாறு எனில் தங்கத்தைத் தகடாகத் தட்டி நன்கு கரிநெருப்பில் காய்ச்சி எடுக்க இரத்தம் போல் சிவந்து ஒளியுடன் காணப்பட்டால் அது பிராகிருதம் என்ற முதல் தரம் ஆகும். இரண்டாவது வகையான கச்சபம் என்பது நிறம் கொஞ்சம் கருப்பாக இருக்கும். இதைக் கரிநெருப்பில் வைத்துக் காய்ச்சினால் வெண்மையாக இருக்கும். மூன்றாவது வகையான வன்னிசம்பூதம் என்ற பொன்னை தகடாகத் தட்டிக்கொண்டு இரண்டாக வெட்டினால் அடுக்கு அடுக்காக இல்லாமல் மெழுகு போன்று

மழமழப்பாக இருக்கும். கனிசம்பூதம் என்ற 4 வகையானது மிருதுவாக, வழவழப்பாக இருக்கும். 5 வது வகை யான வேதசமம் என்ற பொன்னானது மஞ்சள் நிறமாகவும், கரி நெருப்பில் காய்ச்சினால் சிவப்பு வர்ணமாகவும் இருக்கும் என்று வெகு அற்புதமாகக் கூறியுள்ளார். மேலும் இவ்வாறு இன்றி சரியாக வளராத பொன்னும் உண்டு என்றும் அதன் குணங்களையும் தெளிவுபடுத்தி உள்ளார். எவ்வாறு என்று பார்ப்போம்.

"சூதத்தால் வந்தபொன்னில் மத்திபந்தான்
சூட்சமான விகாரமாக கெட்டியாகி
பேதந்தான் குழலமாகி பெருமனாகி
பூஞ்சலாகி மெதுவாகி கனமில்லாதாய்
காதத்தால் காய்ச்சினாலே கம்பிக்குத்தான்
கடிசாகி வராமல் அடிக்குத்தானும்
வேதத்தால் கடினமாய் மிக ஒளியுளதாய்
மிக்க குணம் பத்தும் தான் மத்திபமாமே

(போகர்- 7000-பாடல்-2946)

இவ்வாறு இவ்வுலகில் உண்டான 5 வகையான தங்கங்களின் குணத்தைப் பார்த்தோம். இதில் மத்திமமான குணமுடைய பொன்னானது கரடுமுரடாக, கெட்டியாக, களிம்புகளுடன் பெரியதாக, பூஞ்சலாக, உறுதியற்று, கனமில்லாமல், காய்ச்சி அடித்து கம்பியாக இழுக்க வராமல் கனிமங்கள் போன்று கடினமாகவும் அளவுக்கு மீறிய பளபளப்புடன் கடிசராக இருக்கும் இந்த 10 விதமான குணங்களும் உள்ள பொன் மத்திமமானது ஆகும்.

சுரங்கங்களில் விளையும் 10½ மாற்றுப் பொன் என்பது முக்கால் பங்கு விளைந்ததேயாகும். இந்த தூய பொன்னை நகைகள் செய்யப்பயன்படுத்த முடியாது என்பதால் செம்பைக் கலந்து 8½ மாற்றாகக் குறைத்து அணிகலன்களைச் செய்கின்றனர். முழு வளர்ச்சி என்பதும், பிறவித் தங்கம் என்பதும் 16 மாற்று உடையதாகும் இனி இந்தத் தங்கத்தை தூய்மைப்படுத்தும் முறைகளைக் காண்போம்.

ஸ்ரீ போக முனிவரின் தங்க சுத்தி முறை

"கருதியுமே பொன்தன்னைத் தகடாய்த் தட்டி
கானகத்துச் செம்மண்ணைப் பழச்சாற்றாலே
அருதியுமே அறைத்துமேதான் மேலே பூசி
அதட்டியேதான் கரியோட்டில் காய்ச்சிக் கொண்டு
பருதியுமே பழச்சாற்றில் தோய்த்திட்டாக்கால்
பழுப்பற்றுப் பொன்னதுவும் சித்தியாகும்

எழுதியுமே ஏழுதரம் செம்மண்பூசி
எலுமிச்சம் பழச்சாற்றில் தோய்த்திடாயே
(போகர்- 7000-பாடல்கள் 2948)

இந்த முறையானது வெகு அருமையான அதே சமயத்தில் மிகவும் எளிமையான முறையும் ஆகும். எவ்வாறு என்றால் நாம் தூய்மைப்படுத்த வேண்டிய தங்கத்தை குகையில் போட்டு உருக்கி தகடுபோல மெல்லியதாகத் தட்டிக் கொள்ளவும். பின்பு செம்மண்ணை எலுமிச்சம்பழச் சாறுவிட்டு நன்கு மெழுகுபோல அறைத்து எடுத்து அந்த தகட்டின் மேல் பூசவும். இவ்வாறு பூசப்பட்ட தகட்டை கரிநெருப்பில் வைத்துக் காய்ச்சி நன்கு சிவந்தவுடன் எலுமிச்சம்பழ சாற்றில் தோய்க்கவும். இப்படி செம்மண்ணை பழச்சாற்றில் அரைத்து அரைத்துப் பூசி நன்கு பழுக்கக் காய்ச்சி எலுமிச்சம்பழச் சாற்றில் 7 முறை தோய்த்து எடுக்க பொன்னிலுள்ள பழுப்புகள் நீங்கி மிகவும் தூய்மையான பொன்னாகும். இவ்வாறு தூய்மைப்படுத்தப் பட்ட பொன்னைத்தான் பற்ப, செந்தூரங்களில் சேர்க்க வேண்டும் என்றும் கூறுகிறார்.

இந்த தங்கத்தை சுத்தி செய்யும் முறைகளை எல்லா சித்தர்களும் கூறியுள்ளனர். இருப்பினும் மிக எளிமையான ஓரிரு முறைகளை மட்டும் இங்கு கூறியுள்ளேன். இவைகள் எளிமையான வழிமுறை மட்டும் இன்றி உயர்வான சுத்தி முறையும் ஆகும். இராமதேவராக இருந்து மெக்காவிற்கு ஆகாய மார்க்கமாக குளிகை கொண்டு பறந்து சென்று ரசவாதம், குளிகைத் தொழில், காயகற்ப முறைகள் போன்ற பல கற்றுயாகோபு என்ற பெயருடன் திரும்பி 16 வகையான நூல்கள் மூலம்தான் கற்ற அத்தனை விஷயங்களையும் உலகிற்கு வெளிப்படுத்தியவரான யாகோபு முனிவரின் "பஞ்சமித்ரம்-300" என்னும் நூலில் 43-வது பாடலில் இந்த தங்கத்தைத் தூய்மைப்படுத்தும் அறிய முறையினைக் கூறியுள்ளார். அந்த அறிய முறையினை இங்கு அளிக்கிறேன்.

யாகோபு முனிவரின் தங்க சுத்தி முறை

"அதிகமாந் தங்கத்தைத் தகடடித்து
அடைவாகக் கற்காவி பழச்சாற்றிலே
வதிகமா யரைத்துமே குழம்பாய் வைத்து
வடிவாக வோட்டிலெழு தரமே காய்ச்சி
பதிகவே துவைத்திடவே சுத்தியாச்சு
பதமா யெடுத்துமே வைத்துக் கொண்டு
கெதிபெறவே யிப்படிக்குச் செய்துகொள்ளு
கெடியான யாகோபு சொன்னவாறே"
(யாகோபு பஞ்சமித்ரம்-300-பாடல்43)

நமக்குத் தேவையான தங்கத்தைத் தகடாகத் தட்டிக் கொள்ள வேண்டும். ஒரு சட்டியில் கற்காவியை எலுமிச்சம் பழச் சாற்றால் நன்கு அரைத்து குழம்பு போல வைத்துக் கொள்ளவும். தகடாகத் தட்டிய தங்கத்தை ஓட்டில் வைத்து பழுக்க காய்ச்சி சிவந்தவுடன் மேற்படி கற்காவிக் குழம்பில் தோய்க்கவும். இவ்வாறு காய்ச்சி 7 முறை தோய்த்து எடுக்க தங்கம் சிறப்பாக சுத்தியாகும். இவ்வாறு பதமாக சுத்தி செய்து வைத்துக் கொள்ள வேண்டும் என்று வெகு அருமையாகக் கூறியுள்ளார். இதே போன்ற முறையை தன்வந்திரி முனிவரின் பிரதான சீடனும் சமத்கனி முனிவர், திரணாக்கிய முனிவர் ஆகியவர்களின் குருவுமாகிய மாபெரும் சித்தரான "யூகி முனிவரும்" தான் எழுதியுள்ள "யூகி முனிவாத காண்டம்-1000" என்னும் அற்புதமான நூலின் 848-வது பாடலில் வெகு அற்புதமாக தெளிவாக விளக்கியுள்ளார்.

யூகிமுனிவரின் தங்க சுத்திமுறை

"வேதையா மிச்செம்பு இடையே தங்கம்
விருப்பமாய்ச் சேருகிற விதத்தைக் கேளு
பாதையாய்த் தங்கத்தைத் தகடுதட்டி
பழச்சாறு கற்காவி யரைத்துப்பூசு
நாதையாயக் கரியோட்டில் பழுக்கக் காய்ச்சி
நலமாக வேழுதரம் துவைத்துக் கொண்டு
காதையாம் செம்பொன்று தங்கமொன்று
கவிவாகச் சேர்த்துருக்கிச் தகடாய்த் தட்டே"
(யூகிமுனி வாதகாண்டம்-1000-பாடல்-848)

இவரும் முன்னர் யாகோபு முனிவர் கூறிய முறையையே வலியுறுத்திக் கூறுகிறார். செம்புடன் தங்கம் சேர்க்க வேண்டி யிருந்தாலும், மற்ற எந்த தொழில் செய்தாலும் இம்முறைப்படி தங்கத்தை சுத்தி செய்து பயன்படுத்தினால் எல்லாச் செயல்களும் மிக சிறப்பாக அமையும் என்பதில் ஐயமில்லை. இனி முன் கூறியுள்ள நெல்லிப்பட்டை கற்பத்தின் முடிவான முறையைப் பார்ப்போம்.

முன்னர் தூய்மைப்படுத்தி வைத்திருந்த இரும்புப்பொடியினை நிறுத்து வேண்டிய அளவு எடுத்துக் கொள்ளவும். இந்த எடைக்கு 8-ல் 1 பங்கு தூய்மை செய்த மனோசிலையும், வெங்காரமும் எடுத்துக் கொள்ளவும். இவ்விரண்டையும் சேர்த்துப் பொடிபண்ணி மூன்று பங்காகப் பிரித்து வைத்துக் கொள்ளவும்.

பின்னர் முன் நிறுத்து வைத்துள்ள இரும்புப் பொடியை, நெல்லி வேர்ப்பட்டைத் தயிலத்தில் நன்கு புரட்டி எடுத்து அத்துடன் முன் பிரித்து வைத்துள்ள மூன்று பங்கு பொடியில் 1 பங்கைச் சேர்த்துக்

கலந்து குகையில் போட்டு சரஉலையில் வைத்து ஊத இரும்புப் பொடியானது உருகி மணியாகும். இந்த மணியை கல்வத்தில் போட்டு பொடியாக்கி முன்போல் தயிலத்தில் பிரட்டி மற்றொரு பங்கு பொடியைச் சேர்த்துக் கலந்து குகையில் வைத்து உருக்க மணியாகும். மறுபடியும் மணியை உடைத்தப் பொடியாக்கி தயிலத்தில் பிரட்டி 3-வது பங்கு பொடியைக்கலந்து உருக்க இரும்பு செம்பாக மாறும். இதற்கு அயச்செம்பு என்று பெயர். இரும்பில் உள்ள கழிவுகளை நீக்கியவுடன் இரும்பானது செம்பாக மாறும் என்பதை இதிலிருந்து அறியலாம். இனி இந்த அயச்செம்பைக் கொண்டு கற்ப மருந்தை எவ்வாறு செய்வது எனப் பார்ப்போம்.

"இருக்கின்ற அயச்செம்பில் எட்டுக்கொன்று
ஏற்றமாம் தங்கத்தை உருகையிலீவாய்
கருக்கின்ற நாகத்தைத் தங்கவெடை போடு
நலமாக உருக்கியே தகடுவார்த்து
மருக்கின்ற மனோசிலையும் லிங்கம் காரம்
மாளவே எட்டொன்று தயிலத்தாட்டி
தருக்கின்ற தகட்டின் மேல் பூசிப்பூசிச்
சார்வாக அகலில் இட்டு புடத்தைப் போடே
போடவே நொறுங்கியது தூளுமாகும்"

(போகர்- 7000-பாடல்-496)

இவ்வாறு முன்சொன்னபடி தயார் செய்த அயச்செம்பை நிறுத்து எடுத்துக் கொண்டு அதன் எடைக்கு எட்டுக்கு ஒரு பங்கு சுத்தி செய்த தங்கத்தையும், சுத்தி செய்த நாகத்தையும் சேர்த்து உருக்கவும். மூன்றும் சேர்ந்து நன்கு உருகியவுடன் தகடாகத்தட்டி எடுத்துக் கொள்ளவும். இது மிகவும் உயர்வானது ஆகும்.

இனி அடுத்து செய்ய வேண்டியது என்னவெனில்? இந்த மருந்தின் முடிவு நிலையில் கடைசியாக சேர்க்கப்படும் பாஷாணமான ஜாதிலிங்கம் என்ற பாடாணத்தின் குணங்கள் மற்றும் சுத்திமுறையினை தெரிந்து கொள்ள வேண்டியது மிக அவசியமாகும். ஏனெனில் 64 வகையான பாடாணங்களையும் (விஷம்) முறையாகச் சுத்தி செய்து பயன்படுத்தினால்தான் உயர்வான காயகற்பங்களாகச் செயல்படும். அவ்வாறின்றி அவசரப்பட்டு அரைகுறையாக முறையாக, முழுமை யாக சுத்தி செய்யாமல் பயன்படுத்தினால் வரும் விளைவுகளுக்கு சித்தர்களின் அரிய நூல்களைக் குறை கூறுவதால் எந்தப் பயனும் இல்லை.

எனவே உயர்வான காயகற்ப மருந்துகளைச் செய்ய முற்படும் ஆன்மீக அன்பர்கள் முதலில் மிகவும் பொறுமையுடன் அந்த மருந்தினில்

சேர்க்கப்படுகின்ற பாடாணங்கள், உபசரங்கள், உலோகங்கள், உப்புகள், மற்றும் ஏனைய பொருட்களின் குணங்கள், பேதங்கள், வகைகள், அவற்றில் உள்ள களிம்புகள், குற்றங்கள், தோஷங்கள் அவைகளைச் சுத்தி செய்யும் உண்மையான முறைகள் முதலிய வற்றைத் தெளிவாக அறிந்து செயல்பட வேண்டுகிறேன்.

36

முதலில் இலிங்கம் என்ற பாடாணமானது எவ்வாறு இவ்வுலகில் தோன்றியது என்று பார்ப்போம். ஆதியில் இந்த உலகில் மிகப்பெரும் இயற்கையின் சீற்றமானது உண்டாகி, அதன் விளைவாக இந்த பூமியில் உள்ள ரசமென்னும் பாதரஸமும், கெந்தகமும் ஒன்றுடன் ஒன்று இணைந்து அளவுக்கு அதிகமான, தீயின் வெப்பத்தால் மயனமாகி மலைகளின் அடியில் உறைந்து மழ மழப்பாகவும், பளபளப்பாகவும் காணப்பட்டது, இது மிகவும் உயர்வான பொருளாகும். அதன் பெருமையை ஸ்ரீ போக முனிவரின் நூல் கீழ்கண்டவாறு விளக்குகிறது. மேலும் சித்தர்களுக்கே உரிய பரிபாஷையில் அன்று நடந்த இயற்கையின் மாபெரும் சீற்றத்தையும் சிவன் முப்புரம் எரித்த சம்பவமாக உவமையுடன் வெகு அழகாகக் கூறியுள்ளார். அந்த அற்புதமான பாடல்களை இங்கு பார்ப்போம்.

இலிங்க பாடாணத் தோற்றம்

"மருவுகின்ற லிங்கமாபா டாணந்தாணும்
வன்மையான உற்பத்தி எங்கே என்றால்
திருவுகின்ற சிவன்தானும் முப்புரத்தைச்
சினந்தெரிக்க வெந்துமேதான் எரிந்துபோச்சு
உருவுகின்ற ருத்திரமூஞ் சப்போதானார்
உயர்ந்த நெற்றிக் கண்ணினாலே பொறியைவீசி
நருவுகின்ற ரெசகெந்தி நிலத்தே வீழ
நடுங்கியேதான் லயமாகி லிங்கமாச்சே.
லிங்கமென்னும் பாடாணம் மேருக் கீழால்
லபித்துரச கெந்தியுமே கட்டியாகி
வங்கத்து மலையடியில் அண்டிக்கொண்டு
மலைதோறும் லிங்கபா டாணமாச்சே"

(போகர்-7000-பாடல்கள்-2081-2082)

நான் மேலே குறிப்பிட்டபடி அமைதியான, மௌனமான அசைவற்ற, யாராலும் முழுவதும் அறியப்படாத பிரபஞ்ச வெளி யென்னும் இயற்கையையே சிவம் என்று கூறுவர். அந்த அமைதியின்

வடிவான இயற்கையின் மௌன அழுத்தம் அதிகமாகி சீற்றமுண்டாகி மாபெரும் பிரளயம் உண்டாகும்போது சிவன் கோபமுற்று முப்புரம் எரித்ததாகக் கொள்வது வேண்டும். அப்படிப்பட்ட மாபெரும் மாற்றத்தின் வேதியல் திரிகையில் உண்டானதுதான்லிங்க பாடாணம்.

அப்படி வேதியியல் மாற்றங்களால் உண்டான உண்மையான லிங்க பாடாணம் கிடைப்பது வெகுஅரிது. அவ்வாறு அரிதான லிங்க பாடாணத்தின் சக்தி என்ன என்றும் கூறுகிறார். அதையும் பார்ப்போம்.

"பங்கமான பச்சையிலே தொடவே பொன்னாம்
பணவெடைதான் பாலினிலே கொண்டாயானால்
முன்பான முருக்கம்பூ போலாந் தேகம்
முனிந்துமேதான் இதைத்தேடி உண்டிடாயே"

(போகர்-7000 பாடல்-2082)

இந்த லிங்க பாடாணத்தை எடுத்து பொடிசெய்து பச்சையாக எந்த உலோகங்களுடனும் சேர்த்து உருக்க அந்த உலோகமானது தூய பொன்னாகும். இதை முறையாக மருந்தாக்கி பணவெடை வீதம் பாலில் உட்கொள்ள உடல் முருக்கம்பூ போலச் சிவந்து காய சித்தி யுண்டாகும் என்று வெகு அருமையாகக் கூறியுள்ளார். ஆயினும் இந்த இலிங்க பாடாணம் கிடைப்பது அரிது என்பதாலும், எல்லோருக்கம் கிடைக்காது என்பதாலும் இதற்கு ஓரளவு இணையான ஜாதி லிங்கம் என்ற பாடாண வைப்பு முறையை போகமுனிவர் வெளிப் படையாகக் கூறியுள்ளார். அந்த அற்புதமான செய்முறையை சற்றும் மறைப்பின்றி இங்கு அளிக்கிறேன்.

ஜாதிலிங்க வைப்பு

"அய்யமற இன்னாமொரு தொழிலைச் சொல்வேன்
அருதியாம் சாதிலிங்க வைப்புக் கேளு
துய்தமாம் சுத்தரஸம் பலந்தான் எட்டுத்
தெளிவான கெந்தகந்தான் பலம் இரண்டு
வெய்தமாம் வெடியுப்புப் பலம் இரண்டு
முன்போலச் சூதம்கெந் தகத்தால் வறுத்தக்
கைதமாம் வெடியுப்பைக் கலந்த கொண்டு
காசியென்ற மேருக்கு எடுத்திடாயே.
எடுத்திட்டு வாலுகையின் மேலேவைத்து
இதமாகத் தீயிடுவாய் ஆறுசாமந்தன்
கடுத்திட்டு ஆறவிட்டக் குப்பிவாங்கி
கருக்காமல் தண்ணீரைத் தெளித்தே ஆற்று

வயத்திட்டு மண் உடைத்துக் குப்பிதன்னில்
உயர்கம்பி லிங்கத்தை எடுத்துக் கொள்வாய்
படுத்திட்டு மேல்மூடி மூடவேண்டாம்
பத்திரமாய் மண்கட்டு கீழ்க்குப் பிக்கே.''
(போகர் பாடல்கள்-1531-1538)

இந்த வைப்புச் சரக்கான ஜாதிலிங்கம் என்ற பாடாணத்தை மிகவும் கவனமாகவும், முறையாகவும் செய்தல் வேண்டும். முதலில் இதற்குத் தேவையான பொருள்களைப் பார்ப்போம். சுத்தம் செய்யப் பட்ட பாதரஸம் 8 பலம், (280 கிராம்) சுத்தம் செய்யப்பட்ட கெந்தகம் 2 பலம் (70 கிராம்) சுத்தம் செய்யப்பட்ட வெடியுப்பு 2 பலம் (70 கிராம்) இந்த மூன்றையும் சரியாக நிறுத்து தனியாக எடுத்து வைத்துக் கொள்ள வேண்டும். இதில் பாதரஸத்தை எவ்வாறு முறையாக சுத்தம் செய்வது என்பதை நான் தெளிவாக முன் அத்தியாயங்களில் கூறி விட்டபடியால் மற்ற இரண்டு சரக்குகளான கெந்தகம், வெடியுப்பு முதலியவற்றின் சுத்தி முறைகளையும் இங்கு கூறுகிறேன். முதலில் கெந்தகத்தின் சுத்தி முறையைப் பார்ப்போம்.

1. யாகோபு முனிவரின் கெந்தி சுத்தி முறை

“நாறும்பூ தனையெடத்து கல்வத்திட்டு
நாடியரை யெலுமிச்சம் பழச்சாறாலே
கூறுபட அரைத்துலர்த்திக் கரண்டியிட்டக்
குணமாகக் கரிநெருப்பில் லுறுக்கிப்பாலில்
வேறுபடச் சாய்த்திடவே நாலுரெண்டு
விதமாக அரைத்துருக்கி சாய்க்கயெண்ணெய்
ஊறு விட்டுக் குடிபோகு மென்று சொன்னால்
ஊக்கமா யாகோபு உலகிற்றானே”
(யாகோபு வைத்திய சிந்தாமணி-700-பாடல்-333)

இது மிகவும் அற்புதமான முறையாகும். எளிமையான உயர் வான முறையும் ஆகும். (நாறும்பூ-கெந்தகம்) கெந்தகத்தை வேண்டிய அளவு எடுத்து கல்வத்தில் போட்டு அதில் நன்கு தளும்ப எலுமிச்சம் பழச் சாறு விட்டு நன்கு அரைத்து உலர்த்தி எடுத்துக் கொண்டு ஒரு இரும்புக்கரண்டியில் போட்டு கரி நெருப்பில் வைத்து உருக்கிப் பசும்பாலில் சாய்க்க வேண்டும். இப்படி 8 தடவைகள் அரைத்து, அரைத்து உலர்த்தி கரண்டியில் போட்டு உருக்கிப் பாலில் சாய்த்து எடுக்க கெந்தகத்தில் உள்ள எண்ணெய் களிம்புகள், ஊறல்கள் நீங்கி சுத்தமாகும் என்று கூறுகின்றார். இவ்வாறு முறையாகச் சுத்தி செய்தபின்பே மருந்துகளுக்குப் பயன்படுத்த வேண்டும். இனி இதே

போன்று யாகோபு முனிவரின் மற்றொரு முறையையும் பார்ப்போம். நான் ஏன் ஒரு பொருளைச் சுத்தி செய்வதற்கு பல சித்தர்கள் கூறிய முறைகளைக் கூறுகிறேன் என்றால் எது எளிதாக உள்ளதோ அந்த முறையில் சுத்தித்துக் கொள்ளலாம் என்பதுடன் தெளிவாக அறிய வேண்டும் என்பதற்காகவே.

2. யாகோபு முனிவரின் கெந்தி சுத்தி முறை

"இன்றுமே கெந்திதனை வாங்கிக் கொண்டு
இனிமையுடன் சட்டிக்குள் பாலைவிட்ட
அன்றுமே துணியாலே வேடுகட்டி
அதன்மேலே கெந்திதனை தான் பரப்பிச்
சென்றுமே அடுப்பேற்றித் தீயெரிக்கத்
திறமாக உறுகியது பாலில்வீழும்
நன்றுமே யிப்படியேழ் தரமுஞ்செய்ய
நல்லதொரு யாகோபு சொன்னேன் நானே"

(யாகோபு வைத்தியம்-300-பாடல்-26)

இதுவும் மிகமிக உயர்வான முறையாகும். எவ்வாறு எனில் முதலில் ஒரு மண்பானையை எடுத்துக் கொண்டு அதனில் பாதியளவு பசும்பாலை விட்டு அந்தப்பானையின் வாய்க்கு ஒரு துணியால் வேடுகட்டி அந்தத் துணியின்மேல் தேவையான அளவு கெந்தகத்தைப் பரப்பி அடுப்பில் வைத்து எரிக்க பால்சூடாகி ஆவியாகும் போது அந்த வெப்பத்தால் துணியில் உள்ள கெந்தகம் உருகி கீழ் உள்ள பாலில் சொட்டும். முழு கெந்தகமும் உருகி பாலில் சொட்டியபின்பு பானையை இறக்கி ஆற வைத்து பின்பு துணியினை அவிழ்த்து பார்க்க பாலின் அடியில் முத்துமுத்தாக மணி போல் கெந்தகம் இருக்கும்.

இதை எடுத்து மறுபடியும் முன்போல் செய்யவும். இவ்வாறு 7 முறை செய்ய கெந்தகம் மிகவும் தூய்மையாக இருக்கும் என்று வெளிப்படையாகக் கூறியுள்ளார். எவ்வளவு அற்புதமான வெளிப் படையான முறை பாருங்கள். இனி அடுத்ததாக சித்தர்களின் மஹாகுருவாக விளங்கியவரும் மருத்துவ மாமேதையுமாகிய அகஸ்திய முனிவர் கூறிய கெந்தக சுத்தி முறையினைக் காண்போம்.

3. அகஸ்தியரின் கெந்தகம் சுத்திமுறை

"பாழனதோர் கெந்திக்குச் சுத்தியென்ன
பசுவின் நெய்யிலி ட்டுருக்கிப் பாலிற் சாய்க்க
ஆடினதோர் சுத்தியவிழ் தத்துக்காகும்
அப்படியே யேழுதரம் உருக்கிச் சாய்ப்போய்"

(அகஸ்தியர் வைத்ய காவியம்-பாடல்-99)

வெகு எளிமையான அதே சமயம் மிகவும் உயர்ந்த முறையுமாகும். இந்த முறையை எல்லோரும் எளிதில் செய்து பயன் பெற முடியும். அதாவது நமக்குத் தேவைப்படும் அளவு கெந்தகத்தை ஒரு இரும்புக்கரண்டியில் போட்டு அதில் பசு நெய் விட்டு உருக்கி பசுவின் பாலில் சாய்க்கவும். இவ்வாறு 7 தரம் உருக்கிச் சாய்க்க கெந்தகம் சுத்தமாகும். இவ்வாறு சுத்தி செய்த கெந்தகத்தை மருந்து களில் சேர்க்கலாம் என்று கூறியுள்ளார். இது மிகவும் எளிமையான அதே சமயம் உயர்வான முறையும் ஆகும். இனி அடுத்ததாக ரசவாதத்தின் எல்லையைக் கண்டவரும், திருப்பதியில் திருச்சமாதி கொண்டுள்ளவரும் 18 சித்தரிகளில் ஒருவருமான கொங்கண முனிவர் தம்முடைய நூலில் வெகு உயர்வான முறை ஒன்றைக் கூறியுள்ளார். சிறப்பான பலன்களை அடைய விரும்பும் அன்பர்களின் நன்மைகருதி அந்த மிக உயர்வான முறையை இங்கு வெளியிடுகிறேன்.

4. கொங்கணரின் கெந்தக சுத்தி முறை

"நேரப்பா கெந்தகத்தைக் குமரியுள்ளே வைத்து
நேர்குமரிச் சோறதனைக் கீழ்மேலிட்டு
ஓரப்பா பாண்டத்தை யடுப்பிலேற்றி
யுத்தமனே மூன்றுநா ளூட்டுத் தீயைச்
சேரப்பா கெந்தகந்தான் ஊறலற்றுத்
தெளிவாகப் பொன்போல நிறமாங் காணே"
(கொங்கணவர் வாதகாவியம்-3000-பாடல்-427)

நமக்குத் தேவையான அளவு கெந்தகத்தை எடுத்துக் கொள்ள வேண்டும். நல்ல முற்றிய கற்றாழை மடலை எடுத்து இரண்டாகப் பிளந்து அதற்குள் கெந்தகத்தை வைத்து மூடி ஒரு நூல் போட்டுக் கட்டவும். ஒரு பானையில் கற்றாழை சோற்றை பாதி போட்டு அதன் மீது கெந்தகம் உள்ள கற்றாழை மடலை வைத்து அதன்மேல் பானை நிரம்ப கற்றாழை சோற்றைச் போட்டு பின்பு அந்த பானையை அடுப்பில் ஏற்றி 3 நாட்கள் ஒரே மாதிரியாக தீயிட்டு எரிக்கவும்.

பின்பு நன்கு ஆற விட்டுப் பார்க்க கெந்தகம் எண்ணெய் களிம்புகள் மற்றும் அசுத்தங்கள் நீங்கி மிக சுத்தமாக பொன்போல பிரகாசிக்கும் என்று மிக அற்புதமான முறையினை வெளிப்படுத்தி உள்ளார். எந்த ஒரு உலோகங்களாயினும் சரி, பாடாணங்களாயினும் சரி எவ்வளவுக்கெவ்வளவு சுத்தப்படுத்திப் பயன்படுத்துகின்றோமோ அவ்வளவுக்கவ்வளவு சிறப்பான பலன்களை அடைய முடியும் என்பதில் ஐயமில்லை.

37

இனி அடுத்ததாக அகஸ்தியர், போகர் ஆகிய மாபெரும் சித்தர்களின் சீடரும் கொங்கணர், கருவூரார் ஆகியோர்களிடம் மிக நெருங்கிய தொடர்பு உடையவரும், சிவபெருமானின் அன்புக்கு மிகவும் பாத்தியமானவருமான "கயிலாயக் கம்பளிச் சட்டைமுனி" என்று அழைக்கப்படும். " சட்டை முனிவர்" இயற்றிய அற்புதமான நூலான வாதகாவியம் என்னும் நூலில் 830 வது பாடலில் மிக அற்புதமான கெந்தகச் சுத்தி முறையைக் கூறியுள்ளார். அந்த கிடைத்தற்கரிய வெகு அரிய முறையை இங்கு கூறுகிறேன்.

5. சட்டை முனிவரின் கெந்தக சுத்தி முறை

"ஆடவே தயிலமொன்று யின்னங்கேளு
அப்பனே குமரியுடைய சோற்றினுள்ளே
நீடவே அமுரிவிட்டு கெந்தகத்தைப் போட்டு
நேராகப் பதினாறு பலந்தான் கெந்தி
பூடவே டோலைப்போல் கட்டிவிட்டு
யுத்தமனே தினமூன்று யெரித்து நன்றாய்
நாடவே கெந்தகத்தை நாலாநாள் வாங்கி
நலமான கல்வத்தில் நாட்டிடாயே.

(சட்டைமுனி வாதகாவியம் - பாடல் -830)

இது சற்று கடினமான முறை என்றாலும் மிகவும் அருமையான முறையாகும். எவ்வாறு கூறுகிறார் எனில் நன்றாக செழித்து வளர்ந்த கற்றாழை மடலை வெட்டிவந்து இருபுறம் உள்ள முட்களைச் சீவிவிட்டு மேல்தோலை நீக்கி உள்ளே உள்ள சோற்றை வழித்து ஒரு பானையில் போடவும். பின்பு அத்துடன் கடல்நீர் விட்டுக் கலக்கவும். (அமுரி- கடல்நீர்) இந்தக் கலவைக்கு மேல் கெந்தகத்தை 16 பலம் எடுத்து (தேவைப்படும் அளவும் எடுத்துக் கொள்ளலாம்) ஒரு துணியில் முடிச்சாகக் கட்டி மேற்படி கலவைக்கு மேல் பட்டும்படாமலும் இருக்குமாறு தொங்கவிடவும். பின்பு அடுப்பில் வைத்து சிறு தீயாக 3 நாட்கள் எரித்து 4ம்நாள் சூடு ஆறியபின் எடுக்க மிகவும் அருமையான சுத்தியாகும். என்று வெளிப்படையாகக் கூறுகின்றார். எவ்வளவு அருமையான உயர்வான முறை என்பதை செய்து பார்த்து உணர்ந்தவர்களுக்குத் தெரியும். இவ்வாறு கெந்தகத்தை முதலில் சுத்தம் செய்த பின்பே எந்த ஒரு செயலுக்கும் பயன்படுத்த வேண்டும் என்பதால் பல அரிய முறைகளைக் கூறினேன். அடுத்ததாக இந்த ஜாதிலிங்க வைப்பிற்கு மிகவும்

தேவையானது மட்டுமன்றி சித்த மருத்துவம், காய சித்தி, ரசவாதம் போன்ற கலைகளுக்கும் பெரிதும் பயன்படும் "வெடியுப்பு" சுத்திமுறை மற்றும் வைப்பு முறை பற்றிப் பார்ப்போம். இதற்கு "பொட்டுலுப்பு" என்றும் பெயர். முதலில் இந்த பொட்டுலுப்பை எவ்வாறு தயார் செய்து கொள்வது என்று பார்ப்போம். ஸ்ரீ போக முனிவரின் சுத்தகாண்டம் 7000 என்னும் நூலுக்குள் 1080 வது பாடல் முதல் 1082வது பாடல் வரையில் இந்த பொட்டிலுப்பு வைப்பு முறையை மிக அழகாகக் கூறியுள்ளார். அந்த அருமையான முறையினைப் பார்ப்போம்.

பொட்டுலுப்பு வைப்பு முறை

"தானென்ற பொட்டுலுப்பு வைப்புக் கேளு
தனிப்பெரிய பாண்டத்தில் குருதுகட்டி
வானென்ற வாய்க்காலா இறங்கவிட்டு
மருவுகின்ற வழிக்குள்ளே சட்டி வைத்து
கோனென்ற குருதடியில் பொத்தல் விட்டு
கொட்டிடுவாய் உப்புதிர்ந்த மண்ணைத்தானும்
வேனென்ற தண்ணீரை மேலே ஊற்றி
விடுபட்ட சட்டிதனில் தண்ணீர் வாங்கே".

(போகர்-7000-பாடல்-1080)

தை, மாசி, பங்குனி மாதங்களில் உவர்மண் விளைகின்ற பூமியில் காலையில் சூரிய உதயம் ஆனபின்பு சென்று பார்த்தால் உவர் மண்ணானது பொங்கி மலர்ந்து வெள்ளை கலந்த மஞ்சள் நிறத்தில் காணப்படும். இந்த மண்ணை அள்ளி வந்து ஒரு பெரிய குருதில் கொட்ட வேண்டும். குருதின் அடிப்பகுதியில் சிறுசிறு துவாரங்கள் போட்டு வைக்க வேண்டும். மண் உள்ள குருதின்மேல் புறம் ஒரு பெரிய பானையை வைத்து அதில் மண்ணைப் போன்று 4 பங்கு சுத்தமான தண்ணீர் ஊற்றி அந்தப் பானையில் இருந்து கொஞ்சமாக விடாமல் உவர்மண் மீது தண்ணீர் விழும்படி செய்யவும் அந்த தண்ணீரானது உவர்மண்ணிலுள்ள உப்பைக் கரைத்துக் கொண்டு அடியில் உள்ள துவாரம் வழியாக கீழே உள்ள சட்டியில் சேரும். இவ்வாறு தண்ணீர் முழுவதும் வடியும்வரை பொறுமையாக இருந்து எல்லாத் தண்ணீரையும் கீழ்சட்டியில் வடித்து எடு. இவ்வாறு எடுக்கப்பட்ட உப்பு தண்ணீரானது சாதாரண தண்ணீரை விட எடை கூடுதலாகவும், உவர்ப்புச் சுவையுடனும் இருக்கும். இந்த தண்ணீரே வெடியுப்பின் (பொட்டுலுப்பின்) ஆதி எனலாம். இந்த வடிகட்டிய தண்ணீரைக் கொண்டு எவ்வாறு உப்புக்காய்ச்சுவது எனப் பார்ப்போம்.

"வாங்கிய நீர் எல்லாம் சட்டியிட்டு
வற்றிடவே காய்ச்சிடவே உப்புமாகும்
தாங்கியே நீர்எல்லாம் காய்ச்சிக் காய்ச்சிச்
சமர்த்தாக உப்பையெல்லாம் வாங்கு வாங்கு
ஓங்கிய வாங்கியதோர் உப்புக்குத்தான்
ஒன்றுக்கு நான்கு தண்ணீர் அளந்து வார்த்து
தாங்கியே மோர்விட்டுப் பழச்சாற்றோடே
சிறப்பாக முப்பானுக் கொன்று வாரே" (பாடல் 1081)

முன் செய்முறைப்படி வடித்து எடுத்த நீரை எல்லாம் ஒரு புதுச்சட்டியில் விட்டு அடுப்பில் வைத்துக் காய்ச்ச வேண்டும். நீர் எல்லாம் வற்றும் வரை காய்ச்சி எடுக்க உப்பாக அடியில் நிற்கும். இந்த உப்பையெல்லாம் எடுத்துக்கொள். பின்பு இந்த உப்புக்கு ஒன்றுக்கு 4பங்கு தண்ணீர் ஊற்றி நன்கு கலக்கி மூன்றுக்கு ஒரு பங்கு என்ற விகிதத்தில் புளித்தமோரும், எலுமிச்சம்பழச்சாறும் கலந்து அத்துடன் ஊற்றி நன்கு கலக்கிக் கொள். இவ்வாறு கலக்கிய கலவையினை நன்கு கலக்கித் தெளிய வைத்து, தெளிவை இறுத்து, ஒரு புதுப் பாண்டத்தில் விட்டு அடுப்பேற்றிக் காய்ச்ச வேண்டும். நன்கு நீர் வற்றி வரும் நேரம் ஒரு குச்சியால் தொட்டு நகத்தில் வைக்க துவரம்பருப்பு போல் உறையும். அந்தப்பதம் பார்த்து இறக்கி அசையாமல் ஓரிடத்தில் மூடி வைக்கவும், காலையில் பார்க்க கம்பி கம்பியாக உப்பானது உறைந்து இருக்கும். இதுவே வெடியுப்பு, பொட்டுலுப்பு, இணங்கன் என்று பல பெயர்களால் அழைக்கப்படுகிறது. ஆனால் இக்காலத்தில் கடைகளில் கிடைக்கின்றது. எனினும் அந்த காலத்தில் வெடி யுப்பை கூட சித்தர்கள் செய்தே பயன்படுத்தும் நிலையிருந்தது என்பதை நாம் அறியவேண்டும் என்பதுடன் வெடியுப்பு செய்முறை யையும் அறிந்து கொள்ள வேண்டும் என்ற ஆவலின் பேரில் மட்டுமன்றி அவசியத்தையும் மனதில் கொண்டு இந்த செய்முறையைக் கூறினேன். இனி அடுத்ததாக இந்த வெடியுப்பின் சுத்தி முறையினையும் நாம் அறிந்து கொள்வது அவசியம் எனவே அந்த அற்புதமான முறையையும் இங்கு அளிக்கிறேன்.

வெடி உப்பின் சுத்தி முறைகளைப்பற்றி எல்லா சித்தர்களும் கூறியிருந்தாலும் "யாகோபு முனிவரின்" நூல்களே மிக சிறப்பாக, வெளிப்படையாகக் கூறுகின்றன. அதிலும் யாகோபு முனிவர் எழுதிய "வைத்ய சிந்தாமணி-700" என்னும் நூலில் மிக எளிமையான, அருமையான முறையினை வெளிப்படுத்தி உள்ளார்.

யாகோபு முனிவரின் வெடியுப்பு சுத்தி முறை

முதலில் இந்த வெடியுப்பில் உள்ள எண்ணெய்ப் பசையினை முற்றிலும் அகற்ற வேண்டியது மிகமிக அவசியமாகும். ஏனெனில் முழுவதும் எண்ணெய்ப்பசை நீங்காவிடில் களிம்புகளை நீக்குவது கடினம். எனவே முதலில் எண்ணெய்பசையினை நீக்கும் முறை யினைப் பார்ப்போம். இந்த அரிய முறையினை "யாகோபு வைத்ய சிந்தாமணி-700" என்ற நூலின் 51, 52-வது பாடல்களில் கீழ்க்கண்ட வாறு மிகத் தெளிவாக விளக்கப்பட்டுள்ளது.

"பொட்டிலுப்புப் படியொன்று சட்டிமீது
பின்போட்ட படிநாலு ஊற்றுப்பாணி
கட்டளையாய் அடுப்பேற்றிப் படியாய்க் காய்ச்சிக்
கனிந்துமே கண்ணடைத்த சீலைதன்னை
வட்டமிட்டு பதிநாலாய் மடித்திருக்க
வளமாக உப்பிலெண்ணெய் துணியில் நிற்கும்
இட்டமுடன் உப்பதுவும் கம்பியாகும்
இனி உப்பு யாகோபு இதஞ்சொன்னாரே".

"படைராஜன் உப்புதுவைச் சரக்கினோடே
பாய்ச்சிவே சரக்கதுதான் கட்டிப்போகும்
விடையேறும் ஈசனவர் சொன்ன உப்பை
மேதினியோர் காணாமல் விழிப்பார் பாரு
கடைபார்த்து வாங்கி வந்து கண்ணம் பண்ணிக்
கட்டிடுவார் வேதையிதில் காணார்வாதி
இடையான பச்சையுப்பால் வேதையாமோ
இனிதாக யாகோபுஇதஞ்சொன்னாரே"

(யா.வை.சி. 700-பாடல்கள் 51,52)

வெடியுப்பை 1 படி அளந்து எடுத்து ஒரு சட்டியில் போடவும். அதில் 4 படி சுத்தமான தண்ணீரை ஊற்றவும். நன்கு கரைத்து அடுப்பேற்றிப் பொங்காமல் காய்ச்சி 1 படியாக வற்ற வைத்துக் கொள்ளவும். நன்கு கண் நெருக்கமான துணியை எடுத்து 14 மடிப்பாக மடித்து ஒரு பாத்திரத்தின் வாய், பகுதியில் தளரக்கட்டி அதன் மேல் மேற்படி கரைசலை ஊற்றவும்.

இவ்வாறு 14 மடிப்புள்ள துணியில் ஊற்றிய வெடியுப்புக் கரைசலானது மேற்படி துணி வழியாக அடியில் உள்ள பாத்திரத்தில் வடியும் போது மேற்படி கரைசலில் உள்ள எண்ணெய்ப்பசை யினை தணியானது முற்றிலுமாக இழுத்துக் கொள்ளும். அடியில் உள்ள

கரைசலை அசை யாமல் ஓரிடத்தில் மூடிவை கம்பி கம்பியாக தூய்மையான வெடியுப்பானது கிடைக்கும். இவ்வாறு வெடியுப்பைத் தூய்மைப்படுத்திய பின் உபயோகித்தால்தான் எல்லாவிதமான புகைச் சரக்குகளும் கட்டும்.

இவ்வாறு ஆதிசிவனான ஈசன் சொன்ன முறைகளை இவ்வுலகினில் உள்ளவர்கள் அறியாமல் கடையினில் வாங்கி வந்து அப்படியே பச்சை யாகப் பயன்படுத்துவதால் எந்த வேலையும் சரிவர முடியாமல் முழிப்பார்கள். பச்சையாகப் பயன்படுத்துவதால் எந்த பிரயோசனமும் இல்லை என்று மிக அற்புதமாகவும், தெளிவாகவும் வெளிப்படையாகக் கூறியுள்ளார். உண்மையில் மிகவும் எளிய அரிய ஒரு முறை அல்லவா?

இனி அடுத்ததாக மற்றுமொரு அருமையான முறையினையும் கூறுகின்றார். அதையும் பார்ப்போம்.

யாகோபு முனிவரின் வெடியுப்பு சுத்தி முறை (2)

இந்த அரிய முறையானது செய்வதற்கு சற்று கடினம் என்றாலும் மிகவும் அரிய முறையாகும். அந்தக் காலத்தில் வாழ்ந்த மாபெரும் ஆஸ்தான வைத்தியர்கள் மற்றும் சித்தர்கள் கடைபிடித்து வந்த முறையாகும். இந்த முறையில் சுத்தி செய்யப்பட்ட வெடியுப்பானது நிச்சயமாக எல்லா துறைகளுக்கும் ஆகும். மேலும் இதைப் பயன்படுத்தி செய்யப்படும் தொழில்கள் எல்லாமே நிச்சயமாக வெற்றி பெறும் என்பதால் இந்த அரிய முறையை இங்கு கூறுகின்றேன். இந்த முறையும் "வைத்திய சிந்தாமணி-700" பாடல்கள் 436, 437 மூலம் தெளிவாக கூறப்பட்டு உள்ளன.

"இணங்கனது படிரெண்டு பாணியெட்டு
இதைக்கடத்தி லிட்டுமேல் வாலைமூடி
சினம்படவே சீலைசெய்து அடுப்பிலேற்றி
திரமாக எரித்துவிடு முக்கால் நீர்தான்
கணங்கியது வந்திடுங்காண் சாணியிட்டுத்
துப்புரவாய் எரித்துத்தண்ணீர் கொஞ்சஞ்சுண்டு
துணையோலை தொட்டுநீ நெகத்திற்குத்து
துவறையது பருப்புபோல் உறையுங்காணே
துரைவித்து போலுறைந்தால் பதமதாகும்
துடிபெறவே மூடிவைக்க மூன்றுநாளிற்
கவரதுபோல் விழுந்து விடும் கம்பிதானும்
கனமென்ற கம்பிதண லுறுகாதப்பா

பவருரெம்ப நெருப்பிட்டால் பத்தமாட்டா
பதமான யிந்தஉப்பைச் சுண்ணஞ்செய்தால்
நலமாக யெட்டெட்டுச் சரக்குங் கட்டும்
நன்மையா யாகோபு நலஞ்சொன்னாரே"

(யா.வை.சி. 700-பாடல்கள் 436, 437)

முதலில் இரண்டு படி வெடியுப்பை வாய் குறுகலான ஒரு பெரிய பானையில் போட்டு எட்டுபடி சுத்தமான தண்ணீர் விட்டு நன்கு கரைத்துக் கொள்ளவும். பின்பு பானையின் வாயில் மண்வாலை அமைத்து நன்றாக சீலைமண் செய்து அடுப்பேற்றி எரிக்க வாலையின் மூக்கு வழியாக தண்ணீரானது வரும். இதை முழுவதுமாக வடித்து எடுத்து இவ்வாறு வடித்து எடுக்கப்பட்ட நீரை வேறு ஒரு பாண்டத்தில் ஊற்றி நன்றாக எரிக்கவும். நீர் முக்கால்பகுதி சுண்டியபின் ஒரு பனை ஓலையால் தொட்டு பெருவிரல் நகத்தில் ஒரு சொட்டுவிட துவரம் பருப்பு போன்று உறையும் இதுவே சரியான பதமாகும். இந்த பதத்தில் இறக்கி அசையாமல் மூடி வைக்கவும். மூன்று நாட்கள் சென்று பார்க்க சூரியனின் கதிர்கள் போன்று மிகத் தூய்மையாக கம்பி கம்பியாக உப்பானது உறைந்து காணப்படும். இது மிகவும் உயர்ந்த முறையில் தூய்மைப்படுத்தப்பட்ட வெடி உப்பு ஆகும். இந்த வெடியுப்பை கரி நெருப்பில் வைத்தால் உருகாது. நெருப்பில் போட்டாலும் தீப்பற்றாது. மிகவும் சக்தி வாய்ந்ததாகும். இந்த மாதிரி முறையாக தூய்மைப் படுத்தப்பட்ட வெடிஉப்பைச் சுண்ணமாகச் செய்து பயன்படுத்தினால், எல்லா சரக்குகளும் புகையாமல் கட்டும் என்று மிக அற்புதமாக இந்த வெடியுப்புச் சுத்தம் செய்யும் முறையினைக் கூறியுள்ளார். இந்த முறையில் வெடியுப்பைச் சுத்தம் செய்யும் போது, வாலையை எவ்வாறு பயன்படுத்துவது, எவ்வாறு வெடியுப்புக் கரைசலை வடித்து எடுப்பது என்பதை எல்லோரும் அறிந்து கொள்ளும் பொருட்டு அந்த அரிய செய்முறை விளக்கத்தினை படமாக இங்கு கொடுத்துள்ளேன். முறைப்படி செய்து பயன்பெற வேண்டுகிறேன்.

38

இவ்வாறு முறையாக சுத்தம் செய்யப்பட்ட பாதரசம் 8 பலம் (280 கிராம்) கெந்தகம் 2 பலம் (70 கிராம்) வெடியுப்பு 2 பலம் (70 கிராம்) இந்த மூன்றையும் தனித்தனியாக நிறுத்துக் கொண்டு ஒரு மண் ஓட்டில் கெந்தகத்தைப் போட்டு 2 எருவைக் கொளுத்தி அதன்மேல் வைத்து ஒரு இரும்புக் கம்பியால் கிண்டி விடவும். நெருப்புச் சூடு அதிகமானால் கெந்தகம் புகைந்து விடும். எனவே

அவ்வாறு சூடு அதிகமாகும்போது கீழே இறக்கி வைத்துக் கிண்டவும். கெந்தகம் உருகி நிற்கும்போது பாதரசத்தை அத்துடன் சேர்த்துக் கிளறி விட கருப்பாக தூளாக நிற்கும்.

இதை இறக்கி வைத்து இத்துடன் வெடி உப்பையும் நன்றாகப் பொடி செய்து கலந்து குப்பியில் போட்டு வாய்க்கு பலப்பக்கல் மூடி வாலுகா எந்திரத்தில வைத்து ஒரே நிதானமாக 6 ஜாமம் (14½ மணி நேரம்) எரிக்கவும். பின்பு நன்கு ஆறவிட்டு குப்பியை எடுத்து குப்பியின் மேலுள்ள மண்ணை தண்ணீர் தெளித்து ஆற்றி அப்புறப் படுத்தி பின்பு குப்பியை உடைத்துப் பார்க்க கம்பி, கம்பியாக உயர் வான ஜாதி லிங்கமானது இருக்கும். இதை எடுத்துக் கொள். இந்த செய்முறையில் குப்பிக்கு மட்டும் சீலை மண் செய்தால் போதுமானது. வாலுகையின் வாய்ப்பாகத்தை மூடத் தேவையில்லை. இவ்வாறு எடுக்கப்படும் ஜாதி லிங்கமானது மிக உயர்வானதும் காயகற்ப மருந்துகளுக்கு ஏற்றதும் ஆகும் என்று மிக மிக அற்புதமான இந்த ஜாதிலிங்க வைப்பு முறையை ஸ்ரீபோக மாமுனிவர் கூறியுள்ளார்.

வாலுகை யந்திரம் மூலம் மருந்துகளை செந்தூரம் செய்யும் முறை:

இனி முன் எடுத்துவைத்துள்ள அயச் செம்பு, தங்கம், நாகம் ஆகியவைகள் சேர்ந்த தகட்டின்மேல் சுத்தி செய்த மனோசிலை ஜாதிலிங்கம், வெண்காரம் மூன்றையும் தனித்தனியாக தகட்டினுடைய எடைக்கு எட்டில் ஒரு பங்கு நிறுத்து தனித் தனியாக வைத்துக் கொள்ளவும். இந்த மூன்றையும் கல்வத்தில் போட்டு முன் இறக்கிய நெல்லி வேர்ப்பட்டை தைலத்தால் நன்கு அறைத்து தகட்டின் மீது பூசி பூசி வெயிலில் காயவைத்து மண் அகல் கொண்டு புடம் போடு. இவ்வாறு செய்ய தகடானது நொறுக்கி தூளாகும். இவ்வாறு முறையாக செய்யப்பட்ட மருந்தானது மிகவும் சக்தி வாய்ந்ததாகும். இதை சுத்தம் செய்யப்பட்ட வெள்ளியில் நூற்றுக்கு 1 பங்கு என்ற விகிதத்தில் சேர்த்து உருக்க 7½ மாற்றுப் பொன்னாக மாறும்.

இதை முறையாக செந்தூரமாகச் செய்து பண எடை வீதம் காலை, மாலை மேற்படி நெல்லி வேர்ப்பட்டையின் தயிலத்தில் குழைத்து உட்கொள்ள உடலானது செம்பினுடைய நிறமாக மாறும். நரை, திரை நீங்கும். இவ்வாறு மாறிய பின்பு சுத்த வெள்ளியால் செய்யப்பட்ட காப்பினை கையில் போட்டுக் கொண்டால் காயகற் பத்தை உட்கொண்டதால் ஏற்பட்ட உடல் மாற்றத்தின் காரணமாக வெள்ளிக் காப்பானது தங்கமாக மாறும் என்று எல்லோரும் வியக்கும் படியான மிகவும் அற்புதமான தேவஅமிர்தத்திற்கு ஒப்பான இம்மருந்

தினைக் கூறியுள்ளார். இந்த மருந்தின் செய்முறையையும், அம் மருந்தின் அரிய சக்திகளையும் பின்வரும் ஸ்ரீபோக முனிவரின் 'சத்த காண்டம்-7000' நூலின் 496-வது பாடலின் மூலம் தெளிவாக அறிய முடிகிறது. இந்தப் பாடலை இதற்கு ஆதாரமாக இங்கு அளிக்கிறேன்.

"போடவே நொறுங்கியது தூளுமாகும்
பேரான மதி தன்னில் நூற்றுக்கொன்று
மாடவே மாற்றஃது ஏழரையே காணும்
மகத்தான புடசெயந்தான் மாட்டிப்பாரு
பாடவே பணவெடைதான் தயிலத்து உண்ணு
பண்பான சடந்தானும் செம்பின் நிறமாகும்
காடவே மதிகாப்பு கையிலிட்டால்
காயத்தின் வேகத்தால் ஏமமாமே" (பாடல் - 496)

இது போன்று லட்சக்கணக்கான அபூர்வ முறைகளை சித்தர்கள் தங்களுடைய நூல்களில் பரிபாஷை சொற்கள் மூலம் கூறியுள்ளனர். மனித சமுதாயத்திற்கு நன்மை செய்ய வேண்டும் என்ற மன உறுதியும் உண்மையாக பிறருக்கு உதவ வேண்டும் என்ற எண்ணமும் எந்தவிதமான எதிர்பார்ப்புமின்றி ஒரு காரியத்தை நாம் செய்யும் போது அதில் நமக்கு ஏற்படும் சில பிரச்சினைகளில் நாம் முழு மனதுடன் சித்தர்களை நினைத்து வேண்டும்போது நிச்சயமாக ஏதேனும் ஒரு வழியில் அவர்கள் நமக்கு உதவுவார்கள் என்பதை நான் என்னுடைய வாழ்க்கையில் நடந்த ஒரு அற்புதமான நிகழ்ச்சியிலிருந்து உணர்ந்து கொண்டேன். ஆனால் இன்றுவரை அது எனக்குப் புரியாத புதிராகவே உள்ளது.

ஒருமுறை என்னுடைய நெருங்கிய நண்பர் ஒருவர் குதிவாதத்தால் பல நாட்களாக மிகவும் வேதனைப்பட்டு என்னிடம் ஏதாவது மருந்து செய்து தரும்படி கேட்டார். நானும் என்னிடமிருந்த குதிவாதத்திற்குரிய அருமையான தைலம் ஒன்றைக் கொடுத்தேன். அதை நான் கூறிய முறைப்படி தேய்த்த நண்பருக்கு வலி அதிகமாகி விடவே மறு நாளே அவர் என்னிடம் நீங்கள் கொடுத்த தைலத்தால் வலி மேலும் அதிகமாகி மிகவும் வேதனையாக உள்ளது. வேறு நல்ல மருந்து ஏதாவது செய்து கொடுங்கள் என்று கூறினார்ஃ முறையாக வாதத்திற்கு என்றே தயாரிக்கப்பட்ட அருமையான இந்த மருந்து எப்படி இவருக்குக் கேட்காமல் போயிற்று என்று எனக்குக் குழப்பமாக இருந்தது. இருப்பினும் "குதிரைக்காலி" என்ற அற்புதமான மூலிகையால் தயாரிக்கப்படும் தைலத்தைக் கொண்டு எப்படிப்பட்ட வாத நோய்களையும் தீர்க்க முடியும் என்று என் குருநாதர் கூறியது

நினைவுக்கு வந்தது. குதிரையின் குளம்பைப் போன்ற அமைப்பில் உள்ள அந்த மூலிகை மலைகளில் மட்டுமே வளரும். சதுரகிரி மலையில் பல இடங்களில் பாறையின் இடுக்குகளில் பரவலாக வளரும் அந்த அற்புதமான மூலிகையைப் பல முறை நான் பார்த்திருக்கிறேன். எனவே அந்த மூலிகையைக் கொண்டு மருந்தை செய்து விடுவோம் என்ற முடிவுடன் நான் என் நண்பர்கள் இருவருடன் சதுரகிரி மலைக்குச்சென்றேன். ஆனால் நாங்கள் சென்ற நேரத்தில் அம்மூலிகையானது சில இடங்களில் மிகச்சிறிய இதழ்களுடன் அப்போதுதான் முளைத்த நிலையில் காணப்பட்டது.

நான் கண்டிப்பாக மருந்து செய்து தருகிறேன் என்று நண்பரிடம் உறுதியாகக் கூறிவிட்ட நிலையில் மூலிகை கிடைக்காததை நினைத்து மிகவும் வேதனைப்பட்டேன். எண்ணிலடங்காத சித்தர்களும், சஞ்சீவி மூலிகைகளும் நிறைந்துள்ள இந்த இடத்தில் இந்த சாதாரண நோயைத் தீர்க்கும் வழியை நான் அறியாததை நினைத்து வேதனையுடன் அன்றைய இரவுப் பொழுதைக் கழித்தேன். மறுநாள் காலை நானும் என்னுடன் வந்த நண்பர்களும் குளிப்பதற்காக "பலாவடிக்கருப்பர்" சன்னதிக்குச் சென்றோம். என்னுடன் வந்த நண்பர்கள் இருவரும் கீழேயுள்ள "யானைப்பள்ளத்தில்" குளித்தனர். நான் மேல்பாறையில் தண்ணீர் அருவிபோல் விழும் இடத்தில் குளித்துக் கொண்டிருந்தேன். அது சமயம் எனக்கு மிக அருகாமையில் பாறையின் மேல் வயதான தோற்றத்துடன் இடுப்பில் அழுக்கான வேட்டி, கையில் குச்சி, மெலிந்து கருத்த உடல், முகத்தினில் நரைத்த தாடியுடன் ஒரு முதியவர் அமர்ந்தது படி என்னை கூர்ந்து நோக்கியபடி இருப்பதைப் பார்த்தேன். அந்த மலையில் மாடு மேய்ப்பவர்கள் பலர் இது போல் உட்கார்ந்திருப்பது வழக்கம். எனவே நான் அவரைக் கவனியாமல் தண்ணீர் அதிகமாக ஓடியபடி இருக்கும் அந்த இடத்தில் "குதிரைக்காலி" மூலிகை எங்காவது அதிகமாக வளர்ந்து உள்ளதா? என்று சுற்றிலும் பார்த்துக் கொண்டிருந்தேன். ஏதோ ஒரு உணர்வால் உந்தப்பட்டு நான் அவரருகில் சென்றேன்.

அவர் என்னை அருகில் அழைத்து எதிரே பாறைகளின் இடையில் புதர்போல் வளர்ந்துள்ள ஒரு மூலிகையைக் காட்டினார். மேலும் என்னிடம் இதன் பெயர் "வாத சஞ்சீவினி" எப்படிப்பட்ட வாதத்தையும் நீக்கிவிடும். "இதை எடுத்து உன் வேதனையைப் போக்கிக் கொள்" என்று கூறினார். நான் மனதில் எண்ணியிருந்தது இவருக்கு எப்படித் தெரியும்? இவர் யார்? என்று வியந்தேன். அதுசமயம் என்னை நோக்கி அந்த செடியின் இலை ஒன்றைப் பிடுங்கி வரும்படியும் கூறினார். அவர் சொன்னதை தட்ட மனமின்றி நான் அந்த செடியின் அருகில் சென்று ஒரு இலையைப் பறித்துக்

கொண்டு திரும்பிப் பார்த்த பொழுது அந்த முதியவரைக் காண வில்லை. நானும் சுற்றும் முற்றும் நோக்கினேன். அவரை எங்கும் காணவில்லை. நிச்சயமாக அவர் நாங்கள் நின்றிருந்த இடத்திலிருந்து எங்கும் சென்று இருக்க முடியாது என்பது மட்டும் உண்மை. நான் பலத்த திகைப்புடன் இதைப்பற்றி யாரிடமும் கூறாமல் என் நண்பர் களுடன் குளித்து முடித்துவிட்டு வரும்பொழுது அந்த மூலிகையை வேண்டிய அளவு பறித்து வந்து மேலே நாங்கள் தங்கியிருந்த இடத்திலேயே இடித்துப் பிழிந்து சாறெடுத்துக் கொண்டு வந்து முறைப்படித் தைபிலமாகக் காய்ச்சி என் நண்பருக்குக் கொடுத்தேன் என்ன ஆச்சரியம்! ஒரே நாளில் அந்த குதி வாதம் மாறி வலி முற்றிலும் இல்லை என்றும் காலையில் எழுந்து சில மைல்தூரம் ‘வாக்கிங்‘ சென்று வந்ததாகவும் கூறினார்.

எனக்கு அதிர்ச்சியுடன் கூடிய திகைப்பும் ஏற்பட்டது. இதை என்னவென்று கூறுவது?. நான் பலமுறை இதற்கு முன்பு பல இடங் களில் அந்த மூலிகையைப் பார்த்திருக்கிறேன். அதன் பெயரையோ, அதன் அபூர்வமான ஆற்றலையோ நான் அறியவில்லை. ஆனால் உண்மையான என் நண்பருக்கு உதவவேண்டும் என்று என்னையும் அறியாமல் மனவேதனையுடன் இருந்த நேரம் என் மன வேதனையையும், என் நண்பனின் நோயையும் தீர்க்கும் பொருட்டு முதிய வரின் உருவில் வந்து உதவிய சித்தர்பிரானின் செயலை நினைத்து நினைத்து மகிழ்வடைகின்றேன். இதை நான் பெருமைக்காகவோ அல்லது புகழுக்காகவோ இங்கு கூறவில்லை. இதைவிட அபூர்வமான பல நிகழ்வுகளை பல ஆன்மீக அன்பர்கள் சந்தித்து இருக்கலாம். இருப்பினும் சித்தர்களின் செயல்கள் எப்போதும் மனித சமுதாயத்தின் பொதுவான நன்மையைக் கருதியே அமையும் என்பதை எல்லோரும் உணர்ந்து கொள்ளுதல் வேண்டும் என்பதற்காகவே இந்த என் வாழ்வில் நடந்த சிறு அரிய நிகழ்ச்சியினை இங்கு கூறியுள்ளேன்.

பொதுவாகச் சித்தர்கள் இப்பூமியில் அபூர்வமாக, எண்ணற்ற பல ஆற்றல்களை உள்ளடக்கிய, எல்லையற்ற மனோசக்தியினை பெற்றிருக்கும் மனித இனமானது அழிவற்ற நிலைக்கு வரவேண்டும் என்ற எண்ணத்தில் தங்களுடைய வாழ்க்கையை, அந்த மரணமற்ற மனித சமுதாயத்தை உருவாக்கும் ஆய்வுகளுக்கே அர்பணித்தனர். அதில் வெற்றியும் கண்டனர்.

அவ்வாறு அயராது உழைத்து அதன் மூலம் அவர்கள் அடைந்த வெற்றியினை மறைத்து வைக்காமல் தங்களுக்குப் பின்னால் வரும்

சந்ததிகள் உணர்ந்து செயல்பட்டு தங்களைப் போன்ற மரணமற்ற உயர்நிலையை அடைய வேண்டும் என்ற உயர்வான நோக்கோடு சற்றும் சுயநலமின்றி தங்களுடைய நூல்களில் வெளிப்படுத்தி உள்ளனர். ஆயினும் இப்படிப்பட்ட உயர்வான முறைகள் எளிதாக மனித சமுதாயத்திற்கு தீங்கு விளைவிக்கும் நோக்கமுடையவர்களின் கைகளில் சிக்கிவிட்டால் அது மனித இனத்திற்கே மாபெரும் தீங்கினை உண்டாக்கும். என்பதை நன்கு உணர்ந்த அந்த முன்னோடி விஞ்ஞானி களான சித்தர்கள் தங்கள் நூல்களின் பல இடங்களில் பரிபாஷை சொற்களின் மூலமாக சூட்சுமமாக பல முக்கியமான முறைகளைக் கூறியுள்ளனர்.

உண்மையான அன்பும், அறிவுத் தெளிவும், ஆன்மிக உணர்வும் ஆய்வு செய்வதில் விடாமுயற்சியும், குருநேசமும் உள்ளவர்கள் எப்படியும் இந்த மனித சமுதாயத்திற்கு தங்களால் ஆன நன்மைகளைச் செய்யவேண்டும் என்ற உறுதியுடன் நிச்சயமாக அந்த பரிபாஷைச் சொற்களின் சூட்சுமத்தை உணர்ந்து செயல்படுவார்கள் என்பதில் எள்ளளவும் ஐயமிருக்க முடியாது. அத்துடன் அவ்வாறு அவர்கள் உண்மையான நல்ல எண்ணத்துடன் செயல்படும்போது அவர்களுக்கு ஏற்படும் தீர்க்கமுடியாத சந்தேகங்களையும், மனவேத னைகளையும் போக்க அந்த சித்தர்களே நிச்சயம் நேரில் வந்து அவைகளை நீக்கி அப்படிப்பட்டவர்களுடைய ஆய்விற்கு உதவு வார்கள் என்பதை நான் என் அனுபவத்தில் உணர்ந்தேன்.

39

இனி அடுத்ததாக நெல்லியைக் கொண்டு செய்யப்படும் மிக உயர்வான, அதே சமயம் எளிய, அற்புதமான கற்பம் ஒன்றைக் கூறுகிறேன்.

நெல்லியில் அரிநெல்லி மரம் என்ற வகையுண்டு. இந்த நெல்லிக்காய் ஒவ்வொன்றும் எலுமிச்சம்பழ அளவாய் இருக்கும். இந்தக் கனிகள் துவர்ப்பும், இனிப்பும் கலந்து சுவையுடன் காணப்படும். இந்த வகை நெல்லிக்கனிகளை வேண்டிய அளவு கொண்டு வந்து நன்கு இடித்து சாறு பிழிந்து 1 படி எடுத்துக் கொள்ளவும். இனி அற்புதமான கற்ப மருந்தைத் தயாரிக்கும் முறையைப் பார்ப்போம்.

இந்த சாற்றினுள் சுத்தம் செய்த பாதரசம் 5 பலம் இட்டு சாறு வற்றும் வரை அடுப்பில் வைத்து எரிக்க பாதரசமானது வெண்ணெய் போல் ஆகும். இதனைக் குப்பியில் போட்டு வாயைப் பழுப்பு கல்லால்

மூடி மண்ணுக்குள் புதைத்து போட்டு 20 எருவில் புடம் போட குப்பியின் வாய்க்குள் மிக உயர்தரமான செந்தூரம் வந்து நிற்கும்.

இந்த செந்தூரத்தினை அரிசி எடை வீதம் 12 நாட்கள் காலை, மாலை இருவேளை தேனில் குழைத்துச் சாப்பிட்டு வர நரை, திரை நீங்கி யானையின் வலுவுண்டாகும் என்று யாகோபு சிந்தாமணி என்னும் நூலில் கூறப்பட்டள்ளது. இதுவே போகரின் 'மலை வாடகம்' என்னும் நூலிலும் கூறப்பட்டுள்ளது. மிக எளிமையானதாகவும், அதே சமயம் உயர்வானதாகவும் உள்ள இந்த செந்தூரமானது ரசவாதத் திற்கும் பயன்படும் என்பது குறிப்பிடத்தக்கது.

"காணவே அரிநெல்லிப் பழமிடித்துக்
கண்டுபடி யதில்சூதம் பதமாயிட்டுப்
பாணவே வற்றும்வரை எரித்துப் பார்க்கப்
பதமான வெண்ணெயாய் யிருக்கம் பாரு.
பூணவே வெண்ணைதனை குப்பிக்கிட்டு
புகழ்பலப்ப கல்மூடி மணல் மறைவில்
தோணவிரு பத்தெருவில் புடம்போட்டாலே
துடியான செந்தூரம் முருக்கம் பூவே.
பூவான செந்தூரம் தனையெடுத்து
புதுத் தேனில் பன்னிரெண்டு நாட்களுண்ண
ஆளான அந்தி சந்தி உண்டாயானால்
அற்று விடும் நரை திரையும் யானையுமாகும்"
(போகர் மலை வாகடம் - பாடல் -41)

பொதுவாக நெல்லியைப் பொறுத்தவரையில் 4 வகைகள் உண்டு. அரிநெல்லி, நாட்டு நெல்லி, கீழ்க்காய் நெல்லி, மேல்க்காய் நெல்லி என்பனவாம். இவை தவிர செந்நெல்லி, கருநெல்லி, பொன் நெல்லி என்பன போன்ற அரிய வகைகளும் உண்டு. இவைகள் அனைத்துமே மனிதனை நோயற்ற நிலையில் வாழ வைக்கும் அற்புதமான மருத்துவ மூலிகைகளாகும். இவற்றுள் நாட்டு நெல்லி யைக் கொண்டும், அரிநெல்லியைக் கொண்டும் தயாரிக்கப் படும் 2 வகையான கற்ப மருந்துகளைக் கூறினேன்.

இனி அடுத்ததாக சிவப்பு நிற கீழ்க்காய் நெல்லியைக் கொண்டு செய்யப்படும் மிக அரும் மருந்து ஒன்றைக் கூறுகிறேன். இது மருந்து மட்டுமல்ல. கற்ப மருந்து என்பதை விட விஞ்ஞானத்திற்கும் எட்டாத அரும் பொருள்களுள் ஒன்றான இரசமணியையும் செய்யப்பயன் படுகிறது. இதனை போக முனிவர் தன்னுடைய 'மலை வாடகம்' என்னும் நூலில் கீழ்க்கண்டபடி கூறியுள்ளார்.

அதை அப்படியே இங்கு அளிக்கிறேன்.

சிவப்புக் கீழ்க்காய் நெல்லிச் செடிகள் என்பது 2 அடி உயரத்தில் சாதாரண கீழ்க்காய் நெல்லிச் செடியைப் போன்று காணப்படும். பெரிய காய்களையும், சிவந்த பூக்களையும் கொண்டிருக்கும். இதன் இலை களைப் பறித்து வந்து, சிறுபுள்ளடி, செங்கழுநீர் ஆகிய இரண்டு மூலிகைகளின் இலைகளையும் சம அளவாகக் கூட்டி இடித்துச் சாறு பிழிந்து வீசம்படி எடுத்துக் கொண்டு சாறு தீரும்வரை கெந்தகத்தில் விட்டு அரைத்து பின்பு 'உதக நீர்' விட்டு அரைத்து சுண்டக்காய் அளவாக உருட்டி உலர்த்தி மண்குகையுள் வைத்து உருக்கக் குளிகை யாகும். இதை வாயிலிட்டு அடக்க ஆகாய மார்க்கமாய்ச் செல்லும் கெவுன சித்தி உண்டாகும்.

உமிழ்நீரை உட்கொள்ள உடல் காயசித்தி அடையும் என்று மிகவும் அற்புதமாகக் கூறியுள்ளார். இது கருவூரார் சூத்திரம் குரு நூல் -150 என்னும் நூலிலும் தெளிவாகக் கூறப்பட்டுள்ளது. இதில் முக்கியமாக சேர்க்கப்படும் 'உதக நீர்' என்னும் அறிய பொருளைப் பற்றி பின்னால் தெளிவாகக் கூறுகிறேன்.

மிகவும் ஆசசரியப்படும்படியான, நம்பமுடியாத எவ்வளவோ இயற்கையின் அதிசயங்கள் இன்னும் இவ்வுலகில் மனிதனுக்காக படைக்கப்பட்டுதான் உள்ளன. மனித இனம் மரணமற்ற ஒரு சமுதாய மாக மாற வேண்டும் என்ற சித்தர்களின் முற்போக்கான எண்ணத்தாலும், அவர்களின் தன்னலமற்ற உழைப்பாலும் அவ்வறிய அதிசயங்கள் கண்டுபிடிக்கப்பட்டு வெளிப்படுத்தப்பட்டுளளன. ஆனாலும் நாம்தாம் அவற்றின் அருமைகளை உணராமல் இருக்கிறோம்.

இனி அடுத்ததாக சித்தர்கள் சுாயகற்பங்களுக்கு ஏன்றே அரிய சக்திகள் உடைய பல அபூர்வ மூலிகைகளைப் பயன்படுத்தியுள்ளனர். இவைகளுக்கு உணர்வுத் தாவரங்கள் என்று பெயர் (Sensitive Herbals). சாதாரண மூலிகைகளில் உள்ள பல ஆற்றல்களை விட பன் மடங்கு அரிய ஆற்றல்களை உள்ளடக்கிய இந்த மூலிகைகளைத் தேடி சித்தர்கள் பல அடர்ந்த வனங்களிலும், மலைக் குன்றுகளிலும் அலைந்து ஆராய்ந்து அதனைப் பயன்படுத்தும் முறைகள் மற்றும் அதனால் அவர்கள் அடைந்த பலன்கள் முதலியவைகளையும், அந்த அபூர்வ மான மூலிகைகளின் பெயர்கள் மற்றும் அடையாளங்கள், உட் கொள்ளும் முறைகள் முதலியவற்றையும் மிகத் தெளிவாக தங்கள் நூல்களில் கூறியுள்ளனர்.

இன்றைய விஞ்ஞான வளர்ச்சியிலும் மூலிகைகளைப் பற்றி பல ஆய்வுகள் செய்து கொண்டிருக்கும் ஆராய்ச்சியாளர்களுக்கும் பெரிதும் பயன்படும் என்பதுடன் காயசித்தி செய்பவர்களுக்கும், மிக

மிக உதவியாக இருக்கும் என்பதாலும், எப்படியும் மரணமற்ற மனித சமுதாயத்தை உருவாக்க வேண்டும் என்று சித்தர்கள் தங்களுடைய வாழ்க்கையை அர்ப்பணித்து கண்ட அந்த அரிய பல தகவல்களை எல்லோரும் அறிந்து கொள்ளும் பொருட்டு இங்கு வெளிப்படை யாகக் கூறியுள்ளேன்.

முதலில் அப்படிப்பட்ட அபூர்வ வகை மூலிகைகளின் பெயர் களை பட்டியலிட்டுக் கூறுகின்றேன்.

1. அழுகண்ணி, 2. தொழு கண்ணி, 3. கணை எருமை, 4. தில்லை, 5. சதுரம், 6. தும்புலா, 7. காட்டாமணக்கு, 8. அரிநெல்லி, 9. ஆச்சா, 10. சரள தேவதாரு, 11. ஜோதி, 12. கருவாழை, 13. கரு ஊமத்தை, 14. மலை அரளி, 15. பப்பரப் புளி, 16. சோமம், 17. எட்டி, 18. வெள்ளெருக்கு, 19. சிவப்பு கீழ்காய்நெல்லி, 20. குங்கிலியம், 21. சாயா, 22. சிவப்பு தூதுவளை, 23. செங்கரிப்பான், 24. சர்க்கரை வேம்பு, 25. வன்னி, 26. கீரி, 27. தேவதாரு, 28. இந்திர வீரம், 29. வேம்புப் புல்லுருவி, 30. கல்லத்தி, 31. குருக்கத்தி, 32. சேங்கொட்டை, 33. சீந்தில், 34. வேர்ப்பலா, 35. கருங்கொடிவேலி, 36. கருந்துத்தி, 37. செந்தகரை, 38. கருப்புக் கரிசாலை, 39. கோடாசூழி 40. செங்கடுக்காய், 41. வெள்ளைப்புனல் முருங்கை, 42. பேய்ச்சுரை, 43. குறுவரிக் கற்றாழை, 44. மஞ்சள் பூ தைவேளை, 45. செங்கற்றாழை, 46. செந்நாயுருவி, 47. அமிர்தவள்ளி, 48. ரோம மரம், 49. கருநெல்லி, 50. நாகப்படக் கற்றாழை, 51. வெண்ணாவல், 52. வனப்பிரமி, 53. முப்பிரண்டை, 54. கரப்பான், 55. சோதிப்புல், 56. சிவந்த இலைக்கள்ளி, 57. ஏரழிஞ்சில், 58. செங்கொடி வேலி, 59. சேர்ந்தாடும் பாவை, 60. சஞ்சவி மூலி, 61. உரோம வேங்கை, 62. இருப்பவல், 63. சுணங்கன், 64. பவள துத்தி, 65. கரு நொச்சி, 66. கரு நாரத்தை, 67. நாகதாளி, 68. சிவப்பு புனல் முருங்கை, 69. பால்பட்டை, 70. அகில், 71. பாதிரி, 72. கடுக்காய், 73. தேற்றான், 74. சுரப்புன்னை, 75. கல்தாமரை, 76. முண்டகம், 77. சிரியா நங்கை, 78. ஆயில்யம், 79. மயிலை, 80. பிறாய், 81. கெட்டிவஞ்சி, 82. கொஞ்சி, 83. தொணியா, 84. பிரும்மதரு, 85. கருக்குவாச்சி, 86. ஊக்குணா, 87. கைவளாக்கை, 88. பொற்சீந்தில், 89. வெண்துத்தி, 90. திருகு கள்ளி, 91. மிளகரணை, 92. கானற் பலா, 93. இரத்தப் பலாசு, 94. நேத்திரஞ் சிமிட்டி, 95. வல்லாரை, 96. சிவனார் வேம்பு, 97. வெள்ளை நீர் முள்ளி, 98. ஓரிலைத் தாமரை, 99. பூமி சர்க்கரை, 100. பயற்றங்காய் கள்ளி, 101. ஆடுதின்னாப் பாளை, 102. ஆடாதோடை, 103. புளியம் பிரண்டை, 104. சீதா செங்கழுநீர், 105. செவ்வாழை, 106. வேலிப்பருத்தி, 107. துத்தி, 108. சத்திரப்பூடு, 109. பொற்றிலைக்

கையான், 110. பாற்சோதி, 111. வரை ஆல், 112. செவ்வள்ளி, 113. பாலுனி, 114. செந்தும்பை, 115. கருந்தாமரை, 116. கார்போக அரிசி, 117. வல்லாரை, 118. அவுரி, 119. பொற்பூதைவேளை, 120. நாகதாளிக் கள்ளி.

மேற்கூறிய 120 வகையான மூலிகைகளும் மனிதனை மரணத்திலிருந்து காத்து பெருவாழ்வினை அளிப்பதற்காகவே இறைவனால் படைக்கப்பட்டவையாகும். இதன் பெயர்களை அறிவதற்கே முன் பிறவியில் புண்ணியம் செய்திருக்க வேண்டும் என்று பல பெரியோர்கள் கூறியுள்ளனர். இவ்வளவு அபூர்வமான உணர்வு மூலிகைகளின் அடையாளங்கள் மற்றும் பலன்களை இனி விரிவாகக் காண்போம்.

1. அழுகண்ணி

இது அடர்ந்த கானகத்தில் கசிவுமிக்க தரையில் மிகக் குளுமையான இடத்தில் வளரக்கூடிய அபூர்வ வகை மூலிகையாகும். இதை சித்தர்கள் 'ருதந்தி' என்று அழைப்பார்கள். இந்த மூலிகையில் வெள்ளை, கருப்பு, சிவப்பு, மஞ்சள் என்ற 4 வகைகளுண்டு. பூவைக் கொண்டு தான் அதன் வகைகளை நாம் அடையாளம் கண்டுகொள்ள முடியும். இந்த 4 வகைகளும் நல்ல பலனைக் கொடுக்கும். இதன் இலைகள் கணப்பு இலைகள் போன்று இருக்கும். இதன் இலைகளில் இருந்து எந்த நேரமும் தண்ணீர் சொட்டிக் கொண்டு இருப்பதால் இதற்கு அழுகண்ணி என்ற பெயர் உண்டாயிற்று.

இதனை உட்கொள்ளும் முறை யாதெனில் வளர்பிறை பௌர்ணமியன்று இந்த மூலிகையின் இருப்பிடத்தைச் சுத்தம் செய்து தூபம், தீபம், பொங்கல் வைத்து வழிபட்ட பின் இச்செடியின் அருகில் அமர்ந்து மனதை ஒருநிலைப்படுத்தி பின் வரும் மந்திரச் சொற்களை 16 தடவைகள் உச்சரித்து பின் இந்த மூலிகையின் இலைகளைப் பிடுங்கி வந்து நிழலில் காயவைத்து இடித்து சலித்து சூரணமாகச் செய்து கொண்டு காலை, மாலை வெருகடி அளவு வீதம் தேன், நெய், பால் சேர்த்து 48 நாட்கள் உட்கொள்ள வேண்டும்.

இதை உட்கொள்ளும்போது உப்பு, புளி நீக்கி காற்றிலும், வெயிலிலும் செல்லாமல் மிகவும் எச்சரிக்கையுடன் இருக்க வேண்டும். இவ்வாறு செய்தால் நரை, திரை முற்றிலும் நீங்கி கற்பகோடி காலங்கள் இறப்பின்றி வாழலாம் என்பதை மிகவும் தெளிவாக போக முனிவரின் 'மலை வாகடம்' என்னும் நூல் கூறுகிறது. இதற்குரிய மந்திரச் சொல்

"வாமதேவி வயிரதேவி" (16 தடவை).

2. தொழுகண்ணி

இதன் இலைகள் அழுகண்ணி இலைகளை விடவும் சிறிது நீளமாக இருக்கும். சூரியகாந்தி இலைப் பூக்களைப் போன்று சற்று சிறிய பூக்களுடன் கருமை நிறமான தண்டுகளுடன் காணப்படும். சுமார் 2 அடி உயரத்தில் உள்ள இந்த மூலிகைகளின் அருகில் நாம் சென்றால் இரண்டிரண்டு இலைகளாக உள்ள இதன் இலைகள் ஒன்று சேர்ந்து நம்மை நோக்கித் தொழும். இதனால் இதற்கு தொழுகண்ணி என்று பெயர் ஏற்பட்டது. இதன் இலைகள் மற்றும் பூக்கள் யாவும் சூரியன் இருக்கும் திசையில் திரும்பி நிற்கும். இந்த செடியை வேருடன் பிடுங்கி வந்து அத்துடன் நுணா மரத்தின் (மஞ்சநத்தி) வேரையும் சமமாகக் கூட்டி நன்கு அரைத்த விழுதை ஒரு மண் குகையில் வைத்து அதன் மேல் சுத்தம் செய்த கந்தகத்தை வைத்து அதன்மேல் மீதி விழுதை வைத்து குகையை மூடி உலையில் வைத்து உருக்க செம்பு ஆகும். இந்த கெந்தக செம்பை செந்தூரமாக்கி முறைப்படி உட்கொள்ள உடல் அழிவற்று காயசித்தியாகும்.

மேலும் தொழுகண்ணி, அழுகண்ணி, கொட்டைக் கரந்தை இவைகளின் இலைகளைச் சமமாகக் கொண்டு வந்து நிழலில் காயவைத்து இடித்துச் சலித்து சூரணமாகச் செய்து கொண்டு காலை, மாலை வெருகடி அளவாக (மூன்று விரல்களால் எடுக்கும் அளவு) 48 நாட்கள் முறையாக பத்தியம் காத்து முன் கூறிய முறைப்படி இருக்க நரை, திரை மாறி விடும்.

இவ்வாறு 96 நாட்கள் காட்டில், குகையில் தங்கி இருந்து உட்கொள்ள யானையைப் போன்ற வலிமையுடன் 300 வயது வரை வாழலாம் என்று மிகவும் வியக்கும்படியாக ஸ்ரீபோகமுனிவர் எழுதிய 'மலை வாகடம்' என்னும் நூலிலும் அகஸ்திய முனிவரின் ஆற்றல் மிகு சீடராக விளங்கிய புல்ஸ்திய முனிவர் எழுதிய 'கற்பம் 300' என்ற நூலிலும் தெளிவாகக் கூறியுள்ளனர்.

முன்கூறிய அழுகண்ணி மூலிகைக்கான மந்திரச் சொற்களையே இந்த தொழுகண்ணி மூலிகைக்கும் பிரயோகிக்க வேண்டும் என்பது குறிப்பிடத்தக்கது. மேலும் இங்கு நான் கூறி வரும் அபூர்வ மூலிகைகளைக் கண்டவுடன் பிடுங்குவதோ, தேவைக்கு அதிகமாக பிடுங்குவதோ, இதைக் கொண்டு பொருள் ஈட்டும் நோக்கத்தோடு செயல்படுவதோ சித்தர்களின் சாபத்திற்கு ஆளாக நேரிடும் என்பதை இங்கு குறிப்பிட விரும்புகிறேன். முறையாக செய்தால் நிச்சயம் முழு பலனையும் பெற முடியும் என்பதில் எவ்வித ஐயமுமில்லை.

3. கணை எருமை விருக்ஷம்

இந்த கணை எருமை மரமானது ஓங்கி வளர்ந்து அடர்ந்த வனங்களில் அபூர்வமாக காணப்படும். இதன் இலைகள் எருமை மாட்டின் நாக்கைப் போன்ற தடித்த அமைப்பில் காணப்படும். காற்று அடிக்கும்போது இதன் இலைகள் அசைவதன் மூலம் எருமை மாடு கனைப்பது போன்ற வித்தியாசமான ஒலி எழுப்புவதால் இந்த மரத்திற்கு "கணை எருமை விருக்ஷம்" என்ற பெயர் உண்டாயிற்று. இந்த மரத்தை உடல் மனத் தூய்மையயுடன் சென்று சித்தர்களை வணங்கி வலமாகச் சுற்றி வந்து கல்லால் மரத்தைக் கொத்த பால் வடியும். இந்தப் பாலை ஒரு தேங்காய் சிரட்டையில் பிடித்துக் கொண்டு அத்துடன் தேன் கூட்டி உட்கொள்ள 3¾ நாழிகைக்கு மயக்கம் உண்டாகும். (ஒரு நாழிகை என்பது 24 நிமிடங்கள் ஆகும் அதாவது 1½ மணிநேரம்) இந்த செயலைச் செய்யும் போது நம்பிக்கைக்குப் பாத்திரமான சிலரை கூட அழைத்துச் செல்ல வேண்டும். இவ்வாறு மயக்கம் ஆனவுடன் அருகில் இருந்து ஒருவர் தேனும், பாலும் சமமாகக் கலந்து 1 நாழிகைக்கு 1 முறை கரண்டியினால் வாயில் ஊட்டிவிடவேண்டும். இவ்வாறு செய்ய 1½ மணி நேரம் சென்று மயக்கம் தெளிந்து எழலாம். இதன்பின் அறுசுவை நீக்கி பாலன்னம் உட்கொண்டு முறையாக பத்தியம் இருக்க நரை, திரை மாறி உடல் காயசித்தி அடைந்து கல்ப உடலுடன் 1000 வருடங்கள் உயிர்வாழலாம் என்று விஞ்ஞான உலகமே வியக்கும் படியான இந்த அரிய உண்மையை ஸ்ரீ போக முனிவரின் "மலை வாகடம்" என்னும் நூலிலும் சட்டைமுனிவரின் "கல்பவிதி 101" என்னும் நூலிலும் தெளிவாக கூறப்பட்டு உள்ளது. நினைத்துக்கூட பார்க்க முடியாத இந்த அரிய முறைகளை சற்றும் சுயநலமின்றி எந்தவித எதிர்பார்ப்பும் இன்றி நமக்கு அளித்த அந்த முன்னோடி விஞ்ஞானிகளான சித்தர்களின் கருணையை என்னென்று கூறுவது? இதை எண்ணும்போது...

"சீரியதோர் சித்தர்களின் பெருமை சொல்ல
சிற்றோலை காணாது அவனிதன்னில்"

என்ற பாடல்தான் நினைவுக்கு வருகிறது.

மேலும் ஒரு முக்கியமான விஷயத்தை உங்களுக்குக் கூற விரும்புகிறேன். இதுபோன்ற பல தெய்வீக சக்தியுள்ள அபூர்வமான மூலிகைகளைப் பார்த்தவுடன் அவசரபட்டு படித்ததை வைத்துக் கொண்டு பறிக்க முயல்வது கூடாது. ஏனெனில் இவைகள் சாதாரண மூலிகைகளல்ல. அத்துடன் இதுபோன்ற மூலிகைகளைப் பயன்படுத்து

வதற்கு முன்பாக நன்கு அனுபவம் உள்ளவர்களின் அறிவுரையைப் பெறுவதுடன் சித்தர்களிடம் உண்மையான பக்தியும், சிவதியானமும் அவசியமாகும். இருப்பினும் இவை போன்ற பல அபூர்வ மூலிகைகளைப் பறிக்கப்போகும் போது கண்டிப்பாக தனியாகப் போகக் கூடாது. நம்பிக்கைக்குப் பாத்திரமான சிலருடன் செல்வதே சாலச் சிறந்தது. இல்லையேல் பலபல இன்னல்களை நாம் சந்திக்க நேருவதுடன் உயிருக்கும் ஆபத்து ஏற்படும் நிலை உருவாகும் என்பதில் ஐயமில்லை. இதை நான் என்னுடைய அனுபவத்தில் பலதடவைகள் உணர்ந்து இருக்கிறேன் என்றாலும் இதற்கு ஆதாரமாக “ஸ்ரீபோக முனிவரின்” வாழ்வில் அவர்கண்ட இன்றைய விஞ்ஞான உலகையே வியப்படையச் செய்யும் ஒரு அபூர்வ சம்பவத்தை அவருடைய நூலான “சத்தகாண்டம்-7000” என்னும் நூலில் மிக வெளிப்படையாகக் கூறியுள்ளார். அந்த அரிய சம்பவத்தை நான் இங்கு ஆதாரப் பாடல்களுடன் எல்லோருடைய நலனைக் கருதியும் அளிக்கிறேன்.

பூநீர் எடுக்கும்போது ஏற்பட்ட அபாயம்

“தானான இன்னமொரு மார்க்கம் சொல்வேன்
தன்மையுள்ள புலிப்பாணி மைந்தா கேளு
கோனான எனதையர் காலாங்கி நாதர்
கொற்றவனார் எந்தனுக்குச் சொன்ன நீதி
பானான வையகத்து மான்பர் எல்லாம்.
பாராமல் பூநீரின் அபாயம் தன்னை
மேனான மௌனமென்று மதியீனத்தால்
மூதுலகில் சாபத்தால் மடிந்தார் தாமே”

போகர் தன்னுடைய சீடரான புலிப்பாணி முனிவருக்கு அறிவுரை கூறும்போது இந்த அபூர்வ சம்பவத்தைக் கூறுகிறார்.

“சென்றாரே வனந்தன்னில் இருவர்தாமும்
சிறப்புடனே பூநீரை எடுக்கும்போது
அன்றறிந்த கருஞ்சாதை சர்ப்பந்தானும்
அப்பனே பூநீரை எடுக்கவந்த
நின்றிருந்த சிவயோகி மான்பர் தம்மை
நெடுந்தூரந்தான் துரத்தி வருகும்போது
குன்றான மலைபோல விருட்சமப்பா
கூறான விருட்சமதில் ஏறிட்டாரே.

ஏறினதோர் மான்பர்தம்மை கண்டபோது
எழிலான சர்ப்பமது விருட்சந்தன்னில்

சீறியேதான் கண்டு சினந்துமே தான்
தீர்க்கமுடன் சிவயோகி இருவர்தம்மை
மீறியே தீண்டுதற்கு விடமும் கொண்டு
மிக்கான மானிடரைக் காணும்போது
தூறியே சிவயோகி இருவர்தாமும்
துப்புரவாய் அம்பதனால் எய்திட்டாரே.

எய்யவே சர்ப்பமதின் சிரசில்பட்டு
எழிலான சர்ப்பமது மடிந்ததாங்கே
பையவே சிவயோகி மாண்பர் தாமும்
பார்த்துமே சர்ப்பமது மடிந்ததென்று
துய்யநல்ல விருட்சமதை விட்டிறங்கி
தூயதான வடிமட்டம் வருகும்போது
வெய்யதொரு அதிசயங்கள் என்னசொல்வேன்
வேதாந்தத் தாயினுட மகிமைகேளே"

(போகர்-7000-பாடல்கள்-6275-6279)

மனிதனுடைய உடலையும், உயிரையும் இவ்வுலகில் நிலை நிறுத்தி மரணமற்ற பெருவாழ்வை அடைய உதவும் கருப்பொருளான "முப்பூ" என்னும் சுண்ண உப்பை எடுப்பதற்காக சிவயோகிகள் இருவர் அடர்ந்த வனத்திற்குள் சென்று கொண்டிருந்தபோது அபாய கரமான நஞ்சு உடைய கருஞ்சாரை என்னும் சர்ப்பமானது அவர்களை துரத்தியது. அவர்களும் வெகுதூரம் ஓடி மிக உயர்வான ஒரு மரத்தில் ஏறிக்கொண்டனர். ஆனால் அந்த சர்ப்பம் அவர்களை எப்படியும் தீண்டிவிடவேண்டும் என்ற வேகத்துடன் சீறியபடி அந்த மரத்தின் மீது ஏற முற்பட்டபோது வேறு வழியின்றி மரத்தின் மீதிருந்த சிவயோகிகள் இருவரும் தங்களிடம் இருந்த விஷம் தோய்க்கப்பட்ட அம்பினால் குறிதவறாமல் எய்து சர்ப்பத்தின் தலையில் பட்டு அந்தக் கொடிய கருஞ்சாரை என்னும் சர்ப்பம் மடிந்தது. கொடிய அந்த சர்ப்பம் இறந்து விட்டது என்று நினைத்து மரத்தின் மீது இருந்த சிவ யோகிகள் இருவரும் மரத்தை விட்டு தரைக்கு இறங்கினர். அதுசமயம் நடந்த அந்த அதிசயத்தை இனிவரும் பாடல்கள் மூலம் காண்போம் என்று மேற்கூறிய பாடல்கள் விளக்குகின்றன. இனி என்ன அதிசயம் நடந்தது என்று பார்ப்போம்.

இறந்த சர்பத்தை மற்றொரு சர்பம் மூலிகையால் எழுப்பியது

"தந்திரமா மூலியுடமகிமை தன்னை
சதகோடி சூரியரும் கண்டதில்லை
விந்தையயுள்ள சித்தரது திரக்கூத்தப்பா
விண்ணுலகும் மண்ணுலகுங் கண்கொள்ளாது
சிந்தையுடன் இருமனதும் ஒன்றதாகி
சிறப்புடனே பூவழலை எடுக்கும்போது
வந்துதல்லோ கருஞ்சாரை காலந்தானும்
வன்மையுள்ள மகிமையது புதுமைதானே"

"புதுமையாய் சர்ப்பமது என்ன சொல்வேன்
புகழாக மூலிதனை மனது உவந்து
கதுமையுடன் கானகத்தில் சென்றுமல்லோ
கடிதான மலைக்குகைகள் தான்கடந்து
மெதுவான சஞ்சீவி மூலிதானும்
மென்மையுடன் வாய்தனிலே கௌவிக்கொண்டு
பதுமமென்ற சர்ப்பமது இருக்கும் ஸ்தானம்
பான்மையுடன் வந்தல்லோ நிற்கலாச்சே"

(போகர்-7000-பாடல்கள்-6281-6282)

அப்போது நடந்த அந்த அதிசய சம்பவம் என்னவென்றால் சிவயோகிகளால் விஷ அம்பு எய்து இறந்துபோன அந்த கருஞ்சாரை சர்ப்பத்தை மற்றொரு கருஞ்சாரை சர்ப்பமானது வந்து பார்த்தது. பின்பு அந்த சர்ப்பமானது விரைந்து பல மலைகள் குகைகள் ஆகியவைகளைக் கடந்து சென்று அந்த அபூர்வ சஞ்சீவி மூலிகையைக் கண்டு அதைப் பறித்து தன்னுடைய வாயில் கௌவிக் கொண்டு மீண்டும் இறந்து கிடக்கும் சர்ப்பம் இருக்கும் இடத்திற்கு வந்தது என்பதை மேற்கூறிய இரண்டு பாடல்களுமம விளக்குகின்றன. இனி அடுத்து போகமுனிவர் கூறும் அபூர்வ சம்பவத்தினைப் பார்ப்போம்.

"நிற்கின்ற மறுசர்ப்பந் தன்னைக் கண்டு
நீதியுடள் சிவமான்பர் இருவர்தாமும்
அற்பமென்று நினையாமல் ஆலோசித்து
அறிவுள்ள சர்ப்பமதைக் கண்ணில் கண்டு
துப்புரவாய் எய்ததொரு சர்பந்தன்னை
துணிவுகொண்டு மூலிதனை மணங்கள்வீச
சொற்பெரிய சர்ப்பமது உயிருண்டாக்கி
சோறாமல் எழுந்திருக்கக் கண்டிட்டாரே"

"கண்டாரே சர்ப்பமது மூலிதன்னால்
கைலாசஞ் சென்றதொரு சர்ப்பந்தன்னை
பண்டுளது மாலையணி கிருஷ்ணன் கொண்ட
பாங்கான மூலியது விஷமூலிதானும்
கொண்டல்லோ தான்கொடுத்து உயிர்உண்டாக்கி
கூட்டுறவாய் அழைத்துக்கொண்டு சென்றநேர்மை
சண்டமாருதம்போல இருவர் மான்பர்
சட்டமுடன் பிரமித்தத் திகைத்திட்டாரே"

(போகர்-7000-பாடல்கள்-6283-6284)

இவ்வாறு அரியமூலிகையை வாயில் கௌவிக் கெண்டு வந்து நின்ற மற்றொரு கருஞ்சாரை சர்ப்பத்தைக் கண்ட சிவயோகிகள் இருவரும் இதை சாதாரணமாக நினையாமல் மிகவும் கவனமாகக் கூர்ந்து கவனித்தனர் அந்த சர்பமானது வாயில் கௌவிக் கொண்டு வந்த அந்த அற்புதமான சஞ்சீவி மூலிகைதனை இறந்த சர்பத்தின் முகத்தருகில் காட்டியது. சஞ்சீவி மூலிகையின் வாசனைபட்டு இறந்து கிடந்த சர்ப்பமானது எந்தவித சோர்வும் இன்றி உயிர்பெற்று எழுந்தது. உடனே வாயில் கொளவி வந்தமூலிகையை அங்கேயே போட்டுவிட்டு உயிர் உண்டான கருஞ்சாரை சர்பத்தை அழைத்துக் கொண்டு அந்த சர்பமானது புகை அடர்ந்த அந்த வனத்திற்குள் சென்று மறைந்தது. இதைக் கண்ட சிவயோகிகள் இருவரும் மிகவும் திகைப்படைந்தனர். மேலும் இறப்பற்று வாழும் சஞ்சீவி மூலிகை இதுதான் என்று அறிந்து இது கிடைத்தது நமக்கு பெரும் பாக்கியம் என்று நினைத்து அதனருகில் சென்றனர். இவ்வாறு அருகில் சென்ற சிவயோகிகளில் ஒருவர் அந்த வேதாந்தத் தாயை மனதில் வணங்கி இறந்த வரை உயிர்ப்பிக்கும் அந்த அபூர்வ சஞ்சீவி மூலிகையை கையால் எடுத்தனர். அப்போது நடந்த அந்த விபரீத நிகழ்ச்சியைத் திகைப்புடன் அந்த போகமுனிவரே தன் நூலில் கூறியுள்ளார். அந்த அபூர்வமான காட்சியைப்பற்றி அந்த மாமுனிவர் தன்னுடைய நூலில் கூறியுள்ள அரிய அந்த பாடல் வரிகளையும் ஆதாரமாகவும் எல்லோரும் அறிந்து கொள்ளும் பொருட்டும் இங்கு அளிக்கிறேன்.

"பார்த்தேனே சிவமன்பர் ஒருவன்தானும்
பண்பான மூலிதனைக் கரத்தில்தானும்
நேர்த்தியுள்ள மூலிதனை என்றுநம்பி
நேர்மையுடனே கரந்தனிலே எடுக்கும்போது
பூர்த்தியுள்ள மூலியது என்ன சொல்வேன்
புகழான அஞ்சனமாம் மூலிதானும்

ஆர்த்தியுடன் சிவமான்பர் தோழன்தன்னை
அப்பனே இழுக்கஅது பார்த்திட்டேனே

பார்த்தேனே மூலியது மகிமைதன்னை
பான்மையுடன் பிரம்மித்து ஏங்கும்போது
தீர்த்தமுடன் மூலியது வனத்தில்தானும்
தீர்க்கமுடன் சிவமான்பர் கரத்தைப்பற்றி
நேர்த்தியுடன் மூலியது தன்னைத் தானும்
நேரான வனந்தனிலே இழுக்கும் நேர்மை
பூர்த்தியுடன் யான்கண்டு திடுக்கிட்டு ஏங்கிப்
புகழாகக் குளிகை கொண்டு வந்திட்டேனே.

வந்தேனே கல்லாலின் மரத்தின்பேரில்
வளமையுடன் குளிகைகொண்டு நிற்கும்போது
அந்தமுள்ள சிவமான்பர் தன்னைத் தாமும்
அதிதமாய்ச் சிறப்புடனே இழுக்கும் நேர்மை
தந்திரமாம் மூலியது வன்மை மார்க்கம்
தன்மையுடன் மகிமையது கூறுவேனே”

(போகர்-7000-பாடல்கள்-6289-6291)

இவ்வாறு சிவயோகிகளில் ஒருவர் அந்த சர்பம் போட்டுவிட்டு போன சஞ்சீவி மூலிகையினை தன் கையால் எடுத்தவுடன் அந்த அபூர்வ மூலிகையானது அந்த சிவயோகியின் கையைப் பிடித்து பயங்கரமான வலிமையுடன் அந்த காட்டிற்குள் இழுத்தது. இதைக் கண்டநான் பிரமித்துத் திடுக்கிட்டு ஆகாய மார்க்கமாக பறந்து செல்ல உதவும் ரசமணியின் உதவியுடன் விரைந்து வந்து அவ்விடத்திற்கு அருகில் உள்ள கல்லால மரத்தின்மேல் நின்று கொண்டு வியப்புடன் பார்த்தேன் என்று ஸ்ரீ போக முனிவர் மேற்கூறிய பாடல்கள் மூலம் விளக்கியுள்ளார் அதன் பின் நேர்ந்த அதிசயங்களையும் காண்போம்.

இவ்வாறு சஞ்சீவி மூலிகையானது அந்த சிவயோகியை கையைப் பிடித்து இழுத்தவுடன் அவன் நண்பன் எதிர்புறம் இழுத்தான். ஆனாலும் அந்த மூலிகையின் வேகமும் வலிமையும் மிகவும் அதிகமாக இருந்ததால் அந்த மூலிகையை கீழே போட்டு விடலாம் என்று நினைத்து கையை உதறினான். அந்த சிவயோகி. ஆனால் அந்த அதிசய மூலிகையானது கீழே விழாமல் அந்த சிவயோகியின் கையை பிடித்து அந்த புகை சூழ்ந்த அடர்ந்த வனத்திற்குள் சர்ப்பம் சென்ற திசையை நோக்கி வலுவாக இழுத்தது. வேறுவழியின்றி இருந்த நண்பனான மற்றொரு சிவயோகி தன்னிடமிருந்த வாளால் மூலிகையானது பற்றியிருந்த சிவயோகியின் கரத்தை வெட்டிவிட்டான்.

என்ன அதிசயம்? வெட்டுப் பட்ட கையை அந்த சஞ்சீவி மூலிகையுடன் தரதர வென்று இழுத்துக் கொண்டு அந்த வனத்திற்குள் சென்றது. என்று மிக அபூர்வமான நிகழ்வை போகர் தன் நூலில் கீழ்வரும் பாடல் மூலம் தெளிவுபடக் கூறியுள்ளார். அந்த அற்புதமான பாடலை இந்த நிகழ்ச்சிக்கு ஆதாரமாக இங்கு அளிக்கிறேன்.

"மோசமது வந்ததென்று மனதில் எண்ணி
முனையான சிவமான்பர் ஏதுசெய்தார்
பாசமுடன் கைதனிலே இருந்த மூலி
பட்சமுடன் பூமிதனில் உதறிட்டாரே
நாகமது கொண்டதொரு மூலிதானும்
நற்கமல கரந்தனிலே விழாமல்தானும்
வீசலுடன் மூலியது கரத்தைப் பற்றி
விருப்பமுடன் கானகத்தில் இழுக்கலாச்சே

ஆச்சப்பா மூலியது இழுக்கும்போது
அப்பனே கூடிநின்ற தோழன்தானும்
மூச்சுடனே அவர்கரத்தை இவருங்கூடி
முனையாகத் தான் இழுக்கப் பார்த்தேன் யானும்
கூச்சலுடன் இருவருமே குய்யோ என்று
கூர்மையுடன் மனதுவந்து எண்ணங் கொண்டு
பாச்சலுடன் கரமிருந்த வாளால் தாமும்
பான்மையுடன் கரமதனை துண்டித்தார் பாரே

"பாரேதான் கரமதுவும் துண்டித்தபோது
பாங்குடனே மூலியுடன் கானகத்தில்
நேரேதான் கரந்தனையே மூலிதானும்
நேர்மையுடன் தானிழுத்துப் போகக் கண்டேன்."

(பாடல்-6298)

இனி அடுத்து நடந்த அதிசயங்களை இந்த விஞ்ஞான உலகம் கேட்டால் வியப்படையாமல் இருக்காது. அவ்வளவு அற்புதமான நிகழ்வை அப்படியே இங்கு கூறுகிறேன். வெட்டுப்பட்டு இருந்த சிவயோகியினுடைய கரத்துடன் வனத்திற்குள் சென்ற அந்த மூலிகை அந்த அடர்ந்த வனத்தின் நடுவில் உள்ள ஒரு குகைக்குள் வெகுகோடி காலமாக சமாதி நிலையில் இருந்த ஒரு மகாரிஷியின் முன்பாக நின்றிருந்த அந்த இரு கருஞ்சாரை சர்பங்களுக்கு முன்னால் போய் நின்றது. உடனே அந்த சர்பங்கள் அந்த முனிவரிடம் பேசின. திகைப்புடன் பார்த்துக் கொண்டிருந்த ஸ்ரீபோக முனிவர் மேலும் கூறுகிறார். மகா ரிஷியை நோக்கி அந்த இரு சர்பங்களும், வனத்தில்

இரு சிவ யோகிகள் "பூநீர்" எடுக்க வந்ததையும் அவர்களை ஒரு சர்பம் துரத்த அவர்கள் பயந்து மரத்தின் மீது ஏறிய பின்பும் விடாது துரத்தியதால் வேறுவழியின்றி விஷஅம்பை தலையில் எய்து சர்ப்பத்தைக் கொன்றதையும், பின்பு விஷமூலி மூலம் மற்றொரு சர்ப்பத்தால் தான் காப் பாற்றப்பட்டதையும் அந்த சஞ்சீவி விஷமூலிகையை அங்கேயே போட்டுவிட்டு வந்ததால் அதை எடுத்த சிவயோகியை தங்கள் இருப்பிடம் நோக்கி இழுத்ததையும் வேறுவழியின்றி சிவமான்பர்கள் தன் கரத்தை வாளால் துண்டித்ததையும் அதற்கு சாட்சியாக அந்த மூலிகை கொண்டுவந்த கரத்தையும் காட்டி எங்களுக்கு இதனால் எந்த பாதிப்பும் வராமல் நீர்தான் காப்பாற்ற வேண்டும் என்று அந்த மகாகுருவான ரிஷியாரைப் பணிந்து வேண்டின.

அதற்கு அந்த மகாகுருவான ரிஷி அந்த இரு சர்பங்களையும் பார்த்து சிவயோகிகளான அந்த உத்தமர்கள் முக்கியமான "பூநீர்" எடுக்க வந்ததை அறியாமல் நீங்கள் இந்த செயலைச் செய்து விட்டீர்கள். அந்த தாயான மனோன்மணியின் அருளாலும், மகாதேவரின் கிருபை யாலும் நீங்கள் உயிர் பிழைத்தது நீங்கள் செய்த பூர்வ புண்ணிய மாகும். ஆனால் சிவயோகியின் கரம் துண்டிக்கப்படுவதற்கு நீங்கள் காரணமாக இருந்ததால் பெரும் பாவமானது உங்ளை வந்து சேர உள்ளது. எனவே நீங்கள் உடனே மாற்று மூலிகை மூலமாக வெட்டுப் பட்டு விஷமூலியினால் கொண்டு வரப்பட்ட இந்த கரத்தை மறுபடியும் அந்த இடத்தில் கொண்டுபோய் ஒட்டவைத்தால் உங்களை பாவ மானது அணுகாது என அறிவுரை கூற உடனே இருசர்பங்களும் அவரை வணங்கி விரைந்து கானகத்திற்குள் சென்று மாற்று மூலிகை மூலம் வெட்டிய கரத்தை மறுபடியும் அதே இடத்தில் கொண்டு வந்து போட 'பூநீர்' எடுத்து விட்டு திரும்ப அவ்விடம் வந்த சிவ யோகியின் கரமானது விரைந்து துள்ளி வெட்டிய இடத்தில் சென்று ஒட்டிக்கொண்டது. ஆச்சரியம் அடைந்த சிவயோகிகள் திகைப்புடன் இறைவனை வணங்கி மகிழ்வுடன் சென்றனர். என்றும், இந்த மூலிகையின் அதிசயத்தை இவ்வுலகில் உள்ள எவரும் கண்டதில்லை என்றும் தன்னுடைய நூலில் 6300 முதல் 6312 வரை உள்ள பாடல்கள் மூலம் வெளிப்படையாகக் கூறுகிறார். மேலும்

"கூறுவேன் புலிப்பாணி புண்ணியவானே
குவலயத்தில் சித்துமுனி யாரேனுந்தான்
சீறுகின்ற சர்பத்தின் கற்பமூலி
சீருலகில் கண்டவர்கள் எவர்தான் உண்டு
தேறுபுகழ் பதினெண்பேர் நவகோடி தாமும்
தேசமதில் வெகுமகிமை பூண்டாரல்லோ

மாறுடைய கருஞ்சாரை சர்பமூலி
மாநிலத்தில் கண்டவர்கள் இல்லைதாமே
இல்லையே சித்தர்களுக்கு வணக்கம் கூறார்
எழிலான சாஸ்திரத்தைத் தானுங் காணார்
தொல்லையெனும் வனமூலி விஷத்தைக் காணார்
தொட்டதொரு கிட்டிருந்த மூலிகண்டார்
அல்லல்வினை தானருக்கம் வசியமூலி
அவனிதனில் வெகுசித்தர் கண்டார் உண்டு
கொல்லிமலை திரிந்தாலும் இந்த மூலி
குவலயத்தோர்க் கிட்டாது கிட்டாதன்றே"
(போகர்-7000-பாடல்கள்-6292-6293)

இவ்வாறு போக முனிவர் தன்னுடைய அன்பிற்குப் பாத்திர மான சீடரான புலிப்பாணி முனிவருக்கு இந்த உலகில் இதுபோன்ற அரியகானக மூலிகையை எவரும் கண்டதில்லை என்றும், வெகு மகிமையுடன் வாழ்ந்த 18 பேர்களும், நவகோடி ரிஷிகளும் கூட இந்த கருஞ்சாரை சர்ப மூலிகையைக் கண்டதில்லை என்றும், இவ் வுலகில் உள்ளவர்கள் வேத, சாஸ்திரங்களை முறையாக படிக்காமலும் சித்தர்களை வணங்காமலும் அருகில் உள்ள மூலிகைகளைக் கண்டு மகிழ்வார். நோய்களை நீக்கும் அரிய மூலிகைகளைப் பலசித்தர்கள் அறிந்துள்ளனர். ஆனால் கொல்லிமலை முழுவதும் திரிந்து அலைந் தாலும் இவ்வுலகில் உள்ளவர்களுக்கு இந்த அரிய சஞ்சீவி மூலிகை யானது கிட்டாது என்று தன்னுடைய அனுபவங்களை வெகுஅழகாக உபதேசித்து உள்ளார். இந்த நிகழ்சிசியினைப் படிப்பதன் மூலமாக ஒன்றை மட்டும் நம்மால் உணர முடிகிறது. இவ்வுலகில் விஞ்ஞானத்திற்கு எட்டாத பல அற்புதங்கள் மறைந்து கிடக்கின்றன. இந்த இறந்தவர் களை உயிர்பெறச் செய்யும் அபூர்வமான மூலிகை எது என்று கண்டுபிடிக்க முடியாமல் மலையையே பெயர்த்துக் கொண்டு வந்த அந்தக் காற்று பட்டவுடன் இறந்த அனைவரும் உயிர்பெற்று எழுந்த தாகவும் அப்படி அன்று அனுமரால் கொண்டுவரப்பட்ட சஞ்சீவி மூலிகை உள்ள மலையானது சஞ்சீவி மலை என்று பெயர் பெற்றதாகவும் நாம் ராமாயண காவியத்தில் படித்துள்ளோம். எது எப்படி இருப்பினும் நாம் காயகற்ப மருந்துகள் செய்யும் பொருட்டு பல அபூர்வமான மூலிகைகளைத் தேடி பலரிடம் விசாரித்து அடர்ந்த வனங்களுக்குள் செல்லும்போது முறைப்படி சித்தர்களை வணங்கியும், அந்த மூலிகையைப் பற்றிய அடையாளங்கள், எடுக்கும், பயன்படுத்தும் முறைகள் முதலியவைகளை நன்கு அறிந்து கொண்டும் செயல்படுவது நன்று. அத்துடன் நம்பிக்கைக்கு

உரியவர்கள் மட்டும் இன்றி நன்கு அனுபவமும், தைரியமும், தற்காத்துக் கொள்வதுடன் சந்தர்ப்ப சூழ்நிலைகளுக்கு ஏற்ப எதையும் சமாளிக்கும் திறமையும் உடைய சிலரை துணைக்கு அழைத்துச் செல்வது அவசியம்.

மேலும் வனங்களில் சென்று அங்கேயே எடுத்தவுடன் உப யோகப்படுத்தும் படியான கற்ப மூலிகைகளின் வேகத்தால் உடலில் ஏற்படும் மாற்றங்களுக்கும், விளைவுகளுக்கும் மாற்றாக உள்ள மருந்துகளை சித்தர்கள் கூறிய முறைப்படி அணுவளவும் தவறாது கொண்டு செல்லுதல் வேண்டும். ஒன்றிற்குப் பலமுறை சோதித்து பின்பே செயல்பட வேண்டுகிறேன். முறையாக பயன்படுத்துவதால் அரிய கற்ப மூலிகைகள் எந்த அளவிற்கு உயிரையும், உடலையும் அழிவி லிருந்து காப்பாற்றுமோ அந்த அளவிற்கு முறைதவறி பயன்படுத்து வதால் எதிரான விளைவுகள் உண்டாகும் என்பதை நினைவில் கொள்ளத் தவறிவிடக் கூடாது. மேலும் மிக முக்கியமான ஒரு விஷயம் என்னவெனில் நாம் கற்ப மருந்திற்காகத் தேடிப் போன மூலிகையை தவிர கானகத்தில் நாம் காணும் பல அபூர்வ மூலிகை களை எல்லாம் பறித்து வீணாக்கக் கூடாது. இவ்வாறு செய்வதால் சித்தர்களின் கடுமையான கோபத்திற்கு ஆளாக நேரிடும். அவ்வாறு நம்மை மிகவும் கவர்ந்த ஏதேனும் ஒரு மூலிகையானது காணப் பட்டால் தூய்மையான மனதுடன் ஆசையை அடக்கி மனஒருமைப் பாட்டுடன் அமர்ந்து சித்தர்களை நினைத்து வழிபட நிச்சயமாக அவர்கள் உங்களுக்கு உதவுவார்கள் என்பது பல தடவைகள் என் வாழ்வில் அனுபவ பூர்வமாக அறிந்த உண்மை.

4. தில்லை மரம்

இந்த மூலிகையானது சிவனின் நெற்றிக்கண் பொறியிலிருந்து உண்டானது என்று கூறுவார்கள். இதற்கு முகம் வீங்கி மரம் என்று பெயர். இது அடர்ந்த வனத்தின் நடுவில் இருக்கும். இதன் அருகில் பூச்சி, வண்டு முதலியவைகள் வராது. இதன் பால்பட்டால் கை, முகம் வீங்கி விடும். இந்த தெய்வ விருட்சமானது கருப்பு நிறத்திலும், கிளைகள் சாம்பல் நிறத்திலும் இருக்கும். மெலிவான இதன் கிளைகளில் உள்ள இலைகள் அத்தி மரத்தின் இலைகள் போல் இருக்கும். இந்த மரத்தின் பாலை அரைக்கால்படி அளவு கைபடாமல் எடுத்து அதில் சுத்தம் செய்த தாமிரத் தகட்டைப் போட்டு 48 நாட்கள் வரை வைத்து எடுத்து அதன்மீது சுத்தம் செய்த வீரம், பூரம் ஆகிய இரண்டு பாடாணங்களையும் மேற்படி மரத்தின் பாலால் அரைத்துப் பூசிக் காயவைத்து ஓட்டில் வைத்து மேல் ஓடு மூடி குக்குடப் புடம்

(கோழி புடம்) போட்டு ஆறவிட்டு எடுத்துப் பார்க்க தாமிரத் தகடு சுண்ணமாகி இருக்கும். இந்த சுண்ணத்தை நெய்யில் குழைத்து அரிசி எடை வீதம் காலை, மாலை 3 நாட்கள் உட்கொள்ள வேண்டும். கடுமையான பத்தியம் காக்க வேண்டும். இவ்வாறு உட்கொள்ள யானையைப் போன்ற வலிமையுடன் பல ஆண்டுகள் காயசித்தி யினால் உயிர் வாழலாம். இவ்வாறு முறைப்படி காய சித்தியை அடைந்த பின் யோக நிலையில் நின்று தவமியற்ற மிக மேல் நிலை யான சித்தர் நிலையை அடையலாம். ஆனால் முக்கியமாக இவ்வாறு முறையான காயகற்பங்களில் சேர்க்கப்படும் உலோகங்கள், பாடா ணங்கள், உபரசங்கள் முதலிய அனைத்துமே முறைப்படி மிகுந்த கவனத்துடன் சுத்தம் செய்த பின்பே பயன்படுத்திட வேண்டும் என்று ஸ்ரீ போக முனிவர் எழுதிய மலைவாகடம் நூலிலும் கரூவூரார் வாதகாவியம் 700 என்னும் நூலிலும் தெளிவாகக் கூறப்பட்டு உள்ளது.

இந்த மூலிகைக் கற்ப முறைகளில் என்னால் கூறப் பட்டுள்ள கற்ப மருந்துகளில் சேர்க்க வேண்டிய பல முக்கியமான உலோகங்கள் மற்றும் பாடாணங்களை எவ்வாறு சுத்தம் செய்வது என்பதை அந்தந்த இடங்களில் விளககியுள்ளேன். அவற்றை கவனமாகப் படித்துச் செயல்பட வேண்டுகிறேன்.

5. சதுர மரம்

இதன் இலைகள் தடித்து முறமுறப்பாக இருக்கும். நல்ல கதிர் வாங்கிப் பூக்கும். இதன் பட்டையை வெட்டினால் பால் வடியும். இந்தப் பாலை வீசம்படி அளவு எடுத்து வெள்ளைப் பாடாணத்திற்குச் சுருக்குக் கொடுக்கக் கட்டும். செம்புத் தகட்டைப் பழுக்கக் காய்ச்சி இந்த மரத்தினுடைய பாலில் 7 முறை சுருக்குக் கொடுக்கவும். பின்பு அதை கரி ஓட்டில் வைத்து ஊத 7 மாற்றுப் பொன்னாக மாறிவிடும். பொருளாசை கொண்டு இதைச் செய்யாமல் இந்த மாறிய தகட்டைச் செந்தூராமாக்கி தினமும் காலை, மாலை இரு வேளையும் 8 நாட்கள் உட்கொள்ள காயசித்தி ஏற்பட்டு உடல் பல காலங்கள் அழியாமல் உயிர் வாழலாம் என்று போகரின் மலை வாகடம் மற்றும் காலாங்கிநாதர் ஞானவிந்த இரகசியம்-80 என்ற நூலிலும் தெளிவாகக் கூறப்பட்டுள்ளது.

6. தும்புலா மரம்

இந்த தும்புலா மரமானது சேங்கொட்டை மரத்தின் இலைகள் போன்ற இலைகளுடன் காணப்படும். இந்த மரத்தின் பட்டையை வெட்டினால் பால்வடியும். இந்தப் பாலைப் பீங்கானில் பிடித்து அதில்

பாதரஸத்தை விட்டு வெயிலில் வைக்க இந்தப் பாலின் வேகத்தால் பாதரஸமானது வெண்ணெய்போல் மாறும். அந்த சூதவெண்ணையை செந்தூரம் செய்து முறைப்படி உட்கொள்ள நரை, திரை மாறி காயசித்தி ஏற்படும். என்று சதுரசிரி தல புராண நூலும் போகமுனி வரின் மலைவாகட நூலும் தெளிவாகக் கூறுகின்றன.

7. காட்டாமணக்கு மரம்

இது எல்லா இடங்களிலும் காணப்படும். இதன் கொம்புகளை ஒடித்தால் பால்வடியும். இந்தப் பாலைக் கோப்பையில் பிடித்து அதில் வீரத்தைப்போட்டு பிசறி வெய்யிலில் வைக்க வெண்ணைய் போலாகும். அந்த வெண்ணையை குகையினுள் வைத்து மணல் மறைவுப் புடமிட பற்பமாகும். அதனை உட்கொள்ள நரை, திரை மாறி யானையின் வலுவுடன் காயசித்தி உண்டாகும் என்று உரோமரிஷி சாஸ்திரம்-500 என்னும் நூலும் போகரின் மலை வாகட நூலும் விளக்குகின்றன. பூமியில் 4 விரல் ஆழக்குழிசெய்து அதில் மருந்து உள்ள குகையை வைத்து மணலால் மூடி அதன் மேல் எருவை கணக்காக அடுக்கி தீப்பற்றவைக்க தீயின் வெப்பமானது மணலைத் தாக்கி மணல் சூடு ஏறி அந்தச் சூட்டில் குகையில் உள்ள மருந்தானது வெந்து பற்பமாவதை மணல் மறைவுப் புடம் என்று அழைப்பார்கள். மருந்திற்குத் தக்கவாறு குழியின் ஆழமும் மேலே அடுக்கும் எருவின் அளவும் மாறுபடும். எனவே அனுபவம் உள்ளவர்களின் துணையுடன் செயல்பட வேண்டுகிறேன்.

8. அரிநெல்லி

இது சாதாரண நெல்லிமரத்தைப் போன்று இருந்தாலும் காய்கள் பெரிதாகவும், எலுமிச்சம்பழ அளவு உள்ளதாகவும் இருக்கும். இந்த கனிகளை வாயில் போட்டு மெல்ல துவர்ப்பும், இனிப்பும் கலந்த சுவையுடன் சிறு கொட்டைகளுடன் காணப்படும். இந்த நெல்லிக்கனியை இடித்துப் பிழிந்து 1 படி சாறெடுத்து அதில் பாதரஸத்தை (சுத்தம் செய்தது) விட்டு அடுப்பில் ஏற்றி மிதமாக எரித்து சாறுவற்றும் வரையில் எரித்துப் பார்க்க பாதரஸமானது வெண்ணெய்போல் காணப்படும். இதனைக் குப்பியில் இட்டு வாயைப் பலப்பக் கல்லால் மூடி மண்ணுக்குள் புதைத்து 20 எருவில் புடம்போட குப்பியின் வாய்க்குள் செந்தூரம் வந்து நிற்கும். இந்த செந்தூரத்தை அரிசி எடை வீதம் தினமும் காலை, மாலை இருவேளையும் தேனில் குழைத்துச் சாப்பிட்டு வர நரை, திரை மாறி மிகவும் வலுவான உடலுடன் காயசித்தி அடைந்து பல காலங்கள் உயிர் வாழலாம் என்று யாகோபு சிந்தாமணி-700 என்னும் நூலும்

போக முனிவரின் மலைவாகடம் என்னும் நூலும் மிக அருமையாகக் கூறுகின்றன. இவ்வாறு மிகவும் உயர்வான பல பற்ப, செந்தூர மருந்துகளை உட்கொள்ளும்போது கடுமையான பத்தியத்தைக் கடைபிடிப்பது அவசியமானதாகும். மேலும் இவ்வாறு முறையாக செந்தூரங்கள் சாப்பிடும் காலங்களில் மாலையில் மூதண்டக் கியாழம் என்னும் அறுகுவேர் கியாழத்தைக் கண்டிப்பாக உட்கொள்ள வேண்டும். இந்த கியாழத்தை எவ்வாறு செய்யவேண்டும், உட்கொள்ள வேண்டும் என்ற விபரங்கள் முன்சொன்ன அத்தியா யங்களில் கூறியுள்ளபடியால் அதைப்படித்து அதன்படி செய்து பலனடைய வேண்டுகிறேன். மேலும் இந்த கியாழம் உட்கொள்வதால் பல வேகமுள்ள செந்தூரங்களால் ஏற்படும் வேக்காடுகள் நீங்கும்.

9. ஆச்சாமரம்

இம்மரத்தின் அடி பெரியதாகவும், வெண்மையாகவும் இலைகள் இருவிரல் அகலமுடையதாகவும் இருக்கும். இம்மரத்தை கல்லினால் தட்டி வடியும் பாலைச் சேகரித்து துருசுக் கட்டிக்கு 10-முறை சுருக்குக் கொடுக்க வெண்மையாகும். இந்த துரிசுக் கட்டியை செந்தூரமாக்கிச் சாப்பிட நரை, திரை மாறி காயசித்தியடைந்து பலகாலம் வாழலாம் என்ற அரும் பெரும் விபரம் சட்டைமுனிவரின் வாத காவிய சாஸ்திர நூலில் தெளிவாகக் கூறப்பட்டு உள்ளது. இதற்குப் பயன்படுத்தும் துரிசுக்கட்டியானது சுத்தம் செய்யப்பட்டதாக இருத்தல் வேண்டும். சுருக்குக் கொடுத்தல் என்பது சுருக்குக் கொடுக்க வேண்டிய பொருளை சுத்தமான ஒரு இரும்புக் கரண்டியில் வைத்து சுருக்குக் கொடுக்க வேண்டிய திரவத்தை அந்தப் பொருள் மூழ்கும் அளவிற்கு விட்டு தணலில் வைத்து அல்லது சிறு தீயாக எரிக்கவும். சாறு முழுவதும் வற்றியவுடன் மறுபடியும் அந்த கரண்டி முழுவதும் சாற்றை ஊற்றவும். இவ்வாறு 1 முறை செய்ய 1 தடவை சுருக்குக் கொடுத்ததாகப் பொருள். எத்தனை தடவைகள் கூறப்பட்டு உள்ளதோ அத்தனை தடவைகள் சாற்றை ஊற்றி வற்றும் வரை காய்ச்சி எடுக்க வேண்டும். இந்த முறைக்கே சுருக்கும் கொடுத்தல் என்று பெயர்.

10. சரள தேவதாரு மரம்

இந்த மரத்தின் இலைகள் தேவதாரு மரத்தின் இலைகள் போன்றும், ஓங்கி வளர்ந்த இந்த மரத்தின் அடிப்பகுதி வெண்மை யாகவும், பூக்கள் நல்ல நறுமணத்துடனும் இருக்கும். இதன் இலைகளை இடித்துச் சாறு பிழிந்துகொண்டு சுத்தம் செய்த வெள்ளை பாடாணத் திற்குப் 10 முறை சுருக்குக் கொடுத்துப் பின் இதே சாறுவிட்டு அரைத்து வில்லையாகத் தட்டி காயவை. 20 எருவில் புடம்போட்டு

எடுக்க பற்பமாகும். இந்த பற்பத்தை அரிசி எடைவீதம் தேனில் குழைத்துக் காலை, மாலை இரு வேளையும் 8 நாட்கள் முறைப்படி பத்தியம் காத்து உட்கொள். சிறப்பான காயசித்தி ஏற்படும். இதனால் நரை, திரை மாறும் நரம்புகள் இறுகி யானையைப் போன்ற வலிமை உண்டாகும் என்றும் இதன் பூக்கள் அஞ்சனம் செய்யப் பயன்படும் என்றும் சதுரகிரி புராணமும், போகரின் மலை வாகடமும் தெளிவுபட கூறுகின்றன.

11. ஜோதி மரம்

இந்த அற்புதமான மரத்தைத் தேடிபலர் அலைந்து கொண்டிருந் தாலும் ஒருசிலர் மட்டுமே கண்டுள்ளனர். இந்த அற்புதமான மரத்தின் பயன்களைப் பார்ப்போம். இதன் அடி பெரியதாகவும், இலைகள் வட்டமாகவும், மலர் ஊமத்தம் பூ வடிவில் சிறியதாகவும் காய்கள் கொன்றைக்காய் போன்றும் இருக்கும். மரத்தைக் கொத்தினால் பால் வடியும். சந்திரன் மறைந்துள்ள இருட்டு இரவில் மரத்தின் மீது மின்மினிப் பூச்சிகள் ஒட்டியுள்ளது போல் ஒளிமயமாக இருக்கும். இதை உபயோகிக்கும் முறையினை இனி காண்போம். இந்த மரத்தின் அடியில் நின்று கொண்டு கீழ்கண்ட மந்திரச் சொல்லை 1008 முறை செபித்துக் கன்னிப்பெண்ணால் திரித்து மஞ்சள் தடவப்பட்ட நூலால் காப்புக் கட்டிப் பச்சரிசிப் பொங்கல் வைத்து தேங்காய், பழம் உடைத்துத் தூபதீபம் காட்டி மரத்தின் மேற்புணியைச் சீவிட்டு பட்டையை வெட்டிவந்து சிறுகச்சிறுக வெட்டி வெயிலில் உலர்த்தி முறைப்படி குழித்தயிலம் இறக்கி (குழித்தயிலம் இறக்கும் முறையைற முன்பே கூறியுள்ளேன்) அதை ஒரு இரும்புப் பாத்திரத்தில் விட்டுக் காய்ச்சி பதமாக இறக்கி மண்பானைக்குள் விட்டு பானையின் வாய்க்கு துணியால் வேடுகட்டி 8 நாட்கள் நெல்லுக்குள் புதைத்து வைத்திருந்து பின் எடுத்து 4 நாட்களுக்கு முறையே 1, 2, 3, 4 கழஞ்சு வீதம் சாப்பிடவும். இதனை உட்கொண்டவுடன் மயக்கம் உண்டாகும். மயங்கியவரைப் படுக்கவைத்து 2 கால் பெருவிரல்களையும் சேர்த்து துணியால் கட்டி, இரண்டு கைகளையும் இருபுறமும் போட்டு வைத்து வாழைப்பழமும் நெய்யும் கூட்டிப் பிசைந்து ஊட்டி விட்டுப் பசுவின் பாலையும் வாயில் விட்டுவரவும் 7-ம் நாள் மயக்கம் நீங்கிக் கண்விழிப்பான். அவ்வமயம் பசுவின் பாலைக் காய்ச்சி பனங்கருப்பட்டி போட்டு அருந்தச் சொல்லவும். பின்னர் பாசிப்பயறும், பச்சரிசியும் சேர்த்து சமைத்து உண்டுவர உடல் ஒளிபெறும். இவருடைய சிறுநீரும், மலமும் பட்ட பொருள்கள் தங்கமாக மாறும் என்றும், இதைச் செய்பவர்கள் கண்டிப்பாக தங்களது மத ஆசாரப்படி வழிபடுபவர்களாகவும், அமைதியும், மன உறுதியும், வாசிப்பயிற்சியும்,

தூய உடலும், ஏதேனும் ஒரு தியானமும் உடையவர்களாகவும் இருப்பது அவசியம் என்று விஞ்ஞானத்திற்கும் எட்டாத மனித உடலின் மாறுபாடுகளை சுந்தரானந்தர் குருநூல்-110-ம் போகரின் மலை வாகடமும் தெளிவாகக் கூறுகின்றன. ஆனால் இதற்குப் பத்தியம் அவசியமானதாகும்.

12. கருவாழை மரம்

இது சாதாரண வாழைமரம் போன்று இருப்பினும் இதில் காய்க்கும் பழங்கள் கறுப்பாக இருக்கும் (செவ்வாழைப் பழம் சிவப்பாக இருப்பது போன்று) இதன் தோலை உரித்தால் உள்ளே அழுக்கு நிறமாக இருக்கும். இதனைக் பிசைந்து அரிசி எடை வீரச் சுண்ணம் வைத்து தினமும் காலையும், மாலையும் 7 நாள் உட் கொள்ள அதிசயமான முறையில் நரை, திரை மாறி உடலானது காயசித்தி அடைந்து நரம்புகள் இறுகி பலகாலங்கள் உயிர் வாழலாம் என்று போகர் மலைவாகடம் மற்றும் திருமூலர் கருக்கிடை-600 என்னும் நூலும் தெளிவாகக் கூறுகின்றன.

13. கருஊமத்தை

இது ஊமத்தை செடியைப் போன்று இருப்பினும் இதன் இலை, பூ, காய், தண்டு ஆகிய அனைத்தும் கருப்பாக இருக்கும். இதன் அற்புதமான ஆற்றல்களை கூறாத சித்தர்களே இல்லை என்று கூறலாம். 4 முழ உயரம் வரை வளரும் இந்த மூலிகையினைக் கண்டு இதன் காய் (பெரிதாக) ஒன்றைப் பிடுங்கி அதன் பக்கவாட்டில் சிறுகத்தியைக் கொண்டு வட்டமாகத் துளை செய்து அதனுள் 1 பலம் சுத்தி செய்த பாதரஸத்தை விட்டு வெட்டிய துண்டைக் கொண்டு மூடி 7 தடவை சீலை மண் செய்து வெயிலில் காயவைத்து 5 எருவில் புடம்போட்டு எடுக்க ரஸமானது இறுகி மணியாகும். இந்த மணியை எடுத்து முறைப்படி வாயில் அடக்க கெவுனம் சித்தியாகும் (ஆகாய மார்க்கமாகப் பறந்து செல்லுதல்) இந்த மணியை கழுத்தில் அணிவதால் 8 விதமான சித்திகளும் (அஷ்டமா சித்தி) கை கூடும். யோக சித்தி உண்டாகும் என்று மிக அற்புதமாக, இரகசியமான முறையினை போகரின் மலைவாகடமும், யாகோபின் வாத சிந்தாமணியும் விளக்கு கின்றன. இதன் தெளிவான விபரங்களை திருமூல மாமுனிவர் தன் னுடைய கருக்கிடை-600 என்ற நூலில் கூறியுள்ளார். மேலும் இதன் மூலம் செய்யப்படும் வெகு அற்புதமான தைலம் ஒன்றையும் இங்கு கூறுகிறேன்.

கரு ஊமத்தான் இலையைக் கொண்டுவந்து இடித்து சாறு எடுத்துக் கொண்டு அதற்கு சமஅளவு தேங்காய் எண்ணெய் கலந்து அடுப்பில் வைத்து நன்கு மணம் வரும்வரை கடுகு பதமாக சிவக்கக் காய்ச்சி வடிகட்டி ஒரு புட்டியில் வைத்துக் கொள்ளவும். காயகற் பங்கள் உண்டு, யோக சாதனை செய்யும்போது உடலில் உஷ்ணத்தால் கட்டிகள், காதில் கட்டிகள் தோன்றினால் இதில் 3 சொட்டுகள் எடுத்துத் தடவி வர கட்டிகள் இருந்த இடம் தெரியாமல் மறையும். சாதாரணமாக உடலில் தோன்றும் சதைக்கட்டி, சிலந்தி, பிளவை, தொடைவாழை, நரம்புச் சிலந்தி போன்றவற்றிற்கும் இந்த எண்ணெய் அமிர்தம் போன்றது. காதில் சீழ்வடிந்தால் இரவில் 3 சொட்டுகள் ஊற்றி பஞ்சால் அடைக்கவும். 3 நாட்கள் தொடர்ந்து இவ்வாறு செய்ய உடனே சீழ் நிற்கும். வெளிப்பூச்சிற்கு மட்டும் பயன்படுத்தவும். இந்த தயிலத்தால் பல நோய்கள் குணமாகும். முள் குத்தினாலோ, விஷகாலிகள் தீண்டி னாலோ ஏற்படும் எரிச்சல், கடுப்பு ஆகியவைக்கு இந்த தையிலத்தை கடிவாயில் பூசிவிட உடனே அவை நிற்கும். இவ்வளவு அற்புதமான இந்த மூலிகை கிடைக்காவிட்டால் நான் முன்னர் கூறியபடி மூலிகைகளுக்கு கருப்பு ஏற்றும் முறையைப் பயன்படுத்தி சாதாரணமான ஊமத்தையின் விதையைக் கொண்டு கருப்பு ஊமத்தையை உருவாக்கிக் கொள்ளலாம். முயற்சியுடன் செய்தால் முழுப்பலனையும் அடையலாம்.

14. மலை அரளி

இந்த மூலிகையானது சாதாரணமான அரளியைப் போலன்றி அடிமரம் சிறுத்தும். இலைகள் மாவிலைகள் போன்று சற்று வெண்மையுடன் மஞ்சள் பூத்தும் காணப்படும். இந்த அடையாளம் கண்டு இந்த மலை அரளி இலைகளை வேண்டிய அளவிற்குக் கொண்டுவந்து இடித்துச் சாறு எடுத்துக் கொண்டு சுத்தம் செய்த கெந்தகத்தை கல்வத்தில் போட்டு இந்த மலைஅரளி இலையின் சாற்றால் 4 ஜாமம் (10 மணி நேரம்) அரைத்து வில்லைகளாகத் தட்டி, வெயிலில் காயவைத்து நன்கு காய்ந்தவுடன் ஒரு மண்குகையில் வைத்து சில்லு மூடி சீலைமண் செய்து மணல்மறைவுப் புடமிடவும் (மணல் மறைவுப் புடம்- ஒரு சாண் ஆழம், அகலம், நீளத்திற்கு தரையில் ஒரு குழிவெட்டி அதில் பாதி அளவு நைசான மணலைப் போட்டு அதன் மேல் புடமிட வேண்டிய பொருளை வைத்து அதன் மேலேயும் குழிமட்டத்திற்கு மணலைப் போட்டு விடவும். பின்பு அதன் மேல் தேவைப்படும் அளவு எரு அடுக்கி தீப்பற்ற வைக்கவும். தீயின் வெப்பம் நேரடியாக மருந்தில் தாக்காமல் மணலில் தாக்கி மணலின் வெப்பமானது மருந்தை வேகவைக்கும். இதற்கு மணல் மறைவுப்புடம்

என்று பெயர்.) இவ்வாறு புடமிட்டு ஆறிய பின்பு பார்க்கவும். குகையில் வைத்த கெந்தகமானது பற்பமாகி இருக்கும். இந்த பற்பத்தை எடுத்து வைத்துக் கொண்டு அரிசி எடை வீதம் நெய்யில் குழைத்து காலை, மாலை உட்கொண்டு முறைப்படி பத்தியமாக இருந்து வர உடல் காயசித்தி அடையும். இதனால் தோலில் ஏற்பட்டுள்ள அனைத்து விதமான நோய்களும்,18 வகையான குஷ்ட நோய்களும், வண்டுகடி, விஷக்கடி ஆகியவற்றினால் தோலில் உண்டான தடிப்பு, அரிப்பு, சொறிகரப்பான், கருங்கிரந்தி போன்றபல கொடிய நோய்களும் நீங்கும். இது தேவ அமிர்தத்திற்கு ஒப்பான மருந்து என்று குரு நூல் - கருவூராரின் வாத காவியம், போக முனிவரின் மலைவாகடம் ஆகிய நூல்கள் தெளிவாக விளக்குகின்றன. இனி அடுத்ததாக மிகப்பெரும் அபூர்வ ஆற்றல் கொண்ட தெய்வீக விருட்சமான “சோமம்” என்ற மூலிகையினை பற்றிக் கூறுகிறேன்.

15. சோம விருட்சம்

இந்த மூலிகையின் தெய்வீக சக்தியினைக் கூற முடியாது என்றால் மிகையாகாது. அவ்வளவு அதி அற்புதமான ஒரு தெய்வீக மூலிகையாகும். இந்த விருட்சத்தின் அடிமரமானது சிவந்து காணப் படும். இலைகள் கத்திபோன்று சிறியதாக இருக்கும். இந்த மரத்தின் காய்கள் ஆலமரத்தின் காய்களைப் போன்ற அளவுடன் நல்ல பவழத்தின் நிறத்தை ஒத்து இருக்கும். இது பால்வகை மரமாகும்.

முதலில் சுத்தம் செய்த பாதரஸத்தை 1 கழஞ்சு எடுத்துக் கொள்ளவும். இந்த மரத்தின் தண்டுப்பகுதியை ஒரு கல்லினால் தட்டினால் பால் வடியும். இந்தப் பாலை ஒரு கோப்பையில் பிடித்துக் கொண்டு அதில் மேற்படி சுத்தம் செய்த பாதரஸத்தைப் போட்டு 3நாட்கள் வைத்திருக்க வெண்ணெய் போல ஆகும். இந்த வெண்ணெயை எடுத்து சணவேதி உதகநீர் விட்டு வெயிலில் வைக்க இறுகிக் கட்டியாக மாறும் அந்த கட்டியை சுத்தம் செய்த செம்பில் 4க்கு 1என்ற விகிதத்தில் சேர்த்து உருக்க அந்த செம்பானது 10 மாற்றுத் தங்கமாக மாறும். அவ்வாறு மாறிய செம்பை முறைப்படி பற்பமாகச் செய்து உட்கொள்ள நரை, திரைமாறி, காயசித்தி ஏற்ப்படும். என்று போகரின் மலை வாகட நூலும், சட்டை முனிவரின் கற்பவிதி. 101 என்ற நூலிலும் தெளிவாக விளக்குகின்றன. இவ்வாறு மிகச் சிறப்பாக செயல்படும் சோமம் மூலிகையினைக் காண்பது மிக அரிதானதாகும்.

16. எட்டி மரம்

இதன் இலைகள் பளபளப்புடன் வெற்றிலையைப் போல் சற்று சிறியதாகவும் கரும்பச்சை நிறத்திலும் காணப்படும். இதன் பழமானது

சிவந்த மஞ்சள் நிறத்தில் காண்போரைக் கவரும் வண்ணம் அழகாக இருக்கும். இது "காஞ்சிரை" என்றும் அழைக்கப்படும். இந்த பழத்தை உடைக்க உள்ளே வெண்மையாக பிசின் போன்று 2தட்டையான விதைகளைக் கொண்டதாக இருக்கும். இது மிகவும் விஷத்தன்மை உடையதாகும். குதிகால் வாதத்திற்கு இதன் பழங்களை சுட்ட செங்கல் மீது வைத்து மிதிக்க நோய் தீரும். இதன் பழத்தை உடைத்து கொட்டைகளை எடுத்து நன்கு கழுவிவிட்டு பொடியாக நறுக்கிக் கொண்டு பசுவின் பாலில் நன்கு ஊறவிட்டு எடுத்து வெயிலில் காய வைத்துக்கொண்டு கடுகளவு முதல் ஒவ்வொரு கடுகளவாக கூட்டிக் கொண்டே வர வேண்டும். இவ்வாறு 20 நாட்கள் உட்கொண்டு முறையாக பத்திய மாய் இருந்து வர உடல் காய சித்தியடையும் என்று திருமூல மாமுனிவரின் கருக்கிடை-600 என்னும் நூலிலும் போகரின் மலை வாகடமும் மிகத் தெளிவாக விளங்குகின்றன. ஆனால் இவ்வாறு முறையாக காயகற்ப மூலிகைகளை உட்கொள்ளும் போது நன்கு அறிந்து முறைப்படி பத்தியம் காப்பது மிகமிக அவசியமாகும். அவ்வாறு இல்லாமல் அவசரப்பட்டு மூலிகைகளை உட்கொள்வதால் உடலில் பல எதிர்விளைவுகள் ஏற்படும். இதனால் சித்தர்களின் நூலைக் குறை கூறுவதால் எவ்வித பயனும் இல்லை.

17. குங்கிலிய மரம்

இந்த மரமானது ஒரு தெய்வீக சக்தி கொண்ட மரமாகும். இதன் அடிபெருத்தும், பல கிளைகளோடும், இருவிரல் அகலத்தில் கத்தி போன்ற இலைகளுடன் இருக்கும். இந்த மரத்தை வெட்டினால் பால் வடியும். இந்தப் பாலை உறைந்தவுடன் எடுக்க வெள்ளைக் குங்கிலியமாகும். இந்த வெள்ளைக் குங்கிலியத்தைப் பொடிசெய்து தணலில் இட சாம்பிராணி போன்று நல்ல வாசனையுடன் புகையும் உண்டாகும். இந்தப் புகையை நுகர்வதால் பயம், மனப்பிரமை, தலைபாரம், கபால நீர், போன்ற கொடிய வியாதிகள் நீங்கும். இந்த வாசனை படும் இடங்களில் உள்ள தரித்திரம் விலகி செல்வம் உண்டாகும்.

நாள்தோறும் அதிகாலையில் இந்த மரத்தின் அருகில் சென்று ஒரு கல்லைக் கொண்டு இந்த மரத்தைத் தட்டினால் பால் வடியும். இந்த பாலை ஒரு தேங்காய் சிரட்டையில் பிடித்து உறையும் முன்பு உடன் பசும்பால் சேர்த்து அருந்தவும். இவ்வாறு 48 நாட்கள் அருந்தி முறையாக பத்தியமாக இருக்க உடல் காயசித்தி அடைந்து யானையின் வலுவுடன் பலகாலம் வாழலாம் என்று இந்த தெய்வீக விருட்சத்தின் அற்புத சக்தியினை போகரின் மலைவாகடம் என்னும் நூலும், சதுரகிரி தலபுராணம் என்னும் நூலும் மிகத் தெளிவாக விளக்கு

கின்றன. இவ்வாறு ஆன்மீகம் கலந்த மருத்துவத்திற்குப் பயன்படும் பல அரிய தெய்வீக விருட்சங்கள் பலவற்றைப் பற்றி மேலும் விரிவாகக் கூறுகிறேன்.

18. வெள்ளெருக்கு

இந்த மூலிகையானது சாதாரண வெள்ளெருக்கு மூலிகைதான். எருக்கஞ் செடியில் பூக்கள் வெண்மையாகவும், இலைகள் வெளிர் பச்சை நிறத்திலும் காணப்படும். இதன் கொம்புகளை ஒடித்தால் பால் வரும். இந்தப் பாலை ஒரு கண்ணாடிக் கோப்பையில் பிடித்து அதில் மயில் துத்தத்தைப் போட்டு வெயிலில் வைக்க மயில் துத்தத்தின் பச்சை நீங்கி வெண்மை நிறமாக மாறும். இதனைக் குகையில் வைத்து சீலைமண் செய்து 10 எருவில் புடமிட சுண்ணமாகும். இது குரு சுண்ணம் என்பதாகும். இதில் அரிசி எடை வீதம் சாப்பிட காயசித்தியாகும். என்று கருவூராரின் - 700 நூலும் போகரின் மலை வாகட நூலும் அற்புதமாக விளங்குகின்றன. இதனை மேலும் பலவித வேலைகளுக்கும் பயன்படுத்தலாம்.

மேலும் இந்த வெள்ளெருக்கு மூலிகையைக் கொண்டு செய்யப்படும் ஆன்மீகம் கலந்த ஒரு அதி அற்புதமான காயசித்தி முறையினை ஸ்ரீ போக மாமுனிவர் தன்னுடைய நூலில் இந்த உலக நன்மையைக் கருதி வெளிப்படையாக கூறியுள்ளார். இந்த முறை யானது வெகுகாலமாக சில குறிப்பிட்டவர்களால் மட்டும் வெகு இரகசியமாய் பயன்படுத்தபட்டு வந்த முறையாகும். இந்த முறை செய்வதற்கு மிகவும் கடினமானதாக இருப்பினும் இதனால் கிடைக்கும் பலன்களைக் கூறவும் முடியாது. அத்தகைய வெகு அற்புதமான இந்த அரிய முறையினை எல்லோரும் அறிந்து கொள்ள வேண்டும் என்ற எண்ணத்தின் காரணமாக இங்கு வெளிப்படையாக கூறியுள்ளேன்.

பொதுவாக ஆன்மீக வாழ்க்கையினை சித்தர்கள் 3 விதமாகப் பிரித்தனர். அவற்றுள் மனித இனத்திற்கு ஏற்படும் துயர்களுக்கு காரணம் உணர்வுகளின் அடிப்படையில் ஏற்படும் ஆசையே என்பதை உணர்ந்து அதன் காரணமாக ஏற்படும் புற உணர்வுகளின் அதிர்வு களால் மனிதன் பற்பல நோய்களுக்கு ஆட்படுகிறான் என்றும் அந்த நோய்களை நீக்கி தூய்மையான வாழ்வை அடைய மணி, மந்திரம், ஔடதம் என்ற மூன்று வழிமுறைகளைப் பின்பற்ற வேண்டும் என்றும் கூறியுள்ளனர். விந்து நிலையை உயர்த்தி (மணி) அதன் மூலம் இழந்த சக்தியைப் பெற்று மனதை நிலைப்படுத்தி மனதின் திறனை வலுப்படுத்தி (மனம்+ திறம்= மந்திரம்) பின் உயர்வான பல அரிய

மருந்துகள் மூலம் உடலை அழியாத நிலைக்குக் கொண்டு வந்து தூய வாழ்வை அடைவதாகும். இம் 3 முறைக்கும் இந்த மூலிகையானது எவ்வாறு பயன்படுகிறது என்பதை இங்கு கூறுகின்றேன்.

சித்தர் விநாயகரின் பிறப்பும் சிறப்பான வெள்ளெருக்கு பூஜையும்

இவ்வுலகில் நாம் அனைவரும் வழிபடும் முழுமுதற் கடவுள் விநாயகப் பொருமானே என்பது உண்மை. அப்படிபட்ட பெருமானின் அற்புதமான பிறப்புப் பற்றியும், அவரை நம் வசப்படுத்தி நம்முடைய வாழ்வில் சகல செல்வங்களையும் பெற்று வாழும் பொருட்டு சித்தர்களால் மிகவும் இரகசியமாகவும், சிறப்பாகவும் கூறப்பட்டு உள்ள வெள்ளெருக்கு விநாயகர் பூஜை முறையையும் எல்லோரும் அறிந்து வாழ்வில் சகல பேறுகளையும் பெற்று சிறப்படையும் பொருட்டு இங்கு வெளியிடுகிறேன்.

> "வணங்குவாய் ஜெகஜோதி ஒருவனாகி
> மாநிலத்தை ஒருநொடியில் வகுத்துமண்ணில்
> குணமான மனிதர்களைப் படைத்தபின்பு
> குவலயத்தில் தானுதித்து குருவாய்த்தோன்றி
> ஜனமான சம்சாரம் என்றில்லாமல்
> சந்நியாசி போலிருந்து தவத்தைக்காட்டி
> பண்பான சித்தர்களை இருத்திவிட்டு
> பரமதளம் சென்றவனை அண்டுவாயே"

இவ்வுலகில் இறைவன் ஜோதி வடிவமாகவே இருக்கிறான் என்று அனைத்து மதங்களும் ஒப்புக் கொள்கின்றன. அவ்வாறு உள்ள இறைவன் இவ்வுலகில் இயக்கத்தை உண்டாக்க நினைத்ததாகவும் அதற்காக தன்னைப் போன்ற சாயலில் பிறப்புகளை உருவாக்கி அதன் மூலம் அற்புதமான இவ்வுலக இயக்கத்தை உண்டாக்கினான் என்றும் அவ்வாறு இறைவனுடைய சாயலில் உருவாக்கப்பட்ட பிறப்புகளே சித்தர்கள் என்றும், இவ்வாறு தன்னால் தோற்றுவிக்கப்பட்ட சித்தர் களுக்கு இவ்வுலகின் இயக்கத்தினை அறியவைக்கும் பொருட்டு தானே இவ்வுலகில் அவர்களுக்கு குருவாகத் தோன்றி சம்சார பந்தங்கள் ஏதுமில்லாமல் சந்நியாசி போல் வாழ்ந்து உண்மையான ஞானத்தையும், இந்த உலகின் மூல இயக்கங்களையும் உபதேசித்தும், அவர்கள் தன்னிச்சையாகச் செயல்படுவதற்கான உரிமையை அளித்தும், பின்பு தன்னுடைய இருப்பிடமான ஜோதியில் திகழ்கிறான். அதற்கு அடையாளமாகவே இன்றும் பெரியோர்களால் கார்த்திகை

தீபம், திருவிளக்கு பூஜை போன்றவைகளும், ஆலயங்களில் கற்பூரம் காட்டுதல், நெய்தீபம் காட்டுதல் போன்றவைகளும் நடத்தப்படுகின்றன.

இவ்வாறு இவ்வுலகில் ஆதியில் தோற்றுவிக்கப்பட்ட பிரம்மா, விஷ்ணு, சிவன் ஆகிய மூவரும் ஆதி சித்தர்கள் என்றும், அவர்களின் வழித்தோன்றல்களான விநாயகர், கந்தன், ஐயப்பன், மஹாதேவன், சதாசிவன் போன்ற அவதார புருஷர்கள் தேவசித்தர்கள் என்றும் அவர்களால் தோற்றுவிக்கப்பட்ட 18 சித்தர்களும் மானுட சித்தர்கள் என்றும் அழைக்கப்படுகின்றனர். உண்மையான இறைவனை இதுவரையில் யாரும் கண்டதில்லை என்ற அரிய உண்மையை ஸ்ரீ போகமுனிவரின் 7000 என்னும் நூலின் 5ம் காண்டத்தில் உள்ள 4989 -ம் பாடல் தெளிவுபட விளக்குகிறது.

“தானான கைலாச பதியில் தானும், சட்டமுடன் தேவாதி தேவர் தானும்
கோனான கடவுள்தனின் பாதாம்புயத்தைக் கொற்றவரு மான்பர்களும் கண்டதில்லை
தேவான மனோன்மணியாள் முதலானோரும், தெளிவான சங்கையதை அறிவதில்லை
பானான பரலோகம் கண்டுமென்ன, பாரினிலே கடவுள்தனைக் காணார் தாமே”

இவ்வாறு எண்ணிலடங்காத சித்தர்கள் இவ்வுலகினில் வாழ்கின்றனர் என்றாலும் இவர்கள் அனைவருக்கும் குருமார்களாக ஆதியில் தோன்றிய 18 சித்தர்களையே கூறுகின்றனர். நந்தீஸர், திருமூலர், பதஞ்சலி, காலாங்கி நாதர், அகஸ்தியர், போகர், சுந்தரானந்தர், கொங்கணவர், கருவூரார், சட்டை முனிவர், யூகி முனிவர், மச்ச முனிவர், கோரக்கர், இராமதேவர், பாம்பாட்டி, அழுகண்ணி, இடைக்காடர், தன்வந்திரி ஆகிய 18 சித்தர்களுள் மிகவும் பிரசித்தி பெற்று விளங்கியவர் போகமுனிவர் ஆவார். இவர் எழுதிய நூல்களுள் போகர் சத்த காண்டம் - 7000 என்பது மிகவும் அரிய நூலாகும். 7000 பாடல்கள் அடங்கிய இந்த நூலில் அரிய மூலிகைகள், மருத்துவம், மாந்திரீகம், இரசவாதம், காயகற்பம், யோகம், ஞானம், சமாதி என்ற எட்டு நிலைகளையும், அதிலுள்ள பல சூட்சமங்களையும் தெளிவுபட விளக்குகிறது. இந்த நூலில் அபூர்வமாகக் கூறப்பட்டுள்ள விநாயகரின் பிறப்புப் பற்றிப் பார்ப்போம். இந்த நூலின் 302 வது பாடலில் விநாயகர் உற்பவம் என்ற தலைப்பினில் விநாயகரின் பிறப்புப் பற்றிக் கீழ்கண்டவாறு கொடுக்கப்பட்டுள்ளது.

விநாயகர் உற்பவம்.

போகர் எழுதிய இந்த சத்த காண்டம் - 7000 என்னும் இந்த நூலின் 302 வது பாடல் நாம் முழு முதற்கடவுளாக வணங்கும் விநாயகரும் ஒரு சித்தர்தான் என்று மிக தெளிவாகக் கூறுகின்றது. எவ்வாறு எனில் விநாயகரும் இந்த பூமியில் நம்மைப் போன்று இவ்வுலகில் மனிதனாகப் பிறந்து, வளர்ந்து, காய கற்பமூலிகைகளால் தன் உடலைப் பக்குவப்படுத்தி அழியாத நிலையில் பல ஆண்டுகள் தவமியற்றி சித்தர் ஆனார் என்று கூறுகின்றார்.இராமர், கிருஷ்ணர் ஏசுநாதர், நபிகள் நாயகம் போன்றவர்களும் இவ்வுலகில் நம்மைப் போன்று சாதாரண மனிதர் களாகப் பிறந்து மனித சமுதாயத்திற்குப் பற்பல நன்மைகளைச் செய்ததன் மூலமாகவும், தங்களுடைய தீவிர தவத்தால் அடைந்த அற்புத சக்திகளை நல்ல வழியில் பயன்படுத்திய தாலும் தெய்வநிலையில் வைத்து போற்றப்படுகின்றனர். அது போலவே விநாயகரும் இந்த பூமியில் திரேதா யுகத்தில் யானை முகத்துடனும் மனித உடலுடனும் பிறந்து மஹாதேவர் என்ற பெயருடன் பல காய கற்பங்களைஉட்கொண்டு சித்தர் நிலையடைந்தவர் என்று கூறப்பட்டுள்ளது. மேலும் இவர் பல ஆண்டுகள் காலங்கள் சம்சார வாழ்க்கை இன்றி இவ்வுலக மக்களுக்கு பல நன்மைகளைச் செய்தார் என்றும் பல கோடி ஆண்டுகள் இவரைப் போல் யாரும் வாழ்ந்ததில்லை என்றும், இறுதியில் இவர் மேரு மலையில் 13-வது அடுக்கில் சமாதி அடைந்துள்ளார் என்றும், தான் அங்கே சென்று விநாயகரைத் தரிசனம் செய்ததையும் கீழ்க் கண்டவாறு பிரமிப்பூட்டும் வகையில் கூறுகின்றார்.

சமாதி நிலையில் விநாயகர்

போக மாமுனிவர் தன்னுடைய குருவான காலாங்கி முனிவரின் அருளாசியுடன் கெவுனக் குளிகையின் உதவியால் ஆகாயமார்க்க மாகப் பறந்து சென்று மேரு மலையின் 13-வது அடுக்கில் உள்ள விநாயகரின் சமாதியைச் சென்று பார்த்தபோது அது மூடப்படவில்லை என்றும், அங்கே ஒரு கையில் அங்குசம், ஒரு கையில் ஒற்றைக் கொம்பு சகிதம் யானை முகத்துடன் சமாதி நிலையில் விநாயகர் இருந்தார் என்றும் குறிப்பிடுகிறார். போகர் கூறியபடி நின்றநிலை விநாயகர் சிலை சிவகெங்கை தாலுகா அலுவலகத்தில் உள்ளது.

இவ்வாறு கணேசரும் நம்மைப் போன்று இவ்வுலகில் மனித ராகப் பிறந்து சித்தர் நிலையை அடைந்து திருச்சமாதியில் உறைகிறார் என்ற அற்புதமான வியக்கத்தகு விபரத்தை **"ஸ்ரீ போக முனிவர்"**

தன்னுடைய சத்த காண்டம் 7000 என்னும் நூலின் மூலமாகத் தெளிவாக விளக்குகிறார். இதற்கு ஆதாரமாகவுள்ள ஸ்ரீ போக முனிவரின் பாடல்களை இங்கு அளிக்கிறேன்.

விநாயகர் உற்பவம்

சொன்னாரே இன்னமொரு மார்க்கங் கேளு
    சொல்லுகிறேன் பாரினிலே கணேசருண்டு
மன்னேகேள் திரேதாயி னுகத்திலப்பா
    மஹாதேவ ரானவராங் கணேசர்தாமும்
பன்னவே தும்பிக்கை ரூபங்கொண்டு
    பாரினிலே பிறந்தாராம் மனுஷரூபம்
என்னவே வெகுகோடி காலந்தானும்
    எழிலான ஞானிபோல் இருந்தார்தாமே.

(போகர்-7000-பாடல்-3501)

காணவே அவர்கூட்டம் தன்னிலப்பா
    கதுமையுடன் இவருமொரு சித்துமானார்
தோணவே வெகுகோடி காலமப்பா
    தொல்லுலகில் காயாதி கற்பமுண்டு
ஈணவே சமுசார வாழ்க்கைநீக்கி
    எழிலுடனே காயத்தை இருத்திக்கொண்டு
பூணவே புவியோர்க்குக் கவியதாக
    புகழுடனே வெகுகாலம் இருந்தார்தாமே.

(போகர்-7000-பாடல் 3510)

இவ்வாறு மனிதனாகப் பிறந்து சித்தர் நிலையை அடைந்த கணபதியின் மஹாசக்திகளைக் கண்டு இவ்வுலகிலுள்ளோர் அவரை தெய்வமாகத் தொழுதனர் அவரைத் தங்களின் குறைகளையும், துயர்களையும் நீக்கிட வந்த கடவுளின் அவதாரம் என்றும் சுவாமி என்றும் புகழ்ந்து அடிபணிந்து வணங்கினார்கள். ஆனால் கணபதி, கணேசர், விநாயகர், கஜமுகன், ஆதிமுதற் பொருள், தும்பிக்கையான் என்றெல்லாம் பல திருநாமங்களால் அழைக்கப்படும் விநாயகரும் இவ்வுலகினில் நம்மைப் போன்று மனிதராகப் பிறந்தவர்தான் என்பதை ஸ்ரீ போக முனிவர் கீழ்வரும் பாடல் மூலமாகத் தன்னுடைய நூலில் வெளிப்படுத்தியுள்ளார்.

விநாயகரை மக்கள் கடவுளாக்கியது

பாருலகில் கணபதியைத் தேவனென்றும்
    பாட்சமுடன் மானிடர்கள் தொழுதுபோற்றி

சீருடனே அஷ்டாங்கம் தனைநினைத்து
சிறப்புடனே அஞ்சலிகள் மிகவுஞ்செய்து
ஊருடனே குடிமக்கள் மிகவுங்கூடி
உத்தமராம் கணபதியைக் கடவுளாக்கி
பேருடனே வையகத்தில் சுவாமியென்னும்
பேரான புகழ்படைத்தார் அதீதமாமே
(போகர்-7000-பாடல்-3507)

இனி சித்தர்களின் உள்ளம் எவ்வளவு உயர்ந்த அன்புடன் விளங்குகிறது என்பதைக் கூறவும் வேண்டுமா? அவர்கள் செய்யும் செய்கைகள் நம்மைப் போன்றவர்களின் கண்களுக்கும், கருத்திற்கும் முன்னுக்குப்பின் முரண்பாடாகத் தோன்றினாலும் முடிவு மட்டும் மனித சமுதயாத்தின் நலனுக்காகவே அமையும் என்பதில் எந்தவித மாற்றுக் கருத்தும் இருக்க முடியாது. அவ்வாறு சித்தர்களின் நிலை யினை அடைந்த மனிதர்கள்

"நினைப்பதொன்று நடப்பதொன்று நிகழ்த்தலொன்று
நெஞ்சிறக்க மில்லாத சித்தர்செய்கை"

என்ற பாடல் வரிகளுக்கு ஏற்ப இவ்வுலகினில் ஜாதி, மதம், இனம், மொழி, நிறம் ஆகிய வேற்றுமைகளைக் கடந்து மனித சமுதாயத்தின் வளர்ச்சி, மற்றும் நலன் கருதி அதர்மத்தையும், தீய சக்திகளையும் கொஞ்சம்கூட மனதில் இரக்கமின்றி அழிப்பார்கள். அதற்காக அவர்கள் செய்யும் செயல்களை யாராலும் புரிந்துகொள்ள முடியாது. மனித சமுதாயத்தின் நலனுக்காகவே தங்களின் வாழ்வை அர்ப்பணித்து இன்றும் இவ்வுலகில் இறப்பின்றி பெருவாழ்வு வாழ்ந்து கொண்டிருக்கும் அவர்களை முறைப்படி முழுமனத்தூய்மையுடன் நினைத்து வழிபட்டால் நிச்சயம் நாம் நம்முடைய வாழ்வில் வரும் துன்பம், வறுமை, நோய், பகைமை, போன்ற பற்பல இன்னல்களில் இருந்து விடுபட முடியும் என்பதில் ஐயமில்லை.

இனி இவ்வுலகில் நம்மைப் போன்று மனிதராகப் பிறந்து கடுந்தவத்தாலும், காயாதி கற்பங்களை உண்டதாலும் மரணமற்ற பெருவாழ்வு நிலையினை அடைந்து மேருமலையின் 13-வது வரையில் கோடி சூரியப் பிரகாசத்துடன் திருச்சமாதியில் வீற்றிருக்கும் விநாயகப் பெருமானை, முறைப்படி எவ்வாறு வணங்கி, அவரின் முழு அன்பையும் பெற்று அதனால் நம்முடைய வாழ்வில் உயர் நிலையை அடையலாம் என்பதையும் விநாயகரின் பிறப்பின் இரக சியத்தை இவ்வுலகிற்கு வெளிப்படுத்திய ஸ்ரீ போகமுனிவரே தன்னு டைய நூலில் தெளிவாக, வெளிப்படையாகக் கூறியுள்ளார் இவ்வாறு

ஸ்ரீ போகமுனிவர் விநாயகரை நம் வசப்படுத்தி அவரின் பூரணமான அன்பு கிடைப்பதற்காக "வெள்ளெருக்கு" என்னும் அற்புத மூலிகை யைப் பயன்படுத்தும்படி கூறியுள்ளார். நாம் அன்றாடம் கடைகளிலும், வீடுகளிலும், வாகனங்களிலும்கூட இம்மூலிகையால் செய்யப்பட்ட விநாயகரின் திருவுருவத்தை வைத்து வழிபடுவதைப் பார்க்கின்றோம். ஆனால் உண்மையான முறையில் அந்த மூலிகையினை எப்படி எடுக்க வேண்டும்? அதற்கு நாம் கடைபிடிக்க வேண்டிய வழிமுறைகள் என்ன? அவ்வாறு செய்யும்போது நாம் என்னென்ன மந்திரச் சொற்களை உச்சரிக்கவேண்டும்? அவ்வாறு முறைப்படி எடுத்து வரப்பட்ட வெள்ளெருக்கு மூலிகையினால் எவ்வாறு விநாயகரின் திருவுருவத்தைச் செய்ய வேண்டும்? அதை எவ்வாறு வைத்து வழி படுதல் வேண்டும்? அவ்வாறு முறைப்படி வழிபடுவதால் நாம் அடையப்போகும் நன்மைகள் என்னென்ன? என்பதைப் பற்றிய மிகத்தெளிவான விளக்கங்களை ஸ்ரீ போகமுனிவர் தன்னுடைய நூலில் வெளிப்படுத்தி உள்ளார். மிக இரகசியமாகப் பாதுகாக்கப்பட்டு வந்த இந்த அரிய முறையினை இக்கலியுகத்தில் மனித சமுதாயம் அன்றாடம் அனுபவிக்கும் பல துயரங்களில் இருந்து மீண்டு வளமுடன் வாழும் பொருட்டு வெளிப்படுத்தி யுள்ளேன். தெளிவாகப் படித்துப் பயனடைய வேண்டுகிறேன்.

சித்தர் விநாயகரை வசப்படுத்தும் வெள்ளெருக்கு பூஜை முறை

செடிகளுடன் இல்லாமல் தனியாக வளர்ந்திருக்கும் 3 ஆண்டு கள் நிரம்பிய ஒரு வெள்ளெருக்கன் செடியைத் தேர்ந்தெடுத்துக் கொள்ள வேண்டும். ஞாயிற்றுக் கிழமையும் புனர்பூசம் அல்லது பூச நட்சத்திரமும் சேர்ந்து வரும் நாளில் அச்செடியைச் சுற்றிலும் இரும்பு படாமல் குழி பறித்து நிறைய தண்ணீர் ஊற்றி வைக்க வேண்டும். பின் செடியின் ஆணி வேர் வரை குழி பறிக்க வேண்டும். செடியின் அடியில் ஆணி வேரில் தேங்காயைப் போன்ற கிழங்கு காணப்படும். வேர்கள் 4 பக்கங்களிலும் பரவிச் செல்லும். எல்லா வேர்களையும் ஒன்றாகச் சேர்த்துக் கன்னிப்பெண் கையால் நூற்ற நூலால் காப்புக் கட்ட வேண்டும். செடியின் கிழக்குப் பக்கத்தில் தீப, தூப, உபசாரங் களுடன் பூஜைகள் செய்து பால் பொங்கல் நிவேதித்துப் பின் வெள்ளைச் சேவலைப் பலியிட வேண்டும். இவைகளெல்லாம் முறையாகச் செய்து முடித்தபின் அட்டகர்மம் என்னும் வசியம் முதல் மாரணம் வரையில் உள்ள மந்திரங்கள் அனைத்தையும் தலா 1 லட்சம் வீதம் உருச் செய்ய வேண்டும். இப்பூஜை முறைகள் அனைத்தையும் நித்தியத் தத்துவமாகச் செய்ய வேண்டும். பூஜை, ஜெபம் முடிந்த வுடன் ஒன்றாகக் கட்டி வைத்திருக்கும் வேர்களைத் தனித்தனியாகப்

பிரித்தெடுத்து தாயத்துகளில் அடைத்துக் கொள்ள வேண்டும். பின்பு வேரிலுள்ள கிழங்கில் விநாயகரின் உருவத்தைச் சிற்பமாகச் செதுக்கிக் கொள்ள வேண்டும். இனி இந்த முறையினில் செய்த சித்தர் விநாயகரை பூஜிக்கும் முறையினைப் பார்ப்போம்.

ஒரு தங்கத் தகட்டில் விநாயகருக்கு உரிய இயந்திரத்தைத் தவறின்றி வரைந்து கொள்ள வேண்டும். ஒரு தகட்டில் திருநீற்றைப் பரப்பி அதன் மீது விநாயகர் இயந்திரத்தை வைத்து அந்தத் தகட்டின் மேல் வெள்ளெருக்கன் கிழங்கு விநாயகரை வைக்க வேண்டும் பிராணப் பிரதிட்டை முதலியவைகளைச் செய்துகொள்ள வேண்டும். அப்போது தான் அந்தப் பொருள்களுக்கு கர்மம், தோடம் நீங்கி உயிர் நிலையை அடையும். பின்பு அந்த விநாயகருக்கு 16 வகையான தெய்வ உபசாரங் களுடன் 48 நாட்கள் காலை, நடுப்பகல், மாலை ஆகிய 3 நேரங்களிலும் முறையாக பூஜை செய்ய வேண்டும். நல்ல சிவந்த நிறமுள்ள மலர்களால் விநாயகருக்கு உரிய மூல மந்திரத் தினை ஒவ்வொரு முறையும் 1008 தடவை சொல்லி அர்ச்சனை செய்தல் வேண்டும். 48 நாட்கள் முடிந்த பின்பு தங்கத் தகட்டின் அடியிலுள்ள திருநீற்றை எடுத்துப் பார்த்தால் அது மாதுளம்பூ நிறத்தில் சிவந்து காணப்படும். இதனை எடுத்து பத்திரமாக வைத்துக் கொள்ளவும். இனி இந்த பூஜையினால் ஏற்படும் பலன்களைக் காண்போம்.

அதிகாலையில் எழுந்து குளித்துவிட்டு விநாயகரை வணங்கி சிவந்த நிறமுள்ள திருநீற்றை நெற்றியில் பூசிக் கொள்ள அனைவரும் வசப்படுவார்கள். அரசாங்கத்தினர் மிக மதித்துப் போற்றுவார்கள். பல சித்து விளையாட்டுகள் புரியலாம். தெய்வங்களும் கட்டுப்படும். எதிரிகளும் பணிவார்கள். பெரியோர்களால் மறைத்து வைக்கப் பட்டிருந்த இந்த பூஜை முறைகள் ஸ்ரீ போகமுனிவர் எழுதிய போகர் 7000 என்னும் நூலின் 632-639 வரையில் உள்ள பாடல்களில் தெளிவாகக் கூறப்பட்டுள்ளன. இப்படிப்பட்ட உண்மையான முறையினைப் பின் பற்றாமல் வெறும் வெள்ளெருக்கு வேரால் செய்யப்பட்ட விநாயகரை வழிபடுவதால் எந்தப் பயனும் ஏற்படாது. அதற்கு பதிலாக மேருமலையின் 13-வது வரையில் யோக நிலையில் வீற்றிருக்கும் சித்தரான மஹாதேவரின் உண்மையான வடிவில் சிவகெங்கை மாவட்டம், பிள்ளையார்பட்டியில் உருவாக்கப்பட்டுள்ள ஸ்ரீ கற்பக விநாயகரை வழிபட்டாலே எல்லாவித நன்மைகளும் உண்டாகும். விநாயகர் பூஜைக்கு உரிய மூல மந்திரம்

"ஓம் நமசிவாய, கங், கங் கணபதியே!
ஐயும், கிலியும், சவ்வும் சுவாஹா"

இந்த அற்புதமான முன்னோர்களால் இரகசியமாகப் பாதுகாக்கப்பட்டு வந்த மிகவும் சக்தி வாய்ந்த வெள்ளெருக்கு பூஜை முறைக்கு ஆதாரமாக ஸ்ரீ போகமுனிவர் நூலில் கூறப்பட்டுள்ள அந்த அரிய பாடல்களை இங்கு ஆதாரமாகவும் அளிக்கிறேன்.

வெள்ளெருக்கு விநாயகர் பூஜை முறை

தேங்காத வெள்ளெருக்கில் இன்னமொன்று
செப்புகிறேன் சித்தர்கள்தாம் செய்யும் மார்க்கம்
தாங்கியே வெள்ளெருக்கு மூவாண்டு ஏகத்
தனித்துநின்ற மூலவேர் தேடிப்பார்த்தே
ஆங்கியே அதைச்சுற்றிக் குழிதான் வெட்டி
அப்பனே குழிநிரம்பத் தண்ணீர் வாரே

தண்ணீர்வார் புனர்பூசம் பூசமாதல்
தருவான ஆதிநாள் பார்த்து நன்றாய்த்
தண்ணீராம் ஆணிலேர் கண்ட மட்டும்
சாதகமாய் வெட்டிஅடி மூலம் காண்பாய்
அண்ணவே தேங்காய்போல் கிழங்கு தோன்றி
அடியில்நிற்கும் ஆணிவேர் முனை மையத்தில்
திண்ணமாய் நாற்றிசையும் போகும் வேரைத்
திறமாகச் சேர்த்துப்பின் செப்பக் கேளே

கேளப்பா கன்னிநூல் காப்புக் கட்டி
கீழ்முகத்தில் பால்பொங்கல் தூபதீபம்
வாளப்பா வெண்சாவல் பலிதான் இட்டு
வசியமுதல் மாரணத்தை மாறு மாறு
ஆளப்பா தம்பனத்தில் லட்சம் ஓது
அழைப்பென்ற ஆர்ஷனம் தன்னை ஓது
தேளப்பா நிர்வானம் கொண்டே ஓதித்
திகழ்வேரை வெவ்வேறாய்ப் பிரித்து வாங்கே

வெவ்வேறாய் வாங்கியே குளிசம் கட்டு
விதமாக அடியில் நிற்கும் கிழங்கை வாங்கிச்
செல்வாக விநாயகனைப் போலே செய்து
சிறந்த பரித்தகட்டில் அறுகோணம் ஆக்கி
ஒவ்வாக முக்கோணம் உள்ளே இட்டே
ஓங்காரம் சுற்றிமேல் வட்டமாக
நவ்வாக ஓங்காரம் மேலே மைந்தா
நாற்கோணம் இட்டுஇனிமேல் நவிலக் கேளே

(போகர்-7000-பாடல்கள் 632 முதல் 635)

நல்லவே நடுகின்ற முக்கோணத்தின்
நல்வட்டம் தன்னீரில்ரீங் காரம் இட்டு
நவிலும்அறு கோணம்ஓம் நமசிவாயம்
நால்சதுரம் கோணத்தில் கங்கங்கென்று
நவிலவே கேசரியாம் மூலம்அப்பா
நல்ஐயும் கிரியும்சவ் வோடுநாட்டி
நவிலவே இப்படியே தகடுசெய்து
நலமான விபூதிமேல் பரத்திடாயே

பரத்தியே கணபதியை அதன்மேல் வைத்துப்
பாங்கான சோடசஉப சாரத்தோடே
உரத்தியே சுத்திசெய்து நாள்ஒன்றுக்கே
உச்சிமுதல் அந்திசந்தி மூன்றுகாலை
கரத்தினிலே சிவந்தபுட்பம் எடுத்துச் சாற்றிக்
காட்சிபெற ஆயிரத்தெட்டு உருதான் ஓது
பரத்திலே மண்டலம்தான் ஓதினாலே
பாரியதோர் பகையெல்லாம் நசிந்துபோமே.

போமென்ற பூதிதினை எடுத்துப்பாரு
புகழான மாதுளம்பூ போலே வண்ணம்
ஓமென்ற உதயத்தில் எடுத்துநெற்றி
உத்தமனே அதில்அணிய வசியமாகும்
வேமென்ற அறுபத்துச் சித்தும் ஆகும்
மெல்லியர்கள் மேல்விழுந்து மயங்குவார்கள்
வாமென்ற அரசர்உப சாரம்செய்வார்
வணங்காத தேவதைகள் வணங்கும்பாரே.
வணங்காத சத்ருக்கள் உன்னைக் கண்டால்
வந்துஅடியில் வீழ்ந்துகரம் குவித்துநிற்பார்
இணங்காத பேர்களெல்லாம் இணங்குவார்கள்
இயமதூதர் அஞ்சிநிற்பர் இயம்பினேனே.

(போகர்-7000-பாடல்கள் 636 முதல் 639)

எல்லோரும் இந்த அரிய பூஜையினைச் செய்து சித்தர் விநாயகரின் அருளைப்பெற்று மேல்நிலையை அடைய எல்லாம் வல்ல கணேசர் அருள் புரிவாராக.

19. சிவப்பு கீழ்காய் நெல்லி

இவை 2 முழ உயரத்திலும் கீழ்க்காய் நெல்லி போன்ற இலைகளுடனும் இருக்கும். பெரிய காயையும், சிவந்த பூவுடனும் இருக்கும். இதன் இலைகளுடன் சிறுபுள்ளடி, செங்கழுநீர் இலைகளைச்

சமனாகக் கூட்டி இடித்துப் பிழிந்து வீசம்படி சாறெடுத்து சாறுதீரும் வரை கந்தகத்தில் விட்டு அரைத்துப் பின் உதகநீர் விட்டு அரைத்து சுண்டைக்காய் அளவாக உருட்டி உலர்த்தி மண் குகையில் இட்டு உருக்க குளிகையாகும். அதை வாயில் அடக்கி இருக்க ஆகாய மார்க்க மாகச் செல்லலாம். தேகசித்தியும் உண்டாகும்.

- போகர் மலைவாகடம், கருவூரார் சூத்திரம்-150.

20. காயாமரம்

இம்மரமானது அடிகருத்து பெருத்தும் இலை வட்டமாய் முனை நீண்டும் பூ சிறிதாயும் இருக்கும் அதில் எப்போதும் காய்ப்பதில்லை. அடிமரத்தின் மேற்புரணியைச் சீவிவிட்டு பட்டையை வெட்டி உதக நீர் விட்டு இடித்து வீசம்படிச்சாறு எடுத்துப் பீங்கானில் விட்டுஅதில் சூதம் (பாதரசத்தை) விட்டுப்புடமிடக் குளிகையாகும். அதனை வாயிலடக்க தேகசித்தியாகும்.

- போகர் மலைவாகடம்.

21. சிவப்புத் தூதுவேளைச் செடிகள்

இவை சகலத்திலும் சாதாரணமானவை போல இருந்தாலும் மலரும் காயும் சிவந்து பெரிதாய் இருக்கும். இதன் சமூலத்தையும் உதகநீர் விட்டு இடித்து அரைக்காற்படி சாறுபிழிந்து பீங்கானிலிட்டு உடன் பாதரசத்தையும் வைத்து வெயிலில் வைக்கக் குளிகையாகும். அதனை முறைப்படி புடமிட்டுச் செந்தூளாக்கி உட்கொள்ளக் காய சித்தியாகும்.

- போகர் மலை வாகடம்.

22. செங்கரிப்பான்

இவை சகலத்திலும் சாதாரணமானவை போல இருந்தாலும் மலர் சிவந்து இருக்கும். இதன் சமூலத்தைப்பிடுங்கி வந்து சிறிது சிறிதாக உதகநீர் விட்டு இடித்து அரைக்காற்படிச் சாறெடுத்து உடன் சமனாக பசுவின் நெய்விட்டுக் காய்ச்சிப் பதத்தில் வடித்துப் பீங்கானில் வைத்துக் கொண்டு காலையில் மட்டும் விரலால் சிறிது எடுத்து உள்நாக்கில் தடவிவர அமுதம் சொரிந்துவரும். உட்கொள்ள காயசித்தியாகும்.

- சூரியானந்தர் கல்பஞான சூத்தரம்-25

23. வெள்ளை வேம்பு எனும் சர்க்கரை வேம்பு

இம்மரமானது அடிவெண்மையாகவும், இலை பொன்னிற மாகவும், காயும், பழமும் வெண்மையாகவும் இருக்கும். இதன் இலை,

காய், பழம், பட்டை ஆகியவை சர்க்கரை போல் இனிக்கும். மரத்தூரில் வெட்டிவிட்டு 1 மாதம் கழித்துப் பார்க்கப் பால் வழிந்து வெண்மையாய்க் கருவேலம் பிசின் போலிருக்கும். அதில் ஒரு பலம் எடுத்துப் பொடித்துப் பசுவின் பாலுடன் அருந்த யானை வலுவுடன் உடல் சித்தியாகும்.

- அகத்தியர் தத்துவம்-300

24. வன்னிமரம்

இம்மரமானது அடிபெருத்துக் கருப்பாகவும் இலைகள் கடுக்காய் இலைகளைப் போன்றும் மலர் சிறிதாயும் இருக்கும். இலைகளைப் பிடுங்கி உரலில் இட்டு உதகநீர் கூட்டி இடித்துவீசம் படிச் சாறெடுத்து இலிங்கத்திற்குச் சுருக்குக் கொடுக்கக் கட்டும். அதனைச் செந்தூர மாக்கிப் பத்துதினம் சாப்பிட காயசித்தியாகும்.

- போகர் மலைவாகடம்.

25. கீரிவிருக்ஷம்

இம்மரம் பெரிதாய் 1 விரல் நீளத்தில் முனை நீண்ட இலைகளுடன் பசுமை நிறமாய் இருக்கும். மரப்பட்டையை வெட்டி இடித்துச் சாறு பிழிந்து அதில் நிலப்பனைக் கிழங்கும், உப்பில் வேரும் சமன் கூட்டி அரைத்து 12 உருண்டை செய்து நிழலில் உலர்த்திக் கொண்டு 4 நாட்களுக்கு 1 வீதம் 1 மண்டலம் சாப்பிட்டு வர எவ் விதக் கொடிய விஷங்களும் பாதிக்காத உடல் பெறலாம். நச்சரவங் களையும் கையில் பிடிக்கலாம்.

- போகர் மலை வாகடம்.

26. இந்திரவீரமரம்

இம்மரமானது அடி பெருத்தும் கையகல இலைகளுடன் நாலிதழோடு கூடிய வெண்மையான மலர்களுடன் இருக்கும். மரத்தை வெட்டி வடியும் பாலைச் சிரட்டையில் பிடித்து வெள்ளாட்டுக் கோமயம் விட்டுக் கலக்கி அருந்த மூர்ச்சை (மயக்கம்) உண்டாகும். மூர்ச்சை தெளியும் வரை பசுவின் பால் கொடுத்து வர மூன்று நாட்களுக்குப் பின் தெளிவு ஏற்படும். பிறகு பச்சரிசியும் பாசிப்பயறும் கூட்டிச் சமைத்து உட்கொண்டு வரச் சட்டை கழன்று பொன்போல் ஒளியுண்டாகி உடல் சித்தி பெறும்.

- போகர் மலை வாகடம்.

27. வேம்பின் மேல் புல்லுருவி

பொதுவாக, மரங்களின் மேல் ஒட்டிக்கொண்டு அம்மரங்களிலிருந்தே சத்தைப் பெற்று வளரும் ஒருவகை ஈர்ப்புசக்தி உள்ள மூலிகை யாகும். வேப்பமரத்தின்மீது இலைகள் மாறுபட்டு வளரும் இதற்கு வேம்பின் மேல் புல்லுருவி என்று பெயர். இதன் அடையாளத்தைக் கண்டுபிடித்து ஞாயிற்றுக் கிழமை அமாவாசையில் காப்புக் கட்டிச் சேவல் பலி கொடுத்து மரத்தின் மீது ஏறிக் கிளையை வெட்டிவந்து அதே மரத்தினடியில் வைத்துத் தேங்காய், பழம், தீப, தூபம் கொடுத்து அதில் மூன்று மணிகள் செய்து கையில் கட்டிக்கொள்ள சகல சித்திகளும் கிட்டும்.

- கருவூரார் வாத காவியம்.

28. கல்லத்தி மரம்

இம்மரத்தின் அடிபெருத்தும் இருவிரல் அகலத்தில் முனை நீண்ட இலைகளுடனும் கணுக்களில் நெல்லியளவு காய்கொத்துக் களுடனும் இருக்கும். காய்களை உதகநீர்விட்டு இடித்துச்சாறு பிழிந்து அதில் வெண்பாடாணத்தைச் சுருக்குக் கொடுக்கக் கட்டும். அதனைச் சுண்ணமாக்கி உண்ணக் காயசித்தியாகும்.

- போகர் மலைவாகடம்.

29. குருக்கத்திமரம்

இம்மரமானது அடிபெருத்தும் இலை கல்லத்தி இலைகள் போலும் இருக்கும். மரத்தைத் தட்டிவடியும் பாலைச் சிரட்டையில் பிடித்து பாலுக்கு அரைப்பங்கு உதகநீர் விட்டுக் கலக்கிச் சூரிய புடமிட்டு குழம்பான பின்னர் நெல்லியளவாகக் காலை தோறும் சாப்பிட உடல் பொன்னிறமடையும்.

- போகர் மலைவாகடம்.

30. சேங்கொட்டை மரம்

இம்மரத்திலிருந்து இரண்டு சாக்கு சேங்கொட்டை கொண்டு வந்து 2 பெரிய பானையில் இட்டு நிறையத் தண்ணீர் விட்டு வைத்திருந்து 1 மாதம் கழித்து 1 குழி தோண்டி 4 பாத்தி பிரித்து கொட்டைகளை கொட்டிப்பரப்பி அதன் மேல் 1 சாண் உயரம் மணலைப் போட்டு மூடவும். 3 மாதம் கழித்து அது எருவாகும் அந்த எருவையிட்டுப் பரப்பி தண்ணீர் விட்டு அதில் வெங்காயத்தை நடவும். அந்தச் செடியில் விளையும் வெங்காயத்தை வேளைக்கு 4 வீதம் சாப்பிட்டு வர திரை மாறிக் காயசித்தியாகும்.

- நூல் போகர் சாகரம்

31. சீந்தில் கொடிகள்

இதனை உரலில் இட்டு இடித்து ஒருமிடாவிற் போட்டுப் பிசைந்து வைத்து 4-ஆம் நாள் பார்க்கச் சீந்தில் உப்புப் பூத்திருக்கும். அதனை எடுத்து உலர்த்திக் கொண்டு தினம் இருவேளை 1 வாரம் சாப்பிட உடல் பொன்னிறமுற்றுக் காயசித்தியுண்டாகும்.

- அகத்தியர் பரிபூரணம்-1200

32. வேர்ப்பலாமரம்

இம்மரமானது பெரிதாய் இருக்கும். இதன் வேர் சென்ற இடங்களில் பலாப்பழங்கள் பழுத்து அவ்விடத்தில் பூமி வெடித்து அதனின்றும் மணம் வரும். அந்த அடை யாளம் கண்டு மண்ணைத் தோண்டிப் பழத்தை எடுத்துச் சாப்பிட்டுக் கொட்டை களினின்றும் குழித் தைலமிறக்கி வைத்துக் கொண்டு காலையில் சிறு தேக்கரண்டி அளவு சாப்பிட மூர்ச்சையுண் டாகும். அதற்குத் தேனும் பாலும் கூட்டியுண்ணக் கொடுத்துவர 3 நாள் கழித்து மூர்ச்சை தெளியும். உடலின் சட்டை கழன்று பொன்போலாகிக் காய சித்தியாகும்.

- கருவூரார் வாதகாவியம் 700

33. கருங்கொடி வேலி

இதன் மலர், தண்டு, இலை ஆகியன கருப்பு நிறமாகவும், 2 முழ உயரமாகவும் இருக்கும். "ஓம் சரவணபவ" எனப் பதினாறு உரு செபித்துச் செடியின் சமூலத்தைப் பிடுங்கிச் சாறு எடுத்துக் குருவை அரிசிபோட்டு சமைத்துச் சோறு பொங்கி வருகையில் சாற்றைவிட்டுச் சமைத்து உண்ண நரை, திரைமாறிக் காயசித்தியாகும்.

- போகர்கல்பம் 300.

34. கருந்துத்தி

இது கருப்பு நிறமுள்ள மலர், தண்டு, இலைகளை உடையது. இதன் சமூலத்தை உதகநீர் விட்டு இடித்து சாறு எடுத்து ½ வீசம்படி அருந்த உடலின் சட்டை கழன்று நரை, திரை மாறும்.

- போகர் மலைவாகடம்.

35. செந்தகரை

இதன் தண்டு, மலர் இவையாவும் சிவப்பு நிறமுடன் இருமுழ உயரத்திலிருக்கும். அதன் சமூலத்தை உதகநீர்விட்டு இடித்துச் சாறு எடுத்து வீசும்படி அருந்த உடலின் சட்டை கழன்று நரை, திரை மாறிப் பொன்னிறமுடன் காயசித்தியாகும்.

- போகர் மலைவாகடம்.

36. செங்கடுக்காய் மரம்

இதன் காய்கள் சிவப்பு நிறத்திலிருக்கும். இதன் காய்களை பசுவின் கோமயத்தில் அவித்துக் கொட்டையை நீக்கிச் சதையையும் தோலையும் சூரணித்து உடன் சர்க்கரை கூட்டி தினமும் காலையில் வெருகடியளவாகச் சாப்பிடக் காய சித்தியாகும்.

- ஞானம் 9-சுந்தரானந்தர் குருநூல்-110

37. வெள்ளைப்புனல் முருங்கை

இதன் மலர்கள் வெள்ளை நிறமுடையது. மரப்பட்டையின் புறணி நீக்கித் தாம்பூலத்தின் உடன் சேர்த்து மென்று ஊறும் எச்சிலை இலையகல நீளமுள்ள பழுக்கக் காய்ச்சிய இரும்புத் தகட்டில் துப்பி பழுத்த தகட்டைச் செந்தூரமாக்கித் தேன் குழைத்துச் சாப்பிடுவதாலும் காயசித்தியாகும். பாலும் சோறும் உண்ணவும்.

- ஞானம் 7- கருவூரார் குருநூல்-150

38. பேய்ச்சுரைக்கொடி

இதன் விதையினின்று குழித்தைலம் இறக்கிக் கலயத்தில் வைத்துக் கொண்டு மூன்று கழஞ்சு தைலத்துடன் பால், நெய், தேன் இவை சமனாகக் கூட்டிச் சாப்பிட உடல் பொன்னிறம் அடையும். 3 மாதம் சாப்பிட 16 வயதுடையவனாவான். 1 ஆண்டு சாப்பிடப் பல காலம் இருப்பான். பாலும் சோறும் உண்ணவும்.

- கருவூரார் வாதகாவியம்-700

39. குறுவரிக் கற்றாழை

1½ சாண் உயரமும் வரிவரியாகப் பெருவிரல் கனத்தில் உள்ள அந்தச் செடியின் சமூலத்தை இடித்துச் சாறெடுத்து அதில் இரும்புத் தகட்டை ஊறவைத்து எடுக்கத் தாமிரமாகும். அதனை செந்தூரமாக்கிச் சாப்பிட காயசித்தியாகும்.

- சதுரகிரித் தல புராணம்.

40. மஞ்சள் பூதைவேளை

தைவேளைச் செடியைப் போலுள்ள இதன் பூ மட்டும் மஞ்சளாயிருக்கும். செடியின் சமூலச்சாற்றினால் சூதத்திற்கு (பாதரஸம்) சுருக்குக் கொடுக்கக் கட்டும். அதோடு செம்புத் தகடு சேர்த்து உருக்கக் கண்விட்டாடும். அதைக் கட்டியாக ஊதி எடுத்து நொறுக்கிமேற்படி சாற்றில் அரைத்து புடமிடச் செந்தூரமாகும். அதை வெள்ளியில் 10க்கு 1 வீதம் கொடுக்கப் பத்து மாற்றாகும்.

- சூரியானந்தர் சாத்திரத்திரட்டு 4-ஆம் பாகம்கல்பம்-25.

41. செங்கற்றாழை

இதன் மடல்களும் சோறும் சிவப்பாயும் பால் இரத்தம் போன்றும் இருக்கும். "லா-லி-லு" -என 108 உரு செபித்து மடலைப் பிடுங்கி சோற்றைப் பீங்கானில் இட்டுப் பிசைந்து கழுவி உடன் சீனியும், நெய்யும் போட்டு உலர்த்திச் சூரணித்து தினமும் 2 வேளை வெரு கடியளவாகச் சாப்பிட்டு வர யானை வலிவுடன் காய சித்தியாகும்.

- போகர் கல்பம் -300.

42. செந்நாயுருவி

இதன் சமூலத்தை நறுக்கி வேண்டிய அளவு காரீயத்தை சட்டியிலிட்டு அதில் போட்டு சாம்பலாகும் வரை தேய்த்து வரச் செந்தூரமாகும். அதனைச் செம்பில் 10-ல் ஒன்று கொடுக்க பத்து வய தாகும். செந்தூரத்தை அனுபானமறிந்து கொடுக்க 4448 வியாதிகளும் தீரும். குருமுப்பூவும் சேருதல் வேண்டும்.

- கருவூரார் வாதகாவியம்-700

43. அமிர்த வள்ளிச் செடி

இது குப்பைமேனி போலவும், இலை பழம்பாசி போலவும் பூ கொட்டாங்கரந்தை போலவும் இருக்கும். அந்தப் பூக்களைத் தினமும் சிறிதளவு 10 நாள் சாப்பிட வாயில் அமுரி ஊறிக் கொண்டே இருக்கும். அதனை விழுங்கிவரக் காயசித்தியாகும்.

- போகர் மலைவாகடம்.

44. உரோம விருக்ஷம்

இம்மரமானது சாம்பல் நிறமாகவும், உரோமம் சடை சடை யாகவும், பஞ்சுபோல் மெதுவாகவும் இருக்கும். "ஓம் சாம்பவிய அஷ்ட புஜம் கன்மா துர்காயா பரமேஸ்வரி நமோ நம" என 108 உரு செபித்து மேற்பட்டையை எடுத்துச் சூரணித்துக் கொண்டு திரிகடியள வாகத் தேனுடன் புசித்துவர நரை, திரை மாறி உடல் சித்தி பெறும் இதை உண்டவரது சிறுநீர் 5 உலோகங்களையும் வேதிக்கச் செய்யும். மேற்படி மரத்தின் தூரைத் துளைத்து அதனுள் இரசத்தைப் போட்டு அம்மரப்பட்டையினாலேயே மூடி 45 நாள் கழித்துப் பார்க்க இரசம் கட்டியாய் இருக்கும். அதனை எடுத்து முழப்புடமிட உருகி மணி யாகும். அம்மணியை வாயிலடக்கிக் கொள்ளக் கத்தி வெட்டு, குண்டு முதலியன உடலில் பாயாது. யானை வலுவுண்டாகும்.

- ஞான சாஸ்திரதிரட்டு சட்டைமுனி கல்பவிதி 101.

45. கருநெல்லிமரம்

இம்மரமானது சாதாரண நெல்லிமரங்களைப்போல் இருப்பினும் அடி, கிளை, காம்பு முதலியன கருப்பாய் இருக்கும். இதன் பட்டையை இரும்பு படாமல் "ஓம் அரகர சிவசிவா அரோகர" என 1008 உரு செபித்துத்தட்டி எடுத்துச் சூரணித்து உடன் குருவை அரிசியும் காராட்டுப்பாலும் கூட்டிச் சமைத்து உண்டுவர உடல் சித்தி பெறும்.

- கருவூரார் வாத காவியம்-700.

46. நாகப்படக் கற்றாழை

இதன் மடலில் பாம்புபடம் எடுத்தது போன்று வரிவரியாய் நீர் வடிந்து கொண்டேயிருக்கும். இதன் சமூலத்தைப் பிடுங்கிப் பால்விட்டு கலக்கி அருந்த 1 முகூர்த்தம் வரை மூர்ச்சையாயிருக்கும். அப்போது அருகிலிருந்து ஒருவர் மூர்ச்சை தெளியும்வரை பால் அடிக்கடிக் கொடுத்துக் கொண்டிருக்க வேண்டும். இதனால் நரை, திரை மாறி யானையின் வலுவுண்டாகும்.

- சதுரகிரித்தலபுராணம்.

47. வெண்ணாவல் மரம்

இம்மரத்தின் இலைகள் நீண்டும் பூ, காய், பழம், மரம் வெண்மை யாகவும் இருக்கும். பழம் இனிக்கும். வேரின் பட்டையை நீக்கி எடுத்துக் குழித்தைலமிறக்கி அதில் தாமிரத்தகட்டைக் காய்ச்சி 40 முறை தோய்த்து எடுக்க வெண்மையாகும். அதனைச் செந்தூரமாக்கி 3 நாட்கள் சாப்பிட காயசித்தியாகும்.

- அகத்தியர் பூரண சூத்திரம்-216.

48. வனப்பிரமி

இது கொடியாகப் படர்ந்தும் இலை நெல்லியிலை போன்று சிறிது தடிப்பாயும் இருக்கும். ஞாயிற்றுக்கிழமை, பூச நட்சத்திரம் கூடிய சுபதினத்தில் சாபநிவர்த்தி செய்து சமூலம் எடுத்துச் சூரணித்துப் புளித்த காடியில் கலக்கி தினம் 1 கரண்டி உட்கொள்ள காயசித்தியாகும்.

- போகர் கல்பம் 300.

49. முப்பிரண்டை

இது மற்றவை போலன்றி மூன்று பட்டைகளுடன் இருக்கும். அதனை "வங்ரங் கிலி" என 108 உரு செபித்து சூதத்திற்கு சுருக்குக் கொடுக்கக் கட்டும். அதில் சமனெடை நாகத்திற்குக் கொடுக்கக் கண்

விட்டாடும். இரண்டும் உருகி நிற்கும். இந்த எடைக்கு எடை கந்தகம் கூட்டி மேற்படி பிரண்டைச் சாற்றால் அரைத்து வில்லை தட்டி உலர்த்திக் குகையிலிட்டுச் சீலை மண் செய்து 10 எருவில் புடமிடச் செந்தூரமாகும். அதனைத் தேனில் குழைத்துச் சாப்பிட நரை, திரை மாறிக் காயசித்தியாகும்.

- கருவூரார் வாதகாவியம்-700.

50. கரிப்பான்

பூசமும் ஞாயிறும் கூடும் தினத்தில் இதனது சமூலத்தை எடுத்து நிழலில் உலர்த்திச் சூரணித்து வெருகடியளவாகக் காடியில் அரைத்து அருந்தவும். பாகல், கத்தரி, கடுகு நீக்கவும் இப்படியாக 1 மாதம் சாப்பிட உடல் அழகு பெறும். 6 மாதம் சாப்பிட சகல சித்தி களும் உண்டாகும். 10 மாதம் சாப்பிட 100 ஆண்டுகள் வாழலாம்.

- உரோமரிஷி-500.

51. சோதிப்புற்கள்

இவை புல்லைப்போல் மஞ்சள் நிறமுடனும், 4-விரல் உயரமும் இரவில் தீ எரிவது போல் ஒளியுடனும் காணும். அதனைப் பால் விட்டரைத்துப் பாக்களவு வீதம் 40 நாட்கள் சாப்பிட நீண்ட ஆயுள் கிட்டும். புல்லை அரைத்து குகை பிடித்து அதனுள் வேண்டிய அளவு இரசம் விட்டு நன்கு பொதிந்து சீலைமண் செய்து 100 எருவில் புடமிட சூதம் கட்டிச் செந்தூரமாகும். இதில் வெள்ளி 100க்கு 1 இட 10 மாற்று ஆகும். செந்தூரத்தை நெல் எடை சாப்பிட சகலயோகமும், யானையின் வலுவும் உண்டாகும்.

- அகத்தியர் தத்துவம்-300.

52. சிவந்த இலைக்கள்ளி

இதன் இலையை அரைத்து இரு குகை செய்து உலர்த்தி செம்புத்தொட்டிப் பாஷாணத்தைச் சுத்தித்து அறுவகைச் செயநீரில் அரைத்து வில்லை தட்டி உலர்த்தி-மேற்படி குகையினுள் வைத்து அதே குகையால் மூடிச் சீலைமண் செய்து உலர்த்திக் கன புடமிட பற்பமாகும். அதனை நெய்யுடன் சாப்பிட்டால் காயசித்தியாகும்.

- போகர் கல்பம்-300.

53. செங்கொடிவேலி

இதன் தண்டுகள் சிவப்புநிறமாயிருக்கும். இதன் இலைச்சாற்றை சாதத்தில் இட்டு உண்ணக் கிழத்தன்மை நீங்கும். பட்டை அல்லது

தண்டைச் சாதத்துடன் சாப்பிட உடல் பொன்னிறமுடன் நரை, திரை மாறி நீர், மலம் பேதித்து யானை வலிவுடன் நீண்ட காலம் இருக்கலாம். பால், அன்னம் உண்டு. அறுசுவை நீக்கவும்.

- கருவூரார் வாதகாவியம்-700.

54. சாயாவிருஷம்

இதன் நிழல் சாயாமல் இருந்த நிலையிலேயே இருந்ததால் இப்பெயர் வந்தது. (இதனைப் பின்பற்றியே பிற்காலத்தில் நிழல் விழாத கோபுரங்கள் சித்தர்களால் வடிவமைக்கப்பட்டிருக்கலாம் என்பதே உண்மை). சாம்பல் நிறமுடைய மரத்தின் இலைகள் புன்னை இலை போலும் காய் சுருண்ட வெள்ளரிக்காய் போலும் இருக்கும். இம்மரப் பட்டையைச் சீவி வடியும் நீலநிறப்பாலில் பாதரசத்தை விட்டு சூரிய புடமிடக் கட்டும். பால் பிசின் போல் ஆகும். இதைப் புசித்துவர நாதம் இருகும். கட்டிய சூதத்தைச் செந்தூரமாக்கி நெய்யில் குழைத்து 10 நாள் காலைமாலை உண்ண காயசித்தியாகும்.

- மச்சமுனி-800.

55. சேர்ந்தாடும் பாவைச் செடிகள்

இவை மனிதன் அருகில் வரும்போது காற்றில் ஆடுவது போல் ஆடுவதால் இப்பெயர் பெற்றன. இவை குத்துக்கால் சம்மட்டிச் செடிபோல் இலை பொடியாயிருக்கும். இந்த இலைச் சாற்றில் பாதரஸத் திற்கு சுருக்குக் கொடுக்கக் கட்டும். கட்டிய பாதரஸத்தைச் சாயா விருக்ஷப்பாலில் 7 நாள் ஊறவைத்துப் புடமிட்டுச் செந்தூரமாக்கிப் பசுவின் நெய்யுடன் உட்கொள்ள நரை, திரை மாறி உடல் சித்தியாகும்.

- சதுரகிரித்தலபுராணம்.

56. சஞ்சீவி மூலிகை

இது “எமனை வென்றான்” என்ற பெயரிலும் அழைக்கப் படுகிறது. இவை சிறியதாக நல்ல மணமுடன் சாவல் முள்போன்ற இலைகளுடனிருக்கும். இந்த இலைச் சூரணத்தை பேய்ச்சுரைக் குடுக்கையினுள் அடைத்து வைத்துக் கொண்டு அகால மரணம் அடை பவர்களது நாசியினுள் குழாய் வழியாக ஊத உயிர்பெற்றெழுவர். வெட்டுப்பட்ட சதைகளில் இந்த இலைச்சாற்றைப் பிழிய வெட்டுப் பட்ட இடம் தெரியாமல் மறைந்துவிடும். இலையின் சாற்றை மூர்ச்சை யுண்டோர்களது மூக்கிலிட மூர்ச்சை தீரும்.

- போகர் கல்பம் 300

57. உரோமவேங்கைமரம்

இம்மரமானது வேங்கைமரம் போல் இருப்பினும் அதன் விழுதுகள் கவரிமான் சடைபோல் 1 முழ நீளத்தில் தொங்கும். மரப்பட்டையை வெட்டக் குருதிபோல் பால் வழியும். "அரகரா சிவ சிவா" என 108 உரு செபித்து அந்தப் பாலை எடுத்துப் பொன்னுக்குச் சுருக்குக் கொடுத்துப் பற்பமாக்கி சாப்பிட உடல் சித்தியாகும். அந்தப் பாலில் சாதி லிங்கத்தை சுருக்கக் கொடுக்கக் கட்டும். (இரண்டு நாள் ஊறவிட்டாலும் கட்டும்) அதனை உமிக்காந்தலிலிட மெழுகாகும். அதில் சிறிது வெள்ளி உருக்கி முகத்தில் கொடுக்கப் பத்து மாற்றாகும். அதனைச் செந்தூரமாக்கி உண்ண காயசித்தியாகும்.

- போகர் கல்பம் 300

58. சுணங்க விருக்ஷம் (நாய்க்குட்டி மரம்)

இம்மரத்தின் அடி கருத்தும் இலைகள் விரலளவு நீளத்தில் சுருக்குகளுடன் தடிப்பாகவும் இருக்கும். நாய்க்குட்டியின் வடிவிலுள்ள அம்மரத்தின் கனிகள் கீழே விழுகையில் நாய் போலக் குரைத்துக் கொண்டே விழும். அப்படி விழுந்தபழம் 10 வினாடி கழித்து மீண்டும் அம்மரத்துடன் போய் ஒட்டிக்கொள்ளும். அக்கனியை அறுத்துப் பார்க்க வெண்ணெய் போலிருக்கும். "ஓம் அரகர சிவசிவ சரவண பவா" - என 108 உரு செபித்து எடுத்து துட்டெடை வீதம் சாப்பிட 12 நாள் வரை மூர்ச்சையுண்டாகும். அப்போது அருகில் ஒருவர் இருந்து பாலும் தேனும் கூட்டி மூர்ச்சை தெளியும் வரை கொடுத்துவர 13-ம் நாள் மயக்கம் தெளியும். இதனால் சகலசித்திகளும் உண்டாகும்.

- புலஸ்தியர் கல்பம் - 300.

59. இருப்பவல் செடி

இதன் இலைகள் அவலைப் போலிருக்கும். இச்செடியின் சமூலத்தை அரைத்து இரும்புத்தகட்டிற்குள் பொதித்து பழுக்கக் காய்ச்சி இதன் சாற்றில் சுருக்கிட்டு எடுத்து உருக்கிப் பயிற்றங்கள்ளிச் சாற்றில் சாய்த்திட வெள்ளி போலாகும். மீண்டும் அச்சாற்றில் சுருக்கிட்டு இலையை அரைத்துக் கவசம் செய்து கெசபுடமிடச் செம்பாகும். அதனைச் செந்தூரமாக்கி உண்ண தேகம் சித்தியாகும்.

- கருவூரார் வாத காவியம்-700.

60. பவளத்துத்திச் செடி

இது துத்திச்செடிபோல் 1 ஆள் உயரத்தில் சிவப்பு நிறமுடன் இருக்கும். இதன் மலர்கள் சாதாரண துத்தி மலரைப் போல் இருப்

பினும் சிவப்பு நிறமாக இருக்கும். இதனிலைச் சூரணத்தை வெருகடியளவு ஆவின் நெய் கூட்டி 1 வாரம் உட்கொள்ள காயசித்தியாகும்.

- கருவூரார் வாத காவியம்-700.

61. கருநொச்சிச் செடிகள்

இவை சாதாரண நொச்சியைப்போல் இருப்பினும் இதன் இலை, தண்டு, பூ, காய் போன்றவை கருப்பாக இருக்கும். இதன் வேரை "ஓம் ஸ்ரீங் வருக வருக"-என 16 உரு செபித்துப் பிடுங்கி சூரணத்துச் சிறுநீரில் பிசைந்து வெள்ளி, செம்பு சேர்த்து உருக்கி முகத்தில் கொடுக்கப் போதிக்கும். அதைச் செந்தூரமாக்கி உண்ண உடல் சித்தியாகும்.

- புலஸ்தியர் கற்பம்-300.

62. கருநாரத்தைமரம்

இம்மரமானது அடி கருத்தும் பெருத்தும் காய், பனங்காய் போலும் இருபிளவான இலைகளுடனும் வண்ண மலர்களுடனும் இருக்கும். இதன் பழச்சாற்றில் செம்பை உருக்கிச் சாய்க்க போதிக்கும். அதனைச் செந்தூரமாக்கி உண்ண யானை வலுவுடன் காயசித்தியாகும்.

- போகர் மலைவாகடம்.

63. நாகதாளிச்செடி

இதன் சமூலத்தை "ஓம் வாசுகி அனந்தபற்ப சங்கு பாலகா" என 1008 உரு செபித்துப் பிடுங்கிச் சூரணித்து வெருகடியளவு தேனுடன் 1 மண்டலம் உட்கொள்ள குட்டம், குன்மம், காசம், சயம் முதலிய கொடும் நோய்கள் நீங்கும்.

- சுந்தரானந்தர் குருநூல் 110.

64. சிவந்தபுனல் முருங்கைமரம்

இம்மரப்பட்டையைத் தட்டியெடுத்து கழஞ்சளவு இரும்பை விரல் நீளத்தகடாக்கி உமியோட்டில் கரியிட்டு ஊதிப்பழுக்கும் சமயம் அதில் மேற்படிப் பட்டையை காசளவு வீதம் பாக்குடன் கூட்டி மென்ற சாற்றை உமிழப்பத்து வயதாகும். அதன் பிசினை, உப்பு, புளி நீக்கிப் பணஎடை வீதம் 1 மண்டலம் உட்கொள்ள கல்பகோடிக் காலம் வாழலாம்.

- போகர் மலைவாகடம்.

65. பால்பட்டை மரம்

இம்மரமானது அடிபெருத்தும் வெள்ளையாகவும் சிறிய மலர்களும் 2 விரல்கடையளவு இலைகளும் கொண்டு சுண்டக்

காயளவு காய்களுடன் பழங்களைக் கொண்டு பறவைகள் தின்பது போல மென்மையாகவும் இருக்கும். இம்மரப்பட்டையை மேற்புறணி நீக்கி அரைத்துப் பாலுடன் அருந்த யானை வலுவுடன் தேக சித்தியாகும்.

- திருமூலர் கருக்கடை 600.

66. அகில்மரம்

இம்மரம் பெரியதாயும் 1 அங்குல நீளமுள்ள இலைகளுடன் காய் சுண்டக்காய் அளவாகப் பறவைகளால் உண்ணப் படுவதாயும் இருக்கும். இம்மரப்பட்டையை சந்தனம் போலரைத்து உடலில் பூசிவர வலுவின்றி பருத்துள்ள தூலதேகத்தை இருகச் செய்து உடலின் துர்நாற்றம் கை, கால் அசதியை நீக்கித் திட சரீரமாக்கும்.

- போகர் மலைவாகடம்.

67. பாதிரிமரம்

இம்மரமானது அடிபெருத்து 2 விரற்கடையகலமுள்ள இலை களுடன் குளிர்ந்த மணமுடைய மஞ்சள் நிறப்பூக்களைக் கொண்டி ருக்கும். இம்மரத்தின் வேரைக்குழித்தைலமிறக்கி பணஎடை வீதம் தேனுடன் 3 நாள் காலையில் மட்டும் அருந்தத் தேகசித்தி உண்டாகும்.

- போகர் மலைவாகடம்.

68. கடுக்காய்மரம்

இம்மரம் கருப்பாயும் புரசு இலைகள் போல் சிறிய இலை களுடன் வாதாங்கொட்டையளவு வழுவழுப்பான மஞ்சள் நிறக்காய் களுடன் இருக்கும். இதன் பிஞ்சுக்காயைக் குடிநீரிட்டு அருந்த மலம் இளகும். நுரையீரல் நோய்தீரும். விதைநீக்கிய 12 பலம் கடுக்காய் ¼ படியளவு குடிநீரிட்டு இறக்கி அதில் திரிகடுகு, ஓமம், இஞ்சி, சிவதை வகைக்கு ஒரு ரூபாய் எடை சூரணம் போட்டு 1/8 படி பசுநெய் சிறிது சர்க்கரை கூட்டி லேகியம் கிண்டி புன்னையளவு சாப்பிட்டு வரக் காயசித்தி ஆகும்.

- போகர் கல்பம் 300.

69. தேற்றான் மரம்

இம்மரத்தின் அடி சிறுத்து சாம்பல் நிறமுடன் இலைநாவல் இலைபோல் வெண்மையாகவும், சிறிய மலர்களுடன் சுண்டையளவு காய்களுடனுமிருக்கும். வெண்மை நிறத்தில் உருண்டை வடிவமுள்ள இதன் கொட்டையைப் பாலில் ஊறவைத்து அரைத்து பாலுடன் உட் கொள்ள பித்தகாசம், ஈளை நீங்கி காயசித்தியாகும்.

- போகர் மலைவாகடம்.

70. சுரப்புன்னை மரம்

இம்மரமானது புன்னைமரம் போன்றும் இலைபுன்னை இலை போல் சற்று பெரியதாயும் காய் புன்னைக்காய் போன்றும் இருக்கும். இதன் வேரைக் குடி நீரிட்டு அருந்த சுரம் போகும். காயசித்தி யுண்டாகும்.

- போகர் மலைவாகடம்.

71. கல்தாமரை

இதன் இலைகள் பார்வைக்கு ஒன்றாகத் தோன்றினாலும் விரலினால் அழுத்திப் பார்க்க 4ஆக விரியும். சடைபோலுள்ள இதன் வேரில் 1 இரும்பு ஊசியைச் செருகினால் தாமிரமாகவும் அதையே பிடுங்கி வேறு இடத்தில் செருக வெள்ளியாகவும், மற்றொரு இடத்தில் செருக தங்கமாகவும் 10 வயதுடன் மாறும். இம்மூலிகையைக் கீழ்ச் சொல்லும் மந்திரத்தை "சிவசிவா மனோன்மணி வருக வருக" என 16 உரு செபித்துப் பிடுங்கிக் கீழேபோட்டு மிதித்துக்கொண்டு வானைப் பார்க்க பகலில் விண்மீன்கள் தெரியும். இக்குறியைக் கண்டு சமூலத் தைப் பிடுங்கி நிழலில் உலர்த்திச் சூரணித்து வெருகடியளவு ஒரு மண்டலம் உட்கொள்ள உடல் சித்தியாகும்.

- போகர் கல்பம்-300.

72. முண்டக விருக்ஷம்

இம்மரமானது கோபுரம் போல் நிற்கும். இதனை "ஓம் வைரவா ஓங்காரவைரவா வருக வருக" என 16 உரு செபித்துக் கல்லினால் தட்டப்பால் வரும். பாலை இரும்புக் கம்பியை கையில் பிடித்துக் கொண்டு அரைவீசம்பாடி அருந்த 30 நாழிகை வரை மூர்ச்சையாகும். அவ்வமயம் அருகில் ஒருவர் இருந்து பசும்பால் சிறிது சிறிதாக புகட்டிவர மயக்கம் தெளியும். பின் உடலின் சட்டை கழன்று கண்ணாடி போல் ஒளிரும். இவரது நீர், மலம், இரும்பில் பட்டால் பேதிக்கும் அஷ்டயோகமும் கிட்டும்.

- கருவூரார் வாத காவியம்-700.

73. செங்கற்றாழை

இதன் மடல்கள் சிவப்பாயும் பால் இரத்தம்போன்று சோறு, சிவப்பாயும் இருக்கும். "லா-லி-லூ" என 16 உரு செபித்து இந்தக் கற்றழைச் சோற்றைப் பீங்கானிலிட்டுப் பிசைந்து கழுவி உடன் நெய்யும் சீனியும் கூட்டி உலர்த்தி சூரணத்துக் கொண்டு தினம் இருவேளை வெருகடி அளவில் உட்கொள்ள 4 யானைபலம் உண்டாகும். காயசித்தியாகும்.

- போகர் கல்பம்-300.

74. சிறியாநங்கைச்செடி

இவை 1 அடி உயரத்தில் துளசியிலைபோல் சற்று பெரியதாயும் மலர்கள் நடுவில் லிங்கத்தையுடைய நாகப்படம் போன்றும் இருக்கும். இதன் இலையை அரைத்து மிளகளவு குளிகை செய்து உலர்த்திக் கொண்டு தினம் ஒன்று வீதம் உட்கொண்டு வர விஷப் பாம்புகள் ஒருபோதும் தீண்டாது. கடித்தாலும் விஷம் ஏறாது. கடித்த பாம்பு இறந்து விடும்.

- கருவூரார் வாதகாவியம்-700.

75. ஆயில்மரம்

இம்மரமானது அடி கனத்து இலைகள் நாவல் இலைகள் போல் சற்று பெரியதாயும் பூ கொத்து கொத்தாயும் காய் இலந்தையைப் போல் சற்று பெரியதாயும் இருக்கும். இம்மரப்பட்டையின் சாற்றை லிங்கத்திற்கு சுருக்குக் கொடுக்கக் கட்டும். இதனைச் செந்தூரமாக்கி உண்ண உடல் சித்திபெறும்.

-போகர் மலைவாகடம்.

76. மயிலைமரம்

இம்மரமானது அடிபெருத்து இலை முக்கவறாயும் (மூன்று பிரிவாயும்) மலர்கள் சிறியதாக வெண்மையாகவும் காய் நெல்லியளவிலும் இருக்கும். காயை இடித்துச் சாறு பிழிந்து சங்கு பாஷாணத்திற்கு சுருக்குக் கொடுக்கக்கட்டும். அதனைப் பற்பமாக்கியுண்ணக் காயசித்தியாகும்.

- போகர் மலைவாகடம்.

77. பிறாய்மரம்

இம்மரத்தின் வேர்ப்பட்டையை எடுத்து இடித்துச் சாறெடுத்து தாளாகக் கட்டிக்கு 20 முறை சுருக்குக் கொடுக்கக்கட்டும். அதனை மேற்படி சாற்றினாலேயே அரைத்து வில்லைதட்டி உலர்த்தி 10 எருவில் புடமிடப் பற்பமாகும். இதனை நெய்யுடன் உட்கொள்ளக் காயசித்தி ஆகும்.

- கருவூரார் வாதகாவியம் குருநூல் 150.

78. கெட்டிவஞ்சிமரம்

இம்மரமானது பெரியதாகக் கப்பும், கவறுமாய் வெள்ளைப் பூக்களும் முக்கவறான இலைகளும் கொண்டிருக்கும். இம்மரப்பட்டையின் சாற்றினால் சூதத்திற்குச் சுருக்கிடக் கட்டும் அதனைச் செந்தூரமாக்கி உண்ண உடல் சித்தியாகும்.

- போகர் மலைவாகடம்.

79. கொஞ்சிமரம்

இம்மரமானது அடிகனத்து இலை முக்கவறாயும் இருக்கும். இம்மரப்பட்டையைச் சூரணித்து தாளகத்திற்குக் கீழும், மேலும் போட்டுச் சீலைமண் செய்து 10 எருவில் புடமிட பற்பமாகும். அதனை நெய்யுடன் உண்ண காசம் நீங்கிக் காயசித்தி உண்டாகும்.

- போகர் மலைவாகடம்.

80. தொணியாமரம்

இம்மரமானது அடிபெருத்து இலை முக்கவறாயும் சிறிய வெண்நிறமலர்களும் இருக்கும். பெருங்காற்றடித்த போதும் மரத்தி னின்று சப்தம் கேட்காது. இம்மரக் கிளைகளைக் குடிநீரிட்டுப் பருகக் காயசித்தியாகும். மரத்தை வெட்டி வழியும் பாலைக் காசெடைவீதம் காலை மாலை உண்ண யானை வலுவுண்டாகும்.

- போகர் மலைவாகடம்.

81. பொன்மணல்

இம்மண்ணை எலுமிச்சம் பழச்சாறுவிட்டு அரைத்து வில்லை தட்டிக் காயவைத்து 30 எருவில் புடமிடக் களங்காகும். அதனைக் கல்வத்திலிட்டு மேற்படி சாற்றிலரைத்து வில்லை தட்டி 30 எருவில் புடமிட செந்தூரமாகும். அதனை நெய்யில் குழைத்துண்ணக் காய சித்தியாகும்.

- போகர் மலைவாகடம்.

82. பிரமதரு

இம்மரமானது அடிபெருத்து இலை முக்கவறாயும், மணமிக்க மலர்கள் 4 இதழ்களோடும் இருக்கும். இம்மலரைப் பால்விட்டுக் காய்ச்சி அருந்தக் காயசித்தியாகும்.

- போகர் மலைவாகடம்.

83. கருக்குவாச்சிமரம்

இம்மரத்தின் மூவிரலகல இலையைச் சுற்றிலும் கறுக்குகளாயும் சிறிய காய்களுடன் வெண்ணிற மலர்களுடன் இருக்கும். இதன் காயைத்தட்டிச் சாறெடுத்து வெள்ளித் தகட்டிற்கு 20 முறை சுருக்குக் கொடுத்து கல்வத்திலிட்டு அதே சாற்றாலாட்டி வில்லை தட்டி உலர்த்தி கெசபுடமிட பஸ்பமாகும். அதனை நெய்யில் குழைத்துண்ணக் காய சித்தியாகும்.

- போகர் மலைவாகடம்.

84. ஊக்குணாமரம்

இம்மரத்தின் பட்டையானது 4 விரல் அளவு கனத்தில் சிவப்பாக இருக்கும். இப்பட்டையை உதறினால் நீர்தெறிக்கும். இலை வட்ட மாயும், பூ சிறிதாயும் சிவப்பாயும் இருக்கும். பசும் பாலில் பட்டையின் சாறுகூட்டி அருந்த மேகநோய்கள் நீங்கி உடல் வலிவு பெறும்.

- போகர் மலைவாகடம்.

85. பொற்சீந்தில்

இவை சீந்திற்கொடிபோல இருப்பினும் மலர்கள் மட்டும் மஞ்சள் நிறமாயிருக்கும். இக்கொடியின் சமூலச்சாற்றை 1 கோப்பையில் ஊற்றி வைக்க அடியில் பொன்னிறமான சர்க்கரைபடியும். அதனை உலர்த்திக் கொண்டு சீனிகூட்டி வெருகடியளவு காலை மாலை உண்ண உடல் சித்தியாகும்.

- போகர் செனன சாகரம்.

86. வெண்துத்தி

இது இடுப்புயரம் வளர்ந்து துத்திசெடியைப் போல் இருப்பினும் மலர்கள் வெண்மையாய் இருக்கும். செடியின் சமூலச்சாற்றால் லிங்கத்தைச் சுருக்கிடக் கட்டும். அதைச் செந்தூரமாக்கி உண்ண காயசித்தியாகும்.

- புலஸ்தியர் கல்பம்-300.

87. திருகுக்கள்ளி

இம்மரமானது ஆளுயரத்தில் திருகிய கொம்புகளுடன் சுண்டை யளவு காய்களுடன் மலர் கொத்துகளுடன் இருக்கும். இம்மரத்தூரில் துளையிட்டு இரசத்தைவிட்டு அதேகள்ளிச் சக்கையால் மூடி 45 நாள் கழித்துப் பார்க்க இரசம் கட்டியிருக்கும். அதனைப் பற்பமாக்கி உண்ண காயசித்தியாகும்.

- கருவூரார் வாதகாவியம்-700.

88. மிளகரணைச்செடி

இவை 1 முழ உயரமும் மிளகாய்ச்செடிபோல் சற்று சிறிய தாயும், பூ, இலை, காய்களுடன் இருக்கும். இச்செடியின் சமூலத்தை அரைத்து இரும்புத் தகட்டிற்குச் கவசித்து மேலே சீலைமண் செய்து 20 எருவில் புடமிட நொறுங்கும். அதனைக் குழியம்மியிலிட்டு எலுமிச்சைச்சாறு விட்டரைத்து வில்லைதட்டிக் காயவைத்துப் புடமிடப் பற்பமாகும். அதை நெய்யில் குழைத்துண்ணக் காயசித்தியாகும்.

- போகர் மலைவாகடம்.

89. கானற்பலா

இம்மரத்தின் விதையைக் குழித்தைலமிறக்கி பழகிய கலயத்துள் விட்டு மூன்று கழஞ்சு பசுவின் பாலுடன் அருந்த மூர்ச்சையாகும். பாலும் தேனும் கூட்டிக்கொடுத்துவர மூர்ச்சை தெளிந்து உடலின் சட்டை உரிந்து காயசித்தியாகும் (3 நாள்).

- போகர் மலைவாகடம்.

90. நேத்திரஞ்சிமிட்டி

இது ஒரு முழ உயரத்தில் முருங்கையிலை போலச் சற்றுக் கூர்மையான இலைகள் கொண்டு சிறிய வெண்மலர்களுடன் தோன்றும். செடியைத் தொட இலைகள் கண் சிமிட்டுவது போலச் சிமிட்டிக் கொண்டேயிருக்கும். இச்செடியின் சமூலத்தைச் சூரணித்து வெருகடி அளவாக 1/8 படிபாலுடன் சீனிகூட்டி அருந்திவரக் காயசித்தியாகும்.

- போகர் மலைவாகடம்.

91. வல்லாரை

ஞாயிறும் பூசமும் கூடிய நாளில் கொடியருகில் நின்று "வாவா வைரவிரங்" என்று 16 உரு செபித்து சமூலத்தைப் பிடுங்கிச் சூரணித்து வெருகடியளவு காடியில் உட்கொள்ள 5 மாதங்களில் நரை, திரை, மாறி இளமை திரும்பும். 1 வருடம் உட்கொள்ள 16 வயதுடைய வனாக 100 ஆண்டுகள் வாழ்வான். யானைபலமும் அழகும் ஏற்படும். பாலுணவு, நெய், தேன், பழம், சர்க்கரை கூட்டவும். மற்றவை கூடாது.

- அகஸ்தியர் பரிபாகைஷ திரட்டு.

92. சிவனார் வேம்பு

இது 2 முழ உயரத்தில் இலை முருங்கைபோலும் சிறிய மலர் களுடனும் இருக்கும். இதனைச் சூரணித்து சமன் சர்க்கரை கூட்டி வெருகடியளவு உண்டுவரக் காயசித்தியாகும்.

- கருவூரார் வாதகாவியம் 700

93. வெள்ளை நீர்முள்ளி

இதன் பூவும் தண்டும் வெண்மையாய் இருக்கும். இச் செடியை அரைத்துச் சிறுகண் நாகத்திற்குச் கவசித்துச் சீலை மண் செய்து கனபுடமிட நொறுங்கும். அதனை எலுமிச்சம் பழச் சாற்றில் அரைத்துவில்லை தட்டி உலர்த்தி 20 எருவில் புடமிடப் பற்பமாகும். அதனை நெய்யிற் குழைத்துண்ணக் காய சித்தியாகும்.

- போகர் கல்பம்-300

94. ஓரிலைத்தாமரை

இவை ஒரு முழ உயரத்தில் துளசிச் செடி போலிருக்கும். இதன் சமூலத்தைப் பிடுங்கி உலர்த்திச் சூரணித்து சமன் சர்க்கரை கூட்டி வெரு கடியளவு உண்டு வர காய சித்தியாகும்.

- போகர் மலைவாகடம்.

95. பூமிசர்க்கரைக் கிழங்கு

இதன் தூரிலுள்ள கிழங்கை பாலிலரைத்துண்ண உடல் பொன்னிறமடையும். சித்தி பெறும்.

- போகர் மலைவாகடம்.

96. பயற்றங்காய்க் கள்ளிமரம்

இம்மரப்பாலினால் சங்கு பாஷாணத்திற்குச் சுருக்குக் கொடுக்கக் கட்டும். கட்டிய பாஷாணத்தை இதே பாலிலரைத்து வில்லை தட்டி உலர்த்தி 10 எருவில் புடமிடப் பற்பமாகும். தேனில் குழைத்துண்ண காயசித்தி ஆகும்.

- போகர் மலைவாகடம்.

97. கைவளாக்கை மரம்

இம்மரமானது அடிபெருத்து முட்களையுடைய கணுக்களுடனும் இலை பூ சிறியதாயும் இருக்கும். இலையை அரைத்துத் தாமிரத்திற்கு கவசித்து ஏழுசீலை மண் செய்து புடமிட்டு பற்பமாக்கி நெய்யுடன் உண்ண காயசித்தியாகும்.

- போகர் மலைவாகடம்.

98. ஆடுதின்னாப்பாளை

இதன் இலை யைச் சூரணித்துச் சமனளவு சர்க்கரை கூட்டி வெருகடியளவு உண்டு வர எவ்வித விஷக் கடிகளானாலும் விஷம் ஏறாது. உடல் வலுக்கும்.

- போகர் மலைவாகடம்.

99. புளியம்பிரண்டை

இவை சிறியதாக இருவிரல் அகலமுடையதாக இருக்கும். கொடி முற்றும் சுனையுடன் இருக்கும். இதன் சமூலச்சாற்றை பசும்பாலில் கலந்து உண்ண காயசித்தியாகும்.

- போகர் மலைவாகடம்.

100. ஆடாதோடை

இது ஆள்உயரத்திற்கு நிற்கும். இவற்றின் இலைகள் மாவிலைகள் போல் நீண்டும் வெண்ணிற சிறிய மலர்களுடன் இருக்கும். இவ்விலைச் சாற்றில் சிலாசத்தை அரைத்து வில்லை தட்டி உலர்த்தி 10 எருவில் புடமிட பற்பமாகும். இதனைத் தேனில் குழைத்துண்ண காயசித்தியாகும்.

- போகர் மலைவாகடம்.

101. சீதா செங்கழுநீர்

இவை சிறியதாய் அழகாக வேலிப் பருத்தி இலை போன்ற இலைகளுடன் கொடி யாய் இருக்கும். இதன் தூரிலுள்ள கிழங்கைப் பாலில் அரைத்துச் சாப்பிட்டுவர காயசித்தி ஆகும்.

- போகர் மலைவாகடம்.

102. செவ்வாழை

இதன் பழத்தோல் மட்டும் சிவப்பாய் இருக்கும். இதில் 2 பழம் வீதம் வீரச் சுண்ணம் கூட்டி 3 நாளில் 6 வேளை வரை உண்டு பச்சரிசியும் பாசிப்பயிறும் சேர்த்துச் சமைத்து உண்ண உடல் சித்தியாகும்.

- புலஸ்தியர் கல்பம்-800.

103. சிவந்த இலைக்கள்ளி

இதன் பாலினால் ஏழுவகை உலோகங்களும் பேதிக்கும். அதன்பாலை எடுத்து "வாரங் சிவா சிவா" என 16 உருசெபித்துக் கொண்டு பணவெடை வீதம் உண்ண ஏழுவகை உலோகமும் மல நீரில் பேதிக்கும். மூன்று உலகும் தெரியும். பலகாலம் வரை பூமியில் இருக்கலாம்.

- அகத்தியர் பூரண சூத்திரம்-210.

104. நெல்லிமரம்

இம்மரம் பெரியதாயும் இலை வாதரக் காய்ச்சி இலை போன்றும் காய் கழற்சிக்காய் அளவிலும் இருக்கும். இதன் பட்டையை அரைத்து உருகக்கூடிய ரசத்துக்குக் கவசித்து புடமிட நொறுங்கும். மீண்டும் நெல்லிப்பட்டைச் சாறுவிட்டு அரைத்து வில்லை தட்டி உலர்த்திச் சீலை செய்து கனபுடமிடச் செந்தூரமாகும். இதை நெய்யுடன் உண்ணக் காயசித்தியாகும்.

- போகர் கல்பம்-300

105. வேலிப்பருத்தி

இதன் இலை வெற்றிலைபோல் சிறியதாய் இருக்கும். இலையைக் கிள்ளினால் பால் வரும். இதன் சமூலத்தின் சாற்றால் துருசு பற்பத்தை அரைத்து வில்லை தட்டி உலர்த்தி ஒரு சட்டியில் மேற்கூறிய இலையை நறுக்கி பாதி நிரப்பி அதில் வைத்து மேல்பாதியையும் இலையினால் நிரப்பி மேல்மூடி பொருத்திச் சீலை மண் செய்து புட மிட்டுச் சுண்ணாம்பாக்கி நெய்யுடன் உண்டு வரக் காயசித்தி ஆகும்.

- கருவூரார்வாத காவியம்-700

106. துத்திச் செடி

இதன் இலை வேலிப்பருத்தி இலைபோலும் பூ மஞ்சள் நிறமாயும் இருக்கும். இதன் இலையை அரைத்து 2 குகை செய்து உலர்த்தி அதில் செப்புத் தொட்டிப் பாஷாணத்தைச் சுத்தித்து அறுவகைச் செய நீரால் அரைத்து வில்லை தட்டி உலர்த்தி வைத்து அதே குகையில் மூடிச் சீலைமண் செய்து கனபுடமிடப் பற்பமாகும். இதனை நெய்யுடன் உண்ணக் காசயித்தியாகும்.

- போகர் மலைவாகடம்.

107. செந்நாயுருவி

இதன் தண்டு சிவந்தும் இலை நாயுருவி இலை போலும் இருக்கும். ஒரு சட்டியில் காரீயத்தைப் போட்டு எரித்து செந்நாயுருவிச் செடியின் சமூலத்தின் துண்டுகளால் தேய்த்து வரச் செந்தூரமாகும். அதனை 10-க்கு 1 ஆக செம்பிற்குக் கொடுக்க 10 மாற்றாகும். இதே செந்தூரத்தை அனுபானித்துக் கொடுக்கச் சகல பிணிகளும் தீரும்.

- கருவூரார்வாத காவியம்-700

108. சோதிப்புல்

இது 4 விரற்கடை உயரத்தில் மஞ்சள் நிறமாயும் இரவில் தீபம் போல் சோதியுடனும் இருக்கும். இதனைப் பாலில் அரைத்து 40 நாட்களுக்கு பாக்களவில் உட்கொள்ள ஆயுள் கூடும் மற்றும் இதன் விழுதில் குகைசெய்து அதனுள் இரசத்தையிட்டுப் பொதிந்து சீலைமண் செய்து 100 எருவில் புடமிட இரசம் கெட்டியாகிச் செந்தூரமாகும். அதை வெள்ளியில் 100-க்கு 1 வீதம் கொடுக்க 10 வயதாகும். மேலும் நெல் எடை வீதம் உட்கொள்ள யானை வலுவும் அஷ்ட சித்தியும் கிட்டும்.

- அகத்தியர் தத்துவம்-300

109. சத்திரப்பூடு

இது 3 அடி உயரத்தில் எருமை நாக்குப் போன்ற இலைகளுடன் இருக்கும். இதில் நெற்கதிர் போன்றுள்ள இதன் அரிசியை உருவி யுண்ண ஆகாய கெவுனமாகும். சமைத்துண்ண உடல் அழியாது.

- கொங்கணவர் முக்காண்டம்-3000.

110. பொற்றலைக் கையான்தகரை

இதனை "ஓம்ரங் சிவசிவா கனதேவா" என 16 உரு செபித்துச் சமூலம் பிடுங்கி உடன் சமனளவு "கூத்தன் குதம்பையும்" கூட்டி இடித்துச் சாறெடுத்து இரசத்திற்குச் சுருக்கிடக் கட்டும். அதனைச் செந்தூரமாக்கி 20-க்கு ஒன்று கொடுக்கப் பத்து வயதாகும்.

- போகர் கல்பம்-300

111. செங்கொடிவேலி

இதன் இலையைக் கசக்கிச் சாறெடுத்து உணவிலிட்டு உண்ண இளமை திரும்பும். பட்டை தண்டு இவற்றையும் சாதத்தில் கிளறி யுண்ண நரை, திரை மாறி உடல் பொன்னிறம் ஆகிக் கல்பகாலம் இருக்கலாம். மலநீர் பேதிக்கும். யானையின் வலுவுண்டாகும். அறு சுவை நீக்கிப் பாலன்னம் உண்ணவும்.

- கருவூரார் வாதகாவியம்-700

112. பாற்சொறிமரம்

இம்மரமானது தூர்பெருத்து வெண்மையாயும் இலை இரு விரலகலத்தில் முனை நீண்டும் இருக்கும். அதைத் தட்டினால் பால் வரும். பால் சாரல் சாரலாய் வழிந்து மரத்தூரில் வெண்மையாய் உறைந்திருக்கும். இந்த அடையாளம் கண்டு பாலைச் சிறட்டையில் பிடித்து வீசம் படிக்குக் குறையாமல் காலை மாலை ஒருவாரம் உட்கொள்ள காயசித்தியாகி யானை வலுவுண்டாகும். 100 வயது இருக்கலாம்.

- போகர் மலைவாகடம்.

113. வரை ஆலமரம்

இம்மரப்பட்டை 1 வீசையை 4 படி உதகத்தி விட்டுக் கால் பங்காகக் குறுக்கி வீசும்படியளவில் தினமிரு வேளையாக 8 நாள் சாப்பிட்டு வர காயசித்தியாகும். யானையின் வலு உண்டாகும். நரை, திரை மாறும்.

- போகர் மலைவாகடம்.

114. செவ்வள்ளிக்கொடி

இக்கொடியை வெட்டிவிட்டுத் தோண்டிப் பார்க்க நாய்க் குட்டியளவான பெருங்கிழங்குகள் காணும். அச்சிவந்த கிழங்கை அறுத்துண்ண மயக்கம் உண்டாகும். 3 நாட்களுக்கு மயக்கம் தெளியும் வரை பால்பழம் கொடுத்து 4-ஆம் நாள் பச்சரிசியும் பாசிப்பயிறும் கூட்டிச் சமைத்துண்ண நரை, திரை மாறிக் கல்ப தேகமுண்டாகும். இங்ஙனமே இக்கிழங்கினுள் தாமிரத்தையிட்டு வேகவைத்துக் களிம்பை நீக்கிப் பின் தகட்டிற்குச் சமனளவு பொன் கூட்ட பத்து வயதாகும். அதனைச் செந்தூரமாக்கியுண்ண நரை, திரை மாறி யானை வலுவுடன் காயசித்தியாகும்.

- கருவூரார் வாதகாவியம்-100

115. பலுனிமரம்

இம்மரத்தின் தூரைக் குடைந்து ஒரு பலம் சூதத்தை இட்டு அதே பட்டையால் மூடி மூன்று மாதம் சென்று எடுக்க ரசம் வெள்ளி போல் உறைந்திருக்கும். அதனை உருட்டி வைக்க மணிபோல் ஆகும். அதனை வாயிலடக்கக் கவுனம் உண்டாகும்..

- போகர் மலைவாகடம்.

116. கருங்கரிப்பான்

இதன் சமூலத்தைச் சூரணித்து வெருகடியளவில் காலை, மாலை ஒரு மண்டலம் உண்ண நரை, திரை மாறி யானை வலுவுடன் 100 ஆண்டு காலம் வாழலாம். பச்சரிசியும், பாசிப் பயறும் கூட்டிச் சமைத்துண்ணவும்.

- சூரியானந்தர் கல்பம்-25

117. செந்தும்பை

இதன் இலையை "ஓம்ரங் கொன்றை சூடிவருக" என 108 உரு செபித்துப் பிடுங்கி அரைத்துத் தாமிரத்திற்குக் கவசித்துச் சீலை செய்து புடமிடச் செந்தூரமாகும். அதனை வெள்ளியிலிடப் 10 வயதாகும். 3 நாளுண்ணக் காயசித்தியாகும். இலைச் சாற்றில் வீசம்படி வீதம் 3 நாள் உண்ண முயல் கண்ட வலிப்புத் தீரும்.

- போகர் மலைவாகடம்.

118. கருந்தாமரை

இத்தாமரைக் கிழங்கை "அரகரசிவசிவா லெட்சுமி தேவி" என 16 உரு செபித்து எடுத்து 40 துண்டுகளாக்கித் தினம் ஒன்றாக உண்ண

இளமை திரும்பும். கிழங்கின் சாற்றில் சுருக்குக் கொடுக்க ஏழுவகை உலோகத்தின் களிம்பும் நீங்கும்.

- புலஸ்தியர் கல்பம்-200.

119. கார்போக அரிசி

இதன் அரிசியைச் சூரணித்து வெருகடியளவில் தேனுடன் கொள்ள வாந்தி, குட்டம், ஈளை, நெய்யுடன் உண்ண மூலம், பவுத்திரம், விப்புருதி சூரணத்துடன் சமஅளவு வாய்விளங்கச் சூரணம் கூட்டி கோமூத்திரத்தில் அல்லது சூரணத்துடன் திப்பிலி கூட்டி வெருகடி யளவில் 6 மாதம் உட்கொள்ள முதுமை மாறி இளமை திரும்பும். ஒரு ஆண்டு உண்ண யானை வலுவுடன் சகல சித்தியும் கிட்டும்.

- போகர் மலைவாகடம்.

120. அவுரி

இதனை "வங்ரங்" என 16 உரு செபித்துச் சமூலம் பிடுங்கி நிழலில் உலர்த்திச் சூரணித்து சீனி கூட்டி வெருகடியளவில் 6 மாதம் கொள்ள முதுமை மாறி இளமை திரும்பும். ஒரு ஆண்டு உண்ண யானை வலுவுடன் சகல சித்தியும் கிட்டும்.

- கருவூரார் வாதகாவியம்-700

மேற்கூறிய 120 வகையான காயகற்ப மூலிகைகள் எந்த இடத்தில் இருந்தாலும் பலன் ஒன்றுதான். ஆனால் அதைச் சரியாக அடையாளம் கண்டு முறைப்படி பயன்படுத்த வேண்டியது அவசியம்.

உதகநீர்

முன்கூறிய கற்பமருந்துகளில் பலவற்றை உதகநீர் விட்டு அரைக்கவும் என்றும், உதகநீரில் ஊறப்போட வேண்டும் என்றும் கூறப்பட்டுள்ளதைக் கண்டிருப்பீர்கள். ஆனால் அதற்குரிய மிக அற்புதமான, விஞ்ஞானத்திற்கும் அப்பாற்பட்ட, இயற்கையிலேயே உருவான ஆற்றல் பல அடங்கிய அந்த அற்புத அமிர்தத்திற்கு ஒப்பான அரும் உதகநீர் பற்றிய அனைத்து விபரங்களையும் அறிந்து கொண்டு அரும்பெரும் பலன்களை அடையவேண்டும். என்பதால் ஆண்டு பல ஆண்டுகளாக அதி ரகசியமாகப் பாதுகாக்கப்பட்டு வந்த இந்த அரிய விபரங்களை அப்படியே மறைப்பின்றி வெளியிடுகிறேன். ஆற்றல் களும், அருமையும் பெருமையும் அறிந்து அனைத்து சித்திகளையும் அனைவரும் அடைய ஆதிசித்தனான அந்த ஆண்டவனை வேண்டுகிறேன்.

உதகநீர் என்பது சாவற்றிருப்பதாகும். மழைபெய்து தண்ணீர் வந்தால் அது உதகத்தின் மேலேதான் நிற்கும். வற்றும் மேலும் மரம், செடி, கொடிகளின் இலை குச்சி முதலியன உதகநீரில் விழுந்தால் அவை கல்லாகிவிடும். அவ்வமயம் கடும் மழை பெய்தால், அந்த உதக நீரையும், அதனுள் கல்லாக்கிக் கிடப்பவைகளையும் அடித்து இழுத்துக் கொண்டு வந்து ஆறு, ஓடைகள் முதலியவற்றில் மணலாகச் சேர்த்துவிடும்.

உதகநீரில், சணவேதி, ஒருநாள்வேதி, இருநாள் வேதி, திரிநாள் வேதி, பஞ்சவேதி, சப்தவேதி, சதவேதி, மாதவேதி, மண்டலவேதி, அறுபது நாள் வேதி எனப் பத்துவித வேதிகள் உண்டு.

இவற்றை அடையாளம் கண்டுபிடித்து அதற்குரிய பாத்தி ரங்களில் தக்க மந்திரங்களைச் செபித்து எடுக்க வேண்டும். அண்டத்தில் உள்ள உதகநீர் பிண்டத்தில் உள்ள விவரம் பற்றிச் சித்தர் நூல்கள் மூலம் அறியலாம்.

1.சணவேதி உதகம்

இது வெள்ளையாய்க் கருநீர்போல நுரைத்து பிசுபிசுப்பாய் இருக்கும். இதில் ஒரு குச்சியை விட மூன்றே முக்கால் நாழிகைக்குள் உதகம் பட்ட வரையில் கல்லாகிவிடும். இதை எடுப்பதற்கு கீழ்கண்ட மந்திரத்தை 108 உருசெபித்து வரவும்.

“ஓம் ஸ்ரீதிரி நேத்திர சுவாகா!”

குதிரைவால் முடியால் பேய்ச்சுரைக்குடுக்கையைக்கட்டி அதில் உதகத்தை எடுத்து உடன் சிறிது அரிதாரத் தூளையிட உடனே சிவப்பதுடன் இதிலிருந்து சவ்வாது மணமும் வீசும். சணவேதி என அறிந்து பின் மருந்துகளில் கூட்டவும். ஒரு பூசணிக்காயைக் குச்சி யினால் குத்தி அதனுள் இரசத்தைவிட்டு மூடிக் குதிரைவால் மயிரில் கட்டி உதகத்திலிட்டு வைக்கக் கல்லாகும். அதை எடுத்துப் பொடித்து வங்க உருக்க முகத்தில் சிறிது தூவக் குளிகையாகும். அதனை வாயிலிடக்கெவுன முண்டாகும். இப்பூசணிக்காய்த் தூளைப் பண எடைவீதம் தேனுடன் உண்டு வர ஆயுள் அதிகரிக்கும்.

2.ஒரு நாள் வேதி உதகம்

இது புகையீரல் கழுவிய நீர்போல் பிசுபிசுப்பாய் இருக்கும். குதிரைவால் மயிரில் பேய்ச்சுரைக்குடுக்கையைக் கட்டி முன் கூறிய மந்திரம் செபித்து உதகம் எடுத்து அதில் சிறிது பெருங்காயத் தூளையிட்டு நுகர காயத்தின் மணமில்லாதிருப்பின் ‘ஒரு நாள் வேதி

உதகம்' என்று அறியவும். வில்வக்குடுக்கையில் இந்நீரை எடுத்து அதில் 3 கழஞ்சு இரசம் போட்டு வைக்க வெண்ணை போலாகும். அதனைக் குப்பியில் இட்டு மணல் மறைவுப்புடமிட உருகிக் குளிகையாகும். அதனை வாயிலடக்கக் கெவுனமுண்டாகும். (இக்குளிகையினால் பற்ப, செந்துரச் சுண்ணங்கள் செய்தும் பயன்படுத்தலாம்).

3.இருநாள் வேதி உதிகம்

இது சாணித் தண்ணீர்போல் பிசுபிசுப்பாயிருக்கும். குதிரைவால் மயிரினால் பழைய தேங்காய்க் குடுக்கையைக் கட்டிமுன் கூறிய மந்திரம் செபித்து உதகமெடுத்து மாம்பழச்சாறு விட்டுக் கலக்கி 2நாள் சென்று நுகரமாம்பழ வாடை இல்லாதிருப்பின் "இருநாள் வேதி உதகம்" என்று அறியலாம். வில்வக்குடுக்கையில் உதகம் சிறிது எடுத்து அதில் சிறிது வெள்ளித்தூளையிட்டு 2நாள் வைத்தெடுக்க மணல் போலாகும். இதனைக் கல்வத்திலிட்டுக் அரைத்துப்புடமிட்டுச் சுண்ண மாக்கி நெய்யில் குழைத்துண்ண உடல் சித்திபெறும்.

4.திரிநாள் வேதிஉதகம்

இது கரிசல் காட்டுத் தண்ணீர்போல் குழகுழப்பாய் இருக்கும். இதில் குச்சியை விட்டு 3தினம் வைத்திருக்க நீர்பட்ட வரை கல்லாகும். "ஓம் சாம்பவி சங்கரி ரட்சிக்க சுவாகா"- என 108 உருச்செய்துச் செம்பினால் குடுக்கை செய்து குதிரைவால் மயிரில் கட்டிஉதக மெடுத்துப் பெருங்காயத்தூளைச் சிறிதுபோட்டு நுகர காயத்தின் மணமற்று இருப்பின் திரிநாள் வேதி உதகம் என அறியவும். கூவிளங்குடுக்கையில் இரசம், வெங்காரம், திப்பிலி, கிராம்பு இவை வகைக்கு 1 கழஞ்சு வீதம் போட்டு கூவிள மரத்துண்டால் வாயை மூடிக் குதிரைவால் மயிரில் கட்டி உதகத்திலிட்டு எடுத்து உலர்த்திச் சீலைமண் செய்து மணல் மறைவுப்புடமிட இரசம் கெவுனக் குளிகை யாகும். இதனைப் பற்ப, செந்தூர சுண்ணங்களாகவும் செய்யலாம்.

5.பஞ்சவேதி உதகம்

இது மஞ்சள் கலக்கிய தண்ணீர் போலிருக்கும். அதில் குச்சியை விட்டு 5நாள் வைத்திருக்க பொரிக்கல்லாகும். குதிரைவால் மயிரினால் இரும்புத்தகட்டுக் குடுக்கையைக் கட்டி "ஓம் சங்கரி அஷ்டசங் கன்னி ரட்சிக்கு சுவாஹா" என்று 108 உரு செபித்து உதகம் எடுத்து அதில் ஈர வெங்காயம் எடுத்து அரைத்துக் கலக்கி நுகர வெங்காயமணம் இல்லாதிருப்பின் பஞ்சவேதி உதகம் என அறியலாம். இதில் பாஷாணங்கள் பற்பமாக்கலாம். அப்பிரகம், கந்தகம், இரசம், கருங் காலிப்பட்டை இவை வகைக்கு 1 கழஞ்சு தூளை உதகநீர்விட்டுப்

பிசைந்து குமட்டி, மாதுளம் பழச்சாற்றில் அரைத்துக் குகையில் இட்டுச் சீலைமண் செய்து கிளுவைக்கரிபோட்டு உருக்க குளிகைபோலாகும். இதில் சிறிதளவு செம்பிலிட ஏழுவயதும், வெள்ளியிட 10 வயதும் ஆகும்.

6. சப்தவேதி உதகம்

இது சிறிது சிவப்பாயிருக்கும். இதில் குச்சியை விட்டு 1வாரம் வைத்திருக்கக் கல்லாகும். குதிரைவால் மயிரில் பேய்ச்சுரைக் குடுக்கையைக் கட்டிப் பின்வரும் மந்திரத்தை 108 உரு செல்லவும்.

"ஓம் பைரவி பிசாசு நாடாமல் கட்டுகட்டு சுவாஹா"

உதகம் எடுத்து அதில் வேப்பெண்ணெய்விட்டு நுகர அதன் மணம் இல்லாதிருப்பின் சப்தவேதிஉதகம் என்றறியவும். அதில் பாஷாணங்களை அரைத்துச் செந்தூரம் முதலியன ஆக்கலாம். வெள் ளாட்டுக் கொம்புக் குழாயில் சிறிது உதகநீர் விட்டு மேலே ஒரு கழஞ்சு சூதம் விட்டு அதன் மேல் மீண்டும் உதகம் விட்டு அது குளிகை ஆகும் வரை வெயிலில் வைத்து எடுக்கவும். அக்குளிகை யில் சிறிது எடுத்துவங்கம் 1 கழஞ்சு எடுத்து உலையில் வைத்து உருக்கு முகத்தில் கொடுக்கச் சுரபிக் குளிகையாகும். இக்குளிகையை வாயிலிட கெவுனசித்தியுண்டாகும்.

7. தசவேதி உதகம்

இது அழுகிக்கிடக்கும் சகதித் தண்ணீர் போலிருக்கும். இதில் இட்ட குச்சி 10 நாளில் கல்லாகும். குதிரைவால் மயிரில் விளாங் குடுக்கையைக் கட்டி முன் கூறிய மந்திரம் செபித்து உதகம் எடுத்து அதில் ஒரு எலுமிச்சம் பழச்சாற்றை விட்டு 10 நாள் கழித்து நுகரப் பழவாடை இல்லாதிருப்பின் தசவேதி உதகம் என அறியவும். இந்த உதக நீரைச் செம்புக்குடுக்கையில் ஊற்றி அதில் வெண்பாடாணத்தை இட்டு 10 நாள் சென்று பார்க்க பாடாணம் கரைந்து குருமணல் போலிருக்கும். இதை 10 எருவில் புடமிடச் சுண்ணமாகும். இதனை நெய்யுடன் சாப்பிட காயசித்தியுண்டாகும்.

8. மாதவேதிஉதகம்

இது சிறிது மஞ்சள் நிறமுடன் கொழ கொழப்பாய் இருக்கும். இதில் இடப்பட்ட குச்சி 1 மாதத்தில் சொரிக் கல்லாகும். குதிரைவால் மயிரில் இரும்புக் குடுக்கையைக் கட்டி "ஓம் கங்காளி கருணாகரி பேய்பிசாசு நாடாமல் காக்க சுவாஹா" என்ற மந்திரத்தை 108 உரு செபித்து உதகம் எடுத்து அதில் வசம்புத்தூளையிட்டு நுகர அதன் மணம் இல்லாதிருப்பின் மாதவேதிஉதகம் என அறியவும். இதில்

பாடாணங் களைச் சுண்ணமாக்கலாம். தோல்நீக்கிய மஞ்சள் கிழங்கை அழிஞ்சில் குச்சியில் குத்தி உதகத்தில் இட்டுக் கல்லானவுடன் எடுத்துப் பொடித்துக் கொண்டு நாக உருக்கி முகத்தில் சிறிது சிறிதாய் தூவி வரச் சிவந்து பத்து வயதாகும்.

9. மண்டலவேதி உதகம்

இது சிறிது பச்சை நிறமுடன் பிசுபிசுத்து இருக்கும். நுரைத்தும் இருக்கும். இதிலிட்ட குச்சி 1 மண்டலத்தில் கல்லாகும். செம்புக் கம்பியினால் பேரண்டத்தைக் கட்டி "ஓம் சுடலையாடி கோமேஸ்வரி காக்க சுவாஹா" என்று 108 உரு செபித்து உதகமெடுத்து அதில் வெற்றிலைச்சாறு விட்டுப்பார்க்க அது முறியாதிருப்பின் மண்டல வேதி உதகம். இதில் பாடாணங்களைப் பற்பம் முதலியன ஆக்கலாம். நரிவளங்காய் சிறு குடுக்கையில் 5 கழஞ்சு இரசமும் 1 கழஞ்சு கெந்தகமும் விட்டு மேற்கட்டையால் மூடிக் குதிரைவால் மயிரில் கட்டி உடன் கள்ளிக் கொப்பும் கட்டி உதகத்திலிட்டுக் கள்ளிக் கொப்பு நிறம் மாறினால் இரசம் கட்டிக் குளிகையாகும். அதனை வாயில் இட கெவுனமுண்டாகும். நரை, திரை மாறும்.

10. அறுபது நாள் வேதிஉதகம்

இது சிறிது கருப்பு நிறமுடன் வழுவழுப்பாய் இருக்கும். இதில் இட்டகுச்சி 60 நாளில் கல்லாகும். செம்புக் கம்பியினால் இரும்புக் குடுக்கையைக் கட்டி "ஓம் பராபரி பராசக்தி காக்க சுவாஹா"-என்று 108 உரு செபித்து உதகம் எடுத்து அதில் வசம்புத் தூளையிட்டு நுகர அதன் மணம் இல்லாதிருப்பின் 60 நாள் வேதிஉதகம் என அறியவும். இதில் பாடாணங்களைச் செந்தூரம் முதலியன ஆக்கலாம். கருங்காணப் பயிரை உதகநீர்விட்டு அவித்து 32 பங்குகளாக்கித் தினம் கூறுவீதம் காலையில் உண்டு வர காயசித்தியாகும். யானையின் வலிமையுண்டாகும்.

உதகநீரின் பொதுப்பயன்கள்

1. பச்சை மஞ்சள் கிழங்கை உதகநீரில் இட்டுக் கல்லான பின் எடுத்துப் பொடித்து 10 கழஞ்சு பொடிக்கு 1 கழஞ்சு இரசம் உதகம் இருந்த இடத்து மண் 1 கழஞ்சு கூட்டி உதகநீர் விட்டு அரைத்து உருட்டி உலர்த்தி சிறு கலயத்தில் விட்டு உதகத்திலிட்டு வைக்க கல் குளிகை ஆகும். அதனை வாயிலடக்க கவுனமார்ககமாய்ப் போய் வரலாம். மேலும் இக்குளிகையைப் பணவெடை வெள்ளி உருக்கி முகத்தில் கொடுக்கப் பத்து வயதாகும்.

2. மேற்படி மஞ்சள் கிழங்கைப் பொடித்து வெருகடியாக தேன் கூட்டி உண்டுவர உடல் பொன் போலாகி யானையின் வலுவுண்

டாகும். பச்சரிசியும், பாசிப்பயறும் கூட்டி சமைத்துண்ணவும். காலை, மாலை பசும்பால் அருந்தவும். காலை, மாலை வெயிலைத் தவிர்க்கவும்.

3. வாழைக்காயைக் குடைந்து உள்ளே துத்தநாகமும் இரசமும் வகைக்கு 1 கழஞ்சு வைத்தக் கலயத்திலிட்டு மேல்மூடி 3 நாள் உதகத்திலிட்டு வைக்கக் கல்லாகும். அதனைப் பொடித்து செம்பு உருக்கி முகத்தில் பழுக்கும் வரை தூவிவரப் பத்துவயதாகும்.

4. சாதிலிங்கம், அரிதாரம், மனோசிலை, கெந்தகம் இவை வகைக்கு 1 கழஞ்சு கூட்டி உதகம் விட்டரைத்து உருண்டையாக்கி கலயத்தில் இட்டுக் குதிரைவால்மயிரில் கட்டி உதகத்தில் இட்டு வைக்க கல்லாகும். அதனைப் பொடித்து வெள்ளி உருக்கு முகத்தில் சிவக்கும் வரை தூவிவரப் பத்துவயதாகும்.

5. சிறு பூசணிக்காயைத் துளைத்து 10 பலம் இரசமும் 1 பலம் கந்தகத்தூளும் போட்டுக் காயினால் மூடி மேலே செம்புக் கம்பியினால் கட்டி உதகத்தில் இட்டு வைக்கக் காயும் இரசமும் கல்லாய் இருக்கும். இரசத்தை மட்டும் எடுத்துப் பொடித்து வெள்ளீயத்தை உருக்கு முகத்தில் தூவிவர வெள்ளியாகும்.

6. அந்த வெள்ளியை உருக்க, உருக்கு முகத்தில் போட்ட இரசக் கல்லின் பொடி வழிந்து தெரித்து கீழே விழும். அதை எடுத்துப் பாலில் கலந்து வாயிலடக்கக் கெவுனமுண்டாகும்.

7. அந்த கல்லான பூசணிக்காயுடன் 1 கழஞ்சு கோரோசனை கூட்டிப் பொடித்து நல்லெண்ணெய் புனுகு, சவ்வாது விட்டரைத்து மையாக்கித் திலகமிட எதிரிகளின் பாணப்பிரயோகம் முறிந்து போகும். எந்த மிருகமும் அருகில் நெருங்காது.

8. உதகத்திலுள்ள மணலை எடுத்து உலர்த்தி முறையே பன்றி நெய், சூதம், வெள்ளாட்டு நீர், தேன் இவற்றில் கலந்து அரைத்து உருட்டி உலர்த்தி சிறு கலயத்தில் இட்டு செம்புக்கம்பியினால் கட்டி உதகத்தில் 3 தினம் வைத்தெடுத்துக் கல்வத்தில் இட்டு குதிரைக் குளம்புத் தூளையிட்டு அரைத்து குகையிலிட்டு வெங்காரமிட்டு உருக்க செம்பாகும்.

9. இந்த செம்பை தகடாக்கி புல்லாமணக்கு அரைத்துக் குகைசெய்து உலர்த்தி அதனுள் வைத்து வெங்காரமும் பன்றி நெய்யும் விட்டு உருக்கவும். இப்படி 2 முறை உருக்கி எடுக்கக் குளிகையாகும். இத்துடன் 10 பணஎடை செம்பும், 5 பணஎடை வெள்ளியும் சேர்த்து உருக்க சிவந்து பத்து மாற்று தங்கமாகும்.

10. இரண்டு கழஞ்சு இரசத்தை கல்வத்தில் இட்டு உதகநீர் விட்டு அரைத்து உலர்த்தவும். இப்படி இருமாதம் வரையில் உதகநீரில் விட்டு அரைக்க ரசம் மாவுபோல் ஆகும். அதற்குச் சமனெடை வங்கமிட்டு உருக்க குளிகையாகும். இந்தக் குளிகையை வாயில் அடக்க எந்த ஆயுதமும் உடலில் பாயாது. உடல் பொன்னிறமுடன் யானையின் வலுவுண்டாகும்.

மேற்கூறிய உதகநீர் வேலைகளை மழைக் காலங்களில் செய்ய லாகாது. பங்குனி, சித்திரை, வைகாசி மாதங்களில் தான் வெய்ய வேண்டும். மண்குடங்களில் உதகநீரை எடுப்பின் பயன் தராது. மேலும் இச்செயல்களில் ஈடுபடுபவர்கள் பணம், புகழ் இவற்றிற்கு ஆசைப்படாமல் தெய்வ பக்தியும், சித்தர்கள் வழிபாடும், குருவின் ஆசியும் வழிகாட்டலும் உள்ளவர்களாகவும், மந்திர வழிபாடு களுடனும், மது, மாமிசம், பெண்போகம் இவைகளை நீக்கி முறைப் படி எடுக்க வேண்டும்.

இவ்வாறு மூலிகைகள், உதகநீர் முதலியவைகளை எடுக்கச் செல்பவர்கள் தனியே செல்லாமல் பக்தியான் தன் குருவுடனும் சக நண்பர்களுடனும் செல்ல வேண்டும். மேலும் நல்ல உடல் ஆரோக்கி யத்துடனும், யோகப் பயிற்சி, தியானப் பயிற்சி, கற்ப பயிற்சி முதலிய வைகளை கடைபிடிப்பவர்களாகவும் இருப்பது அவசியம். மேலும் சித்தர்களின் நூல்களில் கூறிய முறைப்படி எள்ளளவும் பிசகாமல் கையாள வேண்டும். அதை விடுத்து தனக்குத் தோன்றியபடி நம் இஷ்டத்திற்கு செயல்பட்டால் அதனால் ஏற்படும் விளைவுகளுக்கு சித்தர்களின் நூல்களை குறைகூறவதால் எந்த பயனும் இல்லை. எனவே முறைப்படி செயல்பட வேண்டுகிறேன்.

இனி அடுத்ததாக மிகவும் அதி அற்புதமான காயகற்பம் ஒன்றைக் கூறுகிறேன். இது கிடைப்பதற்கு மிகவும் அரியதொரு மூலிகையாகும். தெய்வ சக்தியுள்ள இந்த மூலிகை கிடைப்பவர் இதைச் செய்து கொள்ளும் பொருட்டு இதை இங்குக் கூறினேன். பொதுவாக வில்வம் என்ற மூலிகை சிவனுக்கு உரியது. இது சிவ யோகத்தை சித்தி செய்யவல்லது என்பதை போகர்-7000 நூலின் மூலம் நாம் அறிய முடிகிறது. அந்த மிக அற்புதமான கற்பத்தை இங்கு பார்ப்போம். வில்வத்தில் பல வகைகள் உண்டு அதில் மிகவும் அற்புதமான கிடைத்தற்கு அரிய வகை தான் "கற்பூர வில்வம்" என்பது. அந்த கற்பூர வில்வத்தை எப்படி உப யோகித்து காயசித்தியை அடைவது என்ற விபரத்தினை போகரின் நூல் கீழ்கண்டவாறு விளக்குகிறது. அதை அப்படியே ஆதாரப் பாடல்களுடன் இங்கு அளிக்கிறேன்.

கற்பூர வில்வ கற்பம்

"கண்டினேன் கற்பூர வில்வந்தானும்
கடிந்தரைத்துப் பாக்களவு பாலில் உண்ணு
அண்டில்லா அக்னியைத் தானவிக்கும்
அழுத்துகின்ற மேகமெல்லாம் சாடிப்போகும்
வண்டினேன் வாதபித் தத்தை நீக்கும்
வாய்நீர்தான் மிகஊறில் வற்றிப்போகும்
வெண்டில்லா மேனிசர சரப்புப்போகும்
மிக்கான வெள்ளெழுத்தும் மீறிடாதே"

(போகர்-7000-பாடல்-498)

இந்த அரிய மூலிகையான கற்பூர வில்வத்தின் இலையை நன்கு அரைத்து பாக்களவாக பசுவின் பாலில் காலை, மாலை 48 நாட்கள் முறைப்படி பத்தியத்துடன் உட்கொள்ள, உடலில் உள்ள அதிக உஷ்ணம் தணியும். எல்லாவகையான மேகநோய்களும் தீரும். வாதம், பித்தம் ஆகியவற்றால் ஏற்படும் குற்றங்களை நீக்கும். வாயில் நீர் ஊறுவதைத் தடுக்கும். உடலில் ஏற்படும் சொரசரப்பு, வெடிப்பு இவைகள் நீங்கி உடல் வழுவழுப்புகள் மென்மையாகும். கண்பார்வை தெளிவடைந்து வெள்ளெழுத்து நீங்கும் என்று மிக அற்புதமாகக் கூறியுள்ளார். இவ்வளவு நோய்களைத் தீர்க்கவல்ல சக்தி படைத்த அற்புத ஆற்றல்கள் நிறைந்த இந்த வில்வ மூலிகையின் சிறப்பான பலன்களை நன்கு அறிந்த நம் முன்னோர்கள் அதனால்தான் அதை சுத்தமான இடங்களான கோவில்கள், நந்தவனங்கள் முதலிய இடங்களில் வளர்த்து இறைவனின் பூஜைக்கும் பயன்படுத்தினர்.

இனி அடுத்ததாக இந்த மூலிகையின் அனைத்து பாகங்களையும் உபயோகித்து கற்ப மருந்துகளை எவ்வாறு செய்வது என்பதைப் பார்ப்போம்.

வில்வப் பூ கற்பமும் வேதையும்

"மீறிடாப் பூப்பறித்தே இடித்துச் சாறு
மிகப்பிழிந்து கலசமதில் வைத்துக் கொண்டு
நாறிடாக் கெந்தகத்தைக் கரண்டிதனில் உருக்கி
நறுநெய்யாம் பன்றியுடைய நெய்தான் குத்தித்
தாறிடாச் சாறதனில் முப்பத்தொன்று
சாய்க்கவே கெந்தகந்தான் கட்டிப் போகும்
பாறிடாப் பன்றிநெய்யை விட்டு அரைத்துப்
பாங்காக நாற்சாமம் பண்பாய் வாங்கே.

வாங்கியே காசியென்ற மேருவில்போட்டு
வளமாக குப்பிக்கு கதம்பை வைத்துத்
தாங்கியே சட்டியினில் பொத்த லிட்டுச்
சாங்கமாயக் குப்பிநுனி தலைகீழாய் நிற்க
ஆங்கியே அடுப்பேற்றி அடுப்புக்குள் கிண்ணி
அகலமாய் வைத்துமேச்சட் டியில்தீப்போடு
தேங்கியே கிண்ணிக்குள் தயிலம்வீழும்
சிறப்பான மதித்தகட்டில் தோய்த்திடாயே.

தோய்த்துமே புடம்போட்டே ஆறப்பார்தால்
சிவந்தெழந்து பத்தரையாம் ஏமம்தானும்
சாய்த்துமே தயிலத்தைப் பணவெடைதான் எடுத்துச்
சர்க்கரையில் கொண்டிடவே தாதுவிருத்தி
மாய்ந்துமே மனந்தன்னை மாயந்தன்னில்
மருவாமல் மதியென்ற மண்டலத்தில் புக்குத்
தோய்ந்துமே அமுதந்தான் தாரையாகும்
சோமப்பால் தனைஉண்ணச் சோதியாமே"

(போகர்-7000-பாடல்கள்-499,500,501)

இந்த வில்வப்பூவை இடித்துச் சாறெடுத்து ஒரு கலயத்தில் வைத்தக் கொண்டு கெந்தகத்தை சுத்திசெய்து கரண்டியில் வைத்து பன்றிநெய் ஊற்றி உருக்கி 31 தடவை வில்வப் பூச்சாற்றில் சாய்க்க கெந்தகமானது நெருப்பிற்குப் புகையாமல் கட்டும். இவ்வாறு கட்டிய கெந்தகத்தை மறுபடியும் பன்றி நெய்யில் 10 மணிநேரம் அரைத்து எடுத்து குப்பியில் போட்டு பூப்புட முறையில் தைலமாக வடித்துக் கொண்டு இந்த தைலத்தை பணஎடை வீதம் சர்க்கரை கலந்து 48 நாட்கள் உட்கொள்ள காயசித்தியாகும். இந்த தயிலத்தில் வெள்ளித் தகட்டை காய்ச்சி தோய்த்து புடம்போட பொன் ஆகும். மேலும் இந்த அரிய தயிலத்தை உட்கொள்வதால் உடலில் தாதுவின் நிலை உயர்ந்து மனமானது வாசியோகத்தில்லயிக்கும். இவ்வாறு சந்திர கலையில் வாசியானது நடக்க அமிர்தமானது சுரந்து உடல் ஜோதி வடிவம் பெறும் என்று இந்த கற்பமருந்தின் அற்புதமான பலன்களை தன்னுடைய நூலில் வெளியிட்டுள்ளார். இன்னும் இந்த மூலிகையின் பயன்களையும் பார்ப்போம்.

வில்வப்பழக் கற்பமும் வேதையும்

"காணலாம் என்று வில்வப் பழத்தைத் தேடிக்
கனமாகப் பொறுக்கியே சதையை வாங்கி

வேணலாம் வெயிலில் உலர்த்திக் கொண்டு
மிக்கான பூப்படத்தில் தயிலம் வாங்கி
ஆணலாச் சூதத்தை அடுப்பில் வைத்தங்கு
ஆதீதமாய்ச் சுருக்கிடவே கட்டிப்போகும்
தோணலாய் முன்போலச் செந்தூரம் பண்ணிச்
சுத்தமாம் தயிலத்தில் குழைத்து உண்ணே.

உண்ணவே மண்டலத்தில் நரையோ மாற்றும்
உகர்ந்தமெல்லாஞ் சடந்தானும் உகந்து காணும்
பண்ணவே தயிலத்தில் நாகம் சாய்க்கப்
பாங்கான புகைஐந்தும் கட்டிப்போகும்
அண்ணவே அயம்உருகி ஈயமாகும்
அறுபத்து நாலான பாடாணந்தான்
தண்ணவே சாமத்தில் கட்டிப்போகும்
தனித்ததோர் உபரசங்கள் சத்துமாமே"
(போகர்-7000-பாடல்கள்-504,505)

இந்த வில்வப் பழத்தினைக் கொண்டுவந்து உடைத்து உள்ளே உள்ள சதையை வெயிலில் காயவைத்து பூப்புட முறையில் தயிலம் வாங்கிக் கொண்டு சுத்தம் செய்த பாதரஸத்தை ஒரு இரும்புக் கரண்டியில் வைத்து மேற்படி தயிலத்தால் சுருக்குக் கொடுக்க பாதரஸமானது கட்டும். இந்த கட்டிய பாதரஸத்தை முன்போல முறைப்படி செந்தூரம் செய்து அரிசி எடைவீதம் வில்வப்பழத் தைலத்தில் நன்கு குழைத்து 48 நாட்கள் முறைப்படி பத்தியம் காத்து உட்கொள்ள நரை, திரை மாறி உடல் அழியாத நிலையை அடையும். இந்த தைலத்தில் நாகத்தை (சிறுகண் நாகம்) உருக்கிச் சாய்க்க புகை ஐந்தும் கட்டும் இந்த தயிலத்தில் இரும்பை உருக்கிச் சாய்க்க ஈயமாக மாறும். இந்த தயிலத்தால் 64 பாடாணங்களும் நெருப்புக்குப் புகை யாமல் கட்டும் (ஒரு ஜாமம் சுருக்குக் கொடுக்கவும்) 120 உபரசங் களில் இருந்தும் சத்து எடுக்க இது பயன்படும் என்று மிக உயர்வான கற்ப மருந்தை சற்றும் மறைப்பின்றி மிகத் தெளிவாகவும், வெளிப் படையாகவும் கூறியுள்ளார். மேலும் மிக உயர்வான மற்றொரு வகை கற்ப மருந்தையும் அதேசமயம் இந்த உலகமக்கள் இன்று பல லட்சங்கள் செலவு செய்தும் கிடைக்காத பிள்ளைச் செல்வத்தை எளிய முறையில் அடையும் வழியினையும் தெளிவாக இராமதேவர் என்ற நாமத்துடன் பிறந்து யாகோபு முனிவராக விளங்கிய பெரும் சித்தர் தன்னுடைய நூலில் வெளிப்படுத்தி உள்ளார். அதையும் இங்கு இவ்வுலக நன்மையைக் கருதியும் கிடைத்தற்கு அரிய பிள்ளைப் பேறினை யாவரும் பெற்று மகிழ்வுடன் வாழவேண்டும் என்ற எண்ணத்தின்

விளைவினாலும் இங்கு வெளிப்படுத்தி உள்ளேன். (இது என் அனுபவத்தில் பலருக்கு அளித்து வெற்றி கண்டதும் ஆகும்.)

வில்வப் பூ கற்பமும் வேதையும்

"மீறிடா இன்னமொரு சூரணந்தான்
குருவாகும் வில்வமர விலையே மூலம்
தேறியே கொண்டுவந்து உலர்ந்த பின்பு
சீரகமும் வெந்தயமும் கிராம்புயேலம்
மீறியே மதுரம் வகைப் பலமேகாலாம்
விளங்கவே உரலில்இட்டுச் சூரணித்து
கோரியதோர் தேனதிலே நெல்லிக்காய்போல்
குறிப்பாகத் தானுருட்டி உண்டாற்கேளே"

உண்டாக்கால் கர்ப்பத்துக்கு உறுதியாகும்

"உண்மையுடன் மண்டலந்தான் புசித்துவந்தால்
பண்டான கர்பப்பூச் சிகளும்போகும்
பாரமுள்ள கர்ப்ப வாய்வுகளும் போகும்
துண்டான யிருபத்தொரு மேகம்போகும்
சூலைமுதல் வியாதிகளும் தொலைந்துபோகும்
கண்டாக்கால் இம்மருந்தை வெளிவிடார்கள்
கருவான கர்ப்பமுண்டாங் கண்டுபாரே"

(யாகோபு வைத்திய சூத்திரம்-55,
பாடல்கள்-20,21)

வில்வ இலையையும், வேர்ப்பட்டையையும் நன்றாக உலர்த்தி (நிழலில்) இடித்து சூரணமாகச் செய்து கொண்டு சீரகம், ஏலம், வெந்தயம், கிராம்பு, அதிமதுரம் இவை 5ம் 10 கிராம் வீதம் எடுத்து உரலில் இட்டு இடித்துச் சலித்து சூரணமாகச் செய்து கொண்டு முன் செய்து வைத்துள்ள வில்வ சூரணத்துடன் கலந்து தேன்ஊற்றிப் பினசந்து கொண்டு தினமும் காலை, மாலை நெல்லிக்காய் அளவாக உட்கொள். இவ்வாறு உட்கொள்ள கெர்ப்பப் பையில் உள்ள பூச்சிகள், கெர்ப் பத்தைக் கலைக்கும் வாயுக்கள், சூலை, 21 வகையான மேகநோய்கள் அனைத்தும் நீங்கி நிச்சயமாக கர்ப்பம் உண்டாகும் என்றும் இந்த மருந்தை அறிந்தவர்கள் வெளியில் கூறமாட்டார்கள் என்றும் கர்ப்பம் உண்டாகாதவர்களின் நிலைகருதி தான் வெளியிட்ட தாகவும் கூறுகிறார். சிவன் ஆலயங்களில் உள்ள வில்வத்தின் மகிமையைப் பாருங்கள்.

இனி அடுத்ததாக எளிதில் கிடைக்கின்ற அதேசமயம் நமக்குத் தெரியாத அரிய ஒரு மூலிகையின் பயன்களை போகர் முனிவர் கூறிய முறையில் அளிக்கிறேன்.

சீந்தில் கற்பம்

“போமென்ற பொற்சீந்தில் ஆனால் ஒன்று
புகழான சிவப்பு நன்று கருப்பு நன்று
நாமென்ற கிடையாட்டால் நல்ல சீந்தில்
நறுக்கியே துண்டுதுண்டாய்க் கிழித்துப்போட்டு
ஏமென்ற நிழலில் உலர்த்தி யிடித்துத் தூளாய்
ஏற்றமாம் வடிகட்டி சூரணமே செய்து
தாமென்ற நாலில்ஒன்று சர்க்கரை சேர்த்துச்
சமர்த்தாக வெருகடிதூள் மண்டலங் கொள்ளே

கொள்ளவே குன்மமொடு சந்தி விக்கல்
கொடிதான அஸ்திசுரம் மெய்மறத்தல்
வெள்ளவே மேகமூத்தி ரங்கிரிச்சம்
மிக்கதோர் நீர்ப்பாடு மேனிகன்றல்
தெள்ளவே சிரசிலுள்ள வாயுவெல்லாம்
சிந்துமே அமுதந்தான் நாடிசுத்தி
கள்ளவே காமப்பால் உடம்பில் ஊறுங்
கணக்கான அமிர்த சஞ்சீவிதானே”

(போகர்-7000-பாடல்கள்-456,457)

சீந்தில் என்ற கொடிவகையான மூலிகை உள்ளது. வெற்றிலை போன்ற இலைகளுடன் சிவப்புநிறமுள்ள் சிறிய கொத்துக் கொத்தான காய்களுடன், விழுதுகள் உள்ள கொடியாக மரங்களில் படர்ந்து காணப் படும். இதை 3 விரல் பருமனுள்ளதாகப் பார்த்து வெட்டிவந்து நார் நாராகக் கிழித்து சிறிய துண்டுகளாக வெட்டி நிழலில் காய வைத்து இடித்து சூரணமாகச் செய்து இதற்கு நாலுக்கு ஒரு பங்கு சர்க்கரை சேர்த்து வெருகடி அளவாக 48 நாட்கள் உட்கொள்ளவும். இவ்வாறு உட்கொள்வதால் வயிற்றில் உண்டாகும் குன்ம வலிகள், இடைவிடாத விக்கல் கொடிய எலும்பு சுரம், (அந்த ராக்ஸ்) நினைவுதவறுதல், சர்க்கரை நோய், சிறுநீர் எரிச்சல், நீர்ப்பாடு, உடல் கன்றல், கபால வாய்வு போன்ற அனைத்து நோய்களும் நீங்கி நாடிகள் சுத்தமடைந்து உடம்பில் விந்தின் நிலை உயர்ந்து அமிர்தமானது உடலில் ஊறும். இதை அமிர்த சஞ்சீவி மூலிகை என்றும் குறிப்பிடுகிறார். இதில் மஞ்சள் நிற பூக்களையும், பழங்களையும் உடைய பொற்சீந்தில், சிவப்புநிற சீந்தில், கருப்பு நிற சீந்தில் கிடைத்தால் மிக உயர்வான பலன்களைப் பெறலாம் என்றும் தெளிவாகக் கூறுகிறார்.

இதுபோன்று சித்தர்களைப் பற்றியும் அவர்களின் உண்மையான யோக, ஞான, கற்ப முறைகள் பற்றியும் யார் உண்மையாக அறிந்து கொள்ள முயற்சித்தாலும் அவர்களுக்கு சித்தர்கள் எப்படியும் உதவுவார்கள். ஒருமுறை நான் என்னுடன் காவல் துறையில் பணிபுரியும் எனது நண்பர்கள் சரவணன், தனசேகரன், அழகர்சாமி, பார்த்தசாரதி ஆகியோருடன் சதுரகிரிக்குச் சென்றேன். (மே 2006)ம் ஏறத்தாழ இரவு 7.30 மணிக்கு சுந்தர மகாலிங்கம் சன்னதியில் வழிபாடும் தியானமும் முடித்து எங்களது அறையில் வந்து உணவருந்திவிட்டு பேசிக் கொண்டிருந்தோம். அதுசமயம் திரு. மாரிமுத்துப் பூசாரி அவர்களின் மகன் சக்திவேல் என்னிடம் வந்து "பிரான்ஸ் நாட்டிலிருந்து ஒரு அம்மையார் இங்கு வந்து கடந்த இரண்டு வார காலமாகத் தங்கி சித்தர்களைப் பற்றியும் மூலிகைகள் பற்றியும் ஆய்வு செய்து கொண்டிருக்கிறார். ஆனால் அவருக்கு சரியான வழிகாட்டுபவர்கள் இல்லை. எனவே தாங்கள் ஏதேச்சையாக இங்கு வந்தது அந்த இறைவனின் சித்தம்" என்றும், அந்த அம்மையாரிடம் என்னைப் பற்றிக் கூறியதாகவும், அந்த அம்மையாரும் உடனே என்னைச் சந்திக்க விரும்புவதாகவும் கூறினார். நான் மிகவும் யோசித்தேன். ஏனெனில் நான் SSLC வரை தான் படித்துள்ளேன். ஆங்கில மொழித்திறன் குறைவு. அத்துடன் வெளி நாட்டிலிருந்து வந்துள்ள ஒரு சிறந்த ஆராய்ச்சியாளருக்குத் தேவையான தகவல்களை அவர் புரிந்து கொள்ளக்கூடிய விதத்தில் விளக்க முடியுமா என்ற குழப்பமும் மேலும் அவர் எதைப் பற்றிக் கேட்கப் போகிறார் என்ற சிந்தனையும் என்னிடம் மேலோங்கியது. இருப்பினும் என் மஹா குருவை வேண்டிக் கொண்டு அந்த அம்மையாரைச் சந்திக்க சம்மதம் அளித்தேன்.

வெளிநாட்டினருக்கே உரிய சிவந்த நிறம், 23 வயது ஒல்லியான அந்த அம்மையாரின் முகமும் பார்வையும் ஏதோ ஒன்றை தேடுவதையும், புரிந்து கொள்ள முடியாத ஒரு அபூர்வ ஆற்றலும், ஆன்மீக சாந்தமும் வெளிப் படுத்தின. மிகவும் அமைதியாக அந்த அம்மையார் தன்னை அறிமுகம் செய்து கொண்டார். பின்பு நடந்த சம்பவங்கள் இன்று வரை எனக்குப் புரியாத புதிராகவே உள்ளது. சுமார் 3 மணி நேரத்திற்கு மேல் அந்த அம்மையார் கேட்ட கேள்விகளுக்கும் வேண்டிய விளக்கங்களுக்கும் தெளிவான சந்தேகமற்ற முறையில் தூய ஆங்கிலத்தில் நான் விளக்கம் அளித்ததாகவும், அப்பொழுது அந்த இருண்ட அறையில் நெய் விளக்கு தீபத்தின் ஒளியில் (இன்று வரை அங்கு மின்சார வசதி இல்லை) என் முகம் ஒரு இறுக்கமான மாற்றம் அடைந்தும் குரலும் முற்றிலும் மாறுபட்டிருந்ததாகவும் 3 மணி நேரமும் அந்த

அம்மையார் மிகவும் வியப்போடு அனைத்து விளக்கங்களையும் கேட்டுத் தான் தேடிவந்த ஏதோ ஒன்று தனக்குக் கிடைத்துவிட்ட முழுத்திருப்தியில் சென்றதாகவும் பின்னால் என் நண்பர்கள் தெரிவித் தனர். நிச்சயமாக என்னால் இது போன்று ஆங்கிலத்தில் விளக்குவது என்பது இன்று வரை இயலாத ஒன்று. அன்று இரவு முழுவதும் இது எவ்வாறு நடந்தது என்ற எண்ணமே ஓடியது. மறுநாள் காலை அந்த அம்மையார் ஆய்வை முடித்துக் கொண்டு என்னைச் சந்திபப்பதற்குக் காத்திருப்பதாக அறிந்து நானும் அவரைச் சந்தித்தேன். அப்போது இறவாமை எனும் உயர்கலையாகிய என் மஹாகுரு உபதேசித்த கிரியா யோகப் பயிற்சியின் நிலையை தனக்குக் காட்டும்படியும் அருகில் அமர்ந்து தான் அந்த ஆற்றலை உணர்ந்து கொள்ள வேண்டும் என்றும் அந்த சுந்தரமூர்த்தி சன்னதியில் கேட்டுக் கொண்டதன் பேரில் நானும் சம்மதித்தேன்.

சுந்தர மூர்த்தி சன்னதியின் எதிர்ப்புறம் உள்ள மண்டபத்தில் நான் கிரியா யோகப்பயிற்சி நிலையில் அமர்ந்தேன். அருகில் அந்த அம்மையாரும் அமர்ந்தார். கிரியா யோகத்தின் மூலம் ஏற்படும் மிக அபூர்வமான அணுமின் காந்த அதிர்வுகளை அந்த அம்மையார் உணர்ந்து கொண்டார்கள் என்பதை என்னால் உணர முடிந்தது. பின்பு அந்த அம்மையார் என்னைத் தன் குருஜி என்று கூறிவிட்டு, தான் தேடி வந்தது எதுவோ அது இங்கு கிடைத்துவிட்டது என்றும், நிச்சயமாக என்றாவது ஒருநாள் மறுபடியும் தங்களைச் சந்திப்பேன் என்றும் கூறி விடைபெற்றார். (அவருடன் நான் கிரியாயோக நிலையில் அமர்ந் திருந்த பொழுது எனது நண்பர் தனசேகரனின் கை கேமிராவினால் எடுக்கப்பட்ட படமே இங்கு பிரசுரிக்கப்பட்டுள்ளது. அவர் பெயர் 'தியோன்' என்றும் (DIANE GRILLE) சிறந்த ஆராய்ச்சியாளர் என்றும் அவர் கூறியதன் பேரில் அறிந்து கொண்டோம்.

எந்த நாட்டில் பிறந்தாலும் எந்த மொழியில் வளர்ந்தாலும் உண்மையாக சித்தர்களைப் பற்றியும் அவர்களின் அற்புதக் கலைகள் பற்றியும் அறிய உறுதியான எண்ணப்பாட்டுடன் முயல்பவர்களுக்கு அந்த அரும்பெரும் முன்னோடி விஞ்ஞானிகளான சித்தர்கள் நேரடி யாகவும், மறைமுகமாகவும் ஏதாவது ஒரு வழியில் நிச்சயமாக சந்தேகமற உதவுவார்கள் என்பதற்கு என் வாழ்க்கையில் நடந்த பல நிகழ்ச்சிகளுள் இதுவும் ஒன்று. ஆனால் இதுபோன்று சில அபூர்வமான நிகழ்வுகளைப் பெறுபவர்கள் உண்மையை மறந்து தாங்கள்தான் இதைச் செய்ததாகவும் தங்களைத்தவிர யாரும் இதுபோன்ற செயல் களைச் செய்ய முடியாது என்றும், தாங்களே சித்தர்களின் மறுவடிவம், என்றும் நேரடியான பிரதிநிதிகள், என்றும் அவர்களுடன் தொடர்பு

கொள்ளக் கூடிய சக்தி படைத்த அதிர்ஷ்டசாலிகள் என்றும் கூறிக்கொள்வது அறிவின் தெளிவின்மையையும், கர்வத்தையும் காட்டுவது ஆகும். இதையே "நினைப்தொன்று நடப்பதொன்று நிகழ்த்தல் ஒன்று நெஞ்சிரக்கம் இல்லாத சித்தர் செய்கை" என்று கூறுவர்.

ஓரிதழ் தாமரை கற்பம்

இந்த மூலிகை யானது மழைக் காலங்களில் குளிர்ச்சி யான செம்மண் தரை களில் காணப்படும். ஒரு சாண் உயரத்தில் சிறு இலைகளுடன் வளரும் இந்த செடியின் பூவானது ஒரு இதழில் தாமரைப் பூ நிறத்தில் சிறிதாகக் காணப் படும். இது உடல் உஷ்ணத்தைப் போக்கி குளிர்சியைக் கொடுப்பதில் முதலிடம் வகிக்கிறது. ஸ்ரீ போக முனிவர் தன்னுடைய சத்த காண்டம்-7000 எனும் நூலின் முதல் பாகத்தில் 454-வது பாடலில் கீழ்கண்டவாறு மிக அற்புதமாக இதன் ஆற்றலை விளக்கியுள்ளார்.

"ஏமமாம் ஓரிலைத் தாமரைச்ச மூலம்
இடித்துமே சூரணித்து நெய்யில் கொள்ளச்
சேமமாய் உடலில்நின்ற வேகம் எல்லாம்
சிதைந்துமே விட்டுப்போம் சிறுநீர் தானும்
காமமாய்க் குளிர்ந்துவிடும் கண்புகைச்சல்
காமாலை வறட்சியொடு கடியபித்தம்
வாமமாய்ப் போய்விடு மண்டலந்தான் கொள்ளு
மகத்தான ரோகம் எல்லாம் மாறிப்போமே"

(போகர்-7000-பாடல்-454)

இந்த மூலிகையினை சமூலமாகக் கொண்டுவந்து நிழலில் உலர்த்தி சூரணம் செய்து நெய்யில் காலை, மாலை 5 கிராம் அளவு உட்கொள்ள உடம்பில் உள்ள உஷ்ணம், சிறுநீரில் எரிச்சல், கண் புகைச்சல், நாவறட்சி, கொடிய பித்தத்தால் உண்டான உஷ்ணம் முதலியவை மாறும் உடல் சித்தி உண்டாகும் என்று வெளிப் படையாகக் கூறியுள்ளார். மிகவும் எளிதாகக் கிடைக்கும் இந்த மூலிகையைக் கொண்டு மிகவும் கொடிய நோய் ஒன்றை நீக்கும் முறையினை யாகோபு முனிவரின் வைத்திய சூத்திரம்-55 என்ற நூலும் கீழ்க் கண்டவாறு மிகவும் அற்புதமாக விளக்குகிறது.

முக வாதத்திற்கு கிருதம்

"மறவாம லோரிதழ்தா மரைச்சமூலம்
வாங்கிவந்து நிழலுலர்த்திச் சூரணித்து
நிறமாகப் பலம்பத்து நிறுத்துக் கொண்டு
சீரகமும் ஆறுபலந் தானிறுத்து

தறமான சந்தனமும் பலந்தான் மூன்று
தப்பாமற் செஞ்சந் தனந்தானொன்று
வறகாமற் சூரணித்து வைத்துக்கொண்டு
பலமைந்து கருப்புக்கட்டி பாகாய்காய்ச்சே

பாகுதனிற் சூரணத்தைத் தூவித்தானும்
பசுநெய்தான் படிகாலும் விட்டுக் கிண்டி
வாகுபெற லேகியத்தைப் பதத்திறக்கி
மண்டலந்தா னுன்டுவர வியாதிதானும்
போகுமே வியாதிகளை சொல்லக் கேளு
புகழான முகவாதம் பக்கவாதம்
ஏகுமே முடவாதம் கால்கை வாதம்
இயலான வாதந்தீ ருஞ்சொன்னேனே”

(யாகோபு வைத்திய சூத்திரம்-55
பாடல்கள்-47,48)

இந்த மூலிகையை வேருடன் பிடுங்கி வந்து நிழலில் காயப் போட்டு இடித்து சலித்து சூரணமாக்கி அதில் 10 பலம் (350 கிராம்) எடுத்து நிறுத்து வைத்துக் கொள்ளவும். பின்பு சீரகம் 6 பலம் (210 கி.) சந்தனம் 3 பலம் (150 கி.) செஞ்சநந்தனம் 1 பலம் (35 கி.) இவை களையும் நன்கு இடித்து சூரணமாகச் செய்து வைத்துக் கொள்ளவும். பின்பு 5 பலம் (175 கி) கருப்பட்டியை சரியான அளவு தண்ணீர் சேர்த்து பாகாகக் காய்ச்சவும். அதில் மேற்படி சூரணங்களைத் தூவி கால்படி பசுநெய் விட்டுக் கிண்டி லேகியமாகச் செய்து 48 நாட்கள் (1 மண்டலம்) காலை, மாலை உட்கொள்ள கொடிய நோய்களான முகவாதம், பக்கவாதம், முடக்கு வாதம், கை, கால் வாதங்கள் தீரும் என்று மிக, மிக அற்புதமான மருந்தை இந்த உலகத்தவர்களுக்கு உதவும் பொருட்டு வெளிப்படையாகக் கூறியுள்ளார். மேலும் இந்த மூலிகையின் சூரணத்தை ஒரு ஸ்பூன் வீதம் 15 நாட்கள் பசுவின் பாலினில் காலை, மாலை உட்கொள்ள வெட்டை, வெள்ளை, நீர்சுருக்கு, நீர்தாரைப் புண்கள் முதலியனவும் தீரும். இனி அடுத்து மிகவும் அற்புதமான ஒரு கற்பத்தைப் பற்றிக் கூறுகிறேன்.

கருந்துளசிக் கற்பமும் வேதையும்

துளசியில் பலவகை உண்டு. அவை நாய் துளசி, நல்துளசி கிருஷ்ண துளசி, கற்பூர துளசி போன்றவை. மிகவும் உயர்வான காயகற்ப மூலிடிகையாக கருந்துளசியானது அவற்றுள் பேசப்படுகிறது.

இவ்வரிய மூலிகையினால் செய்யப்படும் கற்பம் பற்றி போக முனிவரின் 7000 நூலில் உள்ள அற்புத மான முறையினை இங்கு ஆதார பாடல் களுடன் கூறுகிறேன்.

“செம்பான கருந்துளசி இலை அரைத்துச்
சிறப்பான பாக்களவு பாலில் உண்ணு
கம்பான காயந்தான் கல்தூண் ஆகும்
கனமான மூச்சாடும் உள்ளுக்குள்ளே
வம்பான சுக்கிலந்தான் கீழோடாது
மதியென்ற சந்திரனில் வாசிஓதும் அங்கு
அம்பான அருவிபோல் அமுதம் தானும்
அண்ணாக்கில் விழுந்ததை நீயருந்துவாயே”

(போகர்-7000-பாடல்கள்-542)

கருந்துளசி இலையை நன்கு அரைத்து பாக்கு அளவாக எடுத்து பாலில் குழப்பி காலை, மாலை உண்டுவர உடல் கல் தூண்போன்று இறுகும். சுவாசமானது வெளியில் வராமல், மிக அருமையாக பல ஆண்டுகள் யோகிகள் சிரமப்பட்டு செய்யும் முறையான “உட்சுவாசம்” ஆனது தானே கிடைக்கும். விந்துவின் தன்மையானது கெட்டிபட்டு உயரும். இதனால் அற்புதமான சந்திரகலையில் சுவாசமானது தொடர்ந்து ஓடும். அவ்வாறு ஓடுவதால் அமுதத்தின் நிலை கிடைத்து அண்ணாக்கில் அமுதமானது விழும். அதை அருந்தி வர காயசித்தியாகும். என்றும் கூறுகிறார் மேலும்,

“அருந்தவே இலைச்சாற்றில் சூதந்தன்னை
அரைக்கவே வெண்ணெயாம் கிழிபோல் கட்டித்
திருந்தவே பழசாற்றில் சுருக்குப்போடு
சிதறாமல் சூடன்தன் தீயில் வாட்டு
அருந்தவே குகையில் வைத் துருக்க ஆடும்
அதற்கொக்க கால்வாசி தங்கமூட்டு
நருந்தவே கால்வாசி நாகமூட்டு
நலந்தபொடி சரிக்குத்தான் கெந்தி கூட்டே

கூட்டியே கருந்துளசிச் சாறுவிட்டுக்
குலாவியே வெங்காரம் சிலையுங் கூட்டிப்
பூட்டியே பொடிபண்ணி மெருக் கேற்றிப்
புகழாக வாலுகையில்வைத்து எரித்துப் பின்னர்
ஆட்டியே ஆறவிட்டு எடுத்துக் கொண்டால்
ஆயிரத்துக் கொன்றிடவே அதிகவேதை

நாட்டியே நவலோகத் தீந்தாயானால்
நலமாகப் பதினாறு மாற்றுமாமே”
(போகர்-7000-பாடல்கள்-543, 544)

இந்த கருந்துளசி இலையின் சாற்றில் சுத்தம் செய்த பாத ரஸத்தை போட்டு அரைக்க வெண்ணெய் போல் ஆகும். இதை ஒரு துணியில் முடிச்சாகக் கட்டி எலுமிச்சம்பழச் சாற்றால் சுருக்குப் போட இறுகி மணியாகும். இதை சூடன் தீயில் வாட்டி குகையில் போட்டு நெருப்பில் வைத்து உருக்க உருகி நிற்கும். அப்போது பாதரஸத்தின் எடைக்கு கால்பாகம் சுத்தி செய்த தங்கம், நாகம் இரண்டையும் சேர்த்து உருக்க மூன்றும் சேர்ந்து கறடுபோல் ஆகும். இதை பொடி செய்து இதற்கு சம எடை சுத்தி செய்த கெந்தகம் சேர்த்து மேற்படி சாற்றால் அரைத்து 4-ல் ஒரு பங்கு வெங்காரமும், மனோ சிலையும் கலந்து பொடிசெய்து வாரகையில் வைத்து முறைப்படி எரித்து எடுக்க மிகவும் உயர்வான செந்தூரம் கிட்டும். இது உயர்வான காயகற்பம் ஆகும். ரசவாதத்திற்கும் இது ஆகும் என்று மிக அரிய கற்பத்தை மறைப்பின்றி வெளிப்படுத்தியுள்ளார். அடுத்ததாக மிகமிக அற்புதமான அதே சமயம் உடலைப் பல காலங்கள் அழியாமல் செய்வதுடன் ஞான நிலையைத் தோற்றுவிக்கும் வெகு அற்புதமான கற்பம் ஒன்றைக் கூறுகின்றேன் இதைச் செய்வது சற்று கடினம் என்றாலும் இதனுடைய பயன்களைக் கருத்தில் கொண்டு இதனை இங்கு வெளிப்படையாக கூறுகின்றேன். நான் ஏற்கனவே மூலிகைகளுக்குக் கருப்பு ஏற்றும் செய்முறை பற்றிக் கூறியிருந்தேன். அதன் முறையில் கீழ்கண்ட மூலிகைகளைக் கருப்பாக மாற்றி உபயோகிப்பதால் ஏற்படும் பயன்களைப் பார்ப்போம்.

கரிசாலையாதி திரிகற்பம்

“நேர்ந்தபின்பு கரிசாலை குப்பைமேனி
நேர்சிறிய செருப்படியுங் கருப்பாய்ப் பண்ணி
ஏர்ந்தபின்பு இடித்து நன்றாய்ச் சூரணமே செய்து
ஏற்றமாம் தேன் தன்னில் கிண்டிவைத்துக்
கார்ந்தபின் அந்தி சந்தி கழஞ்சிகொள்ளு
கண்காண மண்டலந்தான் நொண்டாயானால்
தார்ந்தபின்பு தசையிலுள்ள தோடம் போகுஞ்
சகலநூற் கருவெல்லாம் தோன்றும் பாரே”

“தோணுமே சுயம்பாட பாலைவாக்காம்
சுத்தமாய்ப் பொன்னிறம்போல் ஆகும்தேகம்
காணுமே மன்மதன்போல் அழகுண்டாகும்
கஞ்சமலர் போல் கண்கள் சிவப்புமாகும்

வேணுமே பெண்களனு போகந்தானும்
விரைந்துநின்ற மாயத்தில் சிக்கவேண்டாம்
தோணுமே துரும்பாம் பெண் அராக்கடித்தால்
சொல்லிவிட்டேன் சித்தியெல்லாம் விழலாய்ப் போமே"
(போகர்-7000-பாடல்கள்-467, 468)

எவ்வளவு உயர்வான கற்பம் பாருங்கள்? கரிசாலங்கன்னி, குப்பைமேனி, சிறுசெருப்படி ஆகிய மூன்று செடிகளையும் முன்கூறிய முறைப் படி கருப்பாகச் செய்து நிழலில் உலர்த்தி இடித்து சூரணமாகச் செய்து வைத்துக் கொண்டு தேனில் கலந்து வைத்துக் கொள். இதை முறைப் படி பத்தியமாக இருந்து காலை, மாலை ஒரு கழஞ்சு வீதம் 48 நாட்கள் உட்கொள்ளவும். இதனால் தசையினுள்ள நோய்கள், நீங்கும்- சித்தர்களின் நூல்களில் உள்ள பரிபாஷை மறைப்புகள் புரியும். ஞானம் ஏற்பட்டு குரல் இனிமையுடன் கவி பாடும் திறன் உண்டாகும். உடல் பொன் நிறமடைந்து அழகாகும். இந்நிலையில் உடலில் விந்துவின் நிலை உயர்வதால் கண்கள் சிவந்து காம உணர்வு அதிகரிக்கும். பெண் மாயையில் சிக்கினால் சித்திகள் வீணாகும். என்று வெகு அற்புதமாக மிகவும் ரகசியமான அமிர்தத்திற்கு ஒப்பான கற்பமருந்தை மறைப்பின்றி ஸ்ரீ போக முனிவர் தன்னுடைய சத்த காண்டம்-7000 என்னும் நூலில் வெளிப்படையாகக் கூறியுள்ளார். மேலும் இதுபோன்ற காய கற்பங்கள் உட்கொண்டு உடலில் உள்ள நோய், கழிவுகளை நீக்கிக் கொண்டிருக்கும் நிலையில் பெண்போகம் செய்வதால் உடல் சூடு அடைந்து விந்து அழிந்து உடலில் மேலும் பலநோய்கள் உண்டாக ஏதுவாக அமையும் என்பதால் இதுபோன்ற காயசித்தி செய்து கொள்ளும் நிலையில் மிகுந்த கவனமுடன் இருப்பது அவசியம். அவ்வாறு இல்லாமல் சித்தர்களின் நூல்களைக் குறை கூறுவதால் எந்தப் பயனும் இல்லை. இனி இதைப்போலவே இன்னும் அதிகமான பலன்களையும் சக்தியையும் உடைய மற்றொரு காயகற்ப மருந்தி னையும் கூறுகிறேன்.

கரிசாலையாதி பஞ்சகற்பம்

"விழலாகப் போகாமல் சரிசாலை கரந்தை
மிக்கான பொற்றலையும் நீலி வல்லாரை
பழலாகப் பாக்களவு பாலில் கொள்ளு
பாங்கான மண்டலந்தான் உண்டாயானால்
கழலாகக் காயந்தான் ஆயிரத்தெட்டுக்
கனகம்போற் சடந்தானும் கனிந்து மின்னும்

மழலாக வார்த்தையது கின்னரத்ததின் ஒலியாம்
மகத்தான வாசியுமோ இறுகும் பாரே"
(போகர்-7000-பாடல்-469)

முன்சொன்னபடி மூலிகைகளுக்குக் கருப்பு ஏற்றும் அரிய முறையில் கரிசலாங்கன்னி, கொட்டாங் கரந்தை, பொற்றிலைக் கையாந்தகரை, அவுரி, வல்லாரை ஆகிய 5 வித மூலிகைகளையும் கருப்பாக மாற்றி தினமும் காலையிலும், மாலையிலும் இந்த ஐந்தையும் சமமாக சேர்த்து பசும்பால் விட்டு நன்கு அரைத்து கொட்டைப்பாக்கு அளவாக பாலில் கலந்து உட்கொள்ளுதல் வேண்டும். இவ்வாறு 48 நாட்கள் உட்கொள்ள உடல் 1008 மாற்றுள்ள தங்கம்போல் மின்னும் (நாம் அணியும் நகைகள் 8½ மாற்றுத் தங்கம்) குரல் மிக இனிமையாகவும் மூச்சானது வெளியே வராமல் உட்சுவாசமும் ஏற்படும் . சித்தர்கள் மிகவும் இரகசியமாக வைத்திருந்த வெகு அற்புதமான ஒரு கற்ப முறையினை மிகவும் வெளிப்படையாக இந்த மனித சமுதாயம் மரணமற்ற சமுதாய மாகவும், நோய், முதுமை, அறிவின்மை, போன்ற கொடிய விளைவு களில் இருந்து முற்றிலும் மாறி , இளமையுடன், ஞானமும் நித்திய வாழ்வும் உள்ள சமுதாயமாகவும் மாற வேண்டும் என்று வெளிப்படுத்தியுள்ளார்.

இனி பேரின்பப் பெருவாழ்விற்கு உண்டான அரும்பெரும் அற்புதமான காயகற்பம் ஒன்றைக் கூறுகின்றேன். இதைச் செய்வது எளிது என்றாலும் அநுபவம் மிக்கவர்களை அருகினில் வைத்துக் கொண்டு அவர்களுடைய ஆலோசனையின் பேரில் செய்வதே சாலச் சிறந்தது. யோகநிலையில் உள்ளவர்கள் உடலை பலகாலங்கள் அழியாமல் பாதுகாக்கும் பொருட்டு அந்த காலத்தில் வாழ்ந்த சித்தர்கள் 9 உலோகங்களையும் முறைப்படி தூய்மை செய்தும் பல வேதியல் மாற்றங்களுக்கு உட்படுத்தியும் அந்த உலோகங்களின் கடினத் தன்மையினை முற்றிலும் நீக்கி எளிதில் மென்மையாக செரிக்கக் கூடிய செந்தூரமாக மாற்றி அதை முறைப்படி மனிதன் உண்பதனால் பஞ்ச பூதங்களின் கூட்டான இந்த மனித உடல் எவ் விதமான மாற்றங்களுக்கும் உட்படாமல் பல காலங்கள் நிலைபெறும் அந்த அற்புதமான கலையை பலபல ஆண்டுகள் தங்கள் கடினமான ஆராய்ச்சிகளின் மூலம் கண்டறிந்து நம் மனித இனத்தின் நன்மையைக் கருதி வெளிப்படையாக தங்களுடைய நூல்களில் கூறியுள்ளனர். அவ்வாறு 9 வகை உலோகங்களுள் உலக வாழ்க்கையில் சுக போகங்களையும், அழகையும் விரும்பும் மக்கள் தங்கத்தால் செய்யப்பட்ட பஸ்பம், செந்தூரம் ஆகியவற்றை உண்ண வேண்டும் என்றும், யோக நிலையில் நின்று பெருவாழ்வு நிலைக்கு

முயற்சி செய்பவர்கள் இரும்பால் செய்யப்பட்ட பஸ்ப, செந்தூரங்களை உட்கொள்ள வேண்டும் என்றும் கூறியுள்ளனர். இதைத்தான் மறைமுகமாக,

"போகியென்றால் பொன்னைத்தின்னு
யோகியென்றால் இரும்பைத் தின்னு"

என்று கூறுவர். இவ்வாறு யோக நிலையில் பெருவாழ்வு நிலையினைத் தரும் வெகு அற்புதமான ஸ்ரீ போக முனிவரால் சத்த காண்டம்-7000 நூலில் கூறப்பட்டுள்ள மிக அற்புதமான செய்முறை யுடன் கூடிய காயகற்பம் ஒன்றைக் கூறுகிறேன்.

சிடிகை அயச் செந்தூரம்

"உண்மையாம் இன்னமொரு பாகம் சொல்வேன்
உத்தமனே புலிப்பாணி புனிதவானே
திண்ணமுடன் அயமதுவும் பலந்தான் பத்து
திறமான நிம்பழத்தின் சாற்றினாலே
வண்ணமுடன் தானரைப்பாய் நாலுஜாமம்
வாகுடனே கழுவியல்லோ அயமெடுத்து
தண்ணமுடன் கல்வமதில் இட்டுமைந்தா
தகைமையுடன் பழமதுதான் செப்பக்கேளே

செப்பவென்றால் கருநாகப் பழரசத்தால்
செம்மையுடன் தானரைப்பாய் நாலுசாமம்
ஒப்பமுடன் முப்பூவுங் களஞ்சி சேர்த்து
உத்தமனே தானரைத்து வில்லைதட்டி
தப்பிதங்கள் வாராமல் ரவியில் வைத்து
சட்டமுடன் சில்லிட்டு சீலைசெய்து
மெய்யுடனே கோழியென்ற புடத்தைப் போடு
மேலான செந்தூரம் ஆகுந்தானே.

தானான செந்தூரம் தனையெடுத்து
தன்மையுடன் முன்போலக் கல்வமிட்டு
மேலான கருநாகப் பழரசத்தால்
தேற்றமுடன் தானரைப்பாடல் நாலுசாமம்
பானான பில்லையது லகுவாய்ச் செய்து
பாலகனே ரவிமுகத்தில் காயப்போடு
மானான சில்லிட்டு சீலைசெய்து
மார்க்கமுடன் முன்போல புடத்தைப்போடே.

போடேதான் பத்துமுறை இப்படியே போடு
பொங்கமுடன் அயமதுவும் செந்தூரந்தான்
நாடேதான் முறைபோல செய்வாயானால்
நலமான செந்தூரம் வேதையாகும்.
கூடேதான் ஆவின்பால் வெண்ணைதன்னில்
குணமுடனே நெல்லிடைதான் கொண்டாயானால்
தேடாதான் காலாங்கி கெடாட்சத்தாலே
தெளிவாக தேகமது மின்னும்பாரே"
(போகர்-7000-பாடல்கள்-6854 முதல் 6857)

இந்த கற்ப செந்தூரத்தை எவ்வாறு செய்ய வேண்டுமெனில் 350 கிராம் சுத்தமான அயப்பொடியை கல்வத்தில் போட்டுக்கொள். அதை எலுமிச்சம்பழ சாறுவிட்டு 10 மணிநேரம் நன்கு அரைக்கவும். பின்பு எடுத்து சுத்தமான தண்ணீர் விட்டுக் கழுவி எடுத்துக்கொள். பின்பு முப்பூ சுண்ணம் ஒரு கழஞ்சு எடை சேர்த்து கருநாகப் பழத்தின் சாறுவிட்டு 10 மணிநேரம் அரைத்து மெல்லியதாக வில்லைதட்டி வெயிலில் காயப்போடு. பின்பு அதை ஒரு மண் அகலில் வைத்து மேல் அகல்மூடி சீலைமண் செய்து 10 எருவில் புடம் போட சிறந்த செந்தூரம் கிடைக்கும். இந்த செந்தூரத்தை மறுபடியும் கல்வத்தில் போட்டு கருநாகப்பழச் சாற்றால் 10 மணி நேரம் அரைத்து முன்போல வில்லைதட்டி காயவைத்து முன்போல் மூடி புடம் போடவும். இப்படி 10 முறை செய்து எடுக்க சூரியனைப் போன்ற செந்தூரமாகும். இது மிக உயர்வான செந்தூரமாகும். இதை உண்பதால் உண்டாகும் பலன்களைப் பார்ப்போம்.

இந்த செந்தூரத்தை நெல் எடை வீதம் பசும்பால், பசும் வெண்ணெய் இவற்றில் உட்கொள்ள வேண்டும். இவ்வாறு உட்கொள்வதால் உடல் பளபளப்புடன் மின்னும். மேலும்...

"பாரேதான் மண்டலந்தான் கொண்டபோது
பாங்கான தேகமது சட்டை தள்ளும்
நேரேதான் தேகமது வண்டு போலாம்
நெடியான வாசியது மேல்நோக்காது
கூரேதான் தேகமது கல்தூண் ஆகும்
கொற்றவனே யமனுக்கு நாளுமில்லை
வேரேதான் கற்பமது வேண்டுமோதான்
வித்தகனே அயத்தினுட மகிமை காணே..."
(பாடல்கள்-6858)

இவ்வாறு மண்டலம் (48 நாட்கள்) உட்கொள்ள உடலில் சட்டை கழன்று பொன்போலாகும். உடல் வண்டைப் போன்று மினுமினுப்புடன் காணப்படும். சுவாசமானது மேல்நோக்கிப் பாயாது உடல் கல்தூண் போன்று உறுதியாகும். மரணம் என்பது இல்லாமல் போகும். இதைத் தவிர வேறு கற்ப மருந்துகள் தேவையில்லை என்றும்,

"சாகாமல் இருந்திடலாம் செந்தூரத்தால்
சதாகாலம் கற்பமது உண்டுபாரு
வேகாது தேகமது தீயிற்பட்டால்
வெந்தாலும் மேனியது வினை கொள்ளாதே"

(பாடல்கள்-6860)

இந்த செந்தூரத்தை உண்பதால் நிச்சயமாக மரணமில்லாமல் பெருவாழ்வு நிலையை அடையலாம் என்றும், உடலில் நெருப்பு பட்டாலும் உடல் வேகாது என்றும் அவ்வாறு வெந்தாலும் எந்த மாற்றமும் ஏற்படாது என்றும், எனவே இவ்வரிய கற்பத்தினை எப்போதும் உட்கொள் என்றும் வெகு அரிய கற்ப மருந்தினை வெளிப்படையாகக் கூறியுள்ளார். இதைவிட அற்புதமான மருந்து உண்டா? சாதாரணமாக தீக்குச்சி பட்டாலே கை வெந்துவிடும் நம் உடல் தீயிட்டாலும் வேகாத நிலைக்குத் திரும்பும் அற்புதமான கற்ப மருந்தினை நமக்காகக் கூறிச் சென்ற அந்த மாமுனிவரின் பாதங்களை வணங்கி மற்றும் ஒரு அரிய அயச் செந்தூரத்தைக் கூறுகின்றேன்.

இதுபோன்று அரிய கற்பங்களைச் செய்யும்போது நாம் முறைப்படி சித்தர்களின் நூலில் கூறியுள்ளபடி அளவுகள், அரைக்கும் நேரம், சேர்க்கும் மருந்துகள், புடபாகம் முதலியவற்றை எள்ளவும் பிசகாமல் செய்தால்தான் சரியான பலன் கிட்டும். அவ்வாறின்றி சித்தர்களின் நூல்களைக் குறை கூறுவது அறிவின்மையே.

மகா சிடிகை அயச் செந்தூரம்

"அன்றான இன்னமொரு போக்குச் சொல்வேன்
அப்பனே புலிப்பாணி அன்புள்ளோனே
குன்றான செந்தூரம் என்ன சொல்வேன்
குறிப்பான அயமதுவும் பலந்தான் பத்து
வென்றிடவே நிம்பழத்தின் சாற்றினாலே
விருப்பமுடன் சுத்தியது செய்துமல்லோ
நன்றாகக் கல்வத்தில் இட்டுமைந்தா
நலமுடனே தான்அரைக்க மருந்தைக் கேளே.

கேளப்பா முருங்கைவேர்ப் பட்டைதன்னை
கிருபையுடன் தானிடித்து சார்பிழிந்து
பாளப்பா போகாமல் பத்து சாமம்
பாங்குடனே தானரைப்பாய் சுண்ணநீரும்
ஆளப்பா பலமதுவும் ஒன்றேயாகும்
அப்பனே தான்போட்டு அரைத்துமல்லோ
சூளப்பா வில்லையது லகுவாய்ச் செய்து
சுந்தரனே ரவிதனிலே காயப்போடே.

காய்ந்தபின்பு பில்லையதை எடுத்துமைந்தா
கருவாக ஓட்டிவிட்டு சீலைசெய்து
வாய்ந்ததொரு புடமதுவும் கெஜமேயாகும்
வளமுடனே போட்டபின்பு எடுத்துப்பாரு
தீய்ந்துமே போகாமல் செந்தூரந்தான்
தீர்க்கமுடன் அருணனது நிறம்போலாகும்
மாய்ந்துமே அயமதுவும் மடிந்துமல்லோ
மகத்தான செந்தூரம் சொல்லோணாதே.

(பாடல்கள்-6847 முதல் 6849)

இதன் செய்முறை எவ்வாறு எனில் சுத்தமான அயப்பொடி 350 கிராம் எடுத்து கல்வத்தில் போட்டு எலுமிச்சம்பழ சாறு விட்டு 10 மணிநேரம் அரைத்து நல்ல தண்ணீரில் கழுவி எடுக்க சுத்தமாகும். இதைக் கல்வத்தில் போட்டுக் கொண்டு கல் சுண்ணம் 35 கிராம் இத்துடன் சேர்த்துப் போட்டு முருங்கை மரத்தின் வேர்ப்பட்டையை நன்கு இடித்து சாறுபிழிந்து கொண்டு அந்த சாற்றை ஊற்றி 10 ஜாமம் (24 மணிநேரம்) அரைத்து மெல்லியதாக வில்லை தட்டி வெயிலில் காய வைக்கவும். நன்கு காய்ந்த பின்பு ஓட்டில் வைத்து மூடி வலுவாக சீலைமண் செய்து உலர்த்தி 1000 எருவில் புடம்போட்டு ஆறிய பின் எடுத்துப் பார்க்க தீய்ந்து போகாமல் சூரியன் போல் செந்தூரமாகும்.

இரும்பானது மடிந்து சிறந்த கூறமுடியாத அளவிற்கு அருமை யான செந்தூரம் ஆகும் என்றும் இனி இந்த செந்தூரத்தின் பயன் களைப் பற்றியும் கூறுகிறார். அந்த அரும் பயன்களைக் காண்போம்...

"காணவே செந்தூரம் மண்டலந்தான்
கருவாக கொண்டவர்க்குப் பலனைக் கேளு
தோணவே தேன்தனில் கொண்டாலல்லோ
தோறாமல் தேகமது இருக்கும் பாரு

வேணதொரு ரோகமெல்லாம் நீங்கியல்லோ
விரைக்குமே நரம்பதுவும் துடிப்புமெத்த
பாணுமெனு மன்மதனார் வேகந்தன்னை
பாலிக்கும் அயத்தினுட வீரங்காணே.

வீரமாம் வாசியது மேலோடாது
வீரான நரம்புகளும் முறுக்குமேறி
சாரமுடன் தேகமது மூன்றுவிசை தள்ளும் பாரு
சட்டையது மூன்றுவிசை தள்ளும் பாரு
கோரமென்ற தேகமது வழக்குமீறி
கொற்றவனே நெடுங்காலம் இருக்கலாகும்
பாரென்ற அயமதுவும் சொல்லப்போமோ
பாராளும் சித்துமுனி வேதையாச்சே.

(பாடல்கள்-6851-6852)

இந்த செந்தூரத்தை 48 நாட்கள் நெல்லிடையாக சுத்தமான தேனில் பத்தியமாக உட்கொண்டு வர உடலில் நரம்புகள் இறுகி, விரைத்து, நாடித்துடிப்பு முறுக்கேறும். உடலில் உள்ள பல நோய்கள் அகலும். சுவாசமானது மேல்நோக்காது. உடலிலுள்ள சட்டை யானது 3 முறை கழன்று உடல் பொன்போலாகும். இதனால் நீண்ட நெடுங்காலம் வாழும் பெருவாழ்வு நிலையானது உண்டாகும். இவ் வுலகில் உள்ள சித்தர்களுக்காக இதைத் கூறினேன் என்றும், இதை உண்மையாக சித்தர்கள் மேல் பற்றும் மதிப்பும் உள்ளவர்களும், சிறந்த பக்தி நெறியில் செல்பவர்களும், முறையாக குருபக்தியுடன் குருசொல் மீறாதவர்களும்தான் செய்ய முடியுமே அன்றி மற்றவர்கள் செய்வது இயலாத காரியம் என்றும் இந்த அற்புத முறையினை எல்லா சித்தர்களும், நாதாக்களும், முனிவர்களும் மறைத்து வைத்தனர் என்றும் இந்த உலக மான்பர்களுக்காக நான் என்னுடைய சத்த காண்டம்-7000 என்னும் நூலில் வெளிப்படையாகக் கூறினேன் என்றும் கூறியுள்ளார். இவ்வளவு அற்புதமாக மனித குலத்திற்கு அளித்துள்ள இந்த முறைகளை நாம் இனியாவது பின்பற்றலாமா?

இனி அடுத்ததாக சித்த மருத்துவத்திலும், காயகற்ப பயிற்சிக்கும் மற்றும் இரசவாதம், யோகம், ஞானம் போன்ற எல்லாவற்றிற்கும் ஆதாரமாகவும், அடிப்படையாகவும், மூலப் பொருளாகவுமுள்ள ஒரு முக்கியமான பொருளைப் பற்றி முடிவாக இங்கு கூறுகின்றேன். முதுமையையும், மரணத்தையும் நீக்கும் இந்த அரும்பெரும் பொருள் பற்றி பலபல சித்தர்களும் தங்களுடைய நூல்களில் கூறியிருந்தாலும் ஒரு சிலரைத் தவிர மற்றவர்கள் மிகவும்

பரிபாஷைகளிலேயே கூறியுள்ளனர். ஏனெனில் இந்த மூலப்பொருள் களை அறிந்து கொண்ட வர்கள் இதை தவறான தீய செயல்களுக்குப் பயன்படுத்தக் கூடாது என்பதுடன் சித்தர்களின் அரிய கலையை ஓரளவாவது தெளிவாக அறிந்து அதன்படி நடந்து தெளிவுண்டான பின்பே இதைப்பற்றி குருமூலமாக அறிந்து கொள்ள வேண்டும். அப்போதுதான் இதனுடைய அருமைகளைப் புரிந்து கொண்டு செயல்படுவார்கள் என்றே மிகவும் கடுமையான மறைப்புகள் மிக்க பரிபாஷைகள் மூலம் வெளிப் படுத்தியுள்ளனர். இருப்பினும் "யுகங்கள் கடந்து வாழும் உன்னத கலை" என்ற மரணமற்று, முதுமையற்று, நோயற்று வாழும் இந்த அரிய சித்தர்களின் "காயசித்தி" கலையைப் பற்றி அடிப்படை முதல் ஓரளவுக்கு முழுமையாக, வெளிப்படையாக எல்லோரும் அறிந்து கொள்ளும்படி வெளிப்படுத்திவிட்டு இந்த முழுமையான பொருளைப் பற்றி மட்டும் மறைப்பதால் இந்த கலை முழுமைப்பட முடியாது. மேலும் இதை அறிந்து கொள்ளாவிட்டால் முன் கூறிய காயசித்தி முறையானது அறிந்தும் பயனற்றது ஆகிவிடும் என்பதில் எந்த சந்தேகமும் இல்லை.

அந்த அற்புதப் பொருளின் பெயர் "முப்பு" என்பது ஆகும். மனிதனுக்கு உண்டான மூன்று பருவங்களான சிறுமை, இளமை, முதுமை ஆகிய மூன்று நிலைகளையும் கடந்து என்றும் ஒரே நிலையில் மரணமற்று வாழவும், முப்பெரும் தேவர்களான பிரம்மா, விஷ்ணு, சிவன் ஆகியோர்களால் கூறப்பட்டதும், பல கோடி சித்தர் களும் செய்து பயன்படுத்தி வெற்றி கண்டதும், பலபல யுகங்களாக குரு சீடர்கள் முறைப்படி மிகவும் இரகசியமாகவும் உபதேசிக்கப்பட்டு வந்ததுமாகிய இந்த அற்புதமான பொருளைப் பற்றி வெளியே கூறுவதற்கு பல கட்டுப்பாடுகள் உள்ளன. குருவின் பூரண அனுமதி யும், அந்த சித்தர்களின் பரிபூரணமான மானசீகமான உத்தரவும், ஆசியும் இருந்தால் மட்டுமே இதை வெளியிட வேண்டும் என்பதால் நான் மிகவும் கஷ்டப்பட்டு பலநாட்கள் ஆய்வு செய்து இதை வெளியிடுகின்றேன். அது மட்டும் இன்றி இதை முறையாக, முழுமை யாக செய்து முடித்தவர்கள் மட்டுமே பிறருக்குக் கூறவேண்டும் என்பது தான் முக்கியக் கட்டுப்பாடு ஆகும். அவ்வாறு முடித்தபின்பே இங்கு கூறுகின்றேன்.

பொதுவாக அண்ட, பிண்ட, பிரபஞ்ச, சராசரங்கள் அனைத்தும் பஞ்சபூதங்களின் கூட்டால் உருவானது ஆகும். இந்த 5 விதமான நீர், நெருப்பு, மண், காற்று, ஆகாயம் என்ற பெரும் மூலப் பொருள்களை வைத்தே இந்த அனைத்தையும் இறைவன் படைத்துள்ளான். அவ்வாறு இந்த பூமியில் உள்ள அனைத்து உயிரினங்களும் இந்த பஞ்சபூத

சேர்க்கைகளே ஆகும். இந்த பஞ்சபூத கூறுகள் சரியான அளவில் இருக்கும் வரை அண்டத்திலும், பிண்டமென்ற உடலிலும் எந்தவித பிரச்சினைகளும் வராது. அண்டத்தில் இதன் அளவுகள் மாறுபாட்டிற்குத் தக்கபடி சூறாவளி, புயல், வெள்ளம், எரிமலை, பேரலைகள், பூகம்பம் போன்ற பல சீற்றங்கள் உண்டாகும். அதே போன்று பிண்டமென்ற உடலிலும் இந்த பஞ்சபூதங்களின் அளவுகள் மாறுபாட்டிற்கு ஏற்ப முதுமை, நோய், மரணம் போன்ற சம்பவங்கள் உண்டாகும். அவ்வாறு இன்றி அந்த பஞ்சபூத அளவுகளை எப் போதும் உடலில் சரியான அளவுக்கு இயங்கும்படி செய்வதால் முதுமை, நோய், மரணம் இவைகள் இன்றி எப்போதுமே ஒரே நிலையில் வாழ முடியும் என்பதை ஆய்ந்து அந்த பஞ்சபூத சக்திகளும் உள்ளடக்கிய பூமியில் விளையும் மூலதாதுக்களான சில உப்புகளை சித்தர்கள் கண்டுபிடித்தனர். அந்த உப்புகள் ஒவ்வொன்றும் ஒன்று அல்லது இரண்டு பஞ்சபூத சக்திகளின் கூறுகளாக உள்ளதை அறிந்து அவைகளை ஒன்று கூட்டி முறையாக உட்கொள்வதன் மூலம் இழந்த சக்திகளைப் பெற்று இறப்பெனும் மாயை நீங்கி நித்திய தத்துவமெனும் நிலையினை அடையமுடியும் என்று கண்டனர் அதன்படி செய்து பார்த்து தங்களின் சுயசோதனை மூலமாக வெற்றியும் கண்டனர். அவ்வாறு அவர்கள் கண்ட அந்த முறைகள் பலபலவாறாக இருப் பினும் அதனுடைய பலன் ஒன்று என்பதால் மிகவும் எளிமையான அதே சமயம் மிகவும் சக்திவாய்ந்த அற்புதமான அரிய பலன்கள் பலவற்றை அளிக்க வல்ல "முப்பு" என்னும் அந்த அரிய பொருளினை செய்யும் சில முறைகளை வெளிப்படையாக அந்த குருவின் உத்தரவோடும், சித்தர்களின் பொற்பாதங்களை வணங்கியும் இங்கு கூறுகிறேன்.

இதைச் செய்பவர்கள் சித்தர்களை பூஜிப்பவர்களாகவும், பய பக்தியுடனும், எந்த விதத்திலும் தவறு ஏற்படாமலும், ஒன்றிற்குப் பல தடவைகள் படித்தும் சந்தேகம் இருப்பின் அனுபவம் மிக்கப் பெரி யோர்களைக் கலந்து ஆலோசித்தும் முறையாகச் செய்து சிறப்பான பலன்களை அடைய அந்த இறைவனை வேண்டுகிறேன்.

பொதுவாக "முப்பு" என்பது 3 விதமான உப்புகளின் கலவை ஆகும். முக்கியமாக இதற்கு 27 வகையான உப்புகள் பயன்படுத்தப் படுகின்றன. இந்த 27 வகையான உப்புகளை மூன்று மூன்றாகப் பிரித்துக் கொண்டு 9 வகையான "முப்பு" முடிக்கலாம். இவ்வாறு முடிக்கப்படும் "முப்பு" **வைத்திய முப்பு** என்று அழைக்கப்படுகிறது. இதனை ஒரு அரிசிஎடை மருந்துகளில் கலப்பதன் மூலமாக சித்த மருத்துவத்தில் கூறப்பட்டுள்ள சூரணங்கள் முதல் செந்தூரங்கள் வரை அந்த மருந்துகள் கெட்டுப்போகாமல் பல ஆண்டுகள் இருப்பதுடன்

நாள் செல்ல செல்ல அந்த மருந்துகள் வீரியமடைகின்றன. அத்துடன் அந்த மருந்துகளை உட்கொள்பவர்களின் நோய்கள் விரைவில் பூரண குணமடைவதுடன் உடல் வலிமையும் ஏற்பட்டு தாது விருத்தியும் உண்டாகிறது. இது இல்லாத சித்த மருத்துவம் அடித்தளம் இல்லாத கட்டிடம் போன்றதாகும். அந்த காலத்தில் இருந்த பெரிய சித்த வைத்தியர்கள் அனைவரும் மிகவும் அரும்பாடுபட்டு இம்மருந்தை முடித்து மிகவும் இரகசியமாக பாதுகாத்தும், தங்களுடைய உண்மை யான சீடர்களுக்கும், தலைமுறையினருக்கும் மட்டும் போதித்தும் அளித்தும் வந்தனர். இக்காலத்தில் இதுபோன்ற அரிய மருந்துகள் நம்மிடம் இருந்து மறைந்து நாமும் அதை மறந்து போனதால்தான், பல நோயாளிகள் மருத்துவமனைகளையே வாசஸ்தலங்களாகவும், மருத்துவர்களையே கடவுளாகவும் நினைத்து வாழ்நாள் முழுவதும் தொடர்ந்து மருந்துகளை உட்கொள்ளும் நிலைமைக்கு தள்ளப்பட்டு இருக்கிறோம். இந்தநிலை மாறவேண்டும். எல்லோரும் அற்புதமான அரிய இதுபோன்ற உயர்ந்த முறைகளை அறிந்து செய்து நோயற்ற வாழ்வைப் பெற வேண்டும் என்ற நோக்கத்திலேயே இந்த விஷயங்களை இங்கு வெளிப்படையாகக் கூறுகின்றேன்.

மேற்கூறிய 9 வகையான வைத்திய முப்புவினை மூன்று மூன்றாகச் சேர்த்து அரிய முறையில் தயாரிக்கப்படும் 3 விதமான முப்புவிற்கு “வாதமுப்பு” என்று பெயர் இது உலோகங்களை ஒரு நிலையில் இருந்து மற்றொரு நிலைக்கு மாற்ற உதவும். மேலும் பஸ்பம், செந்தூரம் போன்றவைகளைச் செய்யப் பயன்படுத்தும் உலோகங்களில் உள்ள களிம்புகளை நீக்கவும், “இரசவாதம்” என்னும் சித்தர்களின் அரிய கலைக்கும், பாதரஸத்தினை மணியாக மாற்றும் “குளிகைக் கலைக்கும்” மிகவும் பயன்படும். இதை குருவின் அனுமதியுடன் செய்தால் மட்டுமே சித்தியாகும். அடுத்ததாக முன் கூறிய 3 வகையான “வாத முப்பு” வினை ஒன்று சேர்த்து உருவாக்கப் படும் “முப்பு” விற்கு “யோக, ஞான முப்பு” என்று பெயர். இது அரியபல ஆற்றல்கள் அடங்கியது. 27 வகையான உப்புகளின் சத்து களை ஒருங்கே பெற்றது. இறவாமை, முதுமையின்மை, ஞானநிலை, சமாதிநிலை என்று பேரின்பப் பெருவீட்டினை அளிக்க வல்லது. இதனை இறைவனுக்கு ஈடாக சித்தர்கள் தங்களின் நூல்களில் குறிப்பிட்டுள்ளனர். ஆனால் இதனை எல்லோரும் செய்துவிடவோ, உட்கொண்டு விடவோ முடியாது என்றும் பூர்வஜென்ம புண்ணியம் உள்ளவர்களும் விட்டகுறை, தொட்டகுறை உள்ளவர்கள் மட்டுமேதான் இதைப்பற்றி அறிந்து கொள்ளமுடியும் என்றும் பிறருக்கு நாம் வலுக்கப்பட்டாயமாக இதைப்பற்றி எடுத்துக் கூறினாலும் அவர்கள்

இதைக் கருத்தில் கொள்ள மாட்டார்கள் என்றும் அந்த அனுபவம் மிக்க சித்தர்கள் தங்களுடைய நூல்களில் கூறியுள்ளனர். அதேபோல் எல்லோரிடமும் இதைக் கூறுவது தவறு அதனால் பல பாவங்கள் சூழும் என்றும், பல ஆண்டுகள் சீடனாக, உண்மை உள்ளவனாக, தன்னையே நமக்கு அற்பணிக்கும் அளவுக்கு நம்மீது பற்று உள்ளவனாக இருப்பவனுக்கு மட்டுமே மிகவும் யோசித்து இதைக் கூறவேண்டும் என்றும் கூறியுள்ளனர். மேலும் இவ்வரிய முறைகள் கூறப்பட்டுள்ள சித்தர்களின் நூல் உன்னிடம் இருப்பது தெரிந்தாலே மிகவும் நயவஞ்சகமாகப்பேசி உன்னிடத்தில் உள்ள இந்த நூல்களை பறிக்கப் பார்ப்பார்கள் என்றும் அவர்களிடம் ஏமாற வேண்டாம் என்றும் மிகத் தெளிவாகக் கூறியுள்ளனர். இதுபோன்றவர்களைப் பற்றி “ஸ்ரீ போகமாமுனிவர்” தன்னுடைய நூலில் கீழ்கண்டவாறு கூறுகின்றார்.

“ஆதார மானதொரு மூலத்துள்ளே
அகண்டமாய் அண்டமெங்கும் நிறைந்த ஜோதி
பாதாரந் தனைப்பணிந்து முப்பு தனைய்
பகர்ந்திடவே யாவர்க்கும் பலிதமதாகக்
கோதாரம் கொண்டுணர்ந்து என்னை ஆண்டக்
கடாட்சமது போகருடைய கிருபையினாலே
பாதாரம் மகிழ்ந்துரைத்த முப்பு சூத்திரம்
பாரிலுள்ளோர் காணாமல் அறையில் வையே.

அறையில்தான் வைக்கவென்றால் மைந்தாகேளு
ஆகும் கைவிபரமொடு செய்பாகந்தான்
உறவாடி சிலபேர்கள் நூல்தாவென்று
ஓவியம்போல் உரைபேசி உன்னையேய்ப்பார்
திறமான நூலவர்க்கு வெளியிடாதே
சீடனென்று பனிரெண்டு வருடங்காத்தால்
அறிவான புத்தியவர் கிருந்ததானால்
அப்பனே முறையோடு நூலையீயே.

ஈவதுதான் ஆர்க்குசிவன் அடியார்கட்கு
இகத்திலுள்ள மானிடர்க்கு ஈந்தாயானால்
சாவதுதான் கடைநரகில் வீழ்வாய் சொன்னேன்
சண்டாளர்க் கீயாதே தரணிமீதில்
தாமிதுதான் வெளியாகச் சொன்னேன் மைந்தா
தாரணியில் இந்நூலை இகழ்ந்தோர்க் கெல்லாம்
ஆமிதுதான் படுபாவம் வந்தே தீரும்
அடைவாக பலிதமது ஆகாதுபாரே!”

என்று இந்நூலில் முப்பு முறையினைப்பற்றி மிகத் தெளிவாகக் கூறியுள்ளார். இருப்பினும் காலத்தைக் கருதியும். இக்காலத்தில் சீடனாக 12 ஆண்டுகள் இருந்து கற்றறிவது இயலாத ஒன்று என்பதாலும், இன்று உள்ள மக்களின் நோய் மற்றும் பல வேதனைகளைக் கருத்தில் கொண்டும் என் மஹாகுருவிடம் உத்தரவு பெற்று நானறிந்த அந்த அரிய முறையை இங்கு சித்தர்களின் நூல் ஆதாரங்களுடன் என்னுடைய அனுபவங்களையும் சேர்த்து வெளியிடுகின்றேன். மேலும் இதைப் படித்து முறைப்படி செய்து பயன்படுத்துபவர்கள் பயன் படுத்தும் செயலுக்குத் தக்கவாறு பலன்களை அடைவார்கள் என்பது திண்ணம்.

இந்த முப்புவில் உள்ள வைத்திய முப்பு, வாதமுப்பு, ஞான யோக முப்பு என்ற 3 நிலைகளையும் முறைப்படி செய்ய முடியும் என்றாலும் தற்போது உள்ள பல நடைமுறைக் காரணங்களாலும் அதற்குரிய சிலமூலப்பொருள்கள் கிடைக்காமல் இருப்பதாலும் இந்த 3 நிலைகளையும் ஒருங்கே அளிக்கவல்ல முறையான ‘முப்பு’ ஒன்றை எவ்வாறு செய்யவேண்டும்? எப்படிப் பயன்படுத்த வேண்டும்? அதன் அரிய பலன்கள் என்ன? என்பதைப் பற்றி இங்கு கூறுகிறேன். 18 சித்தர்களுள் இந்த முப்பு முறையினைப் பற்றி மிகவும் வெளிப்படை யாகக் கூறிய இராமதேவர் என்ற யாகோபு மாமுனிவர் தன்னுடைய “குரு நூல்-55” என்னும் நூலில் மிகவும் அருமையாகவும், எளிமை யாகவும் கூறியுள்ளார் அந்த அற்புதமான முறையினை மறைப்பின்றி இங்கு கூறுகிறேன்.

யாகோபு முனிவரின் முப்பு முறை

இவ்வரிய முறையான ‘முப்பு’ என்னும் மருந்தின் செய்முறை பற்றி யாகோபு முனிவர் தன்னுடைய நூலில்...

“மூலமுத லாய்நிறந்த நபியைப் போற்றி
முக்கியமா யைம்பதுவின் முறையேதென்றால்
கோலமுடன் எழுநூற்றின் குருவேயாகும்
குவலயத்தோர் யாவர்களும் பிழைக்கக் கேளு
சீலமுடன் பூநீறு தானெடுத்துச்
சிறப்பாக தசதீட்சை தான்முடித்து
ஞாலமுடன் கறியுப்பும் அதுபோல் தீட்சை
நலமாகச் செய்தபின்பு எடுத்துக்கொள்ளே,

எடுத்துமே வெடியுப்பு ஐந்தாங் காய்ச்சல்
இயல்பாக நீவாங்கி மூன்றுந் தன்னை
விடுத்துமே சமனிடையாய் வைத்துக் கொண்டு
மேலான எலுமிச்சம் பழச்சாறு விட்டுக்

கொடுத்துமே கொதிக்கவைத் தெடுத்துப் பாரு
குணமாக எண்ணெய்கக்கி வெளுத்துக் காணும்
அடுத்துமே அந்த உப்பை யெரித்து நீயும்
அன்பாகச் சேநீரில் ஆட்டக் கேளே.

ஆதி மூலமாக நின்ற நபிகளைப் போற்றி தன்னுடைய நூலான "வைத்திய சிந்தாமணி-700" என்னும் நூலிலுள்ள சுருக்கத்தை இந்த "குருநூல் 55"-ல் இவ்வுலக மான்பர்கள் பிழைக்க வேண்டும் என்பதற்காக வெளிப்படுத்தியதாகக் கூறும் "யாகோபு முனிவர்" கூறும் எளிமையான முப்புவின் செய்முறையையும் கூறுகின்றார்.

தை, மாசி, பங்குனி மாதங்களில் உவர்மண் நிலத்தில் அதிகாலை சூரியன் சிவப்பான நிறத்தில் உதிக்கின்ற நேரத்தில் பூமிக்கு அடியிலுள்ள சுண்ணாம்புக் கற்களில் இருந்து வரும் உப்புகலந்த நீர் ஆனது பூமியின் மேற்பரப்பில் உள்ள மணலுடன் சேர்ந்து மஞ்சள் நிறத்தில் மிகவும் மென்மையாகப் பூப்போன்று கடுமையான உவர்ப்புச் சுவையுடன் கூடி பூமியின் மேல் கடல்அலை போன்று மேலெழும்பி நிற்கும். இதை அறிந்து தூய்மையாக சித்தர்களை வணங்கி அவ்விடத் திற்குச் சென்று தேவையான அளவு அள்ளி மூட்டையாகக் கட்டிக் கொள்ள வேண்டும். உலோகப் பாண்டங்களில் எடுக்கக் கூடாது. இவ்வாறு பொருமி நிற்கும் உப்பு கலந்த கலவைக்குப் "பூநீறு" எனப் பெயர்.

இந்த பூநீற்றை வேண்டிய அளவு ஒரு பீங்கான் அல்லது பிளாஸ்டிக் வாளிகளில் போட்டு அதற்கு 4 பங்கு சுத்தமான தண்ணீர் விட்டு நன்கு கரைத்து மூடி வைக்கவேண்டும். இவ்வாறு ஒரு நாளைக்கு 5 அல்லது 6 தடவைகள் கையால் நன்குக் கலக்கி விட வேண்டும். இவ்வாறு செய்வதால் பூநீரில் உள்ள உப்பானது முழுவதும் தண்ணீரில் கரைந்து விடும். அதிலுள்ள சுண்ணாம்பும், மணலும் படிமங்களாக நின்றுவிடும். 3 நாட்கள் இவ்வாறு கரைத்த கரைசலை மூன்றாம் நாள் இரவு அசையாமல் ஓரிடத்தில் மூடிவைக்கவும். 4-ம் நாள் காலையில் பார்க்க மேலே தெளிவான உப்புநீர் இருக்கும். இதை இறுத்து வடிகட்டி அகலமான பீங்கான் அல்லது பிளாஸ்டிக் தட்டுகளில் ஊற்றி அசையாமல் வெயிலில் வைக்கவும். இவ்வாறு சூரிய வெப்பத்தால் தண்ணீர் ஆவியானவுடன் அதில் இருந்த உப்பானது தகடுதகடாக உறைந்து காணப்படும். இதை சேகரித்துக் கொண்டு மொத்த உப்பையும் ஒரு வாளியில் போட்டு அதன் அளவிற்கு 4 மடங்கு நல்ல தண்ணீர் ஊற்றிக் கலக்கி முன்போலச் செய்யவும். இவ்வாறு 10 முறை செய்ய சிறிதும் அழுக்கின்றி மிகத்தூய உப்பானது கிடைக்கும். கடுமையான உவர்ப்புச் சுவையுள்ள

இந்த உப்பானது பசும்மஞ்சள் நிறத்தில் பளபளப்புடன் அற்புதமாக இருக்கும். இதற்கு வழலை என்றும் பூமிநாதம் என்றும், உவர்சாரம் என்றும் தசதீட்சைப் பூநீறு (10 முறை சுத்தம் செய்யப்பட்ட பூநீறு) என்றும் இன்னும் பலபல மறைப்புப் பெயர்களும் உண்டு. இதை முறையாகச் செய்தவன் நிச்சயம் முப்பு முடித்து விடுவான் என்பது உண்மை. இது ஒரு உப்பு ஆகும்.

அடுத்து உணவுக்குப் பயன்படும் கல்லுப்பை வாங்கி வந்து இதேபோன்று தூய்மையான நீர் 4 மடங்கு ஊற்றி நன்கு 3 நாட்கள் கலக்கி 4-ம் நாள் தெளிவை வடிகட்டி இறுத்து ஒரு பாத்திரத்தில் போட்டு அடுப்பில் வைத்து நீர் வற்றும் வரை காய்ச்ச தூய்மையான உப்பு கிடைக்கும். இவ்வாறு கிடைத்த உப்பை மறுபடியும் முன்போலக் கரைத்துக் காய்ச்சவும். இவ்வாறு 10 முறை செய்து எடுக்க மிகவும் தூய்மையான கல்லுப்பு கிடைக்கும் இது இரண்டாவது உப்பு ஆகும்.

அடுத்து வெடியுப்பை வாங்கி வந்து இதேபோலக் காய்ச்சி 5 முறை எடுக்கவும். வெடியுப்பு காய்ச்சும் முறை முன்னமேயே கூறி யுள்ளதால் இங்கு அதைக் கூறவில்லை. இவ்வாறு முறையாக மிகத் தூய்மையாக ஆக்கப்பட்ட 3 உப்புகளும் பஞ்சபூதங்களில் 3 பூதங் களின் கூறுகள் ஆகும். எவ்வாறு எனில் பூநீறு உப்பானது மண்ணின் கூறாகவும், கல்லுப்பானது நீரின் கூறாகவும், வெடியுப்பானது நெருப்பின் கூறாகவும் உள்ளது. இனி இத்துடன் மற்ற இரண்டு பூதங்கள் ஆன வாயு, ஆகாயம் இரண்டையும் சேர்க்கும் முறையைப் பார்ப்போம். இவ்வாறு எடுக்கப்பட்ட 3 வகையான உப்புகளையும் சமஅளவு எடுத்து வாயுவின் கூறான எலுமிச்சம்பழத்தின் சாற்றில் நன்கு கரைத்து கொதிக்க வைக்கவும் அப்போது எண்ணெய் கக்கி வெளுப்பாக மாறும். மேலும் இதில் உள்ள எண்ணெய்ப் பசை நீங்க கெட்டியாக குழம்புபோன்ற பருவத்தில் தரையில் இரண்டு விரல் உயரத்திற்கு சாம்பலைப் பரப்பி அதன்மீது மெல்லிய துணியை நான்காக மடித்து விரித்து கரண்டியில் மேற்படி கெட்டியான குழம்பை விளாங்காய் அளவாக அள்ளி ஊற்றவும் பின் மேற்புறமும் துணியால் மூடி சிறிது நேரம் சென்று எடுக்க மேற்படி உப்பில் உள்ள எண்ணெய் சாம்பலால் இழுக்கப்பட்டு வெளுப்பான உப்பு கிடைக்கும். இதை நீர்ப்பசை இல்லாத அளவிற்கு புகையாமல் நிதானமாகக் காய்ச்சி எடுத்து வைத்துக் கொள்ளவும் பின்பு அடுத்து இந்த உப்பை முப்புவாக மாற்ற உதவும் செயநீர் பற்றிப் பார்ப்போம்.

"ஆட்டிடவே வெள்ளைக்கல் கொண்டுவந்து
அடைவாக நீற்றியே சுண்ணாம்பாக்கி

தாட்டீகமாயச் சாரமதைச் சமனாய்ச் சேர்த்துத்
தானரைத்துப் பீங்கானிற் பனியில்வைக்க
நாட்டமுள செயநீராம் வீரம்பூரம்
நலமாகத் தான்போட்டு வைத்துக் கொண்டு
மேட்டிமையாம் முன்வைத்த மூன்றுஉப்பும்
மேலாக அறைக்கின்ற வகையைக் கேளே.

வகையாக கல்வத்தி லுப்பைவிட்டு
மகிழ்வாக செயநீர்விட் டரைத்தெடுத்து
துகையாக வில்லைதட்டிக் கதிரில்வைத்துச்
சுகமாக பத்தெருவில் புடத்திற் சுண்ணம்
நகைபோல முப்பூவின் குருவுமாச்சு
நன்மையுள்ள குருவண்டு மிதுவேயாச்சு
திகையாமற் புகைச்சரக்கு எதுவானாலும்
திறமாகக் கொஞ்சமிடச் சுண்ணமாமே

(யாகோபு குருநூல்-55-பாடல்-4, 5)

மேற்படி உவர்மண் விளையும் பூமியில் பூநீறு விளையும் இடத்திற்கு பவுர்ணமியன்று சென்று 16 அடி ஆழம் வெட்டிப் பார்க்க ஸ்படிகம் போன்று வெண்மையான, பளபளப்பான, தகடு தகடாக விளைந்த சுக்கான் கற்கள் கிடைக்கும். இதில் கரும் புள்ளிகளாக உள்ளவற்றையும் சொட்டையாக உள்ளவற்றையும் நீக்கிவிட்டு முழுமையான விளைந்த கற்களைப் பொறுக்கி கொண்டு வந்து வைத்துக் கொள்ளவும். இனி இந்த சுக்கான் கல்லை சுத்தப்படுத்தி சுண்ணாம்பாக மாற்றும் முறையை வெகு அற்புதமாக எளியமுறையில் யாகோபு முனிவர் தன்னுடைய “லோக செந்தூரம்-300” என்ற நூலில் வெளிப் படையாக கூறியுள்ளார். அந்த அரிய முறையை இங்கு கூறுகின்றேன்.

“சுக்கான் கல்லெடுத்துப் பாண்டத்திலிட்டுச்
சுத்திசெய்யப் பூநீறு மரக்காலாறு
மிக்கான கற்சுண்ணம் பூநீறுநேரே
மிகவளந்து விட்டுடனே பாணிரெட்டி
தக்கவிட்டு அடுப்பேற்றி யெரித்துநன்றாய்த்
தனையெடுக்கக் கல்லெல்லாம் கட்டிப்போகும்
சொக்கயெடு புறம்பாக வைக்கச் சொன்னார்
சுத்தியுள்ள முறையாகும் பாகந்தானே.

நல்லாகக் கட்டினதோர் சுக்கான் தன்னை
நாடியே தினைதந்து கரியில் வைத்து

மெல்லவதை நாள்மட்டும் உரைக்க ஊது
மீறியது கடுஞ்சுண்ண மாயிருக்கும்.
(யாகோபு லோக செந்தூரம்-300-பாடல்-3, 4)

அதாவது மேற்படி சுக்கான் கற்களை ஒரு பெரிய மண்பாண் டத்தில் போட்டு அத்துடன் பூநீறு 6 மரக்காலும், சுண்ணாம்பு 6 மரக்காலும் போட்டு இரண்டு மடங்கு (24 மரக்கால்) சுத்தமான தண்ணீர் விட்டு நன்கு கலக்கி அடுப்பேற்றி நீர் வற்றும் வரை எரிக்க கல்லானது எண்ணெய் கக்கி கட்டும். இவ்வாறு கட்டிய சுக்கான் கற்களை கரிநெருப்பில் வைத்து ஒரு நாள் முழுதும் நன்கு ஊதி எடுக்க கடுமையான காரம் உள்ள சுண்ணாம்பாக மாறும். இந்த சுண்ணாம்பை எடுத்து பத்திரப்படுத்தவும். முப்பூ செய்வதற்கு இதுவே மூலப்பொருள். இனி இதை செயநீராக மாற்றும் முறையினைக் காண்போம்.

இவ்வாறு எடுக்கப்பட்ட கல்சுண்ணத்துடன் சம அளவு நவச்சாரம் சேர்த்து அரைத்து ஒரு பீங்கானில் போட்டுப் பனியில் வைக்க ஜெயநீர் ஆகும். இதை இறுத்து ஒரு சீசாவில் விட்டு அதில் சுத்தம் செய்த வீரம், பூரம் சிறிது பொடித்துப் போட்டு கலக்கி வைத்துக் கொள்ளவும். இனி முன் செய்து வைத்துள்ள மூன்று உப்புகளையும் சம அளவாக குழியம்மியில் போட்டு இந்த ஜெயநீர் விட்டு 3 ஜாமம் (7½ மணிநேரம்) அரைத்து வழித்து எடுத்து வில்லை யாகத் தட்டி வெயிலில் காய வைக்கவும். நன்கு காயந்த பின்பு ஒரு அகலில் வைத்து மேல் அகல் மூடி 7 சீலைமண் செய்து உலர்ந்த பின்பு 10 எருவில் புடம் போடவும். புடம் போடும் முன்பு குருவையும், இஷ்டதெய்வத்தையும், சித்தர்களையும் வழிபட்டு பூஜித்தும், தூப, தீபம் கொடுத்தும் புடம் போடவும். புடம் நன்கு ஆறிய பின்பு எடுத்து பிரித்துப் பார்க்க மூன்று உப்புகளும் சுண்ணாம்பாக மாறி நல்ல வெண்மையுடன் இருக்கும். இதை சீசாவில் பதனம் செய்யவும். குருவண்டு, முப்புகுரு போன்ற பல பெயர்களால் அழைக்கப்படும் இம்மருந்து மிகவும் உயர்வானது ஆகும். இது வீட்டில் இருந்தாலே வறுமை, நோய் முதலியவை அண்டாது. சித்தர்களின் அருளும், ஆசியும் கிடைக்கும். இது இரசவாதம், வைத்தியம் போன்ற எல்லா தொழில்களுக்கும் பயன்படும். காயசித்திக்கு முக்கியமானது என்பதைக் கருத்தில் கொண்டு இங்கு இதை வெளிப்படுத்தினேன். இதன் புனிதத் தினைக் கருத்தில் கொண்டு நல்ல செயல்களுக்கு செய்து உபயோகித்து பயன் அடைய வேண்டுகிறேன்.

மேலும் இந்த முப்பூவினால் புகைச்சரக்குகள் அனைத்தும் கட்டும். வெடியுப்பு 10 பலம், சீனிக்காரம் 25 பலம் இவ்விரண்டையும்

பொடிசெய்து ஒரு பானையில் போட்டு அப்பானையின் மேல் வாலையைப் பொருத்தி திராவகமாக வடித்துக் கொண்டு அந்த திராவகத்தில் இந்த முப்பூவினைக் குழைத்து கெந்தகம், தாளகம், துருசு போன்ற பாடாணங்களின் மீது தடவி வெயிலில் காயவைத்து குகைக்குள் வைத்து சில்லுபோட்டு மூடி சீலைமண் செய்து சிறிய புடம்போட பற்பமாகும். எந்த சரக்கை நீற்றி சுண்ணாம்பாக்க வேண்டும் என்றாலும் இந்த முப்பூவை சிறிது சேர்த்துச் செய்ய சுண்ணாம்பாக மாறும். இதைத்தான் பெரியோர்கள் குருமருந்தான இது இல்லாமல் செய்யும் எந்த இரசவாத வித்தையும் பயன்தராது என்பதை

"குரு இல்லாத வித்தை பாழ்"

என்று மறைமுகமாகக் கூறியுள்ளனர். இந்த குருமருந்தை அறிவதற்கும்; முறைப்படி செய்து முடிப்பதற்கும் உண்மையான குரு இக்காலத்தில் கிடைப்பது அரிது என்பதால் வெளிப்படையாகக் கூறினேன். சித்த மருத்துவத்தில் கூறப்பட்டு உள்ள சூரணம், தைலம், லேகியம், கிருதம், பஸ்பம், செந்தூரம் போன்ற அனைத்திலும் இந்த குருமருந்து கலந்து செய்தால்தான் முழுமையான பலனை அடைய முடியும்...

இனி அடுத்ததாக இதே "முப்பூ" வினை இன்னும் அதிக வீரியம் உள்ளதாகவும். அதிகமான பலன்களைக் கொடுக்க வல்ல தாகவும் செய்யும் முறையினை அரும்பெரும் சித்தரான மா முனிவர் ஸ்ரீ போகர் தன்னுடைய சக்தகாண்டம் என்னும் நூலில் கூறியுள்ளார். அந்த அருமையான கிடைத்தற்கு அரிய அபூர்வ முறையையும் வாய்ப்பு உள்ளவர்கள் செய்து பயன் அடைய வேண்டும் என்ற எண்ணத்தால் மறைப்பு நீக்கி இங்கு வெளிப்படுத்து கின்றேன்.

ஸ்ரீ போகமாமுனிவரின் முப்பூ செய்முறை

இந்த முறையானது மிகவும் உயர்ந்த முறை ஆகும். எவ்வளவு சிரமப்பட்டாவது இந்த முறையில் "முப்பூ" வினை செய்து முடிப்பவன் உலகில் நிச்சயமான சித்தனாக வாழ்வான் என்ற அந்த மஹா சித்தனின் வாக்கு என்றும் பொய்யாகாது என்பதால் இந்த அரிய முறையை இங்கு வெளிப்படுத்தியுள்ளேன். இந்த முப் பூவை செய்வதற்கு போக முனிவர் மிக முக்கியமான மூலப் பொருளாகக் கூறும் "காடி" என்ற பழச்சாறு செய்யும் முறையினை முதலில் கூறுகிறேன்.

காடி முடிக்கும் விபரம்

"தானான பழச்சாறு என்ற மார்க்கம்
தன்மையுடன் முடிப்பதற்குப் பருவஞ் சொல்வேன்

கோனான குருவையென்ற நெல்தானப்பா
கொற்றவனே அவிக்காமல் தானெடுத்து
பானான அரிசியது படிதான் நான்கு
பாலகனே தான்அளந்து வரிசைபாரீர்
மானான புதுப்பாண்டந் தன்னில்தானும்
மார்க்கமுடன் தான்சமைக்கும் வகைதான் கேளே.

வகையான அரிசியது பொங்கியேதான்
வண்மையுடன் தான்இறக்கி ஆறப்போடு
தொகையுடனே மறுபாண்டந் தன்னிலிட்டு
தோறாமல் ஜலமதுவும் சோடசந்தான்
முறையுடனே பாணியென்ற தண்ணீர்தன்னை
முனியாமல் தான்காய்ச்சி இறக்கிக் கொண்டு
பகையான வாசியென்ற சாதந்தன்னில்
பக்குவமாய் நீலம்விட்டு மூடக்கேளே."

(போகர்-7000-பாடல்கள்-6208, 6209)

காடி என்ற பழச்சாறு எவ்வாறு செய்ய வேண்டும் எனில் குருவை நெல்லை அவிக்காமல் பச்சையாகக் கொண்டு வந்து உலர்த்தி, குத்தி, 4 படி பச்சரிசி எடுத்து ஒரு பெரிய பானையில் போட்டு அளவாக தண்ணீர் விட்டு அடுப்பேற்றி சோறு பொங்க வேண்டும். நன்கு வெந்து சாதமானவுடன் இறக்கி ஆறப்போட வேண்டும். நன்கு ஆறியபின்பு புதிய மண்பாண்டத்தில் அந்த சோற்றை எடுத்துப் போட்டு அதில் சாதம் மூழ்கும் அளவிற்கு பாண்டம் நிரம்பும் வரை தண்ணீரை காய்ச்சி, ஆறவைத்து ஊற்றி மூடி வைக்க வேண்டும். மூடி போட்டு மூடாமல் மெல்லிய துணியால் வேடுகட்டி வைப்பது நன்று. இவ்வாறு நல்ல வெயிலில் இந்தப் பாண்டத்தை வைக்க வேண்டும். வெயிலின் சூட்டால் தண்ணீர் வற்றும். தினமும் இவ்வாறு வற்றும் அளவிற்கு தண்ணீரைக் காய்ச்சி ஆறவைத்து ஊற்றி வர வேண்டும். இவ்வாறு 6 மாதங்கள் பகலில் வெயிலிலும் இரவில் பனியிலும் வைத்து வர வேண்டும் (இந்த செயலை மார்கழி மாதம் ஆரம்பிக்க வேண்டும்) இவ்வாறு 6 மாதங்கள் வைக்கப்பட்ட காடியானது...

"பாகமாம் காடியென்ற பாண்டந்தன்னை
பரிதிமுன்னே தினந்தோறும் வைக்கும்போது
நாகமது சீரியதோர் விஷத்தைப் போல்
நாதாந்த காடிக்குக் காரம் ஏறி
வேகமுள்ள சரக்குக்குக் காலனாச்சு
வேதாந்த சரக்கெல்லாம் வெந்துநீறும்

யூகமுடன் காலாங்கி பாதம் போற்றி
உத்தமனே காடியதன் வழிசொன்னேனே.
சொன்னதொரு காடிதன்னை ஆறுதிங்கள்
துப்புரவாய் ரவிதன்னில் வைக்கும்போது
நன்னயமாய் நாதாக்கள் செய்பாகந்தான்
நலமான பழச்சாறு என்னலாச்சு
வின்னமது நேராது முப்பு மார்க்கம்
விள்ளார்கள் சித்துமுனி ரிஷிகள் தேவர்
பண்ணவே சாத்திரத்தில் சூட்சமுப்பு
பாடவில்லை சித்தர்களும் பாடார்தானே."

(போகர் - 7000- பாடல்கள்-6212, 6213)

இவ்வாறு 6 மாதம் வைக்கப்பட்ட காடியானது காரம் ஏறி புளிப்புச் சுவையுடன் இருக்கும். இதற்குப் பழச்சாறு என்று பெயராகும்.

இந்த பழச்சாறு என்ற காடி செய்யும் முறையினை எல்லா சித்தர்களும் மறைத்து விட்டார்கள் என்றும் இவ்வுலக மான்பர்களின் நன்மையைக் கருதி தான் கூறியதாகவும் போகமுனிவர் தன்னுடைய நூலில் இதன் பெருமையைக் கூறியுள்ளார். மேலும் இந்த காடிக்கு "சிவமுப்பு" என்று பெயர். இதனால் எல்லா விதமான சரக்குகளும் கட்டும். எல்லா ஜெயநீர்களுக்கும் இது முதன்மையானது. காயகற்பத் திற்கும், இரசவாதத்திற்கும் இது முதன்மையானது ஆகும் என்றும் கூறுகிறார். இனி இந்த காடிக்கு மேலும் காரம் ஏற்றும் முறையையும் கூறுகின்றார்.

காடி திராவகம்

"சொல்லவே காடியென்ற மார்க்கந் தன்னை
தேறாமல் திராவகமாய் முடிப்பதற்கு
வெல்லவே வாலையென்ற சக்ரவாலை
வேகமுடன் தீநீராய் வாங்குதற்கு
புல்லவே காடியென்ற மண்பாண்டத்தில்
புகழான வாலையதை மேற்பொதித்து
சில்லுடனே சீலையது வலுவாய்ச் செய்து
தீர்க்கமுடன் வாலுகையாம் அடுப்பில்ஏற்றே.
ஏற்றியே தீபதூபந் தான்கொடுத்து
எழிலான வாலையென்ற பாண்டத்திற்கு
நாற்றிசையும் குழலமைத்து சீசாவைத்து
நலமுடனே திராவகத்தை இறக்கிக் கொள்ள.

(போகர்-7000-பாடல்கள்-6217-6218)

6 மாதம் முடிந்த பின்பு காடி உள்ள மண்பானையின் வாயில் வாலையைப் பொருத்தி சீலைமண் வலுவாகச் செய்து அடுப்பேற்றி திராவகம் வடிக்கும் முறைப்படி திராவகமாக வடித்து சீசாவில் பத்திரமாக வைத்துக் கொள். இதுவே முப்பூ முடிக்கும் திராவகம் ஆகும் என்றும், இதை அறியாமல்...

"தூங்கியே திரியாதே அருண்மைந்தாகேள்
துப்புரவாய் குருமுடிக்கும் திராவகந்தான்
ஏங்கியே திராவகத்தை முடியாமல்தான்
எழிலான வையகத்து மான்பரெல்லாம்
சாங்கமுடனன் சாத்திரத்தை உணராமல்தான்
சட்டமுடன் பலதுறையாய்ப் போனார் தாமே...

(பாடல்-6219)

இவ்வுலக மக்கள் முறையாக சாஸ்திரங்களை உணராமல் அவர் அவர் இஷ்டப்படி பலபல முறைகளில் சென்றனர் என்று கூறுகிறார்.

இனி இவ்வாறு முறையாக எடுக்கப்பட்ட "சிவமுப்பூ" ஆகிய இந்த காடியைக் கொண்டு முப்பூ செய்யும் முறையினைப் பார்ப்போம். இவர் கூறும் முறையில் முப்பூ செய்வதற்கும் பூநீறு அவசியம் ஆகும். ஆனால் அதை எப்போது எப்படி எடுக்க வேண்டும் என்றும் என்ன செய்யவேண்டும் என்றும் மிகத் தெளிவாக கூறியுள்ளார். எவ்வாறு எனில்...

"பானான முப்பூவை எடுக்கு மார்க்கம்
பாலகனே முறைபாடு வழிபாடாகும்
மானான பங்குனியாம் பருவந் தன்னில்
மார்க்கமுடன் அமாவாசை பருவந்தானே...

(பாடல் 6203)

குருவான பூநீரை எடுப்பதற்கு
கொற்றவனே வெடிகாலந் தன்னிலப்பா
பருவமுடன் பூர்க்குமந்த முப்புதன்னை
பட்சமுடன் தானெடுத்து அறையக்கேளே.

(பாடல்-6204)

உவர்மண் பூமியில் உள்ள பூநீரை எடுப்பதற்கும், சுக்கான் கல்லை எடுப்பதற்கும் சரியான பருவம் பங்குனி மாதம் அம்மாவாசை நாளின் நடுச்சாமம் ஆகும். அந்நேரத்தில் சென்று அம்மனை பூஜை செய்து விடியற்காலையில் பூக்கும் பூநீரை வேண்டிய அளவு எடுத்து பீங்கான் பாத்திரத்தில் பத்திரப்படுத்தவும்

"நாளேதான் போகாமல் குருமுடிக்கும்
நலமாக கைபாகம் சொல்வேனப்பா
பாளேதான் போகாமல் பூநீர்தன்னை
பாங்கான நிலமதனில் சொல்லக் கேளீர்
ஆளேதான் பூநீர்தான் எடுத்தபூமி
அதிலிருக்கும் மர்மத்தை அறைவேன் பாரே.

பாரேதான் ஒரு ஆளு மட்டமாக
பான்மையுடன் குழியதுதான் தோண்டும்போது
நேரேதான் பிரமமென்ற கல்தானப்பா
நேர்மையுடன் தானிருக்கும் நிகலக்கேளு
தீரேதான் பிரமமென்ற சுக்கான் கல்லை
தீரமுடன் தானெடுத்து சொல்லக் கேளு
சேரேதான் கல்லதனைப் பதனம்பண்ணு
செயலான பாக்கியமும் அனேகம் உண்டே.

(போகர்-7000-பாடல்கள்-6205,6206)

பின்பு அந்த பூநீரு எடுத்த பூமியில் 1 ஆள் உயரத்திற்கு குழியை தோண்டிப் பார்க்க அதற்குள் சுக்கான் கல்லானது விளைந்து காணப்படும். இந்த அருமையான பொருளுக்குப் "பிரம்மக்கல்" என்று பெயர் இதனை வேண்டிய மட்டும் எடுத்து பதனம் செய்யவும். அடுத்ததாக கல்லுப்பையும் வேண்டிய மட்டும் சேகரித்துக் கொள்ளவும். இந்த மூன்றையும் சேர்த்து முப்பூ முடிக்கும் அரிய முறை கூறப்படுகிறது. முதலில் பூநீரைக் காய்ச்சி சுத்தம் செய்யும் முறையைப் பார்ப்போம்.

பூநீறு காய்ச்சல்

"பாரேதான் பூநீரைச் சுத்திசெய்து
பாகமுடன் எடுப்பதற்கு வகையைக் கேளு
நேரேதான் பூநீறு படிதானப்பா
நிலையான முன்சொன்ன காடிதானும்
சீரேதான் பூநீரில் விட்டுமைந்தா
சிறப்புடனே கலக்கியதை தெளிவிறுத்து
கூரேதான் ரவிதன்னில் காயவைத்து
கொப்பனவே உப்பதனை எடுத்திடாயே.

எடுத்துமே இப்படியே பத்துமுறை கலக்கி
எளிதான ரவிதன்னில் காயவைத்து
தொடுத்ததொரு உப்பதனைப் பதனம்பண்ணு
தோறாமல் பத்துமுறை செய்தஉப்பை

கெடுத்திடா வண்ணமத பீங்கான் தன்னில்
கவனமுடன் பதனமாய்ச் செய்துகொண்டு
நடுத்தெருவாங் கருமியென்ற மான்பருக்கு
நவிலாதே நவின்றிட்டால் நரகமாமே.
(போகர்-7000-பாடல்கள்-6235,6236)

வேண்டிய அளவு பூநீரை எடுத்துவந்து உயரபடி அளந்து ஒரு பீங்கானில் போட்டு அதற்கு 4 பங்கு காடிவார்த்து நன்கு கலக்கி 3 நாட்கள் வைத்திருந்து 4ம் நாள் தெளிவிறுத்து அகலமான பீங்கானில் ஊற்றி வெயிலில் வைக்க நீர் வற்றி உப்பாக மாறும். இவ்வாறு 10 முறை செய்த பூநீரானது முப்பூவின் முதல் உப்பாகும். இதை பத்திர மாகப் பதனம் செய்யவும். கருமிகளுக்கும், தெய்வசிந்தனை இல்லாதவர்களுக்கும் இந்த முறையினை கூறக் கூடாது. என்று கூறியுள்ளார். இனி அடுத்த உப்பான பிரம்மக்கல் சுண்ணம் செய்யும் முறையினைப் பார்ப்போம்.

பிரம்மக்கல் சுண்ணம்

“இட்டதொரு பிரம்மக்கல் தனையெடுத்து
எழிலான கருப்பதனை நீக்கிமைந்தா
தொட்டளவு குருசொன்ன வாக்குபோல
துறைமுகமுங் கண்டறிந்து பளிங்குக் கல்லாய்
சட்டமுடன் கல்லதளை இடித்துமைந்தா
சாங்கமுடன பச்சையென்ற பூநீர் தன்னை
திட்டமுடன் கல்லுக்கு ரெண்டேயாகும்
தீரமுடன் தான்கலந்து பாண்டம்வையே

பாண்டமது தனிலமைத்து பாகங்கேளீர்
பாங்காக முன்னுரைத்த காடிநீரில்
வேண்டியே பூநீறுக் கரைதானப்பா
விருப்பமுடன் பாண்டமதில் இட்டுமைந்தா
தூண்டியதோர் கருமானம் இரண்டும்வேக
துப்புரவாயக் காடியென்ற நீரினாலே
மாண்டிடவே தானெரிப்பாய் காடிநீர்தான்
மார்க்கமுடன் சுண்டமட்டும் எரித்திடாயே.

எரித்துமே பச்சையென்ற காடிநீரால்
ஏற்றமுடன் தானலம்பி ரவியில்போடு
மரித்துமே பிரமமென்ற கல்தானப்பா
மகத்தான எண்ணெயது கக்கிப்போச்சு

குறித்தபொருள் பிரமமென்ற சுண்ணக்கல்தான்
கூரான வேகமத அதிகம் கொண்டு
தெரித்துமே பொடிப்பொடியாம் தகடுபோலாம்
தெளிவான சுண்ணத்துக் கிடந்தானாச்சே.

(பாடல்கள்-6228,6229,6230)

இவ்வாறு எடுக்கப்பட்ட சுக்கான் கல்லில் கருப்பாக உள்ளதை நீக்கிவிட்டு சுத்தமாக உள்ளதைமட்டும் எடுத்து ஒரு பானையில் போட்டு கல்லுக்கு இரண்டு பங்கு பச்சைப் பூநீறும், பூநீரின் அளவிற்கு பாதியளவு காடிநீரை விட்டுக் கலக்கி அடுப்பில் வைத்து எரிக்க வேண்டும். இவ்வாறு நீர் சுண்டும் வரையில் எரித்து பார்த்து எடுத்து மேற்படி கல்லை காடிநீரில் நன்கு அலம்பி வெயிலில் காயப்போடு இவ்வாறு செய்வதால் சுக்கான் கல்லில் உள்ள எண்ணெய்க் கழிவுகள் நீங்கி வேகம் அதிகமாகி பொடிப்பொடியாக, தகடு, தகடாக நொறுங்கி சுண்ணாம்பு ஆவதற்குத் தயாராக மாறும் இனி இதை எடுத்து எவ்வாறு சுண்ணாம்பாக மாற்றுவது என்ற அற்புதமான விபரங்களை தனக்கு தன்னுடைய குருவான காலாங்கி நாதர் சொன்னதாகவும் எல்லாச் சித்தர்களும் தங்களுடைய நூல்களில் பரிபாஷையாகவும், பலமறைப்புகளுடனும் கூறியும், சிலர் கூறாமலே மறைத்தும் வைத் திருந்த அந்த அரியமுறையை இந்த உலகமக்களின் நன்மையைக் கருதி இங்கு தன்நூலில் வெளிப்படுத்தியதாகக் கூறுகிறார்.

காச்சலென்ற சுண்ணமதைத் தானெடுத்து
கருவான கல்வமதில் இட்டுமைந்தா
மாச்சலென்ற சிற்றண்டக் கருதானப்பா
மகத்தான பிரம்மக்கல் சுண்ணந்தன்னை
வீச்சுடனே தானரைப்பாய் மடியமட்டும்
வீரான சுண்ணமதைப் பில்லை செய்யே

செய்யவே சிறுபில்லைக் காசதாக
செம்மலுடன் ரவியுலர்த்தி சொல்வேன் பாரீர்
துய்யதொரு பில்லைமுகம் தான்உலர்ந்து
துப்புரவாய் மூசையிட்டு சீலைசெய்து
வையகத்தே தானிருக்கும் கருமியான
வளமான பாகமதை அறியாமல்தான்
கைபாகந் தவறாமல் மைந்தா நீயும்
கருத்துடனே உலையில்வைத்து ஊதுவாயே

ஊதவே சுண்ணமது வாகுமாகும்
உத்தமனே மூசைதனை உடைத்துப்பாரு

நீதமுடன் ஊதிடவே சுண்ணமாகும்
நிலையான சுண்ணமது பிரம்மக்கல்லாம்.
(போகர்-7000-பாடல்கள்-6231, 6232, 6233)

இவ்வாறு எடுக்கப்பட்ட சுக்கான் கல்லை கல்வம் என்ற குழி அம்மியில் போட்டுக்கொண்டு முட்டையின் வெண்கருவால் 4 ஜாமம் (10 மணிநேரம்) நன்கு அரைக்க மெழுகுபோல் ஆகும். இதைச் சிறுசிறு வில்லைகளாகத் தட்டி (காசுஅளவு) வெயிலில் நன்கு காய வைக்கவும். நன்கு காய்ந்தவுடன் இந்த வில்லைகளை குகையில் வைத்து சில்லுபோட்டு சீலைமண் செய்து குகை பழுக்க கரியில் வைத்து ஊதி எடுத்து ஆறவைத்து குகையை உடைத்துப் பார்க்க சுக்கான் சுல்லானது சுண்ணாம்பாக மாறியிருக்கும். இதற்கு பிரம்மக்கல் சுண்ணம் என்று பெயர். இதை பத்திரமாக எடுத்து வைத்துக் கொள். இது இரண்டாவது உப்பு ஆகும். இனி அடுத்ததாக முப்பூவின் முன்றாவது உப்பான கல்லுப்பை எவ்வாறு சுத்தப்படுத்துவது என்பதைக் காண்போம்...

இவ்வாறு முறைப்படி தயாரிக்கப்படும் முப்பூவானது மிக உயர்ந்த ஒரு பொருள் ஆகும். இதன் அருமை பெருமைகளை உணர்ந்த பெரியோர்கள் கண்டிப்பாக எப்பாடுபட்டாவது இதை செய்து கொள்வார்கள். அதை விடுத்து இந்த உலக மாயையில் சிக்கி சுழன்று திரிவதால் எவ்விதமான பயனும் இல்லை என்பதை எல்லா சித்தர்களின் நூல்களும் தெளிவாகக் கூறுகின்றன.

கல்லுப்பு செய்யும் முறை

"சுண்ணமாம் இன்னமொரு மார்க்கம் சொல்வேன்
சுந்தரனே ரகுபாலா அண்ணியவானே
வண்ணமுடன் கல்லுப்பு பெரிதாய்க் கொண்டு
வளமுடனே படியதுவும் தானெடுத்து
திண்ணமுடன் பாண்டமதில் இட்டுமைந்தா
தீர்க்கமுடன் முன்சொன்ன காடிநீரை
தண்ணமுடன் மறுபாண்டம் தன்னிலப்பா
நலமுடனே ஜலமதனைப் படிதான்வாரே.

வார்க்கையிலே முன்சொன்ன காடிநீர்தான்
வளமான பாண்டமதில் இட்டுமைந்தா
தீர்க்கமுடன் தான்கலக்கித் தெளிவுஇறுத்து
தீரமுடன் பாண்டமதை அடுப்பில் ஏற்றி
ஏர்க்கவே உப்பதுவும் பூர்க்கும் மட்டும்
எழிலான உப்பதனைக் காய்ச்சியல்லோ

சேர்க்கவே மறுபடியும் காடிவிட்டு
சிறப்புடனே கலக்கியதை எடுத்திடாயே
எடுத்திடவே இப்படியே பத்துமுறை காய்ச்சு
எழிலான கல்லுப்பும் குருவுப்பாகும்
கெடுத்திடா வண்ணமது பீங்கான் தன்னில்
கிருபையுடன் பதனமது மிகவாய்ச் செய்து
தொடுப்பதற்கு முன்போலே உப்பை நன்றாய்
சுத்தமுடன் சேர்க்கும் வகை விபரங்கேளு.

(பாடல்-6235, 6236, 6237)

  கல்லுப்பை நன்கு பெரியதாகப் பார்த்து ஒருபடி அளந்து எடுத்துக் கொண்டு ஒரு பாண்டத்தில் போட்டு முன் சொன்ன காடி நீரை ஒருபடி விட்டு நன்கு கலக்கி 3 நாட்கள் வைத்திருந்து 4-ம் நாள் தெளிவை இறுத்து மறுபாண்டத்தில் விட்டு அடுப்பில் வைத்துக் காய்ச்சி உப்பாகும் பருவம் பார்த்து இறக்கி ஆறவிடவும். இவ்வாறு அந்த உப்பை 10 முறை காடி நீரினால் காய்ச்சி எடுக்க அந்த கல்லுப்பானது குரு உப்பாக மாறும். இதை மிகவும் பாதுகாப்பாக பீங்கானில் வைத்துக் கொள். இது முப்பூ செய்வதற்கான 3-வது உப்பு ஆகும். இனி இந்த மூன்று உப்பையும் எவ்வாறு சேர்த்து முறைப்படி முப்பூவை செய்வது என்பதைக் காண்போம். இவ்வாறு முறைப்படி சிறிதும் தவறின்றி செய்யப்பட்ட முப்பூவானது தேவர் களுக்கு ஒப்பானது என்றும் பல நூல்களில் கூறாத இந்தமுறையை உலக மக்களின் நன்மையைக் கருத்தில் கொண்டுதான் வெளிப் படுத்தியதாகவும் கூறுகிறார். இனி இந்த 3 வகையான உப்பையும் சேர்த்து முப்பூ செய்யும் முறையினைக் காண்போம்.

முப்பூ செய்யும் முறை

"கூறவே முப்பென்ற மார்க்கந் தன்னை
 குவலயத்தில் மான்பர்களும் தெளிவதாக
ஆறவே முன்சொன்ன வழலைமார்க்கம்
 அப்பனே பலமதுவும் எடுத்துக் கொண்டு
மாறவே பிரம்மம் என்ற முப்புதனை
 மார்க்கமுடன் பலமதுவும் எடுத்துக்கொண்டு
தேறவே கல்லுப்பு சுண்ணந்தன்னை
 தேற்றமுடன் பலமதுவும் ஒன்றாய்க் கூட்டே.

கூட்டியே மூன்றையுந்தான் ஒன்றாய்க் கூட்டி
குறிப்புடனே வீரமுடன் புனுகுதானும்
தேட்டமுடன் வராகனது ரெண்டேயாகும்
தெளிவுடனே முன்சொன்ன காடிதன்னில்
வாட்டமுடன் தானரைப்பாய் நாலுசாமம்
வளமான பில்லையது லகுவாய்ச் செய்து
நீட்டமுடன் ரவிதனிலே காயவைத்து
நிஷ்களங்க மானதொரு அகலில் அவையே.

அகலான பாண்டமதில் வைத்து நீயும்
அப்பனே சீலையது வரவாய்ச் செய்து
பகலான ரவிதனிலே காயப்போடு
பாங்குடனே காய்ந்தபின்பு சொல்லக்கேளு
நிகலவே கோழியென்ற புடந்தான் போடு
நிஷ்களங்க மாகவல்லோ நீறிப்போகும்
புகலவே பற்பமதைப் பதனம்பண்ணு
புகழான மனோன்மணிக்குப் பூசைசெய்யே
(போகர்-7000-பாடல்கள்-6238, 6239, 6240)

முன் எடுத்து வைத்துள்ள வழலை என்ற சுத்தம் செய்த பூநீறு 1 பலம் பிரம்மக்கல் சுண்ணம் 1 பலம் , கல்லுப்பு சுண்ணம் 1 பலம் இம்மூன்றும் ஒன்றாய்க் கூட்டி அத்துடன் வீரம், புனுகு வகைக்கு இரண்டு வராகன் எடை போட்டு முன் சொன்ன காடிநீர் விட்டு 4 ஜாமம் நன்கு அரைக்கவும். பின்பு வழித்து சிறிய வில்லையாகச் செய்து வெயிலில் நன்கு காயவைத்து எடுத்து புது அகலில் வைத்துமூடி 7 சீலைமண் செய்து உலர்த்தி 10 எருவில் புடம்போட சுத்தமாக நீறி பஸ்பமாகும். இந்த அற்புதமான 'முப்பூ' என்னும் பற்பத்தை சீசாவில் பத்திரப்படுத்திகொள். இனி இந்த உப்பின் மகிமை பற்றியும் இது எதற்கெல்லாம் பயன்படும் என்பதைப் பற்றியும் இது எவ்வளவு உயர்வான பொருள் என்பதையும் "ஸ்ரீ போக மாமுனிவர்" தன்னுடைய நூலில் கீழ்க்கண்டபடி கூறியுள்ளார். முதலில் எல்லா சித்தர்களும் இதை உலக மக்களுக்கு தெரியாமல் மறைத்து விட்டனர் என்பதை...

"வின்னமது நேராது முப்பு மார்க்கம்
விள்ளார்கள் சித்துமுனி ரிஷிகள் தேவர்
பண்ணவே சாத்திரத்தில் சூட்சமுப்பு
பாடவில்லை சித்தர்களும் பாடார்தானே

தானான ஆதியென்ற முப்புதன்னை
தன்மையுள்ள பதினெண்பேர் சித்துதாமும்

மானான சாஸ்திரத்தில் சூட்சமாக
மார்க்கமுடன் முடிக்கும்வகை சொல்லார்தாமும்
கோனான குருநூலாம் சப்தகாண்டம்
கூறினேன் போகர் ஏழாயிரத்தில்
பானான சூட்சமென்ற முப்பு தன்னை
பாருலகில் மான்பருக்குப் பாடினேனே

(போகர்-7000-பாடல்கள்-6213, 6214)

தவறில்லாத முப்பூ செய்முறையை சித்தர்கள், முனிவர்கள், ரிஷிகள், தேவர்கள், ஆகியவர்கள் தங்களுடைய நூல்களில் வெளிப் படையாகக் கூறவில்லை. ஆதி குருவான இந்த முப்பூவின் செய் முறையை பதினெட்டு சித்தர்களும் தங்களுடைய சாஸ்திரத்தில் கூறவில்லை. 7 காண்டங்களாக எழுதப்பட்ட என்னுடைய போகர் - 7000 என்னும் குருநூலில் இந்த உலக மக்களுக்காக இந்த அரிய முப்பூ செய்முறையைக் கூறினேன். என்று கூறுகிறார் மேலும் இதன் அருமையான பயன்களையும் கூறுகிறார்...

"காணலா முப்பூவா லனந்தப்போக்கு
காசினியில் நாதாக்கள் ஆடும் கூத்து
பூணவே சிவயோகி சித்தருக்கு
புகட்டவில்லை இந்தவழி முப்பூ மார்க்கம்
தோணவே கைமுறையாய் எடுத்தபாகம்
துப்புரவாய் வையகத்து மான்பருக்கு
வேணதொரு கருவிகர ணாதியந்தம்
விருப்பமுடன் பாடிவைத்த துண்மைதானே

வாடினேன் முப்பூவின் வழலை மார்க்கம்
பாருலகில் சகலசித்தும் ஆடும்பாரு
நீடியதோர் முப்பூவைக் குன்றிவீதம்
நீதியுடன் மண்டலந்தான் கொண்டாயானால்
வாடியதோர் திருமேனி சடலந்தானும்
வன்மையுடன் காயாதி கற்பத்தாலே
கூடியதோர் தேகமது சட்டை தள்ளும்
குணமான முப்பூவின் காட்சிகேளே.

காட்சியாம் முப்பூவைக் கொண்டபேர்க்கு
காசினியில் நரைதிரையும் இல்லையப்பா
வாட்சியுடன் நெடுங்காலம் இருக்கலாகும்
மகத்தான வாசியது மேல்நோக்காது

நீட்சியுடன் பதாம்புயத்தை நண்ணலாகும்
நிஷ்களங்கம் ஆனதொரு சித்தனாவான்
மீட்சிபெற வையகத்தில் மான்பரெல்லாம்
மேன்மையுடன் எந்நாளும் துதிப்பார் பாரே.

துதிக்கையிலே சித்துமுனி ரிஷியார்தாமும்
துரைராஜ சிவயோகி இவரேயென்பார்
மதிக்கவே எல்லவர்க்கும் போகவானாய்
மகத்தான காயாதி கற்பத்தாலே
விதித்ததொரு வயததுவும் மேலதாகி
மேதினியில் வெகுகாலம் இருப்பாயப்பா
சதியான முப்பூவின் கைபாகந்தான்
சாற்றவில்லை வெகுகோடி ரிஷிகள்பாரே.

கோடியாம் காலாங்கு கிருபையினாலே
கூறினேன் போகர் ஏழாயிரந்தான்
தேடியே பார்த்தாலும் கிட்டாதப்பா
தேசத்தில் விட்டகுறை இருந்தால் கிட்டும்
வாடியே அலையாதே மன்னாகேளு
மகத்தான போகர் ஏழாயிரத்தில்
பாடியதோர் போகர் ஏழாயிரத்தில்
பாங்கான கடைக்காண்டம் முப்பூ பாரே...

(போகர்-7000-பாடல்கள்-6256 முதல் 6259)

இவ்வாறு அபூர்வமாக செய்யப்பட்ட முப்பூவினால் இவ்வுலகில் சித்தர்களும், மஹான்களும் பெரும் செயல்களைச் செய்வார்கள். நான் சிவயோகிகளுக்கும், சித்தர்களுக்கும் இந்த முறையை போதிக்க வில்லை. இவ்வுலகில் உள்ள மக்களுக்காகவே வெளிப்படையாகக் கூறினேன். இந்த முப்பூவானது இரசவாதம், மருத்துவம், மணி மார்க்கம் போன்ற எல்லா துறைகளுக்கும் உபயோகமாக இருப்பதுடன் காயசித்திக்கு முதன்மையாகும். எவ்வாறு எனில் இந்த முப்பூவை மிகவும் பத்தியமாக இருந்து 1 மண்டலம் (48 நாட்கள்) குன்றி எடை வீதம் உட்கொள்வதால் ஏற்படும் மாற்றங்களைப் பற்றி வெளிப் படையாகக் கூறுகிறார். அந்த அபூர்வ தகவல்களை இங்கு ஆதாரப் பாடல்களுடன் கூறியுள்ளேன். இவ்வாறு உட்கொள்வதால் உலர்ந்து, முதிர்ந்து, வாடிய உடல்கூட இந்த கற்ப மருந்தினால் மறுபடியும் கூடி சட்டை நீங்கி பொன்போல பிரகாசிக்கும். இவ்வாறு உட்கொண்ட வர்கள் இவ்வுலகில் நரை, திரை நீங்கி வெகுகாலம் உயிர் வாழ்வார்கள். சுவாசமானது மேல் எழும்பாது. இவன் சித்தர் நிலையை அடைவான்.

இவனை இவ்வுலகில் உள்ளவர்கள் எந்நாளும் வணங்கு வார்கள். சித்தர்களும், ரிஷிகளும், யோகிகளும் இவனை சிறந்த சிவ ராஜயோகி என்று கூறுவர். இந்த அற்புதமான முப்பூ என்னும் காயகற் பத்தால் வெகுகோடிகாலம் மரணமின்றி இவ்வுலகில் பெருவாழ்வு வாழலாம் இந்த அரிய ரகசியத்தை பலகோடி ரிஷிகளும் கூறவில்லை தான் தன்னுடைய குருவான காலாங்கி நாதரின் அருளுடன் இவ்வுலக மக்கள் மரணமற்று பெருவாழ்வு நிலையை அடையும் பொருட்டு என்னுடைய போகர்-7000 என்னும் நூலின் கடைசி காண்டத்தில் வெளிப்படுத்தியுள்ளேன் என்று கூறியுள்ளார்.

இவ்வளவு அற்புதமான முறைகளையும், அபூர்வ மூலிகை களையும், எண்ணற்ற வேதியல் ஆராய்ச்சிகளின் முடிவுகளையும் ஆண்டு பல ஆய்வு செய்து தங்களையே அந்த சோதனைகளுக்கும் ஆட்படுத்திக் கொண்டு அதனால் விளைந்த கண்டுபிடிப்புகளை நம் மனித சமுதாயத்திற்கு எந்தவித எதிர்பார்ப்பும் இன்றி அளித்த நம்முடைய முன்னோர்களான, அந்த முன்னோடி விஞ்ஞானிகளான சித்தர்களின் எண்ணப்படி மரணமற்ற மனித சமுதாயத்தை உருவாக்க நாமும் அவர்களுக்கு துணைநின்று அவர்களின் பேராசியுடன் அவர்கள் காட்டிய வழியில் சென்று, அவர்கள் கூறியபடி தூயதொரு பெருவாழ்வினை அடைய இனியும் காலம் கடத்துவது சரியா? எனவே இந்த மனித சமுதாயத்தில் உள்ள ஒவ்வொருவரும் அவ்வாறான பேரின்பப் பெருவாழ்வு நிலையை அடைய வேண்டும் என்று இந்த நூலினை எழுத என்னைத் தூண்டிய அந்த அறிவின் சக்திக்கும், உத்தரவு தந்து அருளிய என் மஹா குருவானவர்க்கும், மானசீக ஆசிகள் வழங்கிய சித்தர்களின் பொற்பாதங்களுக்கும், இவற்றையெல்லாம் எந்த அசைவும் இன்றி செய்து முடித்த இறையெனும் பேரொளிக்கும் என்னுடைய சிரம் தாழ்ந்த வணக்கங்களை சமர்ப்பித்து விடைபெறுகிறேன்.

“ஓம் ஸ்ரீ குரு பாதுகாய நம...”

இந்த நூலுக்கு மட்டுமின்றி ஏனைய சித்தர் நூல்களையும் படிக்கும் அன்பர்கள் அந்த நூல்களில் கொடுக்கப்பட்டுள்ள அந்த கால அளவுகளுக்கு நிகரான இந்தக்கால அளவுகளை அறிந்து கொள்ளும் பொருட்டு இந்த அட்டவணையை இங்கு அளிக்கிறேன்.

இப்படிக்கு

கே. வெங்கட்ராமன்.

அக்கால அளவுகளும், தற்கால அளவுகளும்
நிறுத்தல் அளவை

அக்கால அளவுகள்	தற்கால அளவுகள்
1 - கிரெயின் எடை	65- மி. கிராம்
1 - உளுந்து எடை	65- மி. கிராம்
1 - அரிசி எடை	14.5 - மி. கிராம்
1 - குன்றி எடை	130 - மி. கிராம்
1 - பண எடை	488 - மி. கிராம்
1 - வராகன் எடை	4.2 - கிராம்
1 - சவரன் எடை	9,425 - கிராம்
1 - தோலா (1 ரூபாய் எடை)	12 - கிராம்
1 - பலம்	35 - கிராம்
1 - கழஞ்சு	5.1 - கிராம்
1 - சேர்	280 - கிராம்
1 - வீசை	1400 - கிராம்
1 - தூக்கு	1750 - கிராம்
1 - துலாம்	3500 - கிராம்

முகத்தல் அளவை

அக்கால அளவுகள்	தற்கால அளவுகள்
60 - துளி	1 - தேக்கரண்டி
8 - தேக்கரண்டி	1 - அவுன்ஸ்
1 - அவுன்ஸ்	30 - மி.லி.
6 - அவுன்ஸ்	1 - ஆழாக்கு
1 - குப்பி	700 - மி.லி.
5 - ஆழாக்கு	1 - லிட்டர்
8 - ஆழாக்கு	1 - படி (1.35 லிட்டர்)
20 - ஆழாக்கு	1 - காலன்
1 - சோடு	40 - மி.லி.
360 நெல்	1 - சோடு
1 - உழக்கு	400 - மி.லி.
1 - உரி	800 - மி.லி.
1 - நாழி	1.600 - லிட்டர்
1 - குறுணி	12.800 - லிட்டர்
1 - பதக்கு	25.600 - லிட்டர்
1 - தூணி	51.200 - லிட்டர்
1 - கலம்	153.600 - லிட்டர்
1 - தீர்த்தக்கரண்டி	1.33 - மி.லி.
1 - நெய்க்கரண்டி	4 - மி.லி.
1 - பாலாடை	30 - மி.லி.
1 - எண்ணைக் கரண்டி	240 - மி.லி.

2000 வருடங்களல்ல 20,000 வருடங்கள் கூட வாழலாம்

சாகாக்கலை, என்றும் கல்பகோடி காலம் வாழலாம் என்றும் கூறுவது வெறும் கற்பனையல்ல; உண்மை. கலியுகம் பிறந்து 5300 வருடங்கள் ஆகிவிட்டன என்று கணக்கு கூறுகிறது. அதில் கிறிஸ்துவுக்குப் பின் 2002-ம் போக 3298 வருடங்களுக்கு கிறிஸ்துவுக்கு முந்தியவையென்று தெரிகிறது. நூற்றாண்டு சங்கமத்தில் வாழுபவர்கள் கடந்த நூற்றாண்டிலும், இந்த நூற்றாண்டிலும் நடைபெற்றுக் கொண்டிருக்கும் நடைமுறை மாற்றங்களின் வித்தியாசத்தை உணர முடியும். மாற்றங் களை உணருவதோடு சிந்தித்தால், சித்தர்களின் சாதனைகளைப் பற்றிய உண்மை விளங்கும்.

சித்தர்கள் என்பவர்கள் யார்? சாமியாரா? சந்நியாசியா? மடாதிபதியா? மருத்துவர்களா? மந்திரவாதிகளா? வேதம் படித்த வேதியர்களா? இப்படிப் பலப்பல கேள்விகளைக் கேட்டாலும், ஓரே பதில்தான் உண்டு என்ன? என்றால் ‘இல்லை’ என்ற பதிலேயாகும். பின் அவர்கள்யார்? சித்தர்கள் என்று அவர்களை ஏன் அழைத்தார்கள். இவர்கள்பல ஆயிரம் ஆண்டுகள் மரணமின்றி வாழ்வதாகக் கூறு கிறார்களே உண்மையா? இயலுமா? எப்படி இயலும்? என்ற நம் முடைய கேள்விகளுக்கு, முடியும் என்று ஆணித்தரமாகப் பதில் கூறலாம்.

சித்தம் என்பது மனம். அந்த மனத்தைக் கொண்டு ஆராய்ந்து, சிந்தனைக்கு எட்டாத பல அபூர்வ செயல்களைச் செய்யும் அளவிற்கு அளவு கடந்து விஞ்ஞானத்தின் எல்லையைக் கண்டறிந்த, மிகுந்த முன்னேற்ற விஞ்ஞானிகள் (Advance Scientist) என்று கூறுவதே இவர்களுக்கு பொருந்தும். இவர்களின் ஆய்வுகள் நம்மை பிரமிக்க வைக்கக் கூடியவை. ஏன் இன்றைய நவீன விஞ்ஞான உலகையே திணறடிக்கக் கூடிய அளவிற்கு உயர்ந்து நிற்பவை.

உதாரணமாக மனிதன் வானவெளி மார்க்கமாக பறந்து செல்வது என்பது இன்றைய விஞ்ஞான உலகில் சாத்தியமே என்றாலும், விமானம், ஹெலிகாப்டர், கிளாடார், பலூன், பாராசூட், ராக்கெட் போன்ற பல லட்சங்கள் செலவில் தயாரான ஏதேனும் ஒரு இயந்திர

உதவியினால் மட்டுமே சாத்தியம். அதுவும் ஒரு குறிப்பிட்ட பாதை வழியாக, ஒரு குறிப்பிட்ட எல்லை வரையில்தான் பறக்க முடியும். அப்படிப் பறந்தாலும் அதையும் பூமியில் இருக்கும் ராடார் மற்றும் ரிமோட் கண்ட்ரோல் மூலமும் விண்கட்டுப்பாட்டுக் கலங்கள் மூலமாகவும் கண்காணித்தும், கட்டுப்படுத்தியும், ஆட்கொள்ள வேண்டுமென்பது உண்மை.

ஆனால் பலஆயிரம் ஆண்டுகளுக்கு முன்பே நவீன வசதிகள் எதுவும் இல்லை என்று நாம் எண்ணிக் கொண்டிருக்கும் காலத்தில் வாழ்ந்த சித்தர்கள் என்னும் முன்னேற்ற விஞ்ஞானிகள் பாதரஸம் (மெர்குரி) எனும் திரவ உலோகத்தை (லிக்விட் மெட்டல்) திட நிலைக்கு கொண்டுவந்து, அதை கடின நிலைக்கு உட்படுத்தி 64 வகையான பாடாணங்கள், 120 வகையான உபசரங்கள், 25 வகை உப்புகள், 9வகை உலோகங்கள், 9 வகை ரத்தினங்கள், 160 வகையான அபூர்வ மூலிகைகள் அவைகளின் சத்துக்களை (எஸன்ஸ்) எடுத்து உருண்டையாக மணிபோல் செய்து அதைக் கொண்டு, பல வியக்கத் தகு செயல்களைச் செய்தனர். இன்னும் சற்று விரிவாகப் பார்த்தோ மானால், இந்த அபூர்வ பொருளுக்கு ரசமணி (குளிகை) என்று பெயர் இதை வாயில் அடக்கி சுவாசத்தை உள்வாங்கி நிறுத்த நினைத்த இடத்தையும் ஆகாய மார்க்கமாக மிக விரைவில் சென்றடைய முடியும் என்று நிருபித்தனர். மேலும் இந்த அரிய ரசமணிக் குளிகையில் சொரூப குளிகை, காமதேனுக் குளிகை, சந்தானக் குளிகை, அட்சயக் குளிகை, ககனக் குளிகை, சகடுக்குளிகை, சத்தபேதிக் குளிகை, ஸ்பரிச பேதிக்குளிகை, என்று 8 விதமுண்டு, என்றும் அவைகளின் செயல்முறை களையும், மிகத் தெளிவாக தங்களுடைய நூல்களில் கூறியுள்ளனர்.

அதிலும் குறிப்பாக தென்னாட்டிற்கு நீங்காத பெருமையைத் தேடி வைத்து பழனியில் 9 வகையான பாடாணங்களைக் கொண்டு முருகனின் உருவச்சிலையை செய்து வைத்து பெருமை சேர்த்தவரும் 18 சித்தர்களில் மிக மேன்மை பெற்று விளங்கியவரும், ஆகாய மார்க்க மாகப் பறந்து சீனதேசம் சென்று வந்தவரான ஸ்ரீபோக மாமுனிவர் தன்னுடைய சத்த காண்டம் 7000. என்னும் நூலில் இந்த குளிகைகளின் செயல்பாட்டு அற்புதங்களை கீழ்கண்ட வாறு விளக்குகிறார்.

1. சொரூபக் குளிகை

இதை வாயில் அடக்க உடல், மறைந்து, உயிரானது சூட தீபம் போல் தோன்றும். என்றும் இதை உடலில் அணிந்து கொண்டால், வாள் கொண்டு உடலை வெட்டினால் உடல் தண்ணீர் போல் பிரிந்துகூடும் என்றும், இதை வாயில் அடக்கி அந்த உமிழ்நீரை உட்கொள்ள உடல் பல யுகங்கள் அழியாது என்றும் கூறுகிறார்.

2. காமதேனுக் குளிகை

இதைக் கையில் வைத்துக் கொண்டு நாம் எதை நினைக்கின்றோமோ, அது நம்முன் வந்து தோன்றும்.

3. சந்தானக் குளிகை

ஒரு மனிதனை துண்டுதுண்டாக வெட்டிப்போட்டு, பின் வெட்டியபடி ஒன்று சேர்த்து, அந்த உடலின் மேல் இந்தக் குளிகையை வைத்துத் தடவ, உடல் ஒன்றாகி உயிர் பெற்று எழுவான்.

4. அட்சயக் குளிகை

பொன், பொருள், தானியங்கள், அன்னம் அவைகளை ஒரு குவியலாக குவித்து உச்சியில் இந்தக் குளிகையை வைத்து, அந்தக் குவியலில் இருந்து எவ்வளவு எடுத்தாலும் குறையாது. இந்தக் குளிகையை உருக்கி ஒரு பாத்திரம் போல் செய்து கொண்டு அதில் சோற்றை வைத்துக் கொண்டு எடுத்து 1000 பேருக்கு அன்னமளித் தாலும் சோறு குறையாது (ஏசு நாதர் இதைச் செய்ததாக வரலாற்றில் உள்ளது.)

5. ககனக் குளிகை

இதை வாயிலடக்கி மூச்சை உள் இழுத்து (பூரகம்) நிறுத்தி விட (கும்பகம்) ஆகாய மார்க்கமாக பல லட்சம் மைல்கள் கண் இமைக்கும் முன் கொண்டு செல்லும்.

6. சகடுக் குளிகை

இதை வாயிலடக்க உருவம் முப்பரிமாணங்களாகத் தெரியும். (த்ரீ டைமன்ஷன்).

7. சத்த பேதிக் குளிகை

இதை கல்லில் தட்ட சப்தம் கேட்கும் தூரம் வரையில் உள்ள 9 உலோகங்களும் பொன்னாகும்.

8. ஸ்பரிச பேதிக் குளிகை

இதைக் கையில் வைத்துக் கொண்டு ஓடு, செங்கல், எலும்பு, மண் முதலிய எதன்மேல் படும்படி செய்தாலும், அவை அனைத்தும் தங்கமாகும்.

ஆதாரம்: போகர் 7000 பாடல்கள் 2551-2558

என்று விஞ்ஞான உலகமே வியந்து நிற்கும் அளவிற்கு விரிவான செயல்முறைகளுடன் கூறப்பட்டுள்ளது. இதை நம்ப முடிகிறதா? இல்லையே ஏன்? எத்தனை பேர் இந்த நூல்களில் ஆழமான ஆய்வுகளை மேற்கொள்ள விரும்புகிறார்கள்? சாதாரண

கூட்டல், கழித்தல் போன்ற கணக்குகளுக்கே கால்குலேட்டர், கம்ப்யூட்டர் என்று இயந்திர உதவியை நாடும் நம்மால், இந்த முன்னோடி விஞ்ஞானிகளின் ஆற்றலைபுரிந்து கொள்ளக் கூட முடியவில்லை. ஏனெனில் அந்த அளவிற்கு பொறுமை, அறிவுத்திறன், ஆர்வம் ஆகியவை இல்லை. எனவே இவற்றை நாம் பொய் என்று கூறிவிடுகிறோம். ஆனால் நம்முடைய இந்த நிலையையும் முன் கூட்டியே அறிந்து வைத்திருந்த அந்த மாமுனிவர்

காணவுமே குளிகையுட மகிமை சொல்ல
கடல்புளுகோ வென்பார்கள் சவங்கள்தானும்
(ஆதாரம்- போகர்7000, பாடல் 2559)

என்று இவற்றை பொய் என்று கூறுபவர்களை இறந்தவர்களுக்கு ஒப்பானவர்கள் என்று கூறியுள்ளார். இதில் ஆகாய மார்க்கமாக குளிகை கொண்டு பறந்து செல்வதற்கு கெவுனம் பாய்தல் என்று கூறப் பட்டுள்ளது. இன்றைய முன்னேற்றம் அடைந்த விஞ்ஞானத்தில் இந்த செயல்கள் சாத்தியமா?

அடுத்ததாக இன்றைய நவீன விஞ்ஞான வளர்ச்சியின் ஆய்வு மூலம். பிரபஞ்சத்தில் பல சூரியக் குடும்பங்கள் உள்ளன என்றும், பல கிரஹங்களில் உயிரினங்கள் இருக்க வாய்ப்புள்ளது என்றும், செவ்வாய் கிரஹத்தில் வேண்டிய அளவு தண்ணீர் உள்ளது என்றும் விஞ்ஞானிகள் கண்டறிந்துள்ளனர். இதை நாம் ஏற்றுக் கொள்கிறோம். வியக்கிறோம். ஆனால் நாம் ஒவ்வொருவரும் சென்று பார்த்தோமா? இல்லை பின்பு ஏன் நம்புகிறோம். சில புகைப்படங்கள், விஞ்ஞானிகளின் அறிவாற்றலின் மீது நாம் கொண்டுள்ள நம்பிக்கை (அதனால் தானே நாட்டின் ஜனாதி பதியாக ஒரு விஞ்ஞானியை ஏற்றுக் கொண்டிருக்கிறோம்)

ஆனால்... பல ஆயிரம் ஆண்டுகளுக்கு முன்பே 3000 வருடங்கள் உயிருடன் வாழ்ந்து வருடத்திற்கு ஒரு பாடல் வீதம் 3000 பாடல் களை இயற்றி அதற்கு "திருமந்திரம்" என்று பெயர் கொடுத்த "திருமூலர்" என்னும் சித்தரை எல்லோரும் அறிவார்கள். அந்த திருமந்திரம் புனிதநூலாக இந்து மதத்தில் போற்றப்படுகிறது. இவர் எழுதிய மற்றொரு அற்புத நூலான திருமூலர்கருக்கிடை 600 என்னும் நூலில்தான் சொரூபக் குளிகை கொண்டு கற்பனைக்கும் எட்டாத 1008 புவனங்களையும் அண்டங்களையும் (plants) கடந்து வந்ததாகவும் அந்த கிரஹங்கள் சிலவற்றில் உள்ள மனிதர்களின் நிறங்கள், குணங்கள், திறமைகள் பற்றியும், பிரமிப்பூட்டும் வகையில் விரிவாக விளக்கி உள்ளார். மேலும் வான வெளி பற்றிய அதிசய விஷயங்கள் இதில் கூறப்பட்டுள்ளன. (ஆதாரம் திருமூலர் கருக்கிடை

600 பாடல் 406) மேலும் இந்த நூலில் ஒருபாடலில் தான் சென்ற ஒரு கிரஹம் முழுவதும் நீரால் சூழப்பட்டு இருந்தது என்றும், அதற்குள் நுழைந்து பார்த்தபொழுது விஞ்ஞான முதிர்வு பெற்ற சித்தர்கள் சிலர் சமாதியில் இருந்தனர் என்றும் கூறியுள்ளார். (அந்த கிரகம் செவ்வாய் கிரகமாகவும் இருக்கலாம்) இன்னும் பல காலம் சென்று விஞ்ஞானத்தால் இங்கு உறையும் மனிதர்களைப் பற்றிய செய்திகள் வெளிப்படலாம். அப்போதாவது நாம் ஏற்றுக் கொண்டால் சரி.

ஆச்சே குளிகையால் அப்பால் நடந்திட்டே
பாச்சே சலமாய் பரவிச்சு ஓரண்டம்
நீச்சே கடந்தே நிறைய நுழைந்திடில்
வாச்சே சமாதியாய் வல்லோர் இருந்தாரே
(திருமூலர் கருக்கிடை 600 பாடல்-404)

இந்த 'ரசமணி' குளிகைகளின் செயல்கள் நம்மை ஆச்சரியப்பட வைப்பதுடன் நம்பக்கூட முடியாத மனநிலையை உண்டாக்குகின்றன. ஆனால் சற்று சிந்தித்துப் பார்ப்போம். Fax என்ற கருவியில் பல நூறு மைல்களுக்கு அப்பால் எழுத்து வடிவில், நாம் கொடுக்கும் சில தகவல்கள், வடிவம் மாறாமல் அப்படியே இங்கு கிடைப்பது இல்லையா? ஒரு பட்டனை அழுத்தி Internet மூலம் உலக அளவில்செய்திகளைக் கூறவும், பெறவும் இயலும் கணினி ஒரு அதிசயம் இல்லையா? மேலும் அந்தக் காலத்திலேயே 'போக மாமுனிவர்' மரக்கலக் கண்ணாடி (டெலஸ்கோப்) காந்தக் கூண்டு (dish antona) செம்புரவி (கிளாடர்) போன்ற அதிவேகமாக பறக்கும் ஒரு விமானம், அதன் செய்முறை, பற்றியெல்லாம் தன்னுடைய நூலில் விளக்கங்களுடன் கூறியுள்ளது நம்மை வியக்க வைக்கிறது.

இவற்றை எல்லாம்விட, இன்று நாம் 'டிஸ்கவரி சேனலில் பார்ப்பதைவிட அதி அற்புதமான அடர்ந்த கானகங்கள் பற்றியும், அந்த வனத்தில் உள்ள உயிரினங்கள் பற்றியும், மிக அபூர்வமான உயிரோட்டமுள்ள மூலிகைகள் பற்றியும் (Sensitive plants) கூறி யிருப்பது நம்மை வியப்பு நிலைக்குக் கொண்டு செல்கிறது. முழு ஆதார விளக்கத்தோடு கொடுக்கப்பட்டுள்ள இந்த தகவல்கள், நமக்கு ஆச்சரியத்தை அளிப்பினும், சந்தேகமின்றி மிகத் தெளிவாகக் கூறியிருப்பதால், நாம் நம்பித்தான் ஆகவேண்டும். இவ்வளவு பெரிய செயல்களைச் செய்த சித்தர்கள், இவற்றை யெல்லாம் செய்யும் வரை பல ஆயிரம் ஆண்டுகள் உயிர் வாழும் கலையை கற்றறிருந்தனர். இதுபோன்று உடலை பலஆயிரம் ஆண்டுகள் அழியாமல் நிலைநிறுத்தி, அதனால் உயிர்வாழும், நாட்களை நீடித்து, பல ஆயிரம்

ஆண்டுகள் வாழும் கலையை காயசித்தி, யோகசித்தி என்று இரண்டு பெயர்களால் அழைத்தனர். மிக அற்புதமான திருமூலரின் நூலில் இது,

உடம்பார் அழியின் உயிரார் அழிவர்
திறம்படு மெய்ஞ்ஞானம் சேரவும் மாட்டார்
உடம்பை வளர்க்கும் உபாயம் அறிந்தேன்
உடம்பை வளர்த்தேன் உயிர் வளர்த்தேனே

என்ற பாடலால் விளக்கப்பட்டுள்ளது பல ஆயிரம் ஆண்டுகள் வாழ, உடலை முதலில் அழியாமல் பாதுகாத்து, அதன் மூலம் உயிரை நிலை நிறுத்த வேண்டும் என்றும், தான் அதை அறிந்து செய்த தாலேயே, பல ஆயிரம் ஆண்டுகள் வாழ்ந்தேன் என்றும் விளக்கி யுள்ளார். இது எவ்வாறு எனில்,

அஞ்சி உளத்தில் அழியாமல் காயத்தை
மிஞ்சியே கற்பம் விளம்பினேன் நூற்றெட்டு
தஞ்சம் உறவேதான் தின்ன வல்லோர்க்கு
நஞ்சை நரைபோய்ப் பதின்கோடி வாழ்வரே.
(ஆதாரம்: திருமூலர் கருக்கிடை 600 பாடல்-127)

என்று இந்த உடலை அழியாமல் நிலைநிறுத்த 108 விதமான காயகற்ப மருந்துகள் உண்டு என்றும், அவற்றை அறிந்து உண்பவர்கள் நரை, திரை (கண் மறைவு) நீங்கி பலகோடி ஆண்டுகள் வாழ்வார்கள் என்றும், அப்படிப்பட்ட கற்பங்கள்.

மூலிகை கற்ப முயன்ற அறுபத்தும்
பாலியுபரசம் பாங்காய் அறுபது
வாலிய சூதமும் தங்கம்
யோலியொரு நூற்றுப் பத்தி ரெண்டொன்றே
(பாடல்: திருமூலர் கருக்கிடை -136)

மூலிகைகளில் 60, உபரச மருந்துகள் 60, தங்கம் சேர்ந்தது ஒன்று. பாதரஸம் சேர்ந்தது ஒன்று என்று உட்பிரிவுகள் 122 வகையான கற்ப மருந்துகளைப் பற்றிய செய்முறைகள், உண்ணும் முறைகள், பத்தியங்கள், விளைவுகள் முதலியன பற்றி விரிவாகக் கூறுகிறது. இந்த நூல் இப்படிப் பலபல சித்தர்கள், பலவிதமான காய கற்ப மருந்துகள் பற்றி கூறினாலும், நேரடியாக உடலில் செயல்பட்டு, உடலை அழியாமல் பல நூறு ஆண்டுகள் நிலைநிறுத்தும் அபூர்வமான மூலிகையின் இனங்கள் பற்றியும், அவற்றின் அடையாளம், இருப் பிடம், சுவை, குணம், மணம், உபயோகிக்கும் முறைகள் பற்றியும், அதனால் எத்தனை வருடங்கள் உயிர் வாழமுடியும் என்பது பற்றியும்,

விபரங்களை மிக விரிவாகத் தெளிவாக விளக்குகிறது. போகமுனி வரின் மலை வாகடம் எனும் நூல். இது மட்டும் இன்றி, நம் நாட்டிலுள்ள மலைகளில் உள்ள பல அதிசயங்களைப் பற்றியும், இந்த நூல் விவரிக்கின்றது. (பாபாஜி, வாழும் இமயத்தின் குகையில், இருப்பதாக திரு. ரஜினிகாந்த் குறிப்பிட்ட பசி தீர்க்கும் மூலிகை நித்யமூலி என்ற இனத்தைச் சேர்ந்தது என்பது குறிப்பிடத் தக்கது).

இதுபோன்ற அரிதான மூலிகைகள் கிடைக்காதபோது, கிடைக்கும் மூலிகைகளில் சிறந்த சிலவற்றை கருப்பு நிற மூலிகை களாக மாற்றி, அதை முறைப்படி உட்கொள்ள, அபூர்வமான பன் மடங்கு பலன்கள் கிட்டும். அப்படி மூலிகைகளை கருப்பாக மாற்றும் முறைகள், உண்ணும் முறைகள் முதலியவற்றையும், மூலிகை முழுக் கருப்பாக மாறிவிட்டதா என்பதை அறியும் பரீட்சை (டெஸ்ட்) முறை களையும் இதைச் சித்தர்கள் எவ்வாறு உட்கொண்டார்கள் என்பதையும் போகருடைய 7000 நூல் மிக விரிவாக விளக்குகிறது. மேலும்

பார்த்ததுமே கொக்கிறகு தன்னில்தானும்
பரிவான இலைச்சாறு மூன்றுதரந்தடவி
வேர்த்துமே வெய்யிலிலே போட்டு வைக்க
மிக்கான காகத்தின் நிறமேயாகும்
நீர்த்துமே இப்படித்தான் நிலைமை பார்த்து
நிச்சயித்து கருப்பான மூலிகையைக் கொள்ளு
சேர்த்ததுமே சித்தர்கள்தான் கொண்டமார்க்கந்
திறமையாய் திட்டாந்தஞ் செப்பினேனே

(போகர் 700 பாடல்-572)

என்று கருப்பான மூலிகையினை சாறெடுத்து கொக்கின் இறகில் தடவி 3 முறை வெயிலில் போட, அது காக்கையின் நிறமாக மாறும். என்றும் இப்படி பரீட்சை செய்துபின்பு உட்கொள்ள வேண்டும் என்றும், இப்படித்தான் சித்தர்கள் உட்கொண்டார்கள் என்றும். தெளிவாக விளக்குகிறது இந்த நூல். இன்னும் சற்று விரிவாக இது போன்று கருப்பு மூலிகையினை உட்கொண்டு எத்தனை சித்தர்கள் எவ்வளவு வருடங்கள் வாழ்கிறார்கள் என்று ஒரு பட்டியலிட்டு விளக்குகிறது ஒரு பாடல்.

செப்பினேன் பாட்டர் திருமூலநாதர்
திறமான கரிசாலை கற்பம் உண்டு
(கரிசாலை-கருப்பு கரிசலாங்கண்ணி)
ஒப்பில் எழுபதுகோடி யுகமிருந்தார்

உகந்ததுமே எனையீன்ற காலங்கிநாதர்
கப்பினேன் கரந்தை யென்ற கற்பமுண்டு
(கரந்தை - கருப்புக் கொட்டாங்கரந்தை)
கண்திறவா சமாதியில் கற்பாந்தம் நின்றார்
அப்பினேன் அடியேன்தான் ஓமம் உட்கொண்டு
(ஓமம்-கருப்பு ஓமம்)
ஐந்து யுகம் பிள்ளைகட்கு அருள் செய்தேனே
செய்ததோர் செருப்படியின் கற்பம் உண்டு
(செருப்படி - கருப்பு சிறு செருப்படை)
சிறுபாட்டர் அம்பலத்தில் ஐந்துகோடி
அதிகமாய்த் தவமிருந்து ஆடல்கண்டார்
மைத்தோர் மச்சமுனி வல்லாரை உண்டு
(வல்லாரை-கருப்பு வல்லாரை)
மவுனமாய் சமாதியில் கோடியுகம் நின்றார்
கொய்ததோர் கூர்மமுனி கருவீழி உண்டு
(கருப்பு வீழி - விழுதி)
கோடியுகம் சமாதியில் கூர்ந்திட்டாரே

(ஆதாரம்: போகர் 7000 பாடல்கள், 573, 574)

இதைவிட மற்றுமொரு அதிசய தகவலை திருமூலர் நூல் கூறுகிறது. என்னவென்றால் “சதாசிவன் ஏழு லட்சம் வகைக் கற்பத்தையும், மகேஸ்வரன் மூன்று லட்சம் வகைக் கற்பத்தையும், ஈசன் இரண்டு லட்சம் வகைக் கற்பத்தையும், திருமால் 50 ஆயிரம் வகைக் கற்பத்தையும், பிரம்மா முப்பதாயிரம் வகைக் கற்பத்தையும், முனிவர், சித்தர், ரிஷி போன்றவர்கள் ஆயிரம் வகைக் கற்பத்தையும் உட்கொண்டு இறவாநிலை அடைந்தனர் என்று தெளிவாகக் கூறுகிறது. மேலும் இவர்கள் அனைவரும், பூமியில் மனிதர்களாய்ப் பிறந்தவர்களே என்று உறுதியிட்டு கூறுகிறது. இப்படி கருப்பு மூலிகைகளை உட்கொள்வதால் ஏற்படும் பயன்கள் என்னென்ன என்பதை பல நூல்கள் விரிவாகக் கூறினாலும், தஞ்சை பெரிய கோயிலில் சமாதி நிலையில் அருள்பாலித்து வரும் கருவூரார் என்றும் மாமுனிவர் தன்னுடைய நூலில்

பாடுவான் பதினென் பாஷையிலும் நன்றாய்ப்
பண்பான சுரக்கியானம் பாடுவார்காண்
தேடுகின்ற மலைசெடிகள் தங்கி வாழ்வான்
சிறப்பாகத் தான் பத்து மாதங் கொண்டால்
கோடு பெற்ற முந்நூறு வயதிருப்பான்
குமரனாய்ப் பதினாறு வயதுபோலே

நீடுபெற ஒரு வருடங்கொண்டாயானால்
நிச்சயம் ஆயிரம் வருடம் நிற்பார் பாரே!
(ஆதாரம்: கருவூரார் வாதகாவியம் பாடல் 331)

என்று கருப்பு கரிசலாங்கண்ணி என்னும் மூலிகையை உட்கொள்வதால் அறிவு வளர்ச்சி ஏற்பட்டு, கவித்துவம் என்னும் சுயமாகப் பாடும் ஆற்றல் உண்டாகும் என்றும் (இதைத்தான் இராமலிங்க வள்ளலார். "ஞான மூலிகை" என்று குறிப்பிட்டார்) 10 மாதம் உட்கொண்டால் 300 வயது வாழ்வான் என்றும் இயற்கை யையும், தனிமையையும் விரும்புவான் என்றும் தொடர்ந்து 1 வருடம் உட்கொள்ள, ஆயிரம் வருடங்கள் நிச்சயமாய் உயிர் வாழ்வான் என்றும் 18 மொழிகளிலும் பாடும் ஆற்றல் உண்டாகும் என்றும் உறுதி படக் கூறுகிறார். இப்படிப் பல ஆண்டுகள் உடலையும், உயிரையும், அழியாமல் பாதுகாத்து நீடித்த பெருவாழ்வு வாழும் முறைக்கு, சித்தர் களின் எல்லா நூல்களும் முக்கியத்துவம் கொடுப்பதுடன் இதற்கு "காயசித்தி" (காயம்-உடல்/சித்தி-வெற்றி மரணத்திலிருந்து வெற்றி பெறுதல்) என்று அற்புதமான பெயரிட்டு விளக்குகின்றன.

இவற்றைக் கொண்டு பார்க்கும்பொழுது, திரு. ரஜினிகாந்த அவர்களின் குருவாக விளங்கிவரும் இமயமலை முனிவர் ஸ்ரீ மஹாவதார பாபா அவர்கள் போன்ற மகான்கள் 2000 வருடம் என்ன? 20,000 வருடங்கள் வாழ்ந்தாலும்கூட வியப்பில்லை என்றும், வாழமுடியும் என்றும் தெளிவாகத் தெரிகிறது. நவீன இயந்திர வசதிகளும், விஞ்ஞான வசதிகளும் கொண்டு ஆய்வுகளில் ஈடுபடும் அறிவில் சிறந்த விஞ்ஞானிகள் தாங்கள் கண்டுபிடித்தது மட்டுமே நிலையான உண்மை என்று எண்ணாமல் "அறிவு கொண்டு செய்ய முடியும் எந்தச் செயலும் அறிவியல்" என்ற பெருநோக்கோடு இது போன்ற உண்மையான மனித வாழ்விற்குத் தேவையான பல உன்னத மான அபூர்வ விஷயங்களை கணக்கில் அடங்காமல் புதைந்து கிடக்கும் நம் நாட்டு சித்தர்களின் நூல்களையெல்லாம் ஆராய்ந்து, அதிலுள்ள பரிபாஷைகளைப் புரிந்து, ஆய்வு செய்து கொண்டிருக்கும் ஆராய்ச்சி யாளர்களையும் ஊக்குவித்து, விஞ்ஞான பூர்வமாக, ஒரு குழு உருவாக்கி, இணைத்து ஆய்வுகள் செய்யப்படுமானால், உலகையே வியப்பில் ஆழ்த்தும் பல உண்மைகள் வெளியாவது மட்டுமின்றி, சரித்திரப் புகழ்மிக்க நம்நாட்டின், ஏன்? மனித இனத்திற்கே பயனாக அமையும் என்பதில் எள்ளளவும் ஐயமில்லை.

இதெல்லாம் சரிதான் இப்படி பல நூல்களின் மூலம் மக்களுக்கு பல விஷயங்களை எடுத்துக்கூறி, பல யுகங்களாக வாழ்ந்து கொண்டி

ருப்பதாகக் கூறப்படும் சித்தர்கள் என்ற அந்த முன்னோடி விஞ்ஞானிகள் எங்கே? ஏன் அவர்கள் நேரில் வந்து மனித இனத்திற்கு, சமூகத்திற்கு பல நற்செயல்களைச் செய்தால் என்ன? என்பன போன்ற கேள்விகள் நம் எல்லோர் மனதிலும் எழுந்து கொண்டிருக்கிறது. இப்படி நாம் எதிர்பார்ப்போம் என்று தானோ என்னவோ கருவூரார் என்னும் சித்தர் தன்னுடைய நூலில்

கலியன் வந்தானென்று ககன ரிஷிகளும்
கலியனைக் கண்ணிலுங் காணாதிருக்க
கலியனை விட்டு கயிலைக்குச் சென்றே
கலியுக மட்டுங் கடுந்தூக்கங் கொண்டார்
(ஆதாரம்ஃ கருவூரார் வாதகாவியம் பாடல் 147)

என்று கலியுகத்தில் எல்லா ரிஷிகளும் வாழப்பிடிக்காமல், கயிலை மலைக்குச் சென்று (இமயம்) சமாதியில் உறைகின்றார்கள் என்று, மிகத் தெளிவாகக் கூறி யுள்ளார். இன்று உள்ள உலக மக்களின் நிலையை இப்பாடல்களுடன் ஒப்பிட்டு நோக்கும்போது சற்றும் மாறாமல் இருப்பது நம்மை அதிர வைக்கிறது. கலியுக நடப்புகளை சுமார் 14 பாடல்களில் மிகத் தெளிவாகக் கூறியுள்ளார். மேலும் மிக மிகத் தெளிவாக மற்றொரு பாடலில் எந்த எந்த முனிவர்கள் எங்கெங்கு நிஷ்டையில் உள்ளனர் என்றும், எதற்காக என்றும் கூறுவதுடன், கலியுகத்தில் சரியான குருநாதர் கிடைப்பது மிக அரிது என்பதால், தன்னுடைய நூல்களையே குருவாக ஏற்று, மறுபடியும், மறுபடியும், ஆரம்ப முதல் கடைசி வரை, பலதடவை படிக்கப் படிக்க, பரிபாஷைகள் விளங்கும் என்றும், அதன்படி ஒன்றொன்றாக, படிப்படியாக செய்ய நிச்சயம், மரணத்தை வெல்லலாம் என்றும் உறுதியிட்டுக் கூறுகிறார்.

அடுத்துக் கலியுகத்தில் - கொடிய
அநியாயம் மெத்த நடக்குமென்று
விடுத்து நான் சொல்லிவிட்டேன் - இந்த
மேதினியிலிருக்க நீதி யில்லை யென்று
நீதியில்லாக் கலியுகந்தான் - தீரும்வரை
நிஷ்டையிலிருந்திட வேணுமென்று
பாதிமதி யணியீசன் - திருவடி
பதமல ரடியிணி லிருந்திடவே
என்குரு போகநாதர் - காலாங்கி
இன்பமுறும் நந்திதிருமூலர்

தன்மையுள்ள சட்டைமுனிவர் - சுந்தரம்
தன்வந்திரி இராமதேவர் மச்சமுனிவர்
கொங்கணவர் தன்னுடனே அனேகர்
கூடியே கயிலாச கிரியில் வந்து
அங்கங்கு குகைகள் செய்து கொண்டு
அருந்தவத்தோடு நிஷ்டை புரிந்து கொண்டு
இருந்தார் குகைதனிலே-கலியுகம்
எப்படியும் போகட்டும் என்றுமேதான்
திருத்துங் கிரேதாயுகத்தில்-வெளிப்பட்டு
தீர்க்கமுடன் வந்திடுவார் ஏற்கையுடன்
(கரூரார்-வாதகாவியம் பாடல்கள் 155-157)

என்று மிகத் தெளிவாக கலியுக அதர்மங்களை காணப்பிடிக்காமல், தூய்மையான வாழ்க்கையைப் பின்பற்றிய சித்த புருஷர்கள், கலியுகம், முடியும் வரை கயிலையில், குகைகளில் சமாதி நிலையில் (ஜீவ சமாதி) உறைந்துள்ளனர், மறுபடியும் வெளிப்படுவார்கள் என்று ஆணித்தரமாக, தெளிவாகக் கூறுகிறார்.

இவைகளை எல்லாம் ஒருபுறம் இருக்கட்டும். நாம் வாழும் இந்தக் கலியுகத்தில், 1900 ஆண்டு துவக்கத்தில், கல்கத்தாவிலிருந்து வெளியான "ஸ்டேட்ஸ்மேன்" என்ற பத்திரிகை வெளியிட்ட செய்தி நீண்ட முடியும், நெடிய உருவமும், கொண்ட எளிய உடையணிந்த மனிதன் ஒருவனை தம் இமயமலைக் கூடாரத்திலிருந்து பிரிட்டிஷ் மேஜர் ஒருவர் கண்டார். தன்னைக் கவனிக்கிறார்கள் என்பதை உணர்ந்த அந்த நெடிய மனிதன், எவ்விதத் தயக்கமுமின்றி செங்குத்தான மலைச்சரிவில் தாவிக்குதித்து மாயமாய் மறைந்து போனான். மிகவும் ஆச்சரியம் அடைந்த மேஜர் இதைப் பற்றிக் கூறியதைக் கேட்டு அவரோடு கூடாரத்தில் தங்கியிருந்த திபெத்தியர்கள் வியப்படையவில்லை. மேஜர் பார்த்தது. அந்த புனித பூமியைக் காத்துவரும் அதிசயமானுடர்களில் ஒருவரைத்தான் என்று அவர்கள் அமைதியாகக் கூறினார்களாம்.

ஐரோப்பியப் பெண்மணியான "அலெக்ஸாண்டிராடேவிட் நிலை" என்ற பெண்மணி (1868-1969) அதிசயமானுடர்கள்" (சித்தர்கள்) பற்றி மேலும் விரிவாகத் தெரிவித்துள்ளார். திபெத் நாட்டில் தொடர்ந்து 14 ஆண்டுகள் தங்கியிருந்த முதல் ஐரோப்பிய பெண்மணியான இவர், தடுக்கப்பட்ட திபெத்திய நகரமான லாஸாவினுள் பிரவேசிக்கத் துணிந் தவர் திபெத்திய நாட்டு மெய்யறிஞர்களுடனும், மந்திரவாதிகளுனும் தங்கியிருந்து பெற்ற அனுபவங்களை "வித் மிஸ்டிக்ஸ் அண்ட மஜுஷியன்ஸ் ஆஃப் திபெத் (With mystics and magicions of tibet) என்ற தமது புத்தகத்தில், இமயமலைப் பகுதியில் கணவேகத்தில் சஞ்சரித்துக் கொண்டிருந்த

ஒரு மனிதனை தாம் சந்தித்தாகவும், அந்த மனிதனின் முகம் முற்றும் சாந்தமாகவும், எந்த உணர்ச்சியையும் காட்டாததாகவும் இருந்தது. அகலத் திறந்திருந்த அவன் விழிகளின் பார்வை, விண்ணில் உயரத்தில் எங்கோ நிலைத்திருக்கும் கண்ணுக்குத் தெரியாத பொருள் ஒன்றின் மேல் நிலைகுத்தி நின்றது. அந்த மனிதன் ஓடவில்லை. எந்தவித பிரயாசையும் இன்றி பூமியிலிருந்து எழும்பித் தாவிக் குதித்துச் சென்ற அவனது இயக்கம் பூமியில் பட்டு மேலே எழும்பும் பந்தின் இயக்கத்தை ஒத்திருந்தது. அவனுடைய கால்கள் பூமியில் பட்டதும் தாமும் எழும்பின. அவனுடைய காலடிகள் ஒரே சீராக இயங்கும் பெண்டுலத்தின் அசைவை நினைவூட்டின என்று குறிப்பிட்டுள்ளார். (நன்றி மூலிகைமணி)

ஒரு உதாரணமாக அதிகபட்சமாக 7 நிமிடங்களுக்கு மேல் சுவாச ஓட்டமில்லாமல் மனிதன் உயிர்வாழமுடியாது என்று இன்றைய விஞ்ஞானம் கூறும் காலகட்டத்தில் முன்பு ஏர்ஃ போர்ஸ் கமாண்டராகப் பணிபுரிந்து தனது வேலையை விட்டுவிட்டு, இமயமலைக்கு சாமியாராகப் போய்த் திரும்பியவர் 'பைலட் பாபா' என்று அழைக்கப்படும் இவர், ஜலசமாதி என்று சொல்லக் கூடிய (அதாவது தண்ணீருக்குள் காற்று, உணவு எதுவும் இல்லாமல் தண்ணீர் வாசியாக இருப்பது) சமாதி நிலையில் தண்ணீருக்குள் 33 நாட்கள் வரை இருந்து காட்டியிருக்கிறார். இப்படி 71 முறை செய்து காட்டிய இவர், 163 நகரங்களில் தனது திறமைகளைக் காட்டியுள்ளார். காற்று அடைக்கப்பட்டுள்ள கண்ணாடிப் பெட்டியுள்ளும்கூட 14 நாட்கள் வரை இருந்து காட்டியிருக்கிறார்

எதையும் ஆதாரமில்லாமல் நம்ப முடியாது என்று கூறும் இன்றைய விஞ்ஞான உலகம், முதலில் இதற்கு என்ன பதில் தரப்போகிறது?

எனவே வெறும் கேள்விகளையும், நம்பிக்கையில்லாத சந்தேகங்களுடனும் காலம் கடத்தாது, இன்னும் பல அதிசயங்களை உள்ளடக்கி அமைதி காத்து அரணாக விளங்கும் இமயத்தின் அதிசயங்களை, நன்கு கைதேர்ந்த சித்தர்களின் வாழ்க்கை முறை களைப் பற்றி அறிந்த குழு ஒன்றுடன் விஞ்ஞானிகள் ஆய்வுகள் மேற் கொண்டால், அது எல்லாக் கேள்விகளுக்கும், ஒரு நல்ல பதிலைத் தரும் என்று கூறுவதில் ஐயமில்லை.

எனவே நம்முடைய கருத்து வேறுபாடுகளை விட்டுவிட்டு, அந்த அற்புத முன்னோடி விஞ்ஞானிகளான, சித்த புருஷர்களின் (அதிமானுடர்கள்) ஏடுகளைப் புரட்டினால் பல வியக்கத்தகு பொக் கிஷங்கள் வெளிப்பட வாய்ப்பு உண்டு அல்லவா? நம்பினால் நமனையும் வெல்லலாம்

சித்தர்கள் கண்ட சிற்றண்டம்

சித்தர்கள் என்ற வார்த்தையை உச்சரிக்கும்போதே மனதில் ஏதோ இனம்புரியாத பக்தி கலந்த பயமும் மரியாதையும் ஏற்படுகிறது அல்லவா? அது ஏன்? யார் இவர்கள்? சாதாரண மனிதர்களுக்கும் இவர்களுக்கும் என்ன வேறு பாடு? இவர்கள் பிறவியிலேயே சித்தர்களாகப் பிறந்தவர்களா? அல்லது திடீரென்று தோன்றியவர்களா? சன்னியாசி, துறவி, மடாதிபதி, போன்றவர்களா? மந்திரவாதிகளா? என்றெல்லாம் பலபல சந்தேகங்கள் அலை அலையாக நம் மனதில் ஓடுகின்றன அல்லவா? இதற்கெல்லாம் ஒரே ஒரு பதில்தான் கூறமுடியும். என்னவென்றால் இவர்கள் அனைவருமே அல்லர். சித்தர்கள் என்ற அந்த மாயச் சொல்லுக்கு உரியவர்கள் முன்னோடி விஞ்ஞானிகள் (Advanced Scientist) என்பதே உண்மை. ஆச்சரியமாக உள்ளதா? உண்மை அதுதான். அப்படி என்றால் அவர்கள் எதைப்பற்றிய விஞ்ஞான ஆராய்ச்சி செய்தார்கள் என்று கேட்கத் தோன்றுகிறது அல்லவா? அவர்கள் தங்களுடைய ஆய்வுகளை இரண்டுபகுதிகளாகப் பிரித்தனர்.

1. அண்டம் என்று கூறக்கூடிய இந்த பிரபஞ்சத்தில் உண்டாகி யுள்ள அனைத்து கிரகங்கள் பரவெளி அணுக்கூட்டங்கள் பற்றிய ஆய்வுகள்.

2. பிண்டம் என்று கூறக்கூடிய அண்டத்தின் ஒரு சிறு துளி அளவான நம்முடைய உடலின் அத்தனை செயல்பாடுகள் மற்றும் உடலுக்கும், உயிருக்கும் உள்ள தொடர்புகள் பற்றிய ஆய்வுகள்.

இவ்வாறு அவர்கள் செய்த ஆய்வின் முறைகளும் பலன்களும் வித்தியாசமானவை. நாம் இன்றைய நவீனமயமான உலகில் சிறிதும் எண்ணிப்பார்க்க முடியாதவை. ஆனால் இவ்வளவு பெரிய ஆய்வை மனித குலத்திற்காக செய்த இந்த மாபெரும் மேதைகள் அந்த முடிவு களை கொஞ்சமும் மறைப்பு இன்றி நமக்கு அளித்துள்ளனர் என்றால் அவர்களின் மனதை என்னென்பது? இவ்வாறு இவர்கள் தங்களுடைய ஆய்வுகளை பலபல ஆண்டுகள் செய்து அதன்முடிவாக இயற் கையின் சுழற்சியாகிய ஜனன, மரணங்களிலிருந்து விடுபட்டு இறவாத நிலையில் தங்களை இருத்திக் கொண்டு தங்களைப் போன்று இவ் வுலகில் பிறந்த ஒவ்வொருவரும் வரவேண்டும் என்ற எண்ணத்தில்

தங்களடைய ஆய்வின் முடிவுகளை நூல்களாக வெளிப் படச் செய்தனர். ஆனாலும் ஒரு மனிதனுக்கு எந்த ஒருபொருளும் பெரும் முயற்சிக்குப் பின் கிடைத்தால்தான் அதனை அவன் முறையாக பாதுகாப்பதுடன் தவறான முறையில் பயன்படுத்த மாட்டான் எனபதை மனதில் கொண்டு தங்களுடைய நூல்களில் பரிபாஷைகள் கலந்த பாடல்கள் மூலம் தெரியப்படுத்தினர்.

இவ்வாறு செய்ததில் இரண்டு காரணங்கள் உண்டு என்ன வெனில்? ஒன்று பலமுறை அந்த நூலைப் படிக்கவும். இரண்டாவதாக ஆரம்பம் முதல் முடிவு வரை படிக்கவும் அவசியமாக்கப்படுகிறோம். மேலும் ஒரு சில முறைகளில் அந்தந்த சித்தர்கள் எழுதிய எல்லா நூல்களையும் பார்க்க வேண்டிய சூழலும் உருவாக்கப்படுகிறது. ஏன் எனில் அரைகுறையாகப் படித்து ஏதாவது ஒரு ஆய்வைச் செய்து அதன் பயனாக பொருள், உழைப்பு இரண்டும் வீணாகி மேலும் பக்க விளைவுகளும் ஏற்படுவதைத் தடுக்க வேண்டும் என்பது மட்டுமின்றி இந்தத் துறையில் நன்கு படித்து தேர்ந்து சிறந்து விளங்க வேண்டும். என்ற ஒரு பெரும் மனப்போக்கும் உள்ளது. இவ்வளவு அற்புதமாக எந்தஒரு பிரதிபலனையும் எதிர்பார்க்காமல் தன்னலமற்று விளங்கிய அந்த பிரபஞ்சத்தையே ஆய்வுகள் செய்த சித்தர்கள் எங்கே? அவர்களின் பெயரைக் கூறிக்கொண்டு மனித சமுதாயத்தை ஏமாற்றி பணம் பறித்துக்கொண்டும் பெண்களை இழிவுபடுத்தியும், பணத்திற்காக கொலை, கொள்ளை, கற்பழிப்பு என்று கீழ்த்தரமான செயல்களில் ஈடுபட்டும் வருகின்ற போலிச்சாமியார்கள் எங்கே? ஏன் இந்த அவல நிலை? என்று எண்ணிப் பார்க்கும் போது சித்தர்களால் கூறப்பட்ட அந்த மாபெரும் பொக்கி ஷங்களை ஒதுக்கியும் அவற்றை திரும்பிக் கூட பார்க்காமல் இருந்ததுதான் என்பது தெரியவரும்.

சரி நாம்தான் அவ்வாறு இருந்துவிட்டோம். அவர்களாவது நம்மை வழிநடத்திச் செல்லலாம் அல்லவா? என்று நாம் கேட்டால் அதற்கும் வழியில்லை. ஏனெனில் பலபல யுகங்களை கண்ட அந்த மகான்கள் மனிதனின் பரிணாம வளர்ச்சியின் பலபல அதிசயங்களைக் கூறியுள்ளனர். அப்படி கூறியவர்கள் கலியுகம் என்ற வாழ்காலத்தில் இப்படியெல்லாம் பல முறைகேடான, மோசடிகள் நிறைந்த போலி வாழ்க்கை வாழும் நிலை ஏற்படும் என்றும், அவ்வாறு மட்டுமின்றி மனிதர்கள் தங்கள் நற்குணங்களை விட்டு மாயையான பலபல செயல்களுக்கு ஆட்படுவார்கள் என்றும், தங்களுடைய முன்னறிவு கொண்டு அறிந்தமையால் எல்லாவித ஆய்வுகளையும் மேற்க்கொண்டு பல ஆண்டுகள் இடைவிடாது உழைத்து மனித சமுதாயத்திற்காக தங்களுடைய ஆய்வுகளின் முடிவு களை அர்ப்பணித்த சித்தர்கள் இந்த கலியுக மாயையில் மனிதன் சிக்காமல் தங்களுடைய வழியில்

வரவேண்டிய முறைகளையும் தெளிவுபடக் கூறிவிட்டு அமைதியான ஓய்வுடன் சிற்றண்டமாகிய தங்களுடைய உடலுக்குள் பயணம் செய்யும் பொருட்டு ஜீவசமாதி என்னும் நிலையில் உறைந்துள்ளனர். அவ்வாறு அவர்கள் உறைந் தாலும் அவ்வப்போது இவ்வுலகில் பிறக்கும் ஒருசில பற்றுள்ள ஆன்மாக்களுக்கு தங்களுடைய ஆதீத காந்த சக்தியால் ஆன்ம பலத்தை உண்டாக்கி, அவ்வப்போது நமது மனித சமுதாயத்தை நல்வழிப்படுத்த முனைகின்றனர். ஆனாலும் நாம் அப்படிப்பட்ட வர்களையும், அவர்கள் கூறும் அறநெறிகளையும் கூட மதிப்பதில்லை. உதாரணமாக வடலூரில் வாழ்ந்த மகா மேதையான அருட்பெருஞ் சோதி வள்ளலார் கூறிய முறைகள் யாராலும் பின்பற்றப் படாததால் அவரே கடைசியில் "கடை விரித்தேன் கொள்வாரில்லை" என்று கூறிவிட்டார். நாம் எதையுமே இழந்தபின்பே ஏங்குவோம். இருக்கும்வரை அதன் அருமை தெரிவதில்லை.

மேலும் அண்டம், பேரண்டம், புவனம், பிரபஞ்சம், வெளி, சூட்சும காரண உலகுகள் போன்ற அனைத்தையும் சென்று கண்டு தெளிந்த சித்தர்கள் இவைகள் எல்லா வற்றையும் விட அமைதியானது, மென்மையானது இந்த பூமி என்பதை உணர்ந்து இந்த "பூ" உலகில் சமாதியில் நிலைபெற்று உறைகின்றனர்.

இதையெல்லாம் நான் என்னுடைய கற்பனை யாலோ, அல்லது வேறுயாரும் கூறியதை வைத்தோ கூறவில்லை. என்னுடைய ஆய்வின் முடிவாக அந்த சித்தர்களின் பொக்கிஷங்கள் என்று போற்றப் படும் அவர்களால் எழுதப்பெற்ற அவர்களுடைய நூல்களில் அவர்களே கூறியுள்ள ஆதாரங்களைக் கொண்டே கூறுகின்றேன். கருவூரார் எனும் பெரும் சித்தர் தன்னுடைய "வாத காவியம்" என்னும் நூலில்

"கலியின் வந்தானென்று ககனரிஷிகளும்
கலியனைக் கண்ணிலும் காணாதிருக்க
கலியனை விட்டுக் கயிலைக்குச் சென்றே
கலியுக மட்டும் கடுந்தூக்கங்கொண்டார்"

(பாடல்-147)

அடுத்துக் கலியுகத்தில் அநியாயம் மெத்த நடக்குமென்று
விடுத்து நான் சொல்லிவிட்டேன் மேதினியிலிருக்க நீதியில்லை யென்று
நீதியில்லாக் கலியுகந்தான் தீரும்வரை நிஷ்டையிலிருக்க வேணுமென்று
பாதிமதிச்சன் திரு பதமல ரடியினிலிரு ந்திடவே

(பாடல்-155)

என்று கானகத்தில் வாழ்ந்த மாபெரும் ரிஷிகள் எல்லோரும் இந்த கலியுகத்தில் பலபல அநியாயங்கள் நடக்கும் என்றும் அதனால் கலியுகம் முடியும் மட்டும் ஜீவ சமாதியில் உறைகின்றனர் என்றும் தெளிவுபட கூறியுள்ளார். மேலும் இந்நூலில் இன்றைக்கு நாம் கண்ணால் காணும் அத்தனை தீயசெயல்களையும் வெகுதெளிவாக பல ஆயிரம் ஆண்டுகளுக்கு முன்னாலேயே தங்களுடைய முன்னறிவால் அறிந்து உணர்ந்து எழுதி வைத்து உள்ளனர். இத்துடன் மிக மிக வெளிப்படையாக விஞ்ஞான பூர்வமான விளக்கத்துடன் இவ்வுலகில் உள்ள அனைத்தும் இவ் வுடலிலும் உள்ளது என்பதை தெளிவுப்படுத்தும் வகையில் அண்டமும், பிண்டமும் ஒன்றே என்பதை திருமூலர் தன்னுடைய நூலான "கருக்கிடை 600" என்னும் நூலில்

"பிரம்மம் முதலாய் பிறந்ததே இவ்வண்டம்
அரமாண்ட பிண்டத்தில் அப்படியே கண்டேன்
தரமாண்ட லோகத்தோர் தாக்கியும் நோக்கியும்
உரமாணக் காணாது உழல்வத என்னந்தியே"

(பாடல் - 175)

என்று இவ்வண்டமும், பிண்டமும் ஒன்றுதான் என்றும் இதை அறியாத இவ்வுலக மான்பர்கள் எதையோ தேடி அலைகின்றனர் என்றும் தெளிவாகக் கூறுகின்றார். மேலும் இன்றுபல கோடிகளை செலவு செய்து ஆராய்ந்து வரும் விண்ணுலக ரகசியங்களை பல ஆயிரம் ஆண்டு களுக்கு முன்பே கண்டுணர்ந்த திருமூலர் அதையும் தன்னுடைய "கருக்கிடை 600" என்னும் நூலில்

"நுழைந்திட்டேன் நானும் போய் நோக்கினேன் பேரண்டம்
இணைந்திட்ட வண்டங்கெடியாயிரம் கண்டேன்
நுழைந்திட்ட புவனமும் இருநூற்று இருபது
மழைந்திட்டேன் எல்லாம் அளாவித் திரிந்தேனே
திரிந்தே சந்தோஷித்து தேகத்தை நோக்கினேன்
புரிந்த பதமும் புவனமும் அண்டமும்
தெரிந்தே மயக்கற்றேன் சிந்தை தெளிவுற்றேன்
பரிந்தேன் குளிகையில் பாக்கிய மெய்யாச்சே."

(பாடல் - 301,302)

என்று மிகவும் ஆச்சரியப் படும்படி கூறியுள்ளார். இவர் எல்லா அண்டங்களையும் சுற்றிவந்து 1008 அண்டங்கள் சேர்ந்தது ஒரு புவனம் என்றும் இவ்வாறு பிரபஞ்சத்தில் 220 புவனங்கள் உண்டு என்றும் அவ்வளவையும் சுற்றி வந்து பின்பு தன் உடலை நோக்கும்

போது இவைகளை விட தன் உடலே சிறப்பானது என்பதை உணர்ந்து மாயை நீங்கி தெளிவு பெற்று இந்த அண்ட, புவனங்களில் உள்ள அனைத்தும் நம் உடலில் உள்ளது என்பதை அறிவின் தெளிவு கொண்டு அறிந்தேன் என்றும் வெளிப்படையாக கூறுகிறார்.

இவற்றைக் கொண்டு பார்த்தோமானால் மனிதனாகப் பிறந்த நாம் இந்த அபூர்வமான பிறவியில் நிரந்தரமில்லாத போலியான, அழியக்கூடிய, மாயையான பொன், பொருள், புகழ் இவைகளைத் தேடி அலையாமல் உண்மையான, நிரந்தரமான, அழிவற்ற, தூய்மை யான வாழ்விற்காக தினமும் நம்மை நாம் உணரும் கலையான தியானத்தில் ஈடுபடுவது மட்டும் இன்றி புற ஒழுக்கத்துடனும் வாழ் வோமானால் சிததர்கள் கூறிய சிற்றண்டம் என்ற இந்த மனித உடலானது உயிருடன் அழிவற்ற நிலையில் (பாபாஜியைப் போன்று) இந்த பிரபஞ்சத்தில் பேரண்டங்கள் இருக்கும் வரை அழிவற்று இருக்கும் என்பது மறுக்க முடியாத உண்மை.

ஆதியில் சித்தர்கள் கண்ட வேதியல் விந்தைகள்

வேதியல். இதன் முழுப் பொருள் என்ன? என்று பார்க்கும் போது நாம் ஆச்சரியத்தில் வாயடைத்துப் போகிறோம். மேலோட்டமாகப் பார்த்தால் வேதியல் என்பது ரசாயன மாற்றங்கள் சம்பந்தப்பட்ட ஒரு வரைமுறைப் படிப்பு என்றே தோன்றும். ஆனால் ஆழ்ந்து பார்த்தோமானால் மனிதனின் இயல்பான வாழ்க்கை மற்றும் ஆரோக்கியமான ஆன்மீக உணர்வு கலந்த சமூக இயல்பிற்கு அடிப் படையாக பல கோடி ஆண்டுகளுக்கு முன்பு ஆதி சித்தர்களால் வரையறுக்கப்பட்ட வேதத்தின் இயல்பு மாறாமல் மனிதன் பிணி, மூப்பு, சாக்காடு என்ற மூன்று நிலைகளையும் தவிர்த்து உண்மையான உயிர், உடல் இரண்டையும் நிலைநிறுத்தி இறவாத இறை நிலை பெற்று பெருவாழ்வு வாழ வேதங்களில் மறைவாகக் கூறியுள்ள பல உண்மைகளை இயல்பான வாழ்க்கையுடன் இணைத்துக்கொண்டு வாழ்வதற்கு வகுக்கப் பட்ட வழி முறைகள் (வேதம்+இயல்பு) வேதியல் என அழைக்கப் பட்டது. இதில் இன்றைய அதிநவீன விஞ்ஞானிகளால் பல கோடிகள் செலவு செய்து கண்டுபிடிக்கப்படும் பல நவீன கண்டு பிடிப்புகள் எல்லாம் ஆதியில் முன்னோடி விஞ்ஞானிகளான சித்தர்களின் வேதியல் விந்தைகளை இன்னும் நெருங்கக்கூட முடியவில்லை என்பது மறுக்கமுடியாத உண்மை.

இந்த வேதியல் முறைகளை சித்தர்கள் பொதுவாக ஆறு வகை களாக பிரித்தனர். எவ்வாறு எனில்:

1. தவம், 2. மருத்துவம், 3. கற்பம், 4. ரசவாதம், 5. கெவுனம், 6. சமாதி.

மேற்கூறிய ஆறு பிரிவுகளும் முறைப்படி ஒரு மனிதனால் கடைபிடிக்கப்பட்டால் நிச்சயமாக மரணமற்ற பெருவாழ்வை அடைவது திண்ணம். இவ்வளவு உறுதியாக நான் கூறவதற்குக் காரணம் என்ன வெனில் வேதங்கள் என்று கூறப்படும் ருக், யஜூர், சாமம், அதர்வணம் ஆகிய நான்கிலும் பொதுவாக மறைக்கப்பட்டுக் கூறிய விஷயங்கள் யாவும் ஐந்தாவது வேதமாக கருதப்படும்

அனைத்து சித்தர்களின் நூல்களிலும் தெளிவாக, வெளிப்படையாக, விளக்கமாக மேற்படி ஆறு பிரிவுகளையும் பற்றி கூறப்பட்டுள்ளன. ஆனால் நாம் தான் அவற்றை ஏனோ திரும்பிப் பார்க்க மறந்துவிட்டோம். இனி யாவது நாம் அதை உணர்வோம். மேற்குறிப்பிட்ட ஆதியில் சித்தர்கள் கண்ட வேதியல் விந்தைகளைப் பற்றி சிறிது காண்போம்.

முதலில் சித்தர்கள் தங்களுடைய மனதை தன் வசப்படுத்தி எந்நிலையிலும் தன் நிலை மாறாமல் மனதை நிலைநிறுத்தி மௌனத் துடன் ஒரே சிந்தையின் தெளிவுடன் பல ஆண்டுகள் யோகப் பயிற்சியை மேற்கொண்டு தங்கள் ஆன்ம பலத்தை வலுப்படுத்தி மனோசக்தியால் எதையும் சாதிக்கும் திறன் பெற்று மிக அடக்கமாக விளங்கினர். இப்படிப்பட்ட சித்தர்களின் அனுபவ ஆற்றலால் எழுதப் பட்ட அவர்களுடைய நூல்களில், இவ்வாறு ஒவ்வொரு மனிதனும் மனதை மவுனமாக்கி, தன் வயப்படுத்தி, ஆன்ம பலத்தை எவ்வாறு வலுப்படுத்துவது என்பதை மிக அழகாகத் தமிழில் தெளிவாகக் கூறியுள்ளனர். அவற்றுள் சித்தர்களின் குருவாக விளங்கிவரும், கலியுகத்தில் கந்தனின் உருவத்தை கல்லிலே செதுக்காமல் கட்டிய நவபாஷாணங்களால் உருவாக்கியவரும், கணக்கற்ற வேதியல் விந்தை களை கைவிரித்துக் காட்டியவருமான போக மாமுனிவர் தன்னுடைய நூலான போகர் சத்தகாண்டம் - 7000 என்னும் நூலின் இரண்டாவது காண்டத்தில் 1472-வது பாடலில் கீழ்கண்டவாறு சமூக தவ வாழ்க்கையை எவ்வாறு வாழவேண்டும் என்று மிக அழகாக விளக்கியுள்ளார்.

"மகிழ்ச்சியாய் ஒருவருடன் வாய் பேசாதே!
மனது தனில் ஆங்காரந் தனை எண்ணாதே!
நெகிழ்ச்சியாய் ஒருவருக்கும் இடங் கொடாதே!
நேர்மையாய் நடந்துகொள்ளு பொய் சொல்லாதே!
இகழ்ச்சிதான் ஒருவர் சொன்னால் குற்றம் வேண்டாம்!
எத்தனைதான் சொன்னாலும் குற்றம் வேண்டாம்!
தகழ்ச்சியாய்த் தண்மை சொல்லு சத்ரா திக்குஞ்
சாங்கமாள் ஏழையைப் போல் தரித்திடாதே."!

என கூறியுள்ள பாடலிலிருந்து சாதாரண ஒரு மனிதன் சித்தர் நிலைக்கு உயர எவ்வாறு தன்னுடைய மனதைத் தெளிவுடன் வழிநடத்த வேண்டும் என்று மிகத் தெளிவாக நம்மால் புரிந்துகொள்ள முடிகிறது அல்லவா? இதுபோன்று பலநூறு பாடல்களில் மனிதன் மனத் தெளிவை எவ்வாறு அடைவது என விளக்கமாகக் கூறியுள்ளார்.

மேலும் இவ்வாறு இன்றி முறையற்று தன் மனதில் தோன்றியபடி வாழ்வார்கள் என்பதையும், பல பொய்கள் கூறுவார்கள் என்பதையும், இவர்க ளெல்லாம் உண்மையில் அழிந்து போவார்கள் என்பதையும் மிக விளக்கமாகக் கூறியுள்ளார். எவ்வாறு எனில்:

"எண்ணியே ஞானநூல் தன்னைப் பார்த்தே
ஏற்றமாம் ஞானமெல்லாம் வந்ததென்று
பண்ணியே அலைவார்கள் விண்ணைப் பார்த்துப்
பலபலவாஞ் சிந்தையற்று ஒன்றாய்க் காணார்
முண்ணியே முந்தி எங்கே என்று காட்டி
மூச்சற்று நின்றிடத்தே முன்பின் தோணார்
தண்ணியே பின்னேது சாங்க மென்பார்
சமயமெல்லாம் கெட்டழிந்து போன வாறே"

(பாடல் - 1443)

மேற்கூறியபடி எல்லா வேதங்களையும் கற்று எல்லா ஞானமும் தனக்கு வந்ததென்று கூறிக்கொண்டும், வான மண்டலங்களில் உள்ள அற்புதங்களெல்லாம் தனக்குத் தெரியுமென்றும் பலபல எண்ணங் களுடனும், முக்திக்கு வழி கூறுகிறேன் என்று கூறிக்கொண்டும், ஒரு கூட்டம் கூட்டிக்கொண்டும் அலைந்து கெட்டு அழிவார்கள் எனத் தெளிவாகக் கூறியுள்ளார்.

மேற்கூறியவாறு தவத்தைக் கூறிய சித்தர்கள் மனித உடலின் அனைத்து அமைப்புகளையும் தெளிவுற அறிந்து, அதில் உண்டாகும் நோய்களறிந்து, அவற்றை நீக்குவதற்கு உண்டான வழி முறைகளான மருத்துவ முறைகளைத் தெளிவாக ஆயிரக்கணக்கான பாடல்கள் மூலம் கூறியுள்ளனர். இருப்பினும் எல்லாவற்றிற்கும் சிகரம் வைத்தாற்போன்று சித்தர்களுக்கெல்லாம் மகா குருவான சிவபெரு மானின் அம்சமான தட்ஷிணா மூர்த்தி மகாகுரு இயற்றிய மெய் ஞானம் -1500 என்ற நூலில்

"பகருவேன் உதிரமப்பா படிதான் மூன்று
பாங்கான குடலடா பலந்தான் பத்து
மகிழவே நெய்யடா படிதானிரண்டு
வகையான வெலும்பப்பா துலாமொன்றாகும்
நிகரான சதையடா துலாமுமொன்று
நிச்சயமாய் நரம்படா பலந்தானாலு
முகரவே நகமடா பலந்தானாலு
முக்கியமாய்ச் சொல்லிவிட்டே னுண்மைதானே.

உண்மையா யுச்சியாம் விராகனொன்று

உற்றதொரு கண்ணிரண்டு விராகனொன்று
பெண்மையுள்ள சோரடா பலந்தானாறு
பேரான பல்லப்பா பல மோரண்டு
கண்ணுமேற் புருவமடா விராகன்ரண்டு
கருவான நாசியப்பா விராகன் மூன்று
எண்ணவே ரோமமடா பலந்தான் மூன்று
இதமான நுரையீரல் பலமுமூணே

மூணாகந் தூக்கமப்பா மாங்காய் தானு
முறையாகத் தாமரைதான் விராகனெட்டு
காணுவாய் வாயடா பலமுமொன்று
காணார்கள் பிறவியிலே மாதம் பத்து
சூட்சமடா யறியார்கள் துரோகி மாண்பர்
பாணடா யெழுபத்தீ ராயிர நரம்பில்
பகுத்தெடுத்துக் கொண்டதுதான் பத்துநாம"

(பாடல் - 64-66)

என்று மனிதனுடைய உடல் அமைப்பின் அளவுகள் மற்றும் எடைகள் முதலியவற்றை வெகு துல்லியமாக அறிந்து அவற்றில் ஏற்படும் குறைகளால் உண்டாகும் நோய்களைத் தீர்க்கும் மருத்துவ முறை களையும் வெகுதெளிவாக விளக்கியுள்ளார். இது நம்மை அவர்களின் மருத்துவ ஆய்வுகளை நினைத்து வியக்க வைக்கிறது. பல லட்சங்களைச் செலவு செய்து, பல நவீன வசதிகளுடன் படித்து பட்டம் பெற்று பணி யாற்றும் மருத்துவ மேதைகளுக்குக்கூட புரியாத உயிர் உடல் பற்றிய பல அரிய உண்மைகளை மேற்கூறிய எந்த வசதிகளும் இல்லாத காலத்தில் தெளிவாகக் கண்டறிந்த அந்த முன்னோடி விஞ்ஞானிகளின் செயல்திறன் நம்மை வியக்க வைக்கிறது அல்லவா?

அதேபோல் கொடிய விஷமாகக் கருதப்படும் பாடாணங்கள் அறுபத்து நான்கு வகை உண்டு என்றும், அவைகள் இயற்கையாக முப்பத்தி இரண்டு வகைகள் விளைகின்றன என்றும், மேலும் முப்பத்திரெண்டு வகைகளை செயற்கையான முறையில் உருவாக் கலாம் என்றும் கண்டறிந்தும், பல ஆயிரம் மூலிகைகளின் தன்மை களை அறிந்தும், இது போக திரவநிலை உலோகமான பாதரசத்தைப் பற்றியும் அதன் குணங்கள் செயல்முறைகள் இவைகளைப்பற்றியும் மிகத்துல்லியமாக அறிந்தும் மனிதன் பொருளாசை கொண்டு அலைந்து அதனால் பல பாவங்களைச் செய்து, கிடைத்தற்கரிய மனிதப்பிறப்பின் உயர்வினை அறியாமல் வீணாகக் கெட்டு அழிந்து மரணமெய்தும் நிலையை மாற்ற "மாற்று" என்னும் அற்புதமான கலையை கண்டறிந்து கூறினர்.

"மாற்று" என்பதன் பொருள் யாதெனில் இரும்பை செம்பாகவும், செம்பை வெள்ளியாகவும், வெள்ளியைத் தங்கமாகவும், தங்கத்தை இரும்பாகவும் இப்படி ஒரு உலோகத்தை மற்ற உலோகமாக மாற்ற முடியும் என்றும் அதனால் உலகில் எதுவும் உயர்ந்தவை, தாழ்ந்தவை என்று இல்லை என்றும் ஆகவே நிலையற்ற இந்தப் பொருளுக்காக அலையாமல் நிலையான வாழ்வைப் பெற மரணத்தை மாற்றிப் பெருவாழ்வு நிலையை அடையவே இவைகளைத் தாங்கள் கூறிய தாகவும் தெளிவுபடக் கூறியுள்ளனர். ஆனால் இன்றைய சூழலில் அவர்களின் நூல்களை முறையாகப் படித்து, தெளிவாகப் புரிந்து கொண்டு அதன்படி செய்யாமல் மனம் போனபடி செய்து தோல்வி கண்டு தங்களின் நூல்களை குறை கூறுவார்கள் என்றும் ரசவாதம் பொய் என்பார்கள் என்றும், அவ்வாறு கூறுபவர்கள் நாய்க்குச் சம மானவர்கள் என்றும், அவர்கள் நரகத்தில் வீழ்வார்கள் என்றும், மிக அருமையாக யாகோபு என்னும் சித்தர் தன்னுடைய "சுண்ணம்-300" என்னும் நூலில் கீழ்கண்டவாறு பாடல்கள் மூலம் கூறியுள்ளார்.

"பாரிலே வாதமில்லை யென்றுசொன்ன
பதிவான மூடருடன் சேர்க்கையாகா!
ஊரிலே அவர்க்கு நல்ல கெதியுமில்லை
உழன்றுமே ஏழ்நரகில் வீழ் வாரப்பா
சாரியாய் நீயுமே அவர்களோடே
சரியாகப் பேசாதே தரணியோர்க்குக்
காரியமாய்ச் சொல்லிவிட்டேன் கண்டுகொள்ள
கணக்கறிந்த யாகோபு சொன்னவாரே"   (பாடல் - 54)

"ஆட்டான கேள்வியினால் வாதஞ்சுட்டு
அறியாமற் பொய்யென்றா லாரென் செய்வார்
நீட்டான குரு வேணுஞ் சீடன் வேணும்
நிலையான சுண்ணமென்ற காண்டம் வேணும்
பாட்டான படிப்பைத்தா னறிய வேணும்
பகலிரவாய்ச் சரக்குவகை காணவேணும்
மூட்டான உலகத்தில் திரியவேணும்
முற்றுணர்ந்து பார்த்தாக்கால் சித்தியாமே"   (பாடல்-56)

இவ்வளவு அற்புதமாக உலோக மாற்றங்களை உண்டாக்கு வதற்கும், உடலை அழியாமல் நிலைநிறுத்துவதற்கும் உண்டான மூல மருந்துகளை தயாரிப்பதற்காக அவர்கள் உருவாக்கிய கூட்டு ரசாயனங்களே இன்று விஞ்ஞான ஆராய்ச்சிக்கான ரசாயனக் கூடங்களில் பயன்படுத்தப்படும் திராவகங்கள் மற்றும் இதர பொருள்களாகும்.

இவ்வளவு அற்புதமான இறவாத நிலை என்னும் பெரு வாழ்விற்குப் பயன்படும் மருந்துகளை "காய கற்பம்" என்று அழைத்தனர். ஏன் அப்பெயரால் அழைத்தார்கள் எனில் காயம் என்பது உடல், கற்பம் என்பது பல கோடி ஆண்டுகள். எனவே பலகோடி ஆண்டுகள் உடலை அழியாமல் பாதுகாக்கும் அருமருந்து என்பதால் "காய கற்பம்" என்று அழைத்தனர். கண்டிப்பாக ஒரு மனிதன் சித்தர் நிலையை அடைய காயகற்பங்கள் அருந்தவேண்டும் என்பதை எல்லா சித்தர் நூல்களிலும் வலியுறுத்தினாலும், தஞ்சை திருக்கோயிலில் திருச்சமாதி கொண்டுள்ள, தன்னிகரற்று விளங்கிய 18 சித்தர்களுள் ஒருவரானவரும் போகரின் சீடரான "கருவூரார்" என்னும் சித்தர் தன்னுடைய நூலான "வாத காவியம்" என்னும் நூலில் எட்டாவது பாடலில்

"பாரப்பா வெகுகோடி காலமட்டும்
பண்பாகச் சடத்தோடேயிருப்பதற்கு
நேரப்பா கற்பமது கொள்ள வேணும்
நேர்மையுடன் பத்தியமா யிருக்கவேணும்!"

என்று தெளிவாகக் கூறியுள்ளார். மேலும் பத்து மற்றும் பதினோராவது பாடல்களில் ஒவ்வொரு சித்தரும் எவ்வளவு காயகற்ப மருந்துகளை உட்கொண்டனர் என்ற கணக்கையும் கூறியுள்ளனர். இவை எல்லாவற்றிற்கும் மகுடம் வைத்தாற்போன்று அவர்களின் வேதியல் முறையில் விஞ்ஞானிகளுக்கே இன்றுவரை சவாலாக இருந்து வரும், மனிதன் தனியாக வான் வழி மார்க்கமாக பறந்து செல்ல முடியும் என்பதையும் தெளிவாகக் கூறியுள்ளனர். இப்படி ஆகாய மார்க்கமாக செல்வதை "கெவுனம்" என அழைத்தனர்.

பொதுவாக பாதரசம் அதிக வெப்பத்தால் ஆவியாகவோ அல்லது மேலெழும்பவோ செய்யும் தன்மையுடையது. உலோக நிலையிலுள்ள இந்த திரவத்தைத் திட நிலைப்படுத்தவும் கண்டறிந்தனர். மேலும் முன்கூறிய 64 வகை பாடாணங்கள், 120 வகை உபரசங்கள், 25 வகை உப்புகள், 1008 வகை மூலிகைகள் போன்றவற்றில் உள்ள அழுக்குகளையும், கழிவுகளையும் நீக்கி, சத்தை மட்டும் எடுத்து முன்கூறிய பாதரசத்துடன் சேர்த்து மணியாகச் செய்து அதைக் கொண்டு பல அற்புதங்களைச் செய்தனர். உதாரணமாக, உருவத் தையே மறைக்கும் மணிக்கு "சொரூபக் குளிகை" என்றும், நினைத்ததைக் கொடுக்கும் மணிக்கு "காமதேனுக் குளிகை" என்றும், துண்டு துண்டாக வெட்டிய உடலை ஒரு நொடியில் ஒன்று சேர்க்கும் மணிக்கு "சந்தானக் குளிகை" என்றும், எடுக்க எடுக்க குறையாத தன தானியங் களை அளிக்கும் மணிக்கு "அட்சயக் குளிகை" என்றும், ஆகாயத்தில்

பறக்கும் சக்தியுள்ள மணிக்கு "ககனக் குளிகை" என்றும் தங்கத்தை உருவாக்கும் மணிக்கு "சகடு, சப்தபேதி, பரிசபேதி குளிகைகள்" என்றும், இவைகளின் செய்முறைகளையும் வெகு அழகாகக் கூறி யுள்ளனர். இதைப் படித்தாலே நம்பமுடியாத நமக்கு, அவர்களின் செயல் முறை திறனை அறிந்துகொள்ளும் அளவுக்கு ஆற்றல் எப்போது வரப் போகிறது? முடியாத ஒன்றை பொய்யென்று கூறி ஏற்க மறுக்கும் மனிதர்களின் மனநிலையையும் முன்னமேயே உணர்ந்த அவர்கள தங்கள் நூலில்

"காணவுமே குளிகையுட மகிமை சொல்ல
கடல்புளுகோ வென்பார்கள் சவங்கள் தானும்
பூணவுமே வாய்க்கெளிதோ சூதந்தானும்
பொற்சடையோன் மேனிதன்னில் பிறந்த விந்து"

(ஆதாரம்-போகர்7000-பாடல்-2229)

எனக்கூறியுள்ளனர். இதை நாம் அறிவது எப்போது? இவ்வளவு ஆற்றல் பெற்று விளங்கிய சித்தர்களைப் பற்றியும், அவர்களுடைய வல்லபத்தைப் பற்றியும் பாம்பாட்டிச் சித்தர் தன்னுடைய நூலில் 25 முதல் 34 வரை உள்ள பாடல்களில் தெளிவாக விளக்குகிறார். அதற்கு உதாரணமாக 31-வது பாடலில்

"செப்பரிய மூன்றுலகுஞ் செம்பொன்னாக்குவோம்
செங்கதிரைத் தன் கதிராய்ச் செய்து விடுவோம்
இப்பெரிய வுலகத்தை யில்லாமற் செய்வோம்
எங்களுட வல்லபங் கண்டாடுபாம்பே"

என்று ரசவாதம் முதல் பெருவாழ்வு வரை அனைத்தும் சித்தர்களால் முடியும் என்பதை ஆணித்தரமாகக் கூறியுள்ளார். இவ்வாறு அனைத்து வேதங்களின் உண்மைகளையும், முழுவதும் அறிந்த அந்த முன்னோடி விஞ்ஞானிகளான சித்தர்கள் தாங்கள் கண்ட வேதியல் விந்தைகளைத் தெளிவாக இவ்வுலகிற்கு எடுத்துக்கூறிய பின்னர், மேலும் தங்களுடைய ஆன்ம வளர்ச்சிக்காகவும், இன்றைய உலகில் நடக்கும் வாழ்க்கை முறையை அன்றே தங்கள் முன்னறிவால் அறிந்த இல்வாழ்க்கை முறை பிடிக்காததால், அழிவற்ற உயிர், உடலுடன் அவரவர்கள் திருச்சமாதி கொண்டனர். இதையும் "கருவூரார்" என்னும் சித்தர் தன்னுடைய "வாதகாவியம்" என்னும் நூலில் 157-வது பாடலில்

> "இருந்தார் குகைதனிலே கலியுகம்
> எப்படியும் போகட்டு மென்றேதான்
> திருந்துங் கிரேதா யுகத்தில் வெளிப்பட்டு
> தீர்க்கமுடன் வந்திடவர் ஏற்கையுடனே"

என்று சித்தர்களின் சமாதி நிலையையும் மிக அழகாகக் கூறியுள்ளார்.

இவ்வாறு விஞ்ஞானத்திற்கும் எட்டாத வேதியல் விந்தைகள இந்த மனித சமூகத்திற்காக எந்த எதிர்பார்ப்புமின்றி, சுயநலம் இன்றி, வெளிப்படையாக கூறிச்சென்ற சித்தர்களின் நூல்களான ஐந்தாவது வேதத்தை ஒவ்வொரு மனிதனும் ஆராய்ந்து, அறிந்து அதன் முறைப்படி அவர்கள் கூறிய வேகத்துடன் தங்களுடைய இயல்பு வாழ்க்கையை இணைத்துக் கொள்வோமேயானால் நோய், முதிர்ச்சி, மரணம் என்ற சாதாரண நிலையிலிருந்து மாறி இந்த பூமியே மரணமற்ற, ஜாதி, மத, இன, சமய வேறுபாடற்ற அதீத ஆற்றல்கள் கொண்ட சித்தர்களின் அண்டமாக காட்சியளிக்கும். என்பது மட்டும் யாராலும் மறுக்க முடியாத உண்மை.

சித்தர்களை பூஜிக்கும் முறைகள்

"தானே தானாகி தன்னுள்ளே தானாகி
தானே ஆணாகி தன்தவமே சிவனாகி
ஊனே உயிராகி உருவே அருவாகி
ஊனே உயிருடலாய் உள்ளமர்ந்த ஜோதியே"

என்று சித்தர்களின் நிலையை சித்தர்களின் பாடல்களே உணர்த்துகின்றன. சாதரண மானிடர்கள் பிறந்து, வாழ்ந்து, இறப்பது போல் அல்லாமல் தங்களுடைய மனதையும், உயிரையும் ஒன்றாக இணைத்து இந்திரியங்களைக் கட்டுப்படுத்தி உயர்வான தவம் இயற்றி இறவாநிலை பெற்று உடலை "காயசித்தி" மூலம் யுகங்கள் கடந்து நிறுத்திக்கொண்டு அறிவை "ஞானசித்தி" மூலம் மனித இனம் மட்டும் இன்றி இவ்வுலகிற்கு அளவற்ற நன்மைகளை இடைவிடாது செய்துகொண்டு மரணமில்லாத பெருவாழ்வு வாழ்ந்து வரும் அந்த அபூர்வ ஆற்றல்கள் கொண்ட மனித மகான்களான சித்தர்கள் தங்களுடைய சூட்சும, காரண உடல்களுடன் வெளியேறிய பின்பு ஸ்தூல உடலை பத்திரமாக சமாதிகளில் வைத்திருக்கும் இடத்திற்கு பெயரே "ஜீவசமாதி" சித்தர் பீடங்கள், அதிஷ்டானடங்கள் என்று அழைக்கப் படுகின்றன.

சாதாரணமாக உலோகத் தகடுகளில் சில யந்திரங்களை வரைந்து வேத விற்பனர்களைக் கொண்டு பலபல மந்திரச் சொற்களை உருச் செய்து அதைப் பிரதிஷ்டை செய்து பீடபூஜை, கலசபூஜை, யந்திர பூஜை, அங்கந்யாசம், கரந்யாசம், திக்பந்தங்கள், மூல மந்திர ஜெபம், தியானம், என்று எட்டு பிரிவுகளாக பல சம்பிரதாயத்துடன் கூடிய பூஜைகள் செய்து கும்பாபிஷேகம் செய்து வைத்து வழிபட்டு வருவதை கோயில்கள் என்றும் ஆலயங்கள் என்றும் அழைக்கிறோம். (ஆ-மனம், லயம்-சேர்தல்) மனமானது இவ்விடங்களுக்குச் சென்றால் அமைதி அடையும் என்பது உண்மை. ஆனால் இதுபோன்ற ஆலயங்களில் உருச்செய்யப்படும் மந்திர ஒலிகளின் ஆற்றல் சில வருடங்களே இருக்கும்.

அதுவும் படிப்படியாக குறைத்துக் கொண்டே வரும். எனவே தான் கும்பாபிஷேகம் செய்யப்படாத பலபல ஆலயங்கள் பாழடைந்து, களை இழந்து காணப்படுகின்றன. இந்த கோயில்களில் சென்று பார்த்தால் தெய்வச் சிலைகளும், அதன் அடியில் யந்திரங்கள் வரையப்பட்ட உலோகத் தகடுகளும் இருக்கும். ஆனால் ஆலயங்களில் சந்தியின்றி, பூஜையின்றி, களை இழந்து காணப்படுவது ஏன்? அவ்விடங்களில் உள்ள மந்திர ஒலிகள், சக்தி இழப்பதால்தான்! ஆகவேதான் 12 வருடங்களுக்கு ஒரு முறை யாகசாலை அமைத்து வேத விற்பனர் களைக் கொண்டு கும்பாபிஷேகம் என்ற சடங்கின் மூலம் மறுபடியும் மந்திர ஒலிச்சொற்களை அவ்விடங்களில் பதிக்கின்றனர் அவ்வாறு செய்தும் கூட சில சில ஆலயங்கள் அவ்வளவு பெரிய அளவில் பிரசித்தி பெறுவது இல்லை.

ஆனால் தன் உயிரை தனக்குள் அடக்கி தான் தானாக நின்ற ஜீவ ஆலயங்கள் எப்போதும் களை இழந்ததில்லை. முன் சொன்ன முறைப்படி இவ்வாலையங்களுக்கு கும்பாபிஷேகச் சடங்குகள் தேவை யில்லை. ஏனெனில் தவசீலர்களின் உடலில் இருந்து உண்டாகும் பஞ்சபூதங்களின் ஆற்றலுடன் வெளிப்படும் அதி அற்புத அணு அலைகளானது இடைவிடாது இவ்விடங்களில் பரவிக்கொண்டி ருப்பதே ஆகும். மேலும் உலகில் உள்ள அனைத்து உயிர்களையும் "ஜீவாத்மா" என்றும் அப்படிப்பட்ட ஜீவாத்மாக்கள் தவசக்தியின் மூலம் வலுவடைந்து பல ஆற்றல்களைப் பெறும்போது "பரமாத்மா" ஆகிறது என்றும் அந்த நிலையில் அந்த பரமாத்மாவானது தன்னுடைய மிக அற்புத ஆற்றல்களால் பிற ஜீவாத்மாக்களை தன் பால் ஈர்த்துக் கொள்கிறது என்றும் பல உண்மைகளை மகான்கள் கண்டறிந்து உள்ளனர்.

ஜீவாத்மாவிலிருந்து பரமாத்மா நிலைக்கு உயரும்பொழுது ஏற்படும் " முன்கூட்டியே நிகழ்ச்சிகளை அறியும் ஆற்றலை"த்தான் விஞ்ஞானத்தில் E.S.P. Extraordinary Super Power என்று கூறுகின்றனர். இந்த ஆரம்பநிலையையே இவ்வாறு கூறினார்கள். தவத்தில் இறுதி நிலையை என்ன வென்று கூறுவது?

இவ்வாறு அதிஅற்புத ஆற்றல்களை உள்ளடக்கிய சித்தர்களான ஜீவன் முக்தர்கள் அடங்கிய இடங்கள் நாளடைவில் மிகப் பெரும் ஆலயங்களாகி புகழ்மிக்க புண்ணியஸ்தலங்களாக இன்றும் விளங்கி வருகின்றன. பல நூறு தலைமுறைகளுக்கு முன்பு வாழ்ந்த அந்த ஜீவன் முக்தர்களின் அடக்க ஸ்தலங்கள் சிலவற்றையும், அவர்கள் வாழ்ந்த தலைமுறையையும் சில உதாரணங்களுக்காக கீழே கொடுத்துள்ளேன்.

யுகங்கள் கடந்து வாழும் உன்னதக் கலை 340

வ.எண்.	சித்தர்களான ஜீவன் முக்தர்கள் திருநாமங்கள்	பிறந்த மாதம்	பிறந்த நட்சத்திரம்	தலைமுறை காலம்	அடங்கிய ஸ்தலங்கள்
1.	ஸ்ரீ கொங்கணவர்	சித்திரை	உத்திராடம்	800.16	திருப்பதி
2.	ஸ்ரீ கருவூரார்	சித்திரை	ஹஸ்தம்	300.42	கரூவூர்
3.	ஸ்ரீ கமலமுனி	வைகாசி	பூசம்	4000.48	திருவாரூர்
4.	ஸ்ரீ நந்தீஸ்வரர்	வைகாசி	விசாகம்	700.3	காசி
5.	ஸ்ரீ போகர்	வைகாசி	பரணி	300.18	பழனிதில்லை
6.	ஸ்ரீ மச்சமுனி	ஆடி	ரோகிணி	300.62	திருப்பரங்குன்றம்
7.	ஸ்ரீ சட்டமுனி	ஆவணி	மிருகசீரிடம்	800.14	திருவரங்கம்
8.	ஸ்ரீ திருமூலர்	புரட்டாசி	அவிட்டம்	1000.13	சிதம்பரம்
9.	ஸ்ரீ வான்மீகர்	புரட்டாசி	அனுஷம்	700.32	எட்டிகுடி
10.	ஸ்ரீ இடைக்காடர்	புரட்டாசி	திருவாதிரை	600.18	திருவண்ணாமலை
11.	ஸ்ரீ தன்வந்திரி	ஐப்பசி	புனர்பூசம்	800.32	வைதீஸ்ரன் கோயில்
12.	ஸ்ரீ பாம்பாட்டி	கார்த்திகை	மிருகசீரிடம்	123.4	சங்கரன் கோவில்
13.	ஸ்ரீ கோரக்கர்	கார்த்திகை	ஆயில்யம்	830.11	பேரூர்
14.	ஸ்ரீ அகஸ்தியர்	மார்கழி	ஆயில்யம்	4 யுகம் 48	திருவனந்தபுரம்
15.	ஸ்ரீ ராமதேவர்	மாசி	பூரம்	700.6	அழகர்மலை
16.	ஸ்ரீ பதஞ்சலி	பங்குனி	மூலம்	5 யுகம் 7	இராமேஸ்வரம்
17.	ஸ்ரீ குதம்பை	---	---	---	காஞ்சிபுரம்
18.	ஸ்ரீ சுந்தரானந்தர்	---	---	---	மதுரை

மேற்கண்ட இடங்கள் இன்றும் பிரசித்தி பெற்று நிகழ்கின்றன என்பது எல்லோரும் அறிந்த உண்மை.

இவ்வாறு இரக்க சிந்தனையையும், அளவுகடந்த அன்பையும், ஆற்றல்களையும் உள்ளடக்கி அமைதியாக அமர்ந்திருக்கும் அந்த அதீதர்களை எவ்வாறு வணங்குவது என்று பலருக்கும் தெரியவில்லை என்பதால் அதை தெளிவுபட வெளியிட எண்ணினேன். மாபெரும் சித்தர்கள் தங்கள் அடங்கலுக்குப்பின் தங்கள் ஜீவ ஆலயத்தையும், தங்களுடைய குருவானவரின் ஆலயத்தையும் முறைப்படி பூஜிக்கவும், தங்களுடைய சீடர்கள் விருப்பப்பட்ட சித்தர்களை நேரடியாக தரிசித்து சித்திகள் பல அடையவும் கூறப்பட்ட அபூர்வமான முறைகளையும் அவர்களின் அதிர்ஷ்டானங்களில் கூறவேண்டிய ஒலிகள் அடங்கிய மந்திரச் சொற்களையும் எனக்கு என் குருவான மௌன குருவானவர் உபதேசித்தார். அதி அற்புதமான “ஜீவகாயத்திரி” என்ற “தபு” மந்திர ஒலிகள் அடங்கிய அந்த அற்புதமான முறையை என்குருநாதரின் அனுமதியுடன் அவருடைய பாதங்களை வணங்கி எல்லோரும் பயன்பெறும் பொருட்டு இங்கு உங்களிடம் சமர்ப்பிக்கிறேன். இந்த

பூஜையை ஜீவ சமாதிகளிலும், பலபேர் கூடி மண்டபங்களிலோ, அல்லது தனியாக வீட்டிலோ செய்யலாம். எப்படி செய்தாலும் இதன் பயன்களை நாவால் கூறமுடியாது. முறைப்படி சிறிதும் பிசகின்றி செய்தால் போதுமானது. ஒரு மனிதனுக்கு பிறவியில் உண்டாகும் எந்த விதமான பிரச்சினைகளாக இருந்தாலும் அதை தீர்ப்பது மட்டும் இன்றி மேலும் அவனையும், அவனைச் சார்ந்தவர்களையும் வலிமை மிக்கவர்களாக ஆற்றல் மிக்கவர்களாக மாற்றும் என்பதில் சிறிதும் ஐயமில்லை.

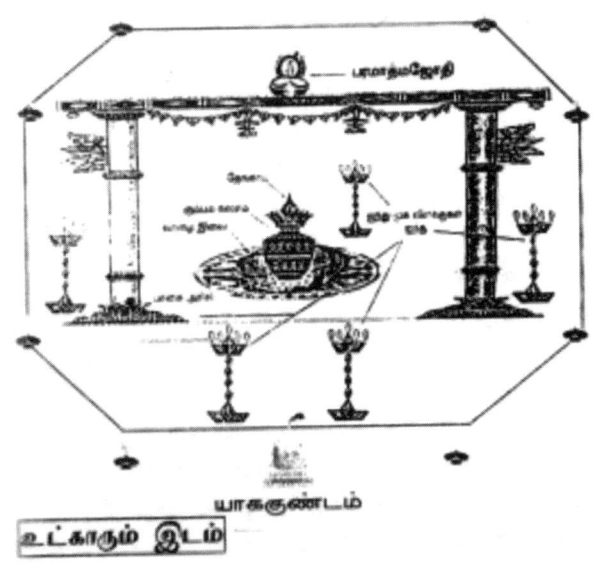

பூஜைமுறை

முதலில் பூஜை செய்யவேண்டிய இடத்தை முறைப்படி சுத்தம் செய்து அந்த இடத்தில் நாம் எந்த சித்தரை நினைத்து பூஜை செய்யவேண்டும் என்று நினைக்கிறோமோ அந்த சித்தருடைய படத்தையோ, உருவச்சிலையையோ வைக்கவேண்டும். படம் மேற்குச் சுவரில் கிழக்குப் பார்த்து வைக்கவேண்டும். சித்தரின் உருவத்தை நன்கு அலங்கரித்து வாசனை மிகுந்த மலர்கள் சாற்றி, ஊதுபத்தி, சாம்பிராணி முதலியவை வைத்து 5 முகங்கள் கொண்ட விளக்கு 5 வைக்க வேண்டும். அந்த விளக்கில் வாழை, தாமரை, எருக்கு, செம்பருத்தி, பருத்தி ஆகிய 5 வித பஞ்சுகளை இணைத்து திரியாக்கிப் போட வேண்டும். விளக்கில் நல்லெண்ணெய்,

விளக்கெண்ணைய், புங்க எண்ணை, இலுப்பெண்ணெய், தேங்காயெண்ணெய், ஆகிய 5 எண்ணெய்களை கலந்து விளக்கு ஏற்றி, படத்தின் முன்பு ஐங்கோணவடிவில் வைக்கவேண்டும். பின்பு அதன் நடுவில் கும்பம் வைக்கவேண்டும். மற்ற பூஜைகளில் பூரண கும்பம் வைப்பதற்கும் இதில் வைப்பதற்கும் நிறைய வித்தியாசங்கள் உண்டு. நல்ல தாமிரச் செம்பை நன்கு விளக்கிவிட்டு அதன் மீது மஞ்சள் நூல் கொண்டு 108 சுற்றுகள் சுற்றவேண்டும். அதன்மீது நல்ல பட்டு துண்டு அணிவிக்கவேண்டும். செம்பின் மீது 5 மாவிலைகள் வைத்து அதன்மீது நல்ல தேங்காயை மஞ்சள் தடவி வைக்கவேண்டும். சந்தனம், குங்குமம், திருநீறு இவைகளால் பொட்டுகள் வைக்கவும். ஆபரணங்கள் எதுவும் போடக் கூடாது. செம்பினுள் குங்குமம், மஞ்சள், திருநீறு, மூன்றையும் கரைத்து திருமஞ்சன நீரை முக்கால் செம்பு ஊற்ற வேண்டும். இதன் தத்துவம் யாதெனில் செம்பானது உடல், அதன் உள்ளே திருமஞ்சன நீர் குருதி, மேலே சுற்றிய நூல் நரம்புகள், 5 மாவிலைகள் பஞ்சபூதங்கள், தேங்காய் தவநிலையில் உள்ள ஆன்மா என்பதைக் குறிப்பிடுகின்றன.

இந்த கும்பத்தை வாழையிலையின் மீது அரிசியை பரப்பி அதன் மீது வைக்கவேண்டும். ஏனெனில் பசுமையான வாழையிலை பச்சையான இந்த பூமியையும், அதன் மீது உள்ள வெள்ளைநிற அரிசி தூய்மையான வாழ்வையும் குறிக்கும். இவ்வாறு அமைத்த பின்பு மிகவும் முக்கியமாக செய்யவேண்டிய வேலை ஒன்று உள்ளது. என்னவெனில் நாம் வைத்திருக்கும் பூரண கும்பத்தின் இருபுறமும் இரண்டு ஸ்டேண்ட்டுகள் அமைத்து அதன் மீது ஒரு பலகை வைத்து பூரண கும்பத்தில் உள்ள தேங்காயின் குடுமி முனைக்கு நேராக உள்ளபடி பலகையின் மீது ஒருமுக விளக்கு ஒன்றை செம்பருத்திப் பஞ்சுபோட்டு நெய் ஊற்றி ஏற்றி வைக்கவேண்டும். இதுதான் ஜீவனானது உடலைவிட்டு “பரமாத்மா” நிலைக்கு உயர்ந்து அண்டத் துடன் கலந்து நிற்கும் தத்துவமாகும். இதில் கும்பமே சித்தரின் தூய உடல். இந்த தீபமே அவரின் “பரமாத்மா”.

இவ்வாறு ஏற்பாடுகள் செய்து முடித்தபின் மரப்பலகையிலோ, வெள்ளைத் துணியிலோ, மான்தோலிலோ கிடைப்பதில் அமர்ந்து கொள்ளவும். இந்த கும்பத்திற்கு முன்பு நாம் வடக்கு நோக்கி அமர்ந்து கொள்ளவேண்டும். வாசனையுள்ள மல்லிகை, முல்லை, பன்னீர் போன்ற வெள்ளை நிறப்பூக்களை ஒரு தட்டில் அருகில் வைத்துக்கொள்ளவும்.

கண்களை மூடாமல் சித்தரின் திருஉருவத்தை நன்கு பார்த்தபடி மனதிற்குள் "என்மீது இரக்கம் கொண்டு எதிர்வந்து எனக்கு தூய்மையான தவவாழ்வை அருளவேண்டும் ஐயனே! என்குரு நாதனே! உன் பாதங்களைப் பணிகின்றேன்! என்று தியானம் செய்துகொண்டு பின்பு ஒரே நிதானமாக பிழையின்றி கீழ்க்காணும் பாதபூஜையை ஒவ்வொரு மந்திரத்திற்கும் ஒவ்வொரு மலர்களாகக் கொண்டு சித்தரின் பொற் பாதங்களை மனதில் நிறுத்தி கும்பத்தின் மீது வலதுகை பெருவிரல், நடுவிரல் கொண்டு எடுத்து அர்ச்சிக்கவும். இந்த பாத பூஜையைச் செய்வதால் மிகவும் ஆற்றல் கொண்டு விளங்கிய 108 சித்தர்களின் பொற் பாதங்களை அர்ச்சித்தமைக்குச் சமமாகும். இதனால் நாம் பூஜிக்க நினைத்த சித்தரின் அன்புக்கும் அரவணைப்பிற்கும் ஆட்பட்டு நம்முடைய பூஜையை அவர் மனமுவந்து ஏற்றுக்கொள்வார் என்பது உண்மை. ஆனால் இந்த சொற்களை ஜபிக்கும் பொழுது பலர் கூடி செய்வாராகில் முதலில் பூஜை செய்ய மனையில் அமர்ந்துள்ளவர் சொல்ல அதை மற்ற அனைவரும் மனதை ஒரு முகமாக சித்தரின் திருப்பாதங்களில் நிலைநிறுத்தி பிழையின்றி நிதானமாகக் கூறவேண்டும்.

பாத பூஜைக்கு உரிய அரும்பெரும் சித்தர்களின் 108 பொற்பாத கமல சரண மந்திரங்களை காண்போம்.

1. அகஸ்திய மாமுனிவருக்குச் சரணம் சரணம்!
   அவர் பாதம் தினம் பணிந்தேன் போற்றி போற்றி!!

2. அஞ்சனமா முனிவருக்குச் சரணம் சரணம்!
   அடக்கமுடன் பதம் பணிந்தேன் போற்றி போற்றி!!

3. அத்திரிமஹா முனிவருக்குச் சரணம் சரணம்!
   சுத்தமுடன் பதம் பணிந்தேன் போற்றி போற்றி!!

4. அமுதமஹா முனிவருக்குச் சரணம் சரணம்!
   குமுதமலர் பதம் பணிந்தேன் போற்றி போற்றி!!

5. அழுகண்ணிச் சித்தருக்குச் சரணம் சரணம்!
   தொழுது தினம் பதம் பணிந்தேன் போற்றி போற்றி!!

6. அகப்பேய்ச் சித்தருக்குச் சரணம் சரணம்!
   அகம் மகிழ்ந்து பதம் பணிந்தேன் போற்றி போற்றி!!

7. அசுவினியார் சித்தருக்குச் சரணம் சரணம்!
   அகம் மகிழ்ந்து பதம் பணிந்தேன் போற்றி போற்றி!!

8. அருட்சித்து ரிஷியார்க்குச் சரணம் சரணம்!
   மருட்சியின்றி பதம் பணிந்தேன் போற்றி போற்றி!!

9. அடவிச்சித்தர் அருளார்க்குச் சரணம் சரணம்!
   கடாட்சிக்க பதம் பணிந்தேன் போற்றி போற்றி!!
10. அறிவானந்த முனிவருக்குச் சரணம் சரணம்!
    பரம பதம் தினம் பணிந்தேன் போற்றி போற்றி!!
11. ஆத்ம ஞான சித்தருக்குச் சரணம் சரணம்!
    காத்தருளப் பதம் பணிந்தேன் போற்றி போற்றி!!
12. இடைக்காட்டுச் சித்தருக்குச் சரணம் சரணம்!
    இணையில்லாப் பதம் பணிந்தேன் போற்றி போற்றி!!
13. இராமதேவ சித்தருக்குச் சரணம் சரணம்!
    பாவம் தீர பதம் பணிந்தேன் போற்றி போற்றி!!
14. இராஜ ரிஷி முனிவருக்குச் சரணம் சரணம்!
    இரட்சிக்கப் பதம் பணிந்தேன் போற்றி போற்றி!!
15. உதயகிரிச் சித்தருக்குச் சரணம் சரணம்!
    உதயமதில் பதம் பணிந்தேன் போற்றி போற்றி!!
16. ஏகநாதர் ரிஷியார்க்குச் சரணம் சரணம்!
    ஆகமப்பொற் பதம் பணிந்தேன் போற்றி போற்றி!!
17. கணநாத முனிவருக்குச் சரணம் சரணம்!
    தினமும் அவர் பதம் பணிந்தேன் போற்றி போற்றி!!
18. கருங்கால முனிவருக்குச் சரணம் சரணம்!
    வரமருளும் பதம் பணிந்தேன் போற்றி போற்றி!!
19. கற்கமஹா ரிஷியார்க்குச் சரணம் சரணம்!
    சொற்பரிய பதம் பணிந்தேன் போற்றி போற்றி!!
20. கண்ணுவமா ரிஷியார்க்குச் சரணம் சரணம்!
    நன்னிலத்தில் பதம் பணிந்தேன் போற்றி போற்றி!!
21. கமல முனிச் சித்தருக்குச் சரணம் சரணம்!
    சமநிலையாப் பதம் பணிந்தேன் போற்றி போற்றி!!
22. கருவூரார் சித்தருக்குச் சரணம் சரணம்!
    பெருமையுடன் பதம் பணிந்தேன் போற்றி போற்றி!!
23. கம்பளிநாத முனிவருக்குச் சரணம் சரணம்!
    நம்பி தினம் பதம் பணிந்தேன் போற்றி போற்றி!!
24. கணையாழிச் சித்தருக்குச் சரணம் சரணம்!
    வினையகற்றப் பதம் பணிந்தேன் போற்றி போற்றி!!
25. கலிங்க நாத முனிவருக்குச் சரணம் சரணம்!
    குலங்காக்கும் பதம் பணிந்தேன் போற்றி போற்றி!!

26. கபால நாத சித்தருக்குச் சரணம் சரணம்!
அபாயம் நீக்கும் பதம் பணிந்தேன் போற்றி போற்றி!!
27. காலாட்டிச் சித்தருக்குச் சரணம் சரணம்!
தாலாட்டும் பதம் பணிந்தேன் போற்றி போற்றி!!
28. காங்கேயச் சித்தருக்குச் சரணம் சரணம்!
பாங்குடனே பதம் பணிந்தேன் போற்றி போற்றி!!
29. காந்தமஹா ரிஷியார்க்குச் சரணம் சரணம்!
சாந்தமுடன் பதம் பணிந்தேன் போற்றி போற்றி!!
30. காகபுஜண்டருக்குச் சரணம் சரணம்!
ஏகநிலைப் பதம் பணிந்தேன் போற்றி போற்றி!!
31. காலமஹா ரிஷியார்க்குச் சரணம் சரணம்!
பாலகன் நான் பதம் பணிந்தேன் போற்றி போற்றி!!
32. காலாங்கி முனிவருக்குச் சரணம் சரணம்!
ஆலமுண்டோன் பதம் பணிந்தேன் போற்றி போற்றி!!
33. கிராமமஹா ரிஷியார்க்குச் சரணம் சரணம்!
கிருபையுடனே பதம் பணிந்தேன் போற்றி போற்றி!!
34. குறும்பரென்ற சித்தருக்குச் சரணம் சரணம்!
அரும்பதமே தினம் பணிந்தேன் போற்றி போற்றி!!
35. குருராஜ ரிஷியார்க்குச் சரணம் சரணம்!
பெரும் பதமே தினம் பணிந்தேன் போற்றி போற்றி!!
36. கும்பேச முனிவருக்குச் சரணம் சரணம்!
நம்பியவர் பதம் பணிந்தேன் போற்றி போற்றி!!
37. கூர்மானந்த சித்தருக்குச் சரணம் சரணம்!
ஆர்வமுடன் பதம் பணிந்தேன் போற்றி போற்றி!!
38. கைலாச ரிஷியார்க்குச் சரணம் சரணம்!
கைதொழுதுப் பதம் பணிந்தேன் போற்றி போற்றி!!
39. கொங்கணமா முனிவருக்குச் சரணம் சரணம்!
தங்கமலர்ப் பதம் பணிந்தேன் போற்றி போற்றி!!
40. கௌதமஹா ரிஷியார்க்குச் சரணம் சரணம்!
திவ்ய மலர்ப் பதம் பணிந்தேன் போற்றி போற்றி!!
41. கௌபால ரிஷியார்க்குச் சரணம் சரணம்!
சௌபாக்யப் பதம் பணிந்தேன் போற்றி போற்றி!!
42. சட்டைமா முனிவருக்குச் சரணம் சரணம்!
அட்டசித்திப் பதம் பணிந்தேன் போற்றி போற்றி!!

43. சம்புமஹா ரிஷியார்க்குச் சரணம் சரணம்!
தம்பிரானின் பதம் பணிந்தேன் போற்றி போற்றி!!
44. சாங்கியமா முனிவருக்குச் சரணம் சரணம்!
பாங்குடனே பதம் பணிந்தேன் போற்றி போற்றி!!
45. சிவப்பிரும்ம ரிஷியார்க்குச் சரணம் சரணம்!
தவஞானி பதம் பணிந்தேன் போற்றி போற்றி!!
46. சிவவாக்யச் சித்தருக்குச் சரணம் சரணம்!
சிந்தையிலே பதம் பணிந்தேன் போற்றி போற்றி!!
47. சுகர் மஹா ரிஷியார்க்குச் சரணம் சரணம்!
அகமகிழ்ந்து பதம் பணிந்தேன் போற்றி போற்றி!!
48. சுந்தரானந்த சித்தருக்குச் சரணம் சரணம்!
மந்திரனார் பதம் பணிந்தேன் போற்றி போற்றி!!
49. சுழிமுனைச் சித்தருக்குச் சரணம் சரணம்!
அழிவில்லாத அவர்பதமே போற்றி போற்றி!!
50. சூரியானந்த ரிஷியார்க்குச் சரணம் சரணம்!
பாரில் அவர் பதம் பணிந்தேன் போற்றி போற்றி!!
51. செமதக்னி முனிவருக்குச் சரணம் சரணம்!
செகம்புகழும் பதம் பணிந்தேன் போற்றி போற்றி!!
52. செயகண்டி முனிவருக்குச் சரணம் சரணம்!
ஜென்மமெல்லாம் பதம் பணிந்தேன் போற்றி போற்றி!!
53. செகராஜ ரிஷியார்க்குச் சரணம் சரணம்!
செய்வினைகள் தீர பதம் பணிந்தேன் போற்றி போற்றி!!
54. சொரூபானந்த சித்தருக்குச் சரணம் சரணம்!
சோதியான பதம் பணிந்தேன் போற்றி போற்றி!!
55. சோதிமகா முனிவருக்குச் சரணம் சரணம்!
ஆதிபதம் தினம் பணிந்தேன் போற்றி போற்றி!!
56. சௌனக மகரிஷிக்குச் சரணம் சரணம்!
கெவுன சித்தி வேண்டி பதம் பணிந்தேன் போற்றி போற்றி!!
57. டமரகா னந்தருக்குச் சரணம் சரணம்!
தயவுடனே பதம் பணிந்தேன் போற்றி போற்றி!!
58. தட்சிணா சித்தருக்குச் சரணம் சரணம்!
தன்னிறைவாய் பதம் பணிந்தேன் போற்றி போற்றி!!
59. தன் வந்திரி முனிவருக்குச் சரணம் சரணம்!
நன்மை பெற பதம் பணிந்தேன் போற்றி போற்றி!!

60. திரிகால சித்தருக்குச் சரணம் சரணம்!
திடமுடனே பதம் பணிந்தேன் போற்றி போற்றி!!
61. திரணாக்ய முனிவருக்குச் சரணம் சரணம்!
திவ்யபதம் தினம் பணிந்தேன் போற்றி போற்றி!!
62. திரு மூல முனிவருக்குச் சரணம் சரணம்!
திருப்பாதம் தினம் பணிந்தேன் போற்றி போற்றி!!
63. துர்வாச முனிவருக்குச் சரணம் சரணம்!
துன்பம் நீங்க பதம் பணிந்தேன் போற்றி போற்றி!!
64. தேவ மஹா ரிஷியார்க்குச் சரணம் சரணம்!
தேவரவர் பதம் பணிந்தேன் போற்றி போற்றி!!
65. தேரையராம் சித்தருக்குச் சரணம் சரணம்!
தேவ ஒளிப் பதம் பணிந்தேன் போற்றி போற்றி!!
66. தொழுகண்ணிச் சித்தருக்குச் சரணம் சரணம்!
தழுவியவர் பதம் பணிந்தேன் போற்றி போற்றி!!
67. நவநாத சித்தருக்குச் சரணம் சரணம்!
நல்மனதால் பதம் பணிந்தேன் போற்றி போற்றி!!
68. நாதாந்த முனிவருக்குச் சரணம் சரணம்!
வேதாந்தப் பதம் பணிந்தேன் போற்றி போற்றி!!
69. பற்பமஹா ரிஷியார்க்குச் சரணம் சரணம்!
கற்பசித்தி தரும் பதமே போற்றி போற்றி!!
70. பரத் வாஜ முனிவருக்குச் சரணம் சரணம்!
சிரம் தாழ்த்தி பதம் பணிந்தேன் போற்றி போற்றி!!
71. பதஞ்சலி மாமுனிவருக்குச் சரணம் சரணம்!
நிதம் நிதமும் பதம் பணிந்தேன் போற்றி போற்றி!!
72. பாம்பாட்டிச் சித்தருக்குச் சரணம் சரணம்!
பாதமலர் தினம் பணிந்தேன் போற்றி போற்றி!!
73. பாலையானந்த சித்தருக்குச் சரணம் சரணம்!
வாலைபதம் தினம் பணிந்தேன் போற்றி போற்றி!!
74. பிராணாயாம சித்தருக்குச் சரணம் சரணம்!
பிரிந்திடாது பதம் பணிந்தேன் போற்றி போற்றி!!
75. பிரிஞ்சவமா முனிவருக்குச் சரணம் சரணம்!
பிரிந்திடாது பதம் பணிந்தேன் போற்றி போற்றி!!
76. பிருங்கிமா சித்தருக்குச் சரணம் சரணம்!
பிரும்ம நீங்கப் பதம் பணிந்தேன் போற்றி போற்றி!!

77. பிரும்மமுனி சித்தருக்குச் சரணம் சரணம்!
பிரும்ம நிலை தரும் பதமே போற்றி போற்றி!!
78. புலஸ்திய மாமுனிவருக்குச் சரணம் சரணம்!
புவனமதில் பதம் பணிந்தேன் போற்றி போற்றி!!
79. புண்ணாக்கு ஈசருக்குச் சரணம் சரணம்!
கண்ணிமைபோல் காக்கும் பதம் பணிந்தேன் போற்றி போற்றி!!
80. புலிப்பாணிச் சித்தருக்குச் சரணம் சரணம்!
கலிதனிலே காக்கும் பதம் பணிந்தேன் போற்றி போற்றி!!
81. பூவாடைச் சித்தருக்குச் சரணம் சரணம்!
பாவாலே பதம் பணிந்தேன் போற்றி போற்றி!!
82. பூதிநாத சித்தருக்குச் சரணம் சரணம்!
தீது நீக்கும் அவர் பதமே போற்றி போற்றி!!
83. போக மகா முனிவருக்குச் சரணம் சரணம்!
சாகாவரம் தரும் பதமே போற்றி போற்றி!!
84. மச்சமா முனிவருக்குச் சரணம் சரணம்!
அச்சம் நீக்கும் பதம் பணிந்தேன் போற்றி போற்றி!!
85. மதிசிலா முனிவருக்குச் சரணம் சரணம்!
மகிமைமிகு பதம் பணிந்தேன் போற்றி போற்றி!!
86. மணி கட்டிச் சித்தருக்குச் சரணம் சரணம்!
மனம் உருகிப் பதம் பணிந்தேன் போற்றி போற்றி!!
87. மார்நாட்டுச் சித்தருக்குச் சரணம் சரணம்!
பார் புகழும் பதம் பணிந்தேன் போற்றி போற்றி!!
88. மார்ச்சால முனிவருக்குச் சரணம் சரணம்!
நேர்த்தியுடன் பதம் பணிந்தேன் போற்றி போற்றி!!
89. முத்துவடுக சித்தருக்குச் சரணம் சரணம்!
முக்தி சித்தி ஞான பதம் பணிந்தேன் போற்றி போற்றி!!
90. மூலஈச முனிவருக்குச் சரணம் சரணம்!
முக்திபெற பதம் பணிந்தேன் போற்றி போற்றி!!
91. மேக சஞ்சார முனிவருக்குச் சரணம் சரணம்!
தேகபலம் தரும் பதமே போற்றி போற்றி!!
92. யாகோபுச் சித்தருக்குச் சரணம் சரணம்!
யாவரையும் காக்கும் பதம் பணிந்தேன் போற்றி போற்றி!!
93. யூகிமா முனிவருக்குச் சரணம் சரணம்!

மோகவலை நீக்கும் பதம் பணிந்தேன் போற்றி போற்றி!!

94. ரோமரிஷி முனிவருக்குச் சரணம் சரணம்!
நாமஜெபம் செய்து பதம் பணிந்தேன் போற்றி போற்றி!!

95. வள்ளுவனார் சித்தருக்குச் சரணம் சரணம்!
கள்ளமின்றி பதம் பணிந்தேன் போற்றி போற்றி!!

96. வசிஷ்ட மஹா முனிவருக்குச் சரணம் சரணம்!
இஷ்டமுடன் தினம் பதம் பணிந்தேன் போற்றி போற்றி!!

98. வசந்த மாமுனிவருக்குச் சரணம் சரணம்!
தசநாதர் பதம் பணிந்தேன் போற்றி போற்றி!!

99. வால்மீகி முனிவருக்குச் சரணம் சரணம்!
வாதவித்தை தரும் பதமே போற்றி போற்றி!!

100.வாசுதேவ மகரிஷிக்குச் சரணம் சரணம்!
ஆதிதரும் அவர் பதமே போற்றி போற்றி!!

101.வாத சாந்த மகரிஷிக்குச் சரணம் சரணம்!
பாதமதை தினம் பதம் பணிந்தேன் போற்றி போற்றி!!

102.வாராமல் ரிஷியார்க்குச் சரணம் சரணம்!
கூறாத தவப்பதமே போற்றி போற்றி!!

103.வாலையானந்த சித்தருக்குச் சரணம் சரணம்!
காலை மாலை தொழுது பதம் பணிந்தேன் போற்றி போற்றி!!

104.வாசியோக சித்தருக்குச் சரணம் சரணம்!
வாசியோகம் தரும் பதம் பணிந்தேன் போற்றி போற்றி!!

105.வியாசமகா முனிவர்க்குச் சரணம் சரணம்!
பாசமுடன் பதம் பணிந்தேன் போற்றி போற்றி!!

106.வீரமா முனிவருக்குச் சரணம் சரணம்!
தீரமுள்ள பதம் பணிந்தேன் போற்றி போற்றி!!

107.வீரமஹா ரிஷியார்க்குச் சரணம் சரணம்!
கூர்தவத்தை அருள் பதமே போற்றி போற்றி!!

108.வேதாந்த சித்தருக்குச் சரணம் சரணம்!
நாதாக்கள் பதம் பணிந்தேன் போற்றி போற்றி!!

பூரண துதிः

நன்நயமாம் நவகோடி நாதாக்கட்கும்
நானிலத்தில் கோடியுக ரிஷியார்கட்கும்
உண்மையாய் தவமியற்றும் முனிவர்கட்கும்
ஊழகற்ற ஞானம் கண்ட சித்தர்கட்கும்

மனதடக்கி வாழுகின்ற காறுக்கட்டும்
மௌன நிலை நிற்கின்ற ஞானிகட்கும்
எனதுமனம் அடக்கி மிக சரணம் சொன்னேன்
ஏந்துகின்றேன் சிரமதிலே பதமே போற்றி!

இந்த பாத பூஜையை முடித்த பின்பு சித்தர்களுக்கே உரிய 108 அஷ்டோத்ர மந்திரங்களை புருவ நிதானத்துடன் கூறி கும்பத்திற்கு மலர்களால் அர்ச்சிக்க வேண்டும். பின்பு பசும்பாலில் ஏலம், குங்கு மப்பூ, பச்சைக்கற்பூரம் முதலியவைகளை பொடிசெய்து போட்டு சீனி போட்டுக் கலந்து கிடைக்கும் பழங்கள், பால் இவற்றை நைவேத்யமாக படைக்கவேண்டும். சாம்பிராணி, குங்கிலியம், சந்தனத்தூள், கஸ்தூரி மஞ்சள்தூள் ஆகிய நான்கையும் பொடி செய்து கலந்து தூபம் போடவும். பின்பு சூடம் காட்டி தீபாரதனை செய்துவிட்டு பழையபடி எல்லோரும் வடக்கு நோக்கி சம்மணமிட்டு அமர்ந்து கொள்ள வேண்டும்.

சித்தர்களைத் தரிசிக்கச் சொல்லவேண்டிய காயத்திரி, மந்திரங்களையும் பூஜை முறையையும் முறையாகச் செய்தால் சித்தர்களைத் தரிசிக்க முடியும் என்பது முக்காலும் நிச்சயம்.

சித்தர்களை தரிசிக்கும் காயத்திரி மந்திரம்:

இதுவரை யாரும் வெளிக்கூறாத 4 வேதங்களிலும் கூட கூறாமல் மறைக்கப்பட்டு சித்தர்களால் மிகவும் ரகசியமாக கையாளப் பட்டு வந்த அபூர்வமான இந்த காயத்ரி மந்திரங்களை என் பிறவித் தொடர்பால் குருநாதரின் கடாட்சத்தால் தீட்சையாகப் பெற்ற பின் இன்றுவரை கடைபிடித்துவரும் அபூர்வமான மந்திர ஒலிகளை என் குருநாதரின் பூரண சம்மதத்துடன் எல்லோரும் அறிந்துகொண்டு துயர்நீங்கி நல்வாழ்வு வாழும்பொருட்டு இங்கு வெளியிட்டுள்ளேன். காயம் என்பது உடல் என்று பொருள்.

திரி என்பது ஸ்தூல அ சூட்சும - காரண உட்பிரிவுகள் என்ப தாகும் (காயம்+திரி=காயத்திரி) என்பது ஸ்தூல உயிரை - சூட்சும- காரணமாக மூன்று நிலைகளையும் ஒன்றாக்கி உயிரை உயர்நிலைக்குச் கொண்டு செல்ல உதவும் மந்திரச் சொல் என்று பொருள். இது சாதாரணமான மந்திரம் அல்ல இந்த மந்திரத்திற்கு என்று தனி ஒரு தெய்வ வடிவில்லை.

பஞ்சபூதங்களையும், மூன்று நிலைகளையும் ஒன்றுபடுத்தி தானாக நிற்கும் தவ நிலைக்கு அடிப்படையாக உடலின் ஒவ்வொரு நாடி நரம்புகள், வழியாக விடாது பெருக்கெடுத்து, ஓடும் ஒரு அபூர்வ உள்முக ஒலி அலையே ஆகும்.

இந்த மந்திர ஒலிகளை வாய்விட்டுக் கூறக்கூடாது. சந்தனம், தாமரை, ருத்திராட்சம், ஸ்படிகம் ஆகிய 4-ல் ஏதாவது ஒரு மாலையைக் கையில் வைத்துக்கொண்டு கீழ்க்காணும் காயத்திரி மந்திரங்களில் உங்களுக்கு எது மனதிற்கு பிடிக்கிறதோ அந்த மந்திரத்தைத் தேர்ந்தெடுத்து ஒரே நிதானத்துடன் புருவ மையத்தில் சித்தரின் திரு வுருவத்தை மந்திரங்களில் வர்ணித்துள்ளபடி நினைத்து மனதிற்குள் உங்களால் எவ்வளவு முடியுமோ அவ்வளவு உரக்கக் கூறவேண்டும்.

வாயைத் திறந்து சப்தம் வெளிவரக்கூடாது. 16 உருமுதல் 1 லட்சம் உருவரையில் உங்கள் மன ஒருமைப்பாட்டைப் பொறுத்து சித்தி உண்டாகும்.

உள்முகமாக உரக்க உண்டாக்கும் இந்த மந்திர ஒலிகளை முறைப்படி உச்சரிக்கும்போது அந்த சப்தமானது நம்முடைய உடலின் ஒவ்வொரு நாடி நரம்புகள் வழியாகவும் பெருக்கெடுத்து ஓட ஆரம்பிக்கும்.

எவ்வாறெனில் ஆற்றில் தண்ணீர் அதிகமாக வரும்பொழுது அணையை மூடிவிட்டால் அந்த நீர் பலகால்வாய்களிலும், சிற்றாறுகளிலும் நிரம்பி வழிந்து பிரிந்து செல்வதுபோல் உள்ளிருந்து உரக்ககூறும், ஒலியானது வாய்வழியாக சப்தமாக வரமுடியாமல் தடுத்துவிடு வதால் அந்த ஒலியானது எதிரொலி போன்று உடலின் ஒவ்வொரு அணுவிலும்கூட பிரதிபலிக்கும். இவ்வாறு தொடர்ந்து செய்துவரவும். இந்த காயத்திரி மஹா மந்திரங்களை ஆரம்பிக்க நினைப்பவர்கள் முன்கூறிய சித்தர் பூஜையை நல்ல ஒரு பௌர்ணமி அன்று ஆரம்பிக்க வேண்டும்.

தினமும் பூஜை செய்வது உத்தமம். இல்லையெனில் தினமும் அந்த கும்பத்தின் முன் பிரும்ம முகூர்த்தத்திலும் மாலையிலும் சுத்தமாக அமர்ந்து ஜபம் மட்டும் செய்ய வேண்டும். 48 நாட்கள் வரையில் கும்பத்தையோ, சித்தர் உருவப்படத்தையோ அப்புறப் படுத்தக்கூடாது. தினமும் ஜபம் முடிந்தவுடன் விளக்குகளை மட்டும் எடுத்து தேய்த்து மறுபடியும் வைக்கலாம். ஆனால் கும்பத்தின் மேல் உள்ள "பரமாத்ம ஜோதி" விளக்கை மட்டும் அணையாமல் 48 நாள் வரை பார்த்துக்கொள்ள வேண்டும்.

இவ்வாறு செய்தபின்பு 48வது நாள் நீங்கள் எந்த காயத்திரி மந்திரத்தை உச்சரித்து ஜபம் செய்தீர்களோ அந்த மந்திரத்தை வாய்விட்டு உச்சரித்து எண்கோணவடிவில் ஒரு யாக குண்டம் அமைத்து அதனுள் நடுவில் முன் பூஜையில் இருந்த சித்தர் திரு மேனியான கும்பத்தை எடுத்துவைத்து எட்டு கோணங்களிலும் எட்டு அகல் விளக்குகளை ஏற்றிவைத்து 1008 முறை பூக்களால் கும்பத்திற்கு புஷ்பஹோமம் செய்ய வேண்டும். பின்பு நம்மால் முடிந்த அளவிற்கு பரதேசிகள், சந்நியாசிகளுக்கு உணவளித்து பூஜையை பூர்த்தி செய்யவேண்டும்.

இந்த பூஜையை முறைப்படி செய்தவர்கள் அடையும் பயன்களையும், அவர்கள் உடலில் உண்டாகும் அபூர்வ மாற்றங் களையும் அவரவர் களே உணர்ந்துகொள்ள வேண்டும் என்பதாலும்,

அந்த பலன்களையும், விளைவுகளையும் வெளிப்படையாகக் கூற என் குருநாதரின் அனுமதி கிடைக்காததாலும் இத்துடன் நிறுத்திக் கொள்கிறேன்.

அவரவர்கள் சித்த சுத்தியுடன் செய்து பலனடைய வேண்டுகிறேன். ஆனால் நிச்சயமாக நீங்கள் நினைத்து வழிபட்ட சித்தரின் தரிசனம் கிடைக்கும் என்பது மட்டும் உண்மை.

சித்தர்களை தரிசிக்கும் அபூர்வ காயத்திரி மந்திரங்கள்

1. "ஓம் சித்தஸ்வரூபாய வித்மஹி! ஞானஸ்வ ரூபாய தீமஹீ!!
   தன்னோ ஜ்யோதிப் ப்ரசோதயாத்!!"

   பொருள்: மனம் எனும் சித்தத்தை நடத்திச் செல்பவனும். என் சித்தத்தின் வடிவமாக திகழ்பவரும். மஹா புருஷராகிய சித்தர் களின் வடிவை உடையவரும், என் அறிவுக்குள் இருந்து என்னை இயக்கி உன்னை புரிந்துகொள்ள செய்பவரும், ஞானத்தின் வடிவாக என் மனக்கண்களில் தோன்றுபவரும், தன்னிகரில்லாத சுயம் ஜோதியாகி, நூறுகோடி சூர்யப் பிரகாசத்துடன் விளங்கு பவராகிய உங்களுக்கு என்னுடைய நமஸ்காரங்கள்.

2. "ஓம் யோகஸ்வ ரூபாய வித்மஹே! தேஜஸ்வரூபாய தீமஹீ!!
   தன்னோ தேவப் பிரசோதயாத்!!"

   பொருள்: மனிதனை தெய்வநிலைக்கு உயர்த்தும் யோக நிலையின் மொத்த வடிவமாகி என்னுள் இருந்து என்னை யோக நிலையில் நிற்கச் செய்பவரும், உலகில் உள்ள எந்த ஒரு பொருளையும் ஒப்பிட்டுச் சொல்லமுடியாத அளவிற்கு அழகு உடையவரும், இளமை உடையவரும், தேவர்களே கண்டு வியந்து தாங்களும் நின் போன்று ஆகவேண்டும் என்று நினைக்கும் அளவிற்கு ஞான ஒளியாக நிற்கின்ற உங்களுக்கு என்னுடைய நமஸ்காரங்கள்.

3. "ஓம் பிரும்மஸ்வ ரூபாய வித்மஹே! சூக்ஷ்மஸ்வ ரூபாய தீமஹீ!!
   தன்னோ சித்தப் பிரசோதயாத்!!"

   பொருள்: அண்ட பிண்டங்கள் எல்லாம் தோன்றுவதற்கு முன்பு இந்த பிரபஞ்சம் இருந்த பிரும்ம நிலையை அப்படியே என்னுள் உருவமாகக் கொண்டவரும், அணுநேரம் கூட என்னை விட்டுப் பிரியாமல் அருபமாக என்னை வழிநடத்திச் செல்பவரும், எந்த இடத்திலும், எந்த நேரத்திலும், எந்த நிலையிலும் என்னுடைய மன மெல்லாம் நிறைந்து பூரணமாய் விளங்குகின்ற உங்களுக்கு என்னுடைய நமஸ்காரங்கள்.

4. "ஓம் தேவஸ்வ ரூபாய வித்மஹே! சக்திஸ்வ ரூபாய
 தீமஹீ!!
 தன்னோ பிரும்மப் பிரசோதயாத்!!"

 பொருள்: நான் மனதால் எந்த தெய்வத்தை வணங்கவேண்டும் என்று எண்ணுகின்றேனோ அந்த தெய்வத்தின் திரு உருவாகவே என்னுள் காட்சி அளிப்பவரும், யோக, போக வாழ்வில் என்னுள் இருந்து என்னை திறம்பட இயக்கும் சக்தியின் வடிவானவரும், எந்த ஒரு பிரதிபலனையும் எதிர்பார்க்காமல் அமைதியே வடிவாய் பிரும்ம நிலையில் எனக்குள் உறைகின்ற உங்களுக்கு என்னுடைய நமஸ்காரங்கள்.

5. "ஓம் அகண்டஸ்வ ரூபாய வித்மஹே! ஆதிஸ்வ ரூபாய
 தீமஹீ!!
 தன்னோ ஜோதிப் பிரசோதயாத்!!"

 பொருள்: எல்லையற்று இந்த பிரபஞ்சம் முழுவதும் பரந்து விரிந்து நிற்கின்ற மாயையாகிய மாபெரும் ரூபத்தை உடையவரும், அனைத்திற்கும் முதலாக, காரணமாக, மூலமாக என்னுள் விளங்குகின்றவரும், என் உயிரில் கலந்து பிரகாசிக்கின்ற வடிவு டையவரான உங்களுக்கு என்னுடைய நமஸ்காரங்கள்.

6. "ஓம் முக்திஸ்வ ரூபாய வித்மஹே! வேதஸ்வ ரூபாய
 தீமஹீ!!
 தன்னோ பிரும்மப் பிரசோதயாத்!!"

 பொருள்: எல்லையற்ற பல பிறவிகளைக் கடந்து கடும் தவத்தின் பலனால் முக்தியை அடையும் ரிஷிகளின் வடிவாகத் திகழ்பவரும், அனைத்து வேதங்களையும் என் அறிவின் இயக்கத்தால் அறிய வைக்கும் வடிவுடையவரும், எவ்வளவு அறிந்தாலும் மௌனமே எல்லாவற்றிலும் உயர்வானது என்பதை உணர்த்தி என்னுள் சிறிதும் சலனமற்று விளங்குகின்ற உங்களுக்கு என்னுடைய நமஸ்காரங்கள்.

7. "ஓம் வித்யாஸ்வ ரூபாய வித்மஹே! புத்திஸ்வ ரூபாய
 தீமஹீ!!
 தன்னோ வேதப் பிரசோதயாத்!!"

 பொருள்: எனக்குள் அமர்ந்து வித்தைகள் அனைத்தையும் தெளிந்து அறியும்படியான ஆற்றலைத் தரும் அந்த கலை வாணியின் தெளிந்த அறிவானது உதிக்கும் வெண்தாமரை எனும் தூய புத்தியின் வடிவானவரும். நான்கு வேதங்களையும்

உள்ளடக்கிய 5-வது வேதமான சித்தவேதத்தின் முழு உருவாக காட்சிதரும் உங்களுக்கு என்னுடைய நமஸ்காரங்கள்.

8. "ஓம் மூர்த்திஸ்வ ரூபாய வித்மஹே! கீர்த்திஸ்வ ரூபாய தீமஹி!!
தேவ தேவோ வேதப் பிரசோதயாத்!!"

பொருள்: உலகெல்லாம் வணங்குகின்ற ஒப்பற்ற கருணையுடன் கூடிய உருவத்தை உடையவரும், அனைத்து உலகங்களிலும் பெயரைச் சொன்னவுடன் என் அடிபணியும் அளவிற்கு கீர்த்தி மிக்கவரும். தேவர்களுக்கெல்லாம் தேவனாக வேதத்தின் உட் பொருளாய் விளங்குகின்ற உங்களுக்கு என்னுடைய நமஸ்காரங்கள்.

9. "ஓம் சச்சிதானந்தாய வித்மஹே! சப்த ஸ்பரிச ரூபாய தீமஹீ!!
தன்னோ பூதப் பிரசோதயாத்!!"

பொருள்: பேரானந்த நிலையையும் தாண்டி ஏக ஆனந்தமாய் மனதானது வெளியாய் நிற்கும் நிலையை எனக்குள் அளித்துக் கொண்டிருப்பவரும்! என்னுள் இருந்து வெளிப்படும் ஒலி, உணர்வுகள் அனைத்தின் உருவாக விளங்குபவரும் என் உடலில் உள்ள நீர், நெருப்பு, மண், காற்று, ஆகாயம் எனும் பஞ்ச பூதங்களாய் விளங்குகின்ற உங்களுக்கு என்னுடைய நமஸ்காரங்கள்.

10. "ஓம் கனகஸ்வ ரூபாய வித்மஹே! ககனஸ்வ ரூபாய தீமஹீ
தன்னோ சுயம் ஜோதிப் பிரசோதயாத்!!"

பொருள்: தன்னிலையில் இருந்து சிறிதும் மாறாததும் தாய் என்று சித்தர்களால் அழைக்கப்படும் சொக்கத் தங்கத்தின் நிறத்தில் உருவத்தை உடையவரும், ஆகாயவெளியெங்கும் நிறைந்து உலாவந்து கொண்டிருப்பவரும், எனக்குள் கண்கள் கூசும் அளவிற்கு பிரகாசமான ஒளிவடிவாக காட்சி தருபவருமாகிய உங்களுக்கு என்னுடைய நமஸ்காரங்கள்.

11. "ஓம் யோகஸ்வ ரூபாய வித்மஹே! ஏகஸ்வ ரூபாய தீமஹீ!!
தேஜோ தேகப் பிரசோதயாத்!!"

பொருள்: அண்ட புவனங்கள் எல்லாம் அப்படியே ஸ்தம்பித்து நிற்கும்படியான யோக நிஷ்டையில் விளங்குகின்றவரும், ஈடு இணைகூற முடியாத அனைத்தையும் உள்ளடக்கிய ஒரே உருவ மாய் என்னுள் விளங்குபவரும், எனக்கு தெய்வாம்சம்

பொருந்திய அழகிய இந்த உருவத்தை என்னுள் இருந்து அளித்துக் கொண்டி ருக்கும் உங்களுக்கு என்னுடைய நமஸ்காரங்கள்.

12. **“ஓம் மோக்ஷஸ்வ ரூபாய வித்மஹே! முக்திஸ்வ ரூபாய தீமஹீ!!**
தன்னோ பிம்பப் பிரசோதயாத்!!”

பொருள்: உலகில் கோடானு கோடி ரிஷிகள் யுகம்யுகமாக தவம் இயற்றி அடையத் துடிக்கும் மோக்ஷவீட்டை நான் அறிந்து கொள்ள ஆவல் கொண்டபோது அந்த மோக்ஷ நிலையாக என்னுள் விளங்குபவரும், முக்தி எனும், பெரும் பேற்றினைத் தருவதற்காகவே என்னுள் அமர்ந்தவரும், நான் எங்கு எதை நோக்கினாலும் அங்கெல்லாம் வந்து தன் உருவாகவே காட்சி யளிக்கும் உங்களுக்கு என்னுடைய நமஸ்காரங்கள்.

13. **“ஓம் மஹாஸ்வ ரூபாய வித்மஹே! திரியம்பேகஸ்வ ரூபாய தீமஹீ!!**
தன்னோ போதப் பிரசோதயாத்!!”

பொருள்: கண்டவுடன் மனம் இளகி, கண்களில் ஆனந்தக் கண்ணீர் பெருக்கெடுத்து ஓடும்படியான ஈடு இணையில்லாத ரூபத்தை உடையவரும், முக்காலங்களையும் அறியும் திரிகால ஞானத்தை வடிவாகக் கொண்டவரும் யோகத்தின் உட்கருவை எனக்குள் இருந்து உரைப்பவருமாகிய உங்களுக்கு என்னுடைய நமஸ் காரங்கள்.

14. **“ஓம் மஹாஸ்வ ரூபாய வித்மஹே! மாயஸ்வ ரூபாய தீமஹீ!!**
தன்னோ ரூபப் பிரசோதயாத்!!”

பொருள்: உலகிலேயே ஏன்? அண்ட புவனங்களிலேயே மிகவும் பெரியது என்று கூறப்படும் உருவத்தைப் பெற்றவரும்! தேவர்கள் முதல் யாவரும் பார்த்திட இயலாத அரூப நிலையை அடைப வரும், எனக்குள் நீங்களாகவும், உங்களுக்குள் நானாகவும் பிரிக்க முடியாதபடி என்னை ஆட்கொண்டுள்ள உங்களுக்கு என்னுடைய நமஸ்காரங்கள்.

15. **“ஓம் சகஸ்திரஸ்வ ரூபாய வித்மஹே! அகஸ்தீஸ்வ ரூபாய தீமஹீ!!**
தன்னோ ஸ்வயம்புப் பிரசோதயாத்!!”

பொருள்: என் உடலின் 7 ஆதாரங்களில் பிரதானமாகவும் ஜீவனானது ஐக்கியமாகியுள்ள சகஸ்திர தளத்தில் வீற்றிருப்பவரும்,

எனக்குள் ஈசுவர பக்தியை எள்ளளவும் குறையாத நிலையில் எப்போதும் பிரவாகமாக பொங்கச் செய்பவரும், தனித்தன்மையுடன் தானாக என்னுள் வந்து அமர்ந்தவருமாகிய உங்களுக்கு என்னுடைய நமஸ்காரங்கள்.

16. **"ஓம் ஸ்ரீ கும்பேஸ்வ ரூபாய வித்மஹே! குருஸ்வ ரூபாய தீமஹீ!!**
தன்னோ தேவப் பிரசோதயாத்!!"

பொருள்: நான் செய்யும் குரு பூஜையின்போது என்னுள் இருந்து பிரவாகித்து கும்பத்தில் சென்று அமர்ந்து திருக்காட்சி தருபவரும், மாதா, பிதா, குரு, தெய்வம் ஆகிய நான்குநிலை களிலும் ஒருவராகவே வந்து என்னை ஆட்கொண்டவரும் தேவ ரகசியத்தை என்னுள் இருந்து விளங்க வைத்துக் கொண்டிருப் பவருமாகிய உங்களுக்கு என்னுடைய நமஸ்காரங்கள்.

17. **"ஓம் ஸ்வயம்புஸ்வ ரூபாய வித்மஹே! ஸ்வர்ணஸ்வ ரூபாய தீமஹீ!!**
தன்னோ தாந்திரப் பிரசோதயாத்!!"

பொருள்: தானாகவே நான் அறியாமலே என்னுள் எழுந்தருளி என்னை வழிநடத்திச் செல்லும் வடிவுடையவரும். பாற்கடலில் பள்ளி கொண்டுள்ள திருமாலின் பாதங்களை பற்றியபடி அமர்ந் துள்ள ஸ்ரீ லெட்சுமியின் தலையினை அலங்கரிக்கும் 1008 மாற்று கொண்ட ஸ்வர்ணம் என்னும் தங்க நிறத்தை உடையவரும், தாந்திரீக வித்தையின் முழு உருவாக திகழ்கின்ற உங்களுக்கு என்னுடைய நமஸ்காரங்கள்.

18. **"ஓம் சப்த சாகராய வித்மஹே! சர்வஸ்வ ரூபாய தீமஹீ!!**
விந்தோ நாதப் பிரசோதயாத்!!"

பொருள்: இந்த பூமியைச் சுற்றி சுழன்று கொண்டிருக்கும் என்றும் வற்றாத ஏழுவகையான கடல்களைப் போன்ற கருணையுள்ள வரும், உலகில் உள்ள அனைத்து உயிர்களுக்கும் என் கண் களுக்கும் காட்சி தருபவரும், எனக்குள் ஆண், பெண்ணாகவும் விளங்குகின்ற உங்களுக்கு என்னுடைய நமஸ்காரங்கள்.

19. **"ஓம் சந்திரஸ்வ ரூபாய வித்மஹே! சாந்தஸ்வ ரூபாய தீமஹீ!!**
தன்னோ வேதப் பிரசோதயாத்!!"

பொருள்: எனக்குள் உள்ள கர்மக் கசடுகளை நீக்கி களங்கமற்ற தூய்மையான முழு நிலவின் ஒளிபோல் காந்தி வீசச் செய்யும்

படியான வடிவுடையவரும், வெடிக்கின்ற மலையும், பொங்கு கின்ற கடலும்கூட உன்னைக் கண்டவுடன் அடங்கி அமைதியாக நிற்கும்படியான கருணையுடன் கூடிய சாந்தமான உருவத்தை உடையவரும். வேதங்களின் தலைவனாகவும் விளங்குகின்ற உங்களுக்கு என்னுடைய நமஸ்காரங்கள்.

20. **"ஓம் தியானஸ்வ ரூபாய வித்மஹே! திரியம்பகேஸ்வ ரூபாய தீமஹீ!!**
தன்னோ தீக்ஷப் பிரசோதயாத்!!"

பொருள்: பாதிமதி சடை அணிந்த ஈசன் முதல் பாரினில் வாழும் முனிவர்கள் வரை பின்பற்றும் தியானத்தின் நிலையை வடிவாக கொண்டவரும், முப்பெருந் தேவர்களுக்கு இணையான வடிவுடையவரும் என்னுள் இருந்து எனக்கு தீட்சை அளிப்ப வருமாகிய உங்களுக்கு என்னுடைய நமஸ்காரங்கள்.

21. **"ஓம் பிரிதிவிஸ்வ ரூபாய வித்மஹே! பிரும்மஸ்வ ரூபாய தீமஹீ!!**
ப்ரும்மோ புவனப் பிரசோதயாத்!!"

பொருள்: இந்த பூமியில் எங்கு சென்றாலும் தாங்களின் உருவமே என் கண்களில் தோன்றும் அளவிற்கு இந்த பூமியின் வடிவாக இருப்பவரும், சூரிய கிரணங்களும் எட்டாத இடத்தில் கூட மௌனக்கு வெளியாய்த் திகழ்பவரும், பிரும்மத்தின் நிலையில் இந்த பிரபஞ்சம் முழுவதும் நிறைந்து நிற்பவருமான என் உயிரினில் கலந்து உறையும் உங்களுக்கு என்னுடைய நமஸ்காரங்கள்.

22. **"ஓம் அப்புஸ்வ ரூபாய வித்மஹே! அகண்டஸ்வரூபாய தீமஹீ!!**
தன்னோ ஏகப் பிரசோதயாத்!!"

பொருள்: எனக்குள் எந்த வித நிறமும் இன்றி தண்ணீரைப் போன்று ஸ்படிகம் போல் பிரதிபலிக்கும் வடிவுடையவரும், என்னை அணுவினும் அணுவாய் தன்னுள் அடக்கிய விஸ்வரூப முடையவரும், யாரும் ஒப்பிட்டுக்கூற முடியாத தனித் தன்மையுடன் விளங்கும் உங்களுக்கு என்னுடைய நமஸ்காரங்கள்.

23. **"ஓம் அக்னிஸ்வ ரூபாய வித்மஹி! அரூபஸ்வ ரூபாய தீமஹீ!!**
தன்னோ ஆக்ஞுப் பிரசோதயாத்!!"

பொருள்: தூய்மையின் மறுபெயராகவும், தீமைகளைச் சாம்பலாக மாற்றக்கூடியதும், ஈடு இணையில்லாததுமான அக்னியின்

வடிவத்தை உடையவரும், ஆற்றல்களாக விளங்கி வெளிக் காட்டாத அரூப நிலையில் விளங்குபவரும், எனது புருவ மத்தியத்தில் அமர்ந்து அதீத ஞானத்தைத் தரும் ஆக்ஞை பீடத்தை அலங்கரிப்பவருமாகிய உங்களுக்கு என்னுடைய நமஸ்காரங்கள்.

24. "ஓம் வாயுஸ்வ ரூபாய வித்மஹே! வாசிஸ்வ ரூபாய தீமஹீ!!
தன்னோ ஆத்மப் பிரசோதயாத்!!"

பொருள்: இவ்வுலகில் வசிக்கும் மனிதர்கள், விலங்குகள், தாவரங்கள், புல், பூண்டு, பூச்சி, பறவைகள் முதல் தேவர்கள் வரை அனைவருக்கும் வாழ்வு ஆதாரமாக விளங்குகின்ற காற்றின் வடிவானவரும், எனக்குள் சதா சர்வ காலமும். "சிவா" எனும் நாமத்தை தானாக உச்சரித்துக் கொண்டிருக்கும் "வாசி" எனும் மூச்சானவரும், என் ஆத்மாவில் கலந்து நிற்பவருமாகிய உங்களுக்கு என்னுடைய நமஸ்காரங்கள்.

25. "ஓம் பிரபஞ்சஸ்வ ரூபாய வித்மஹே! பிரும்மஸ்வ ரூபாய தீமஹீ!!
தன்னோ புவனப் பிரசோதயாத்!!"

பொருள்: இந்த பூவுலகம் போன்று பலபல அண்டங்களையும் உள்ளடக்கிய புவனத்தையும், அப்படி பலபல புவனங்களை உள்ளடக்கிய பிரபஞ்சத்தைப் போன்று விவரிக்க முடியாத பல ஆற்றல்களை உள்ளடக்கி விளங்குபவரும் அப்படி இருந்தும் மோன நிலையில் விளங்குபவரும், எனக்குள் புவனங்களை உணர்த்தியவருமான உங்களுக்கு என்னுடைய நமஸ்காரங்கள்.

26. "ஓம் பதும்ப பிரவேசாய வித்மஹே! பத்மாசனப் பிரியாய தீமஹீ!!
தன்னோ தியானப் பிரசோதயாத்!!"

பொருள்: எனக்குள் எந்த நேரமும் மலர்ந்து மணம்வீசிக் கொண் டிருக்கின்ற வெண்தாமரை மலரின் வடிவாகத் திகழ்பவரும். அந்த மலரின் மீது பத்மாசனமிட்டு அமர்ந்து யுகங்கள் கடந்து வாழ வைக்கும் உன்னத கலையான தியானத்தை தன் வடிவாகக் கொண்டவருமாகிய உங்களுக்கு என்னுடைய நமஸ்காரங்கள்.

27. "ஓம் ஆத்மஸ்வ ரூபாய வித்மஹே! அகிலஸ்வ ரூபாய தீமஹீ!!
தன்னோ மேருப் பிரசோதயாத்!!"

பொருள்: என்னுள் அமர்ந்து போக, யோக வாழ்வைத் தரும் என் உடலின் இயக்கங்களை தன் கட்டுப்பாட்டில் வைத்திருக்கும்

உயிரின் முழுவடிவமாக விளங்குபவரும், என் அறிவால் உண்டாகும் மனதின் மாயையானது செல்லும் இடங்களுக் கெல்லாம் சென்று நல்வழிநடத்துபவரும் என் சிரசினுள் சிவனும், உமையவளும் வீற்றிருக்கும் கைலாய மலையாக விளங்கு பவராகிய உங்களுக்கு என்னுடைய நமஸ்காரங்கள்.

28. **"ஓம் ருத்ரஸ்வ ரூபாய வித்மஹே! பரமஸ்வ ரூபாய தீமஹீ!!**
தன்னோ பரமப் பிரசோதயாத்!!"

பொருள்: ருத்ரன் என்று கூறப்படுகின்ற கோபக்கனலாய் நின்று தீமைகளை அழிப்பவரே! என்னுள் பரம அணுவாய் விளங்கு பவரே! பரமனின் உருவாய் பார்க்கும் இடமெல்லாம் விளங்கும் உங்களுக்கு என்னுடைய நமஸ்காரங்கள்.

29. **"ஓம் ஈசான்யஸ்வ ரூபாய வித்மஹே! ஈஸ்வரஸ்வ ரூபாய தீமஹீ!!**
தன்னோ சிவாயப் பிரசோதயாத்!!"

பொருள்: ஈசான்ய சிவனான ருத்ரமூர்த்தியின் முழுவடித்தை யாரும் காணமுடியாது. அதுபோல் உண்மையின் முழு உருவமாயும், என்னுடைய மனதில் ஈஸ்வரரூபமாயும் காட்சியளிக் கின்ற ஜீவனாகிய சிவனின் வடிவமான உங்களுக்கு என்னுடைய நமஸ்காரங்கள்.

30. **"ஓம் கந்தஸ்வ ரூபாய வித்மஹே! கமலஸ்வ ரூபாய தீமஹீ!!**
தன்னோ ஏமப் பிரசோதயாத்!!"

பொருள்: உலகில் எவ்வுயிரும் ஏங்கி மயங்கி நிற்கும் அளவிற்கு நறுமணமுடையவனே! என்னுடைய இதய கமலத்தில் வீற்றிருப் பவனே! 1008 மாற்றுகொண்ட பிறவித் தங்கத்தின் நிறத்தை ஒத்து இருப்பவனே உங்களுக்கு என்னுடைய நமஸ்காரங்கள்.

31. **"ஓம் புவனஸ்வ ரூபாய வித்மஹே! புண்ணியஸ்வ ரூபாய தீமஹீ!!**
தன்னோ தத்துவப் பிரசோதயாத்!!"

பொருள்: இந்த பிரபஞ்சத்தில் 1008 அண்டங்களையும் உள்ளடக்கிய புவனத்தின் வடிவே, பாவங்கள் உன்னைக் கண்டவுடன் பறந்தோடும் அளவிற்குப் புண்ணியத்தின் வடிவான வனே, பிறவித் தத்துவத்தின் முழுப் பொருளாள உங்களுக்கு என்னுடைய நமஸ்காரங்கள்.

32. **“ஓம் புஷ்பஸ்வ ரூபாய வித்மஹே! புவனேஸ்வராய தீமஹீ! வேதோ வித்யாப் பிரசோதயாத்!!”**

பொருள்: இந்த பூவுலகில் மட்டுமின்றி ஈசனின் திருமுடிமேல் அலங்கரிக்கின்ற பேறுபெற்ற மனதை மயக்கும் நறுமணமுடைய பூக்களின் மென்மையான வடிவானரே! இந்த புவனங்களை யெல்லாம் ஆளும் ஈசனின் வடிவை உடையவரே! வேதங்கள்கூட விளக்க முடியாத அளவு அறிவாற்றல் உள்ளவரே! உங்களுக்கு என்னுடைய நமஸ்காரங்கள்.

33. **“ஓம் பூர்வஸ்வ ரூபாய வித்மஹே! பூஜாஸ்வ ரூபாய தீமஹீ!!
தன்னோ தாரணப் பிரசோதயாத்!!”**

பொருள்: இந்த அண்ட சராசரங்கள் எல்லாம் தோன்றுவதற்கு முன்னால் தோன்றிய ஒளியின் உருவமே! இவ்வுலகம் மட்டு மின்றி அனைத்து உலகங்களிலும் போற்றிப் பூஜிக்கும் உருவத்தைப் பெற்றவரே! எந்த நேரமும் என்னை விட்டுப் பிரியாமல் என்னுள் உயிர் மூச்சாய் விளங்குகின்றவரே உங்களுக்கு என்னுடைய நமஸ்காரங்கள்.

34. **“ஓம் கானஸ்வ ரூபாய வித்மஹே! கனகஸ்வ ரூபாய தீமஹீ!!
தன்னோ நித்யப் பிரசோதயாத்!!”**

பொருள்: எவ்வுயிரும் தனைமறந்து லயிக்கும் அந்த இனிமை யான இசையின் முழு உருவாய் விளங்குபவரே! என்றும் கருக்காத தங்கத்தின் ஒளியை ஒத்த உருவை உடையவரே! பிறப்பு, வளர்ச்சி, முதிர்ச்சி, நோய், மரணம் என்னும் விதியின் சுழற்சியிலிருந்து விடுபட்டு நிரந்தரமாக என்றென்றும் நிலைத்து நிற்பவரே! உங்களுக்கு என்னுடைய நமஸ்காரங்கள்.

35. **“ஓம் அர்த்தஸ்வ ரூபாய வித்மஹே! அனந்தஸ்வ ரூபாய தீமஹீ!!
தன்னோ திவ்யப் பிரசோதயாத்!!”**

பொருள்: இவ்வுலகில் உள்ள அனைத்து ஆன்மாக்களிலும் சரிபாதியாகக் கலந்து இருப்பவரே! கோடான கோடி ஜீவன் களிலும் சுடர்விட்டு பிரகாசிப்பவரே! தானே தானாக நின்று திருக் காட்சி அருளும் திவ்யமான தூய சொரூபத்தை உடையவரே! உங்களுக்கு என்னுடைய நமஸ்காரங்கள்.

36. "ஓம் ஆதிஸ்வருபாய வித்மஹே!ஜோதிஸ்வருபாய தீமஹி!!
    தன்னோ தேவப் ப்ரசோதயாத்!!"

    பொருள்: நான் இவ்வுலகில் காண்கின்ற அத்தனை பொருள்
    களிலும் காட்சியாய் என் கண்களுக்குள் நிற்பவரே! சிறிதுகூட
    விகல்பமற்று மிக மிகத் தூய்மையான மனதுடையவரே! என்
    ஆன்மாவிற்குள் எந்நேரமும் ஜ்வாலையாய் சுடர்விட்டு பிரகாசிப்
    பவரே உங்களுக்கு என்னுடைய நமஸ்காரங்கள்.

37. "ஓம் ஆதிஸ்வ ரூபாய வித்மஹே! ஜோதிஸ்வ ரூபாய
    தீமஹீ!!
    தன்னோ தேவப் ப்ரசோதயாத்!!"

    பொருள்: முப்பெரும் தேவர்களும் உண்டாவதற்கு முன்பு
    இப்பிரபஞ்சமே இருள் சூழ்ந்த மோன நிலையில் இருந்தபோது
    அந்த மௌன இறுக்கத்தால் உண்டான அதீத அதிர்வுகளின் ஒளிப்
    பிழப்பினால் உருவானவரே! அந்த ஒளிப்பிழம்பின் உருவில்
    உண்டான முப்பத்து முக்கோடி தேவர்களின் ஆன்மாக் களிலும்
    கலந்து உறைபவரே! உங்களுக்கு என்னுடைய நமஸ் காரங்கள்.

38. "ஓம் கங்காஸ்வரூபாய வித்மஹே! அங்கஸ்வ ரூபாய
    தீமஹீ!!
    தன்னோ அப்புப் பிரசோதயாத்!!"

    பொருள்: இவ்வுலகில் செய்யக்கூடாத பாவங்கள் எதைச்
    செய்தவராயினும் ஒரு தடவை மூழ்கி எழுந்தவுடன் அத்தனை
    பாவங்களையும் அகற்றும் அற்புத சக்தி படைத்த கங்கை எனும்
    புண்ணிய நதிக்கு இணையாக என் பாவங்களைத் தங்கள் தரிசனம்
    மூலம் நீக்குபவரே! அந்த கங்கை உதயமாகும் ஈசனின் திரு
    முடியின் மேல் உள்ள ஒளிவட்டம் போன்ற உருவை உடைய
    வரே! பஞ்சபூதங்களில் அப்பு எனும் நீரின் அதிபதியானவேர!
    உங்களுக்கு என்னுடைய நமஸ்காரங்கள்.

39. "ஓம் ஜீவஸ்வரூபாய வித்மஹே! ஜென்ம மாயஸ்வ ரூபாய
    தீமஹீ!!
    தன்னோ வாயுப் பிரசோதயாத்!!"

    பொருள்: இவ்வுலகில் உள்ள ஒவ்வொரு உயிர்களின் நாதவிந்து
    சுழற்சியின் காரணமாக ஒளிவடிவாய் துலங்கும் என் ஜீவனின்
    உருவமானவரோ! இப்பிறவியில் எனக்குள் உருவாகும் ஆசை,
    காமம், கோபம், மதம் போன்ற அத்தனை மாயைகளுக்கும்

காரணமான வரே! இவை அனைத்திற்கும் ஆதாரமான மூச்சென்னும் காற்றின் வடிவானவரே! உங்களுக்கு என்னுடைய நமஸ்காரங்கள்.

40. **"ஓம் தாத்பர்யாய வித்மஹே! தத்துவஸ்வ ரூபாய தீமஹீ!! தன்னோ ஸ்படிகப் பிரசோதயாத்!!"**

பொருள்: அனைத்து வேத, ஆகம, புராணங்களின் தாத் பர்யமாய் விளங்குபவரே! இவ்வுலகில் உள்ள 96 தத்துவங்களின் மொத்த உருவானவரே! சூரிய ஒளியைப் பெற்றவுடன் 7 விதமான வண்ணங்களை பிரித்து வெளிப்படுத்தும் தன்மையுடன் மிக மிகத் தூய்மையான வடிவை உடைய ஸ்படிகத்தின் தன்மையை உடையவரே, உங்களுக்கு என்னுடைய நமஸ்காரங்கள்.

41. **"ஓம் த்ரிநேத்ராய வித்மஹே! திரிகால ஞானாய தீமஹீ!! தன்னோ ரக்ஷப் பிரசோதயாத்!!"**

பொருள்: ஈசனின் மூன்று கண்களிலும் காணும் மூலவுலகக் காட்சிகளின் முழுப்பொருளாய் விளங்குபவரே! நிகழ்காலம் இறந்தகாலம், எதிர்காலம் எனும் முக்காலங்களையும், உன் ஒரு நொடி நினைவிலேயே அறியும் ஆற்றலை உடையவரே! என்னை அணு அளவும் பிறழாமல் ஒழுக்கமான வாழ்வை அடைய என்றென்றும் காப்பவரே! உங்களுக்கு என்னுடைய நமஸ்காரங்கள்.

42. **"ஓம் காயஸ்வ ரூபாய வித்மஹே! கண்டஸ்வ ரூபாய தீமஹீ!!**
தன்னோ விஸ்வப் பிரசோதயாத்!!"

பொருள்: ஊழிக்காலங்கள் பல கடந்தும், யுகங்கள் பல கடந்தும் எப்போதும் எந்த ஒரு நிலையிலும் அழியாத கற்பதேகத்தை உடையவரே! சுவாசத்தை ஓடாமல் நிலை நிறுத்தி வந்து நிலையின் ப்ரணவ ஒலியை கண்டத்தின் மூலம் உருவாக்கும். ஆற்றலை அளிப்பவரே! கண்களால் காணமுடியாத அளவு எல்லையற்ற அகண்ட வெளியானவரே! உங்களுக்கு என்னுடைய நமஸ்காரங்கள்.

43. **"ஓம் நீலகண்டாய வித்மஹே! மஹா தேவாய தீமஹீ!! தன்னோ நேத்ரப் பிரசோதயாத்!!"**

பொருள்: அந்த ஈசனின் உருவைப் போன்று அளவற்ற காயசித்தியின் மகிமையால் கருவண்டின் நிறத்தைப் போன்ற கண் களையும், ஆகாய நிற ஒளி உடலையும் பெற்றவரே! முப்பத்து முக்கோடி தேவர்களும் மயங்கும் மஹா தேவரே! என்னுள் நான் காணும் ஒளிச்சுடரே! உங்களுக்கு என்னுடைய நமஸ்காரங்கள்.

44. **"ஓம் சர்வேஸ்வராய வித்மஹே! சகஸ்ர லிங்காய தீமஹீ!! தேஜோ ஜோதிப் பிரசோதயாத்!!"**

பொருள்: இவ்வுலகில் உள்ள உயிர்கள் எல்லாம் செய்யும் பாவ புண்ணியங்களை உன் திருக்காட்சியின் மூலம் நீக்கி பேறு அடையச் செய்யும் வல்லமை பெற்றவரே! என் சிரசின் உள்புறம் நான் எனும் ஆன்மாவாகிய ஜீவன் உறைகின்ற 1008 இதழ்கள் கொண்ட திருக்கமலத்தின் மத்தியில் உறைபவரே எனக்குள் இருந்து தேஜஸ் எனும் ஒளி ஊட்டி, ஜோதி வடிவாக பிரகாசிப்பவரே! உங்களுக்கு என்னுடைய நமஸ்காரங்கள்.

45. **"ஓம் ஆதித்ய ரூபாய வித்மஹே! அதிலாவண்ய ரூபாய தீமஹீ!!**
திவ்ய மூர்த்திப் பிரசோதயாத்!!"

பொருள்: சூரிய மண்டலத்தில் தோன்றும் கோடிக்கணக்கான ஒளிர்கின்ற செந்நிற ஒளிக்கற்றைகளின் மொத்த உருவானவரே! ஈடு இணையற்ற, உவமை கூறமுடியாத அளவிற்கு அழகிய உருவை உடையவரே! நான் காணும் உருவங்களிலேயே என் உயிரையும், உள்ளத்தையும் முழுதும் ஈர்க்கின்ற உருவை உடையவரே! உங்களுக்கு என்னுடைய நமஸ்காரங்கள்.

46. **"ஓம் மோனஸ்வ ரூபாய வித்மஹே! ஞானஸ்வ ரூபாய தீமஹீ!!**
ப்ரும்மோ நாதப் பிரசோதயாத்!!"

பொருள்: எந்த ஒரு ஒளி, ஓசை, அதிர்வு, பகுப்பு அற்றதான மௌனத்தின் உச்சக்கட்டமான ஏதுமற்ற மோன நிலையை உடையவரே! எண்ணமுடியாத அளவு ஞானத்தின் மொத்தமான உருவாய் விளங்குபவரே! சப்தமற்று, ஏதுமற்று விளங்கும் ப்ரும்ம நிலையில் உருவாகும் நாதத்தின் வடிவானவரே! உங்களுக்கு என்னுடைய நமஸ்காரங்கள்.

47. **"ஓம் சாந்தஸ்வ ரூபாய வித்மஹே! காந்தஸ்வ ரூபாய தீமஹீ!!**
தன்னோ ஜீவப் பிரசோதயாத்!!"

பொருள்: இவ்வுலகில் அண்ட பேரண்டங்களின் மொத்தமான கூட்டு சேர்க்கையான பஞ்சபூதங்கள் ஐந்தும் மதம் கொண்டு இவ்வுலகை அழிக்க முற்படும்போதுகூட உன்னைக் கண்டால் கோபம் தணிந்து சாந்த நிலைக்கு மாறும் அளவிற்கு சாந்தமான உருவாய் திகழ்பவரே! இந்த பிரபஞ்சத்தில் உள்ள அத்தனையும் உன்னால் கவரப்பட்டு ஒரு பொது விதிக்குள் செயல்படக்கூடிய

நிலையை உருவாக்கிய காந்தஸ்வ ரூபமானவரே! அத்தனை ஆற்றலையும் உள்ளடக்கி விளங்குகின்ற ஜீவ ஒளியே உங்களுக்கு என்னுடைய நமஸ்காரங்கள்.

48. **"ஓம் ஆலகாலஸ்வ ரூபாய வித்மஹே! அந்தரஸ்வ ரூபாய தீமஹீ!!**
தன்னோ பூரணப் பிரசோதயாத்!!"

பொருள்: பாற்கடலைக் கடைந்தபோது வெளிப்பட்ட ஆலகால விஷமானது அதன் வாசனையை முகர்ந்தவர்களையெல்லாம் கொல்லும் அளவிற்கு பயங்கரமான சக்தி படைத்ததாக இருந்தது. அதே போன்று எனக்கு இன்னல் செய்ய நினைத்தாலே அவர் களை சம்ஹாரம் செய்யும் வல்லமை பெற்றவரே! உன்னை யாராலும் அணுக முடியாதபடி நிலையற்று நிலையாக நிற்பவரே! குறையற்ற முழுப்பொருளாய் விளங்குபவரே! உங்களுக்கு என்னுடைய நமஸ்காரங்கள்.

49. **"ஓம் பஞ்சாட்சராய வித்மஹே! பார்வதி சமேதாய தீமஹீ!!**
தன்னோ பரிமளப் பிரசோதயாத்!!"

பொருள்: பல யுகங்களாக முனிவர்களால்கூட புரிந்துகொள்ள முடியாத தவம் எனும் (தன்வசம்) ஐந்தெழுத்தை ஒரு நொடியில் புரிய வைத்தவரே! உன் ஜீவனுக்குள் அத்தனை சக்திகளையும் அடக்கி வைத்திருப்பவரே! நினைத்தவுடனேயே பேரின்ப நிலையை அடைய உதவும் பரிமளமானவரே! உங்களுக்கு என்னுடைய நமஸ்காரங்கள்.

50. **"ஓம் காலஸ்வ ரூபாய வித்மஹே! பைரவஸ்வ ரூபாய தீமஹீ!!**
தன்னோ வடுகப் பிரசோதயாத்!!"

பொருள்: பிரபஞ்ச விதிகளை மாற்றி அமைக்கும் அளவிற்கு கால நிலையில் மொத்த உருவானவரே! இவ்வுலகை எந்த தீய சக்திகளும் எதுவும் செய்யமுடியாதபடி அணுவினும் அணுவாய் இருந்து காப்பவரே! எவர் நினைத்தாலும் உன்னை எதுவும் செய்ய முடியாத அளவிற்கு வல்லமை பெற்றவரே! உங்களுக்கு என்னுடைய நமஸ்காரங்கள்.

51. **"ஓம் நிர்விகல்ப ஸ்வரூபாய வித்மஹே! நிர்வாணஸ்வ ரூபாய தீமஹீ!!**
ப்ராணப் ப்ரதிஷ்டப் பிரசோதயாத்!!"

பொருள்: எந்த ஒரு சிறு குறைபாடும் அற்று சங்கல்ப, விகல்பங்களுக்கு அப்பாற்பட்டு நிர்விகல்பமான தோற்றத்தை

உடையவரே! ஆதி, அந்தம், எனப்படும். தொடக்கம், முடிவு என்ற நிலை களற்று ஏதுமற்ற நிலையில் உள்ளவரே! ஒவ்வொரு உயிரையும் உடலினுள் நிலைப்படச் செய்பவரே உங்களுக்கு என்னுடைய நமஸ்காரங்கள்.

52. **“ஓம் ஸ்தூல லோகாய வித்மஹே! சூட்சும தேகாய தீமஹீ!! தன்னோ ஜ்யோதிப் பிரசோதயாத்!!”**

பொருள்: இவ்வுலகில் உள்ள அத்தனை உடல்களின் ஆற்றல் களையும் பெற்றவரே! என் கண்களுக்குப் புலப்படாமல் அநீதி களின் உலகமான சூட்சும உலகில் தலைவனாக வசிப்பவரே! யாருமே அறிந்து கொள்ள முடியாத நித்ய ஆன்ம ஜோதிப் பிழம்பாக விளங்குபவரே! உங்களுக்கு என்னுடைய நமஸ்காரங்கள்.

53. **“ஓம் பஞ்சபூதாய விதமஹே! ப்ராண தேகாய தீமஹீ!! தன்னோ கல்பப் பிரசோதயாத்!!”**

பொருள்: இந்த அண்ட சராசரங்கள் முதல் பிண்ட கோசங்கள் வரையில் பரவி நிற்கின்ற பஞ்ச பூதங்களின் உருவானவரே! என் உயிர், உடல் அனைத்துமாய் நீங்காமல் திகழ்பவரே! கோடான கோடி யுகங்கள் இவ்வுலகில் திருமேனியுடன் காட்சிதரும் சித்தர்களுக்கெல்லாம் அந்த நீண்டதொருவாழ்வை அளிக்கும் கற்பமாகத் திகழ்பவரே உங்களுக்கு என்னுடைய நமஸ்காரங்கள்.

54. **“ஓம் குருப் ப்ரம்மாய வித்மஹே! குரு தீட்சாய தீமஹீ!! குரு சர்வலோகாயப் பிரசோதயாத்!!”**

பொருள்: அனைத்து உலகங்களையும், அதில் உள்ள அத்தனை உயிர்களையும் படைக்கும் பிருமாவின் உருவானவரே! முக்தி எனும் பேறு பெறும் அற்புதமான யோக தீட்சையின் உருவான வரே! பூவுலகம், வானுலகம், வெளி, ஒளி, பாழ் உலகங்களில் எல்லாம் வியாபித்து எங்கும் நீக்கமற நிறைந்து நிற்பவரே உங்களுக்கு என்னுடைய நமஸ்காரங்கள்.

இந்த சித்தர்களின் தீட்சா காயத்ரி மந்திரங்கள் என்னும் அற்புத உள் ஒலி அதிர்வு அலை மந்திரங்கள் மொத்தம் 108 உள்ளது. அதில் முதல் 54 மந்திரங்களை முதலில் முறைப்படி அனுஷ்டித்து அதன் நற்பலனை முழுவதும் பெற்றவர்கள் சித்தர் எனும் நிலைக்கு உயர்ந்து சொல்லவொண்ணாத ஆற்றல்களை அடைவது நிச்சயம். அவ்வாறு நிலையை எட்டியவர்களுக்கு நம் முன்னோர்களான, அன்பின் முழு வடிவான, ஆற்றல்களின் மொத்த உருவான சித்த புருஷர்களான

குருமார்கள் நேரில் தோன்றி குரு முகாந்திர தீட்சையாக மீதமுள்ள 54 காயத்திரி மந்திரங்களை நேரடியாக உபதேசிப்பார்கள். எனவே அந்த 54 காயத்திரி மந்திரங்களை இங்கு நான் வெளியிட முடியாத நிலையில் உள்ளேன்.

ஏனெனில் அந்த மந்திர ஒலி அதிர்வுகளைத் தாங்கும் நிலைக்கு நம் உடலும், மூளையின் செயல்பாடும், உணர்வுகளும் பஞ்சபூத சக்திகளும் வலுப்பெற வேண்டும். என்பதால்தான் இந்த கட்டுப்பாட்டை முன்னோர்கள் விதித்துள்ளனர். எனவே அந்த சித்தர்களே நேரடியாக வந்து தரிசனம் தந்தபின்பு நான் கூறவேண்டியது ஒன்றுமில்லை.

அந்த நிலைக்கு நம்மை உயர்த்திக் கொள்ளும் உண்மையான மிகவும் ரகசியமாக பாதுகாக்கப்பட்டு வந்த சித்தர்களை பூஜிக்கும் முறைகள், பாத சரண மந்திரங்கள். அற்புதமான யோக காயத்திரி மந்திரங்களை சிறுமறைப்பும் இன்றி வெளியிட்டுள்ளேன். மனிதர்களை மனித நேயமான புனிதர்களாகப் பக்குவப்படுத்தும் வல்லமை சித்தர்களின் அருளாசிக்கு மட்டுமே உண்டு! அதைப்பெற்று அனைவரும் மேல்நிலையடைய வேண்டுகிறேன்.

சித்தர்களை பூஜிக்கும் முறைகள்

மேலும் சாதாரணமானது முதல் சிறப்பு மிக்க ஆலயங்கள் வரையில் கருவறையில் பிரதிஷ்டை செய்யப்பட்டுள்ள தெய்வ மூர்த்தங்களின் கீழ் செம்பு உலோகத்தால் செய்யப்பட்ட யந்திரத் தகடு களும், நவரத்தினக்கற்களும், சில மூலிகைகளின் வேர்களும் வைத்து பிரதிஷ்டை செய்து அந்த சிலைக்கு நேர் மேலாக கூம்புவடிவில் கோபுரக் கவசம் அமைத்து வழிபடுகின்றனர்.

இந்த அமைப்பில் பிரபஞ்சத்தில் பரவியுள்ள அணுமின் காந்த அலைகளை செம்பு உலோகமானது ஈர்த்து உள்வாங்கிக் கொண்டு சிலையின் அடியில் உள்ள செம்புத் தகடானது அதை வாங்கிக் கொள்ளும். இடைவிடாது இந்த அலைப் பிரவாகத்தின் இடையே அந்தத் தகட்டில் கீறியுள்ள கோடுகளுக்கு ஏற்பட ஒலி அதிர்வுகளை (மந்திரங்களை) உண்டாக்கும் போது அந்த அணு, மின், காந்த அலைகள் சிதறி நாற்புறமும் பரவி கருவறையின் வெளியில் இறைவழிபாடு செய்யும் பக்தர்கள் மீது படுவதால் பல நன்மைகள் உண்டாகும். இதனால் தான் கோயில்களில் பூஜையின் போது பல வாத்தியங்கள் முழங்கு வதால். கருவறைக்குள் மந்திரசொற்கள் கூறிக்கொண்டே சங்கு, சேகண்டி, மணி முதலியவைகள் கொண்டு அதிக அதிர்வுகளை உண்டாக்கும் அற்புதமான விஞ்ஞான ரீதியான ஒரு நன்மையை நம் முன்னோர்கள் வகுத்து வைத்தனர்.

ஆனால் ஒரு குறிப்பிட்ட காலத்திற்குப் பின் முன்கூறிய உலோகத்தகடுகள் களிம்பு ஏறி ஈர்ப்புத் தன்மையை இழந்து விடுவதால் அதை புதுப்பிக்கும் பொருட்டு திருப்பணி, கும்பாபிஷேகம் முதலியவற்றை நடத்த வேண்டும். இல்லையெனில் அந்த ஆலயங்கள் சக்தி இழந்து மிக பாழடைந்து விடும். இதுபோன்ற பல ஆலயங்களை நாம் இன்றும் காண்கின்றோம். இவ்வாறு உள்ள நிலையில் ஆலயங் களின் கருவறையில் உள்ள சிலையின் அடியில் வைக்கும் யந்திரத் தகட்டில் கீறியுள்ள கோடுகளுக்கு ஏற்றபடி பலபல சொற்களை (ஒலி அதிர்வுகளை) மாற்றி மாற்றி அமைத்து இருந்தனர்.

ஆனால் நீண்ட நெடும் தவம் இயற்றி ஆன்மாவின் அற்புதமான ஆற்றலை அதீதமான காந்தமயமாக்கி பெருவாழ்வு வாழ்ந்து ஜீவ சமாதியில் உறையும் சித்தர்கள் கருவறையில் எந்த உலோகத் தகடுகளும் இல்லை. அவர்களின் ஆன்மாவின் அற்புத காந்த சக்தியானது ஒவ்வொரு வினாடியும் அந்த ஆற்றலுடன் வெளிப் பட்டுக் கொண்டு இருப்பதால் அதை நாம் அடையும் பொருட்டு அந்த மாதிரி சித்தர் பீடங்களிலும் சரி, வீட்டில் சித்தர் படங்களை வைத்து பூஜிப்பவர்களும் சரி, சித்தர்கள் அடர்ந்த காடுகளில் தங்க ளுடைய குருவானவரின் திருச்சமாதிகளில் மலர்கொண்டு அர்ச்சனை செய்ய எல்லா ஜீவ சமாதிகளிலுமே பொதுவான ஒரே அஷ்டோத்திர மந்திரத்தையே பயன்படுத்தினார்கள். என் குருவான அந்த மஹானு பவரின் திருவருளால் நான் அறிந்த அந்த ரகசியமான சித்தர்களுக்கே உரிய 108 மந்திர ஒலிகளை உங்களுக்கு அளிக்கிறேன்.

சித்தர்கள் அதிர்ஷ்டான 108 அஷ்டோத்திர திருமந்திரங்கள்

1. ஓம் சித்தஸ்வரூபாய நம
2. ஓம் யோகஸ்வரூபாய நம
3. ஓம் ஞானஸ்வரூபாய நம
4. ஓம் மோனஸ்வரூபாய நம
5. ஓம் தேஜஸ்வரூபாய நம
6. ஓம் ஜோதிஸ்வரூபாய நம
7. ஓம் மந்திரஸ்வரூபாய நம
8. ஓம் யந்திரஸ்வரூபாய நம
9. ஓம் தந்திரஸ்வரூபாய நம
10. ஓம் தேவஸ்வரூபாய நம
11. ஓம் மூர்த்திஸ்வரூபாய நம
12. ஓம் சத்தியஸ்வரூபாய நம
13. ஓம் சிவஸ்வரூபாய நம
14. ஓம் விஷ்ணுஸ்வரூபாய நம
15. ஓம் பிரும்மஸ்வரூபாய நம
16. ஓம் சக்திஸ்வரூபாய நம
17. ஓம் லிங்கஸ்வரூபாய நம
18. ஓம் ஸ்தூலஸ்வரூபாய நம

19. ஓம் சூட்சுமஸ்வரூபாய நம
20. ஓம் கனகஸ்வரூபாய நம
21. ஓம் கனனஸ்வரூபாய நம
22. ஓம் ஆத்மஸ்வரூபாய நம
23. ஓம் குருஸ்வரூபாய நம
24. ஓம் ரவிஸ்வரூபாய நம
25. ஓம் மதிஸ்வரூபாய நம
25. ஓம் பிருமதிஸ்வரூபாய நம
27. ஓம் அப்புஸ்வரூபாய நம
28. ஓம் தேயுஸ்வரூபாய நம
29. ஓம் வாயுஸ்வரூபாய நம
30. ஓம் அகண்டஸ்வரூபாய நம
31. ஓம் அண்டஸ்ஸ்வரூபாய நம
32. ஓம் மேரூஸ்வரூபாய நம
33. ஓம் கமலஸ்வரூபாய நம
34. ஓம் சகஸ்திரஸ்வரூபாய நம
35. ஓம் காந்தஸ்வரூபாய நம
36. ஓம் புஸ்பஸ்வரூபாய நம
37. ஓம் கந்தஸ்வரூபாய நம
38. ஓம் மூலஸ்வரூபாய நம
39. ஓம் காலஸ்வரூபாய நம
40. ஓம் க்ஷேத்திரஸ்வரூபாய நம
41. ஓம் நேத்திரஸ்வரூபாய நம
42. ஓம் தீர்த்தஸ்வரூபாய நம
43. ஓம் சாஸ்திரஸ்வரூபாய நம
44. ஓம் தீட்சாஸ்வரூபாய நம
45. ஓம் பீஜஸ்வரூபாய நம
46. ஓம் ஆசனஸ்வரூபாய நம
47. ஓம் புவனஸ்வரூபாய நம
48. ஓம் கற்பஸ்வரூபாய நம
49. ஓம் திருஷ்டிஸ்வரூபாய நம
50. ஓம் சக்கரஸ்வரூபாய நம

51. ஓம் திருக்கோணஸ்வரூபாய நம
52. ஓம் நட்சத்திரஸ்வரூபாய நம
53. ஓம் நிர்விகல்பவரூபாய நம
54. ஓம் ஆருடஸ்வரூபாய நம
55. ஓம் சஞ்சாரஸ்வரூபாய நம
56. ஓம் சாந்தஸ்வரூபாய நம
57. ஓம் கோரஸ்வரூபாய நம
58. ஓம் தியானஸ்வரூபாய நம
59. ஓம் தபஸ்வரூபாய நம
60. ஓம் ஜென்மஸ்வரூபாய நம
61. ஓம் கர்மஸ்வரூபாய நம
62. ஓம் தர்மஸ்வரூபாய நம
63. ஓம் ரிஷிஸ்வரூபாய நம
64. ஓம் முனிஸ்வரூபாய நம
65. ஓம் ராஜஸ்வரூபாய நம
66. ஓம் சாதுஸ்வரூபாய நம
67. ஓம் அதீதிஸ்வரூபாய நம
68. ஓம் அனுக்கிரஹஸ்வரூபாய நம
69. ஓம் ஆதாரஸ்வரூபாய நம
70. ஓம் ஆதிஸ்வரூபாய நம
71. ஓம் அந்தஸ்வரூபாய நம
72. ஓம் கீர்த்திஸ்வரூபாய நம
73. ஓம் பூதஸ்வரூபாய நம
74. ஓம் நாதஸ்வரூபாய நம
75. ஓம் ஜீவஸ்வரூபாய நம
76. ஓம் தீபஸ்வரூபாய நம
77. ஓம் சுவேதஸ்வரூபாய நம
78. ஓம் ரக்தஸ்வரூபாய நம
79. ஓம் மங்களஸ்வரூபாய நம
80. ஓம் மரகதஸ்வரூபாய நம
81. ஓம் அகரஸ்வரூபாய நம
82. ஓம் உகரஸ்வரூபாய நம

83. ஓம் மகரஸ்வரூபாய நம
84. ஓம் பிரணஸ்வரூபாய நம
85. ஓம் சித்திஸ்வரூபாய நம
86. ஓம் முக்திஸ்வரூபாய நம
87. ஓம் அந்தரஸ்வரூபாய நம
88. ஓம் ருத்ரஸ்வரூபாய நம
89. ஓம் குபேரஸ்வரூபாய நம
90. ஓம் வருணஸ்வரூபாய நம
91. ஓம் இந்திரஸ்வரூபாய நம
92. ஓம் நவக்கிரஹஸ்வரூபாய நம
93. ஓம் அஸ்டசித்திஸ்வரூபாய நம
94. ஓம் மாயஸ்வரூபாய நம
95. ஓம் தூயஸ்வரூபாய நம
96. ஓம் ஈசானாஸ்வரூபாய நம
97. ஓம் ப்ரளயஸ்வரூபாய நம
98. ஓம் அஞ்சனஸ்வரூபாய நம
99. ஓம் அமிர்தஸ்வரூபாய நம
100. ஓம் ஆக்ஞைஸ்வரூபாய நம
101. ஓம் பூரணஸ்வரூபாய நம
102. ஓம் திடஸ்வரூபாய நம
103. ஓம் திவ்யஸ்வரூபாய நம
104. ஓம் ஜெகஸ்வரூபாய நம
105. ஓம் பிரேமஸ்வரூபாய நம
106. ஓம் பிரிமளஸ்வரூபாய நம
107. ஓம் சிருஷ்டிஸ்வரூபாய நம
108. ஓம் அதிர்ஷ்டிஸ்வரூபாய நம

மேற்கூறிய சித்தர்களுக்கே உரிய 108 அஷ்ட்டோத்திர மந்திரங்கள் அவர்களுடைய ஆற்றல்களையும் அளப்பறிய சக்திகளையும், அளவிட முடியாத பேரின்ப நிலையையும், அபூர்வ ஞானத்தையும் குறிப்பிடுவதாக அமைந்துள்ள படியால் இந்த மந்திரங்களை உச்சரிக்கும்போதே ஏற்படும் தெய்வீக ஒலி அலை அதிர்வுகளால் உச்சரிப்பவர் மட்டுமின்றி, அதைக் கேட்பவர்களுக்கும்

தானாகவே மனம் தவநிலைக்குச் செல்லும் என்பதை தெளிவாக அறிந்த சித்தர்கள் தங்களுடைய அனுபவ உண்மைகளை தங்களுடைய நூல்களில், தீட்சா முறைகளிலும தெளிவாக வெளிப்படுத்தினர்.

சாதாரணமாக வேதங்களில் கூறப்பட்டுள்ள முறைகளை அனுஷ்டிக்க முடியாமல் போனாலும், அந்த வேதங்களில் உள்ள பாடல்களை மனப்பாடம் செய்து ஓதுவதும் அதன் அர்த்தங்களை அறிந்து அதைப் பிறருக்கு ஞான உபதேசமாக கூறி அதன் மூலம் தன்னை ஒரு பெரிய பண்டிதர் போலவும், ஞானி போலவும் பிறர் நினைக்க வேண்டும் என்ற ஒரு எண்ணத்தில் இன்று பலர் தங்களுக்குத் தோன்றிய பல முறைகளை கூட்டமாகச் சேர்ந்து செய்து, அதன் மூலம் மக்களுக்கு எந்த ஒரு நன்மையும் இல்லாமல் போனாலும், தற்பெருமைக் காகவும், புகழ்ச்சிக்காகவும் செய்து வருகின்றனர். ஆனால் நான் மேலே கூறியுள்ள அபூர்வமான இந்த சித்தர்களின் பூஜை முறையும், காயத்திரி மந்திரங்களும், அஷ்டோத்திர மந்திரமும் முறையாக எந்த ஒரு சிறு பிழையுமின்றி அனுசரிக்கப்பட வேண்டும் என்பதுடன் கண்டிப்பாக இதை பொது நன்மைக்காகவே பயன்படுத்த வேண்டும் என்றும், காலப்போக்கில் அபூர்வமான இந்த முறைகளை அழிந்து விடக்கூடாது என்ற எண்ணத்திலும் நான் பல சிரமங்களுக்கு இடையில் முற்றிலும் எதிர்பாராத சூழ்நிலையில், குரு முகமாக கிடைக்கப் பெற்ற இந்த அபூர்வ விஷயங்களை இங்கு வெளிப்படுத்தியுள்ளேன்.

மேற்கூறிய நான்கு வேதங்களிலும் உள்ளது போல அன்றி ஐந்தாவது வேதமான சித்தர்கள் வேதத்தில் கூறப்பட்டுள்ள இந்த முறைகள் அனைத்தும் சித்தர்கள் வழியை பின்பற்றுபவர்கள் மட்டுமே அனுஷ்டிக்க வேண்டும் என்பதுடன் வெறும் வாய் ஞானத்திற்காகவும், தற்புகழ்ச்சிக்காகவும் பிறருக்கு இதை உபதேசிக்கக்கூடாது என்ற சித்தர்களின் கோட்பாட்டை இங்கு உங்களுக்கு தெளிவாகக் கூறி எல்லாம் குருவின் செயலே, குருப் பார்க்கின் கோடி நன்மை என்ற நல்மொழிக்கு இணங்க இப்பூவுலகில் கிடைத்தற்குரிய முக்தியெனும் பேறு பெறும் சக்தியுள்ள மனிதப் பிறவியாய் பிறந்த நாம் ஒவ்வொரு வரும் மேற்கூறிய முறைகளை தவறாது கடைபிடித்து அதீத விஞ்ஞானிகளாகவும், ஆண்டவனின் தூதர்களாகவும் அண்ட சராசரங்களையும் அன்புடன் பராமரிக்கும் அதீதிகளாகவும் அன்பின் உருவாய், நம் ஆத்ம குருவாய் விளங்குகின்ற நம் ஆதி சித்தர்களின் அருள் பார்வைக்கு நாம் அனைவரும் ஆளாகி அவர்களுடைய திருப்பொற்பாத கமலங்களில் சரண் அடைவோமாக!!

ஓம் ஸ்ரீ மஹா குரு பாதுகாய நம:

சித்தர்களின் அற்புதத் தியானமுறை

18 சித்தர்களில் மிகவும் ஆற்றலும், முதன்மையும் பெற்று ஈசனின் அன்பிற்கு நேரடியாகப் பாத்திரமான மகரிஷி திருமூலரின் வாழ்க்கையின் வரலாற்றை முழுவதும் கூறுவது என்பது யாராலும் இயலாத ஒன்று. இருப்பினும் என் சிற்றறிவுக்கு எட்டியவரை ஒரு சில விஷயங்களை உங்களுடன் பகிர்ந்து கொண்டதில் மகிழச்சி அடைகிறேன். ஆயினும் இப்படி வாழும் அந்தச் சித்தர்களின் வரலாற்று நிகழ்ச்சிகளை மட்டும் கூறுவதுடன் நில்லாமல் அவர்கள் நம்மைப் போன்ற சாதாரண மனித சமுதாயம் நோயின்றி, வறுமையின்றி சந்தோஷமாக வாழும் பொருட்டு நமக்கு அளித்த ஒரு சில முக்கியமான முறைகளையும் அறிந்து கொள்வதன் மூலம் ஓரளவாவது இனி வரும் காலங்களில் நாம் நிம்மதியாகவும், சந்தோஷமாகவும் வாழ்வதற்கு வழி கிடைக்கும் என்ற நம்பிக்கையுடன் திருமூல மாமுனிவர் நமக்கு அருளிய ஒரு சில முறைகளைத் தொகுத்து உங்களுக்கு அளிக்கிறேன்.

முதலில் மனிதனின் வறுமை, நோய் போன்ற நிலைகளுக்கு மூல காரணமே ''மாயை'' என்னும் மனம் தான் என்பது யாராலும் மறுக்க முடியாத உண்மை. அப்படிப்பட்ட விரிந்து, பரந்து பரவி வியாபிக்கும் மனதின் எண்ண அலைகளை முறையாக சேர்த்து ஒரு நிலைப்படுத்தியும் அவ்வாறு ஒருநிலைப்படுத்தப்பட்ட எண்ண அலைகளைக் கொண்டு நாம் நினைத்த காரியங்களை சாதித்து வெற்றி பெறுவதற்கும் உண்டான மிக அற்புதமான, அதே சமயம் எளிமையான பயிற்சி ஒன்றை திருமூலர் நமக்கு அளித்துள்ளார். மிகச் சரியாக இந்தப் பயிற்சியினை மேற்கொள்வதன் மூலமாக பல அரிய செயல்களை நாம் மிக எளிதாகச் செய்ய முடியும் என்பது என் அனுபவபூர்வமான உண்மை என்பதுடன் இதை செய்பவர்களும் உணர்வார்கள் என்பதால் அவ்வரிய முறையினை இங்கு அளிக்கிறேன்.

திருமூல முனிவரின் மனோவசிய முறை:

முதலில் நாம் ஒன்றை உணர்ந்து கொள்ள வேண்டும். ஒவ்வொரு மனிதனின் ஒவ்வொரு செயல்பாடும் 3 நிலைகளில் நடக்கிறது. பார்வை, மனம், சுவாசம், என்பதே ஆகும். எனவே மனதின் பிரிகைகளுக்கு மூலகாரணமாக பார்வை உள்ளது. பார்வையால் மனம் கிலேசம் அடையும்போது அந்த உணர்வுகளுக்கு ஏற்ப சுவாசமானது மாறுபடுகிறது. உதாரணமாக கோபம் ஏற்படும்போது படபடப்பும் பெருமூச்சும் ஏற்படுகிறது. அதே தன்மை பயம் உண்டாகும்போதும், ஏக்கம் உண்டாகும்போதும் உண்டாகின்றது. எனவே மனதின் பிரிகைகளுக்கு மூல காரணமான பார்வையும், அதனால் மாறுபடும் சுவாசத்தையும் சமப்படுத்துவதன் மூலமாக நிச்சயமாக ஒரு மனிதன் தெளிவான, நிதானமான, கூர்மையான அறிவைப் பெற்று எதையும் சாதிக்க முடியும் என்பது உண்மை. இதையே சித்தர்களும் தெளிவாகத் தங்களுடைய நூல்களில் கீழ்கண்டவாறு கூறியுள்ளனர்.

கையறவி லாதுநடுக் கண்புருவப் பூட்டும்
கண்டுகளி கொண்டுதிரந் துண்டுநடு நாட்டு
ஐயர்மிக உய்யும்வகை யப்பர் விளையாட்டு
ஆடுவதே என்றுமறைகள் பாடுவதும் பாட்டு

(சித்தர் பாட்டு)

இவ்வாறு பல சித்தர்களும் கூறியுள்ள போதிலும் திருமூலரின் மிக எளிமையான அற்புதமான முறையே பார்வை, மனம், சுவாசம் என்ற மூன்றினையும் ஒரே நேரத்தில் ஒன்று படுத்தும்விதமாக அமைந்துள்ளது. அவ்வரிய முறையினைப் பார்ப்போம்.

திருமூலரின் மனோவசியச் சக்கரம்

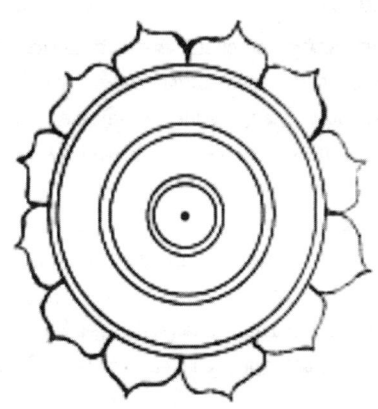

முதலில் ஒரு அறையைச் சுத்தம் செய்து சுண்ணாம்பு அடித்து பின் அந்த அறையில் எந்தப் பொருளோ, சிலையோ, படங்களோ இல்லாதவாறு தூய்மைப்படுத்த வேண்டும். பின்பு மனோவசியச் சக்கரத்தை சுத்தமான வெள்ளைப் பலகையில் கருப்பு வண்ணம் கொண்டு 3×3 என்ற அளவில் வரைய வேண்டும். நாம் பத்மாசனம் இட்டு அமர்ந்தால் நம் கண்களுக்கு நேராக இந்தப் படத்தின் மையத்தில் உள்ள கரும்புள்ளியானது இருப்பது போன்று சுவற்றில் மாட்ட வேண்டும். அந்தப் படத்திலிருந்து 6 அடி தொலைவில் நாற்புறமும் மறைப்பில்லாதபடி ஒரு நெய் விளக்கு ஏற்ற வேண்டும். அந்த விளக்கிலிருந்து 6 அடி தொலைவில் நாம் அமரும் இடத்தை ஏற்படுத்திக் கொள்ள வேண்டும்.

இந்த அமைப்பை ஏற்படுத்திக் கொண்ட பின் தினமும் அதிகாலை 3 மணிக்கு எழுந்து பஞ்ச சுத்திகளையும் முடித்து பஞ்சசுத்தி - 1. தந்த சுத்தி (பல் விளக்குதல்) 2. நேத்திர சுத்தி - கண்களை குளிர்ந்த நீரில் விழித்து உருட்டி சுத்தப்படுத்துதல். 3. கபசுத்தி - தொண்டையில் உள் கோழை என்னும் சளியை எடுத்தல், சுத்திகளிலேயே இதுதான் முக்கியமானது ஆகும். ஏனெனில் இந்தக் கோழையே எமன் என்றும் சித்தர்கள் கூறியுள்ளனர். அதுவும் மகாகுருவான காகபுசுண்டர் என்னும் சித்தர் தன் பெருநூல் காவியம் - 1000 என்னும் அற்புத நூலில் 36, 38 வது பாடல்களில் இந்த விபரத்தை மிகத் தெளிவாகக் கூறியுள்ளார். அதுவும் கோழையே எமன் என்பதை நேரடியாக 38 வது பாடலின் 6வது வரியில்

"கொல்லுமே பிடரியெமன் கோழை தன்னை"

என்று கூறியுள்ளார். இந்தக் கருத்தையே திருமூலரும் கூறியுள்ளார். எனவே இந்தச் சளி என்னும் கோழையை நீக்குவது மிக முக்கியமான ஒன்றாகும். இதற்கு நாக்கு வழிப்பான்களை பயன்படுத்தலாம் அல்லது மிக அரிய முறையான கரிசலாங்கன்னி மூலினைச் சாறும், பசு நெய்யும் சமமாகக் கட்டி நன்கு காய்ச்சி இறக்கி சிறிது சீனிக்காரத்தைப் பொடி செய்து போட்டு வடிகட்டி வைத்துக் கொண்டு தினமும் காலையில் பல் விளக்கியவுடன் இந்த நெய்யை வலது கைக்கட்டை விரலால் தொட்டு உள்நாக்கின் பின்புறம் தடவி விட்டு சிறிது நேரம் பொறுமையுடன் இருக்க சுவாச நரம்புகளில் அடைத்துள்ள சளியானது இறங்கி விடும். இந்த அரிய முறையை கருவூரார் எனும் சித்தர் தன்னுடைய வாத காவியம் என்னும் நூலில் கூறியுள்ளார். இது முக்கியம் என்பதால்தான் சற்று விரிவாகக் கூற வேண்டியது ஆயிற்று.

அடுத்து மலம் கழித்துவிட்டு, கை, கால், முகம் முதலியவைகளை ஈரத்துணியால் நன்கு துடைத்துக் கொண்டு அந்த ஆசனத்தில் சென்று அமர்ந்து எதிரில் உள்ள சக்கரத்தின் நடுவில் உள்ள கருப்புப் புள்ளியினை அமைதியாக கண்களை இமைக்காமல் பார்த்தபடி இருக்கவும். இவ்வாறு தினமும் 1 மணி நேரம் காலை, மாலை பார்த்துக் கொண்டிருக்க நாளடைவில் அந்தக் கரும்புள்ளியானது மறைந்து பல அதிசயங்கள் உண்டாகும். அதை கூறக்கூடாது. அவரவர்கள் அனுபவத்தால் உணர வேண்டும் என்று என் குருவானவர் கூறியதால் என் அனுபவங்களை நான் இங்கு கூறவில்லை. இவ்வாறு அப்பியாசம் செய்யும் காலங்களில் அந்தப் பயிற்சி செய்யும் நபரைத் தவிர வேறு யாரும் அந்த அறைக்குள் சாம்பிராணி, ஊதுபத்தி, பூ, சூடம் போன்ற எந்தப் பொருளும் பயன்படுத்தக் கூடாது. இவ்வாறு முறையாக அப்பியாசம் செய்தால் 3 மாதங்களில் நம் மனமானது ஒரு நிலைப்பட்டு மிக ஆச்சரியமான பல ஆற்றல்களை அடைய முடியும் என்பது அனுபபூர்வமான உண்மை. இந்த முறையினை

''தோராத வட்டம் முக்கோண சட்கோண
துலங்கு வட்டத்து
ஈராறு இதழிட்டு நீங்கார முள்ளிட்டு
இதனடுவே
ஆராதனை செய்து அர்ச்சித்துப் பூசித்து
அடி பணிந்தால்
வாராதீரா எல்லவே வாலை ஞான
வராகியுமே''

என்று சித்தர்களின் பரிபாஷைப் பாடல்கள் விளக்குகின்றன. இந்த அற்புதமான முறையினை திருமூலரின் ஆனந்த தரிசனம் என்று கூறுவர். பார்வையுடன் இணைந்து செயல்பட்டு மிக மெதுவான மெல்லிய சுவாசமானது நடக்கும் காலம் பார்வை, மனம், சுவாசம், மூன்றும் இணைந்து மிகக் கூர்மையான அறிவும் தெளிந்த நினைவுடன் கூடிய எண்ணங்களையும் உருவாக்கும் என்று கூறியுள்ளனர்.

இவ்வாறு மெல்லிய சுவாசமானது சுழிமுனை வழியாக ஊர்த்துவமுகமாக சிரசிற்குள் பிரவேசிப்பதால் அறிவில் ஏற்படும் குழப்ப நிலையும், தடுமாற்றமும், மறதித் தன்மையும் நீங்கி ஞானமும், தெளிவும், தீவிர சிந்தனையும் மேலோங்கும் என்பது உண்மை. மனித வாழ்வின் வளர்ச்சிக்கு இதை விட வேறு என்ன வேண்டும்.?

இனி இது அன்றி திருமூலர் கூறியுள்ள மற்றொரு முறையையும் கூறுகின்றேன். இட வசதி மற்றும் மேற்கூறிய பயிற்சியினைச் செய்யும் சூழ்நிலையில் இல்லாதவர்களின் எண்ணத்திற்கு ஏற்ப எந்த இடத்திலும், எந்த நேரத்திலும் செய்யக்கூடிய மிக அற்புதமான பயிற்சி ஒன்றினையும் வறுகிறேன். இதை முறையாகச் செய்தாலும் மேற்கூறிய பலன்கள் அனைத்தும் கிடைப்பதுடன் யோகமும் சித்தியாகும்.

திருமூல மாமுனிவரின் சிவயோகம்

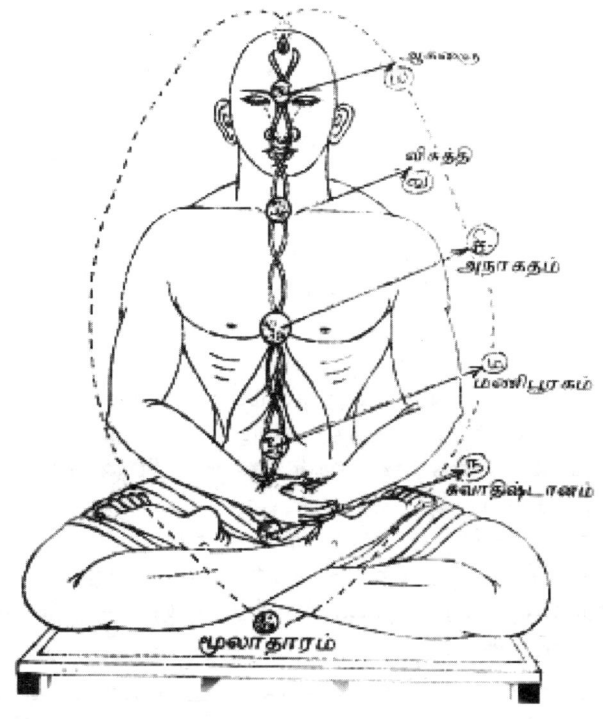

சிவன் என்பது ஜீவனே. அந்த ஜீவனின் ஆற்றலை அறிமுகப்படுத்தி அதன் மூலம் நோய், முதுமை இவைகளை நீக்கி ஆரோக்கியமாகவும் மகிழ்ச்சியுடன் கூடிய அமைதியான வாழ்வினை அடையும் விதிமுறையே அகும். மிகவும் எளிமையான இந்த அதிஅற்புத முறையினை கூறாத சித்தர்களே இல்லை.

திருமூலரின் சிவயோகம்

மிக மிக இரகசியமாகப் பாதுகாக்கப்பட்டு சீடர்களுக்கு தீட்சையின் மூலமாக மட்டுமே அளிக்கப்பட்டு வந்த இந்த முறையினை நான் என் குருநாதரின் அனுமதியுடன் வெளிப்படையாக அளிக்கிறேன். பல நூல்களிலும், பல யோகாசன தியானப் பயிற்சி நூல்களிலும், இதுபோன்ற படங்களையும் விளக்கங்களையும் நீங்கள் பார்த்திருப்பீர்கள். ஆனால் அவற்றிற்கும், இங்கு கூறப்போகும் முறைக்கும் நிறைய வித்தியாசங்கள் உண்டு. என்பதை நீங்கள் செய்த அனுபவத்தால் மட்டுமே உணர முடியும். உடலில் மூலாதாரம், சுவாதிஷ்டானம், மணிபூரகம், அநாகதம், விசுத்தி, ஆக்ஞை என்று ஆறு ஆதாரச் சக்கரங்களை உள்ளதாகவும், அந்தச் சக்கரங்களில் தெய்வங்கள் வாசம் செய்வதாகவும் அவ்விடங்களில் முறையே முக்கோணம், நாற்சதுரம் வட்டம், அறுகோணம் போன்ற சக்கர அமைப்புகள் உள்ளன என்றும் பல் ஆயிரம் நூல்கள் கூறுகின்றன.

ஆனால் மருத்துவ ரீதியாகவும் உடல் ரீதியாகவும் உடலை அறுத்துக் கூறுபோட்டுப் பார்த்தாலும் அப்படி எதுவும் இல்லை. பின்பு ஏன் சித்தர்கள் அவ்வாறு கூறியுள்ளனர்? இது கற்பனையா? என்றால் அதுவும் இல்லை. பின்பு அவைகள்தான் என்ன? என்பதற்கான விளக்கம் விஞ்ஞான ரீதியாக இந்த யோகமுறையில் உள்ளது. அதை முதலில் தெரிந்து கொள்ள வேண்டும். இந்த ஆதாரங்கள் என்பது மனிதனின் சுவாசமானது நின்று திரும்பும் இடங்களாகும். அங்குள்ள வடிவங்கள் எல்லாமே அந்த அமைப்பில் சுவாசமானது சுழன்று திரும்புவதால் அதை சக்கரங்கள் என்று பரிபாஷையில் கூறினர். மற்றபடி அதுபோன்ற அமைப்புகள் உடலில் எதுவும் இல்லை என்பதே உண்மையாகும். மேலும் ஒரு மனிதனின் சுவாசமானது 4 மணி நேரத்திற்கு ஒருமுறை நாசியில் மாறிவிடுவது போல் 2 மணி நேரத்திற்கு ஒருமுறை படிப்படியாக இந்த 6 இடங்களிலும் அதிகமாக சுழன்று திரும்புகிறது.

இவ்வாறு மாறி மாறி சுவாசமானது செயல்படுவதால் தான் எந்த இடத்தில் சுவாசம் அதிகமாகச் சுழன்று திரும்புகிறதோ அந்த இடத்தில் உணர்வுகள் தூண்டப்பட்டு தெளிந்த அறிவு, பசி, காமம், இயற்கை உபாதைகள் போன்றவைகள் உண்டாகின்றன. அவ்வாறு உள்ளத்தில் அதிகாலை 4 மணி முதல் 6 மணி வரையிலும், மாலையில் 4 மணி முதல் 6 மணி வரையிலும் சுவாசமானது புருவத்தின் மத்தியில் சுழல்வதால் அந்த நேரத்தையே இந்த தியான முறைக்கு அமைத்துக் கொள்ள வேண்டும்.

முதலில் ஒரு வெள்ளைத்துணியை விரித்து அதன் மீது பத்மாசனத்திலோ அல்லது சுகாசனத்திலோ அமர்ந்து கொள்ள வேண்டும். பின்பு இடுப்பில் மட்டும் தளர்ச்சியான நிலையில் ஒரு துணியைக் கட்டிக் கொள்வது போதுமானது. வெற்று உடம்புடன் அமர்வதே சிறந்ததாகும். நல்ல காற்றோட்டமான அமைதியான இடத்தில் தலை, நெஞ்சு, இடுப்பு முதலியவை நேராக இருக்கும் படியாக அமர்ந்து கொண்டு கண்கள் இரண்டையும் முக்கால் பங்கு மூடியபடி பார்வையை நாசியின் நுனியிலும் நிறுத்தி நிதானமாக முதலில் ஆண்குறிக்கும், ஆசன வாய்க்கும் இடையே உள்ள பகுதியில் நடுமையான இடத்தில் உட்புறத்தில் 'ஓம்' என்ற சொல்லின் ஒலியை மானசீகமாக எழுப்ப வேண்டும். பின்பு நாபிக்கும், குறிக்கும் இடைப்பட்ட பகுதியின் மையத்தில் உட்புறத்தில் 'ந' என்ற ஒலியையும் நாபியில் 'ம' என்ற ஒலியையும் நெஞ்சின் நடபகுதியின் உட்புறம் 'சி' என்ற ஒலியையும் உள்நாக்கின் பின்புறம் உள்ள துவாரத்தில் 'வா' என்ற ஒலியையும் சுழிமுனை என்னும் புருவமையத்தின் உட்புறம் 'ய' என்ற ஒலியையும் மிக அமைதியாக ஒரே நிதான இடைவெளியுடன் எழுப்ப வேண்டும். பின்பு தலையின் மையப் பகுதியின் வழியாக மனதை வெளிப்புறம் செலுத்தி வலப்புறமாக சுழன்று மறுபடியும் முதலில் ஆரம்பித்த 'ஓம்' ஒலிக்கே வர வேண்டும்.

இப்படி வலப்புறமும், இடப்புறமுமாக மாறி மாறி மனதின் எண்ணங்களை சுழற்றியும், உடலின் மையப்பகுதியில் சொல், ஒலி அலைகள் மூலம் நேராகச் செலுத்தியும் தொடர்ந்து தினமும் காலை, மாலை 4 மணி முதல் 6 மணி வரை முறையாகப் பொறுமையுடன் பயிற்சி செய்தல் வேண்டும். இப்பயிற்சியின் போது எந்த ஒரு உருவத்தையும் நினைப்பதோ, எந்த ஒரு மந்திரச் சொற்களையும் வாய்விட்டு உச்சரிப்பதோ கூடாது. இவ்வாறு முறையாகச் செய்யும் போது பயிற்சியின் தீவிரத்தைப் பொறுத்து சுவாசமானது சமப்பட்டு முறையான அணு, மின், காந்த ஓட்டங்கள் உண்டாகி பல நோய்கள் தீர்வதுடன் தெளிந்த அறிவும், மனதில் மிக்க ஒரு சந்தோஷமும், அமைதியும் நிலவும். எந்த ஒரு செயலையும் நாம் செய்ய முற்படும் போது அதனால் ஏற்படும் பின் விளைவுகளை ஓரளவிற்கு நாம் முன்கூட்டி அறிந்து கொள்ளும் நிலை உண்டாகும். இதைத் தீவிரமாகச் செய்வதன் மூலமாக வாசியோகம் என்னும் அதி அற்புதமான சாகாக்கலை என்னும் யோகம் சித்தியாகும்.

இதைத் தான் சித்தர்கள்

"உருத்தரித்த நாடிதன்னி லோடுகின்ற வாயுவை
கருத்தினா லிறுத்தியே காலமெற்ற வல்லிரேல்
விருத்தரும் பாலராவார் மேனியும் சிவக்குமே
அருடரித்த நாதராணை லம்மையாணை யுண்மையே"

என்று கூறியுள்ளனர்.

எல்லோரும் அறிந்து செய்து திருமூலரின் அருளையும் பயனையும் அடைய வேண்டுகிறேன்.

இவ்வரிய நூலை இயற்றுவதற்கு உதவிய துணைநூல்களின் பட்டியல்

1. அகத்தியர் தத்துவம்
2. அகத்தியர் பரிபாஷைதிரட்டு
3. அகத்தியர் பரிபூரணம் - 1200
4. அகத்தியர் முப்பு சூத்திரங்கள்
5. அகத்தியர் வைத்திய காவியம்
6. உரோமரிஷி
7. கருவூரார் வாதகாவியம் - 700
8. கருவூரார் பலதிரட்டு - 300
9. கருவூரார் குருநூல் - 150
10. கொங்கணவர் வாத காவியம் - 3000
11. கொங்கணவர் முக்காண்டம் - 3000
12. சட்டைமுனி கல்பவதி
13. சட்டைமுனி வாதகாவியம்
14. சதுரகிரித் தலபுராணம்
15. சித்தர்கள் பலதிரட்டு
16. சுந்தரானந்தர் குருநூல் - 110
17. சூரியானந்தர் கல்பஞான சூத்திரம்
18. சூரியானந்தர் சாத்திரத்திரட்டு
19. ஞான சாஸ்திரத்திரட்டு
20. திருமூலர் கருக்கிடை - 600

21. திருமூலர் திருமந்திரம்
22. பதார்த்த குணசிந்தாமணி
23. புலஸ்தியர் கற்பம் - 300
24. போகர் - 7000
25. போகர் கல்பம் - 300
26. போகர் செனன சாகரம்
27. போகர் மலை வாகடம்
28. மச்ச முனி - 800
29. யாகோபு குரு நூல் - 55
30. யாகோபு சுண்ணம் - 300
31. யாகோபு வாத காண்டம் - 1000
33. யாகோபு லோக செந்தூரம் - 300
34. யாகோபு வைத்தியம் - 300
35. யாகோபு வைத்திய சிந்தாமணி - 700
36. யூகிமுனி வாதகாண்டம் - 1000
37. மற்றும் பல அரிய ஓலைச்சுவடிகளும் கையேடுக் குறிப்புகளும், அனுபவ முறைகளும்.

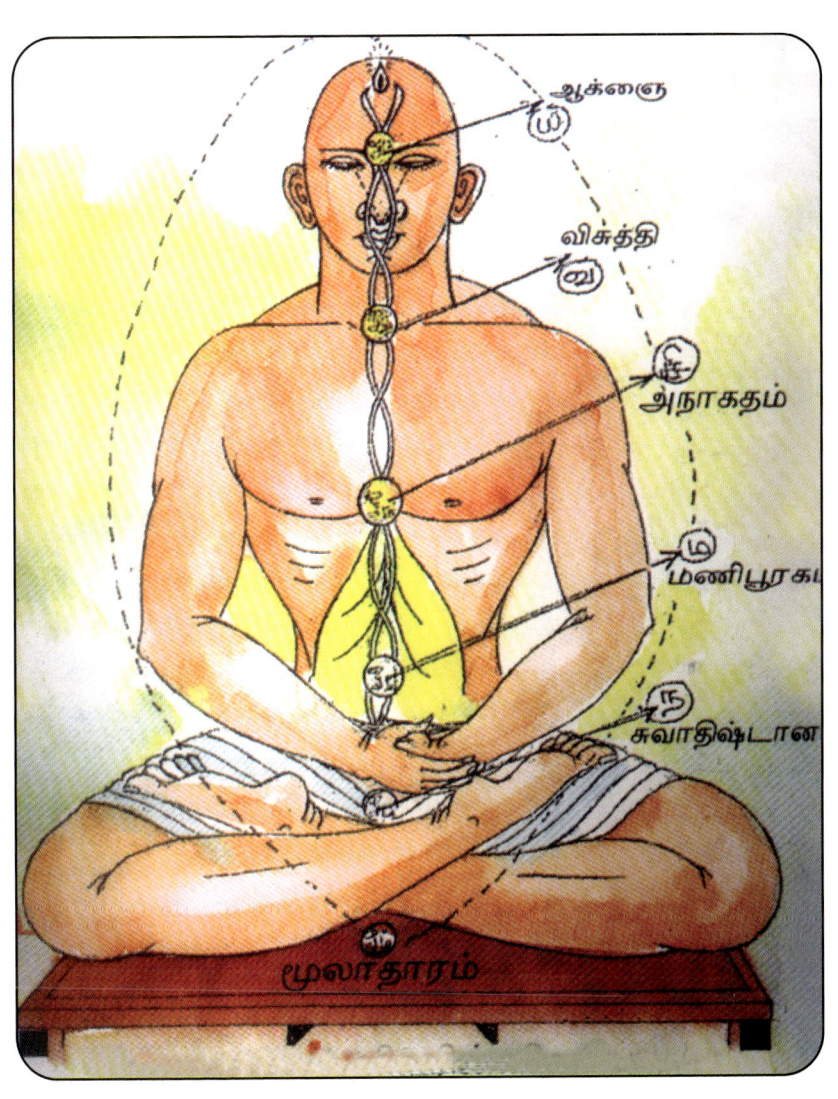

திருமூலமாமுனிவரின் சிவயோகம்

அபூர்வ வெள்ளை தூதுவளை மூலிகை

அபூர்வ கருப்பு கரிசாலை

ஆடா தோடை

காயசித்திக்கு உரிய வல்லாரை மூலிகை

சீந்தில் பழம் மற்றும் கொடி

ஆடுதின்னாப்பிள்ளை

வெள்ளைமந்தாரை

சஞ்சீவினி முலீகையை காட்டிய இடம் : தியான நிலை
(இடம்: சதுரகிரி பலாவடி கருப்பர் பாறை)

நூலாசிரியர் Dr. திரு.கி. வெங்கட்ராமன் சித்தர் தரிசனம் கண்ட
பின்பு 18 சித்தர்கள் பீடத்தில் சிவத்தொண்டர்
சாது சுப்புராம் சுவாமிகளுடன்
(இடம்: சதுரகிரி மலை)

கருந்துளசி

சிகப்பு கற்றாழை
(செங்குமரி)

மலைகாந்தி மூலிகை

காயகற்ப மருந்துகள்
உட்கொள்ளும் போது
புளிக்கு பதிலாக உணவில்
சேர்க்கும் புளியாரை மூலிகை

9 வித பாசாணங்கள் நவபாசாணம்

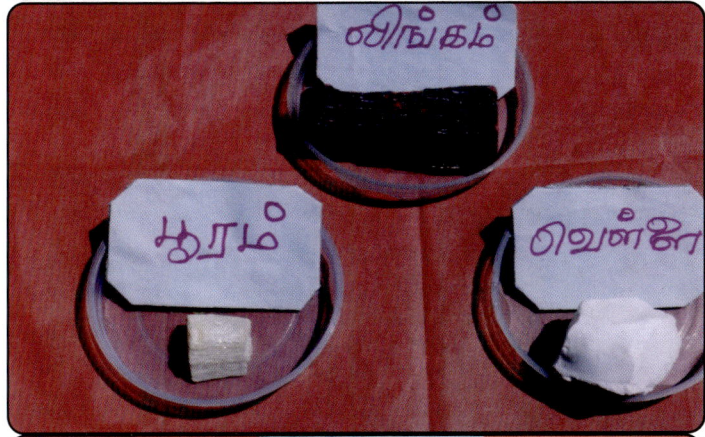

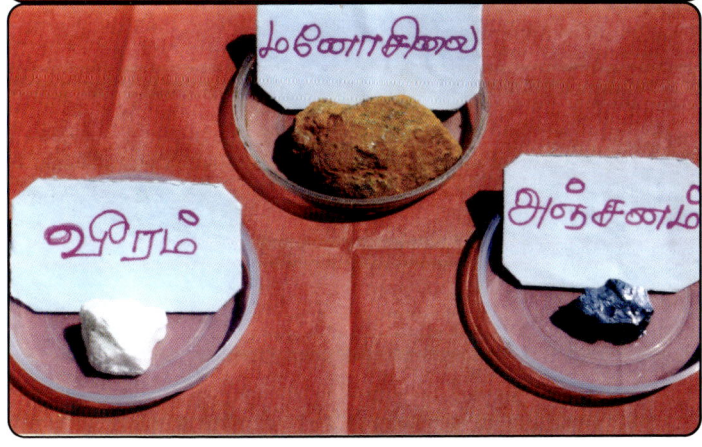

கருஊமத்தை

மனிதனை வணங்கும் மகாசக்தி
தொழுகண்ணி மூலிகை

சித்தமருத்துவ முறைப்படி
குப்பித்தயிலம் செய்முறை.

சித்தமருத்துவ முறைப்படி
குழித்தயிலம் செய்முறை.

சித்தமருத்துவ முறைப்படி
திராவகம் வடிக்கும் செய்முறை.

அமுரியை முறிக்க
உதவும் தோற்றான்
வேர்ப் பாத்திரம்

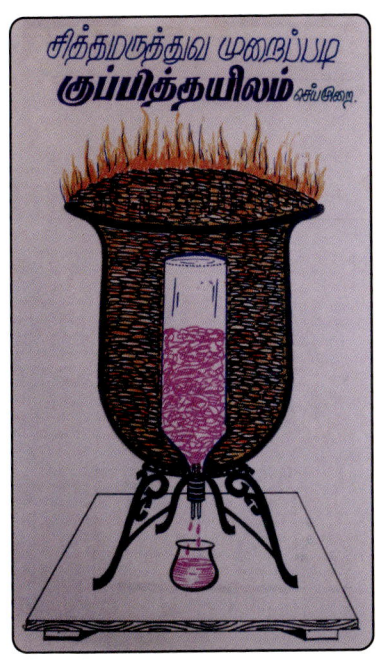

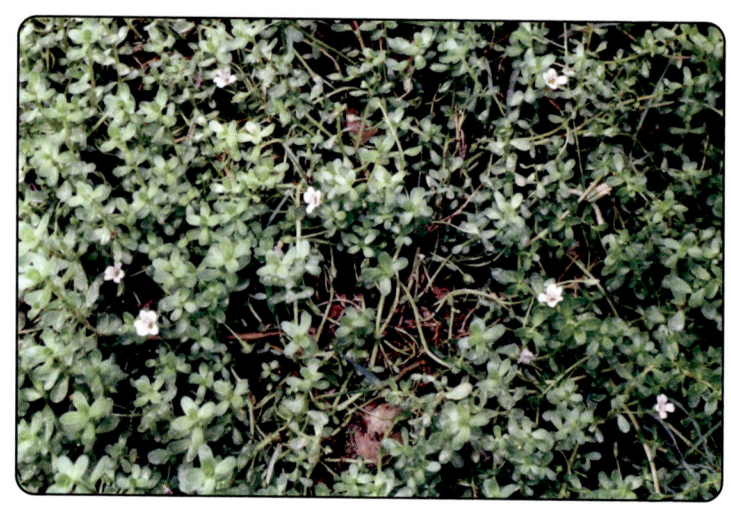

பிரமி முலிகை

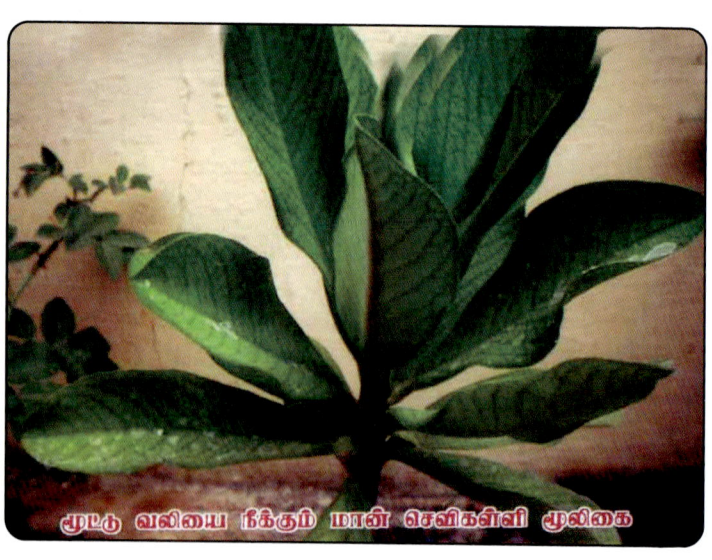

மூட்டு வலியை நீக்கும் மான் செவிகள்ளி மூலிகை

மஞ்சள் கரிசலாங்கன்னி
(பொற்றாலைக் கையான்)

சிவனார் வேம்பு மூலிகை

நூலாசிரியர் திரு. வெங்கட்ராமன் பிரான்ச் நாட்டு அம்மையார் தியோன் மற்றும் நண்பர்களுடன்

நூலாசிரியர் திரு. வெங்கட்ராமன் பிரான்ச் நாட்டு அம்மையார் தியோன் உடன் கிரியா யோக நிலையில்
[இடம்: சதுரகிரி மலை]

வெள்ளை நீர்முள்ளி

வாலை ரசம் எடுக்க பயன்படும்
கொடிவேலி மூலிகை

ஓரிதழ் தாமரை மூலிகை

விஷ்ணு கிரந்தி மூலிகை

கண்டங்கத்திரி மூலிகை
தாவிரவியல் பெயர்: (Solanum Xantho Carpum)

தூதுவளை

சித்தர் தரிசனம் கண்டஇடம் அம்பு
குறியிட்டு காட்டப்பட்டுள்ளது.
[இடம்ஃ சதுரகிரி மலை]

சித்தர் தரிசனம் கண்டபின் நூலாசிரியர் வெங்கட்ராமன் சதுரகிரி மலை
சிவத்தொண்டர் திரு. மாரிமுத்துப் பூசாரி அவர்களுடன்
[இடம் ஃ சதுரகிரி மலை]

சித்தர் தேரையர்
தைலக்கிணற்றைக் காக்கும்
பலாஅடி கருப்பர் – சதுரகிரி

சித்தர்கள் வனக்காவல்
ஊஞ்சல்கருப்பர்
சதுரகிரி

நூலாசிரியர் திரு. வெங்கட்ராமன் மற்றும் திரு. கருப்பசாமி (D.C),
டாக்டர். திரு. வேலாயுதம் (மலேசியா), திரு. சந்தனமகாலிங்கம்,
திரு. அந்தர் (மலைப்பளிங்கர்) - சதுரகிரி மூலிகைவனம்

சித்தர்கள் இன்றும் வாழும் தவசி குகைவாசலில் நூல்ஆசிரியர் யோகி வெட்கட்ராமன் – சதுரகிரி

பிராணயாம பயிற்சியில் திரு. கருப்பசாமி (காவல் கண்காணிப்பாளர்) பலாஅடி அருவி – சதுரகிரி

சஞ்சீவி மூலிகை – 1 – மேகசஞ்சீவி

சஞ்சீவி மூலிகை—2—நேத்திரசஞ்சீவி

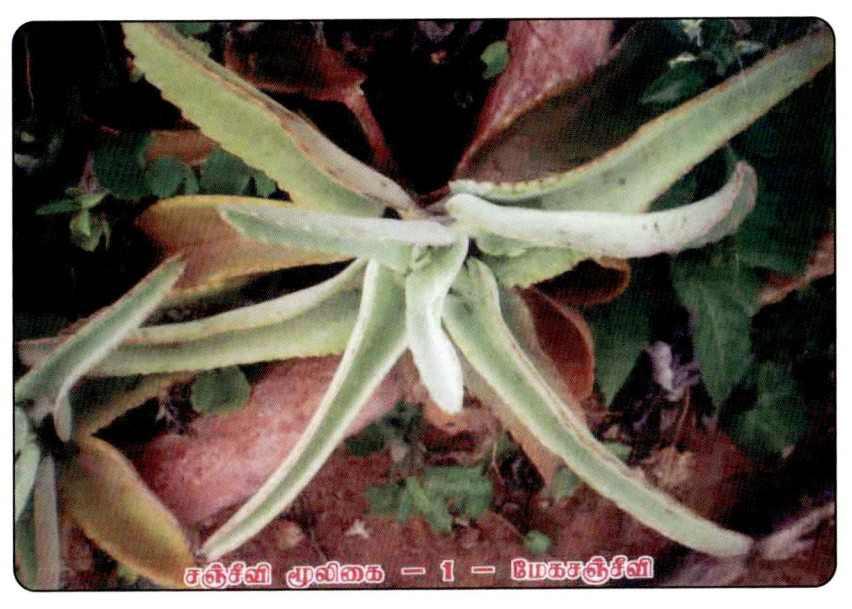

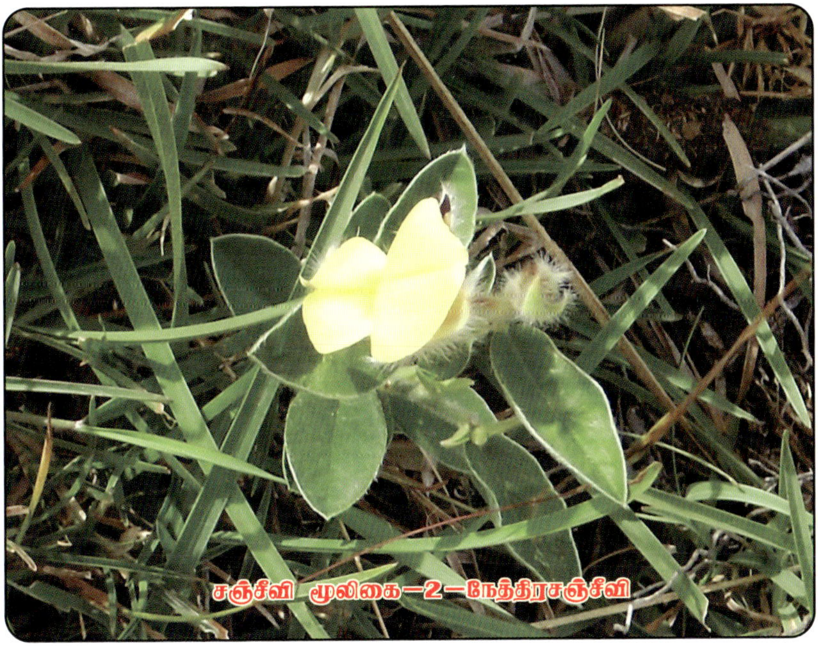

சஞ்சீவி மூலிகை –3 – வாதசஞ்சிவி

சஞ்சீவி மூலிகை – 4 – அமிர்தசஞ்சீவி

சஞ்சீவி மூலிகை –5 – சங்கு நாராயண சஞ்சிவி

வங்க பஸ்பம் செய்யவுதவும் அம்மான்
பச்சரிசி மூலிகை

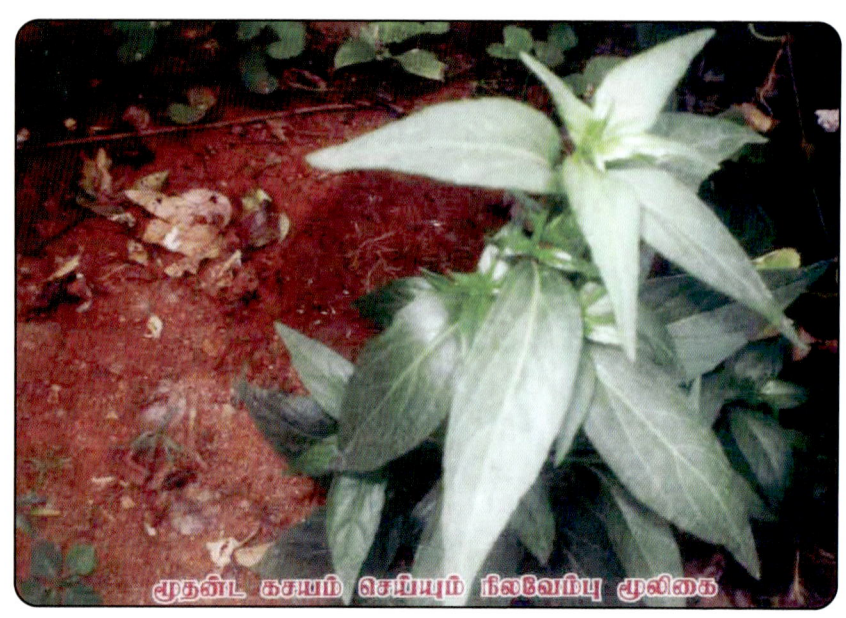

மூதண்ட கசயம் செய்யும் நிலவேம்பு மூலிகை

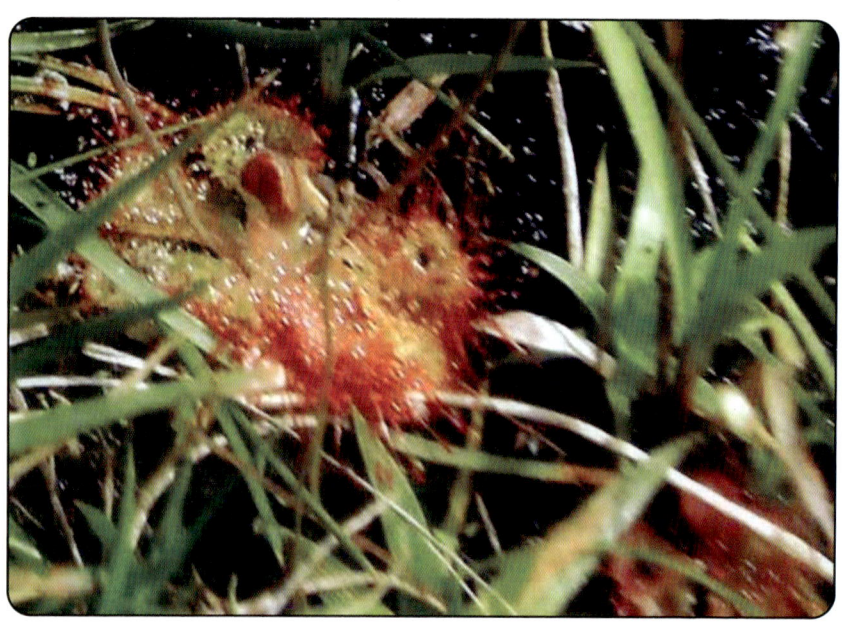

காய கற்ப மூலிகை – அழுகன்னி

இரச வாதத்திற்கு உதவும் கருஞ்செம்பை மூலிகை

உப்பு கட்டு உதவும் நாகமல்லி மூலிகை

கபத்தை நீக்கும் ஓமவல்லி மூலிகை

நூலாசிரியர்
திரு.Dr. கி. வெங்கட்ராமன்
யோகப்பயிற்சியில்
(இடம்: சதுரகிரி காணலருவி)